आपल्या स्नेहीजनांना पुस्तके भेट द्या

द अफगाण

लेखक
फ्रेडरिक फोरसाइथ

अनुवाद
बाळ भागवत

AA000868

मेहता पब्लिशिंग हाऊस

The Afghan

By Frederick Forsyth

Translation Published in arrangement with Ed Victor Limited, London.

द अफगाण / अनुवादित कादंबरी

अनुवाद : बाळ भागवत - १८, कुबल निवास, गोखले रोड (उत्तर), दादर, मुंबई - ४०००२८ ✆ ०२२-२४४६७२०८

मराठी अनुवादाचे व प्रकाशनाचे हक्क मेहता पब्लिशिंग हाऊस, पुणे ३०

प्रकाशक : सुनील अनिल मेहता, मेहता पब्लिशिंग हाऊस, १९४१ सदाशिव पेठ, माडीवाले कॉलनी, पुणे - ४११ ०३०

अक्षरजुळणी : एच्. एम्. टाईपसेटर्स, ११२०, सदाशिव पेठ, पुणे -४११०३०

मुखपृष्ठ : चंद्रमोहन कुलकर्णी

प्रथमावृत्ती : मार्च, २००९ पुनर्मुद्रण : फेब्रुवारी, २०१०

ISBN 9788184980097

'देव? छे! परग्रहावरील अंतराळवीर' या पुस्तकाच्या निमित्ताने
श्री. अनिल मेहता यांची भेट घेऊन पंचवीस वर्षं होत आली आहेत.
मग श्री. सुनील मेहता यांची भेट झाली. त्या वेळेपासूनच आणि
आजही माझा काळ आणि वेळ किती आनंदात जातो आहे,
याची प्रकर्षाने जाणीव मात्र गेल्या काही वर्षांतच झाली.
हे पुस्तक म्हणूनच अत्यंत प्रेमाने आणि आदराने
'मेहता पब्लिशिंग हाऊस'च्या
श्री. अनिल मेहता
श्री. सुनील मेहता
यांनाच अर्पण !

- बाळ भागवत

ऋणनिर्देश

श्री. अभिजित भिंगारे
सौ. विमल जोशी
श्री. सुहास जोशी

यांचे मन:पूर्वक आभार.

Contact : ✆ 020-24476924 / 24460313

Website : www.mehtapublishinghouse.com

info@mehtapublishinghouse.com

production@mehtapublishinghouse.com

sales@mehtapublishinghouse.com

भाग १

स्टिंग रे

१

सेलफोनवर फोन केला तर मृत्यू ओढवेल ही कल्पना त्या तरुण तालिब गार्डला असती तर त्याने फोन केलाच नसता; पण त्याला कल्पना नव्हती. त्याने फोन केला आणि त्याचा मृत्यू ओढवला.

७ जुलै २००५. मध्य लंडनमध्ये चार आत्मघातकी हल्लेखोरांनी आपल्या पाठीवरच्या हॅवरसॅक्समध्ये दडवलेल्या स्फोटकांचा स्फोट घडवून आणला. बावन्नजण मृत्युमुखी पडले. सातशेहून जास्ती जखमी झाले. शंभरएकजण कायमचे अपंग बनले.

चौघांपैकी तिघेजण ब्रिटनमध्येच जन्माला आले होते. त्यांचे आई-बाप पाकिस्तानमधून येऊन स्थायिक झालेले. चौथ्याचा जन्म जमैकामधला; पण त्याने ब्रिटिश नागरिकत्व घेतले होते आणि धर्मांतर करून तो मुस्लीम बनला होता. तो आणि दुसरा एकजण अगदीच तरुण होते. तिसरा बावीस वर्षांचा आणि त्यांचा म्होरक्या होता तीस वर्षांचा. सर्व जणांची डोकी पार बिघडवून त्यांना अगदी कट्टर इस्लामिक बनवले होते. इंग्लंडमधल्या काही मशिदींत तीच तीच भाषणे ऐकून त्यांच्या मनावर परिणाम झाला होता.

चोवीस तासांत त्यांची ओळख पटली, त्यांचे पत्ते मिळाले. चौघेही उत्तरेच्या लीड्स शहराच्या आसपास राहणारे, यॉर्कशायरमधल्या लोकांच्या ढबीने बोलणारे. त्यांचा म्होरक्या होता मोहम्मद सिद्दीकी खान– शिक्षक. त्यांची घरे तपासल्यावर पोलिसांच्या हातात जे काही लागले, त्याबद्दल त्यांनी कुठे वाच्यता केली नाही. रोख पैसे मोजून विकत घेतलेल्या, वापरून फेकून देण्यासारख्या सेलफोन्सच्या चार पावत्या होत्या. वयाने मोठ्या असणाऱ्या दोघांनी हे सेलफोन विकत घेतले होते. जगात कुठेही वापरता येण्यासारखे. प्रत्येकामध्ये चोवीस पौंड स्टर्लिंगचे प्रीपेड सिमकार्ड घातलेले. चारही फोन्स गायब होते; पण पोलिसांनी त्यांचे नंबर्स शोधले आणि पुन्हा कधी चुकून ते वापरले गेले तर कळावे म्हणून रेड फ्लॅग नोटिसही जारी केली.

सिद्दीकी खान आणि त्या गटातला पंजाबी तरुण शेहजाद तन्वर यांची खास मैत्री होती. आधीच्या नोव्हेंबर महिन्यात दोघांनीही पाकिस्तानला भेट दिली होती आणि तिथे ते तीन महिने राहिले होते. त्यांनी तिथे कुणाची भेट घेतली याचा पत्ता लागला नसला, तरी स्फोटांनंतर काही आठवड्यांनी अल-जझ्झीरा या अरब टीव्ही स्टेशनने सिद्दीकी खानने बनविलेली एक व्हिडिओफिल्म दाखवली. त्यामध्ये तो

कसा आत्मघातकी हल्ला करणार आहे याची त्याने बढाई मारली होती. त्याने इस्लामाबादला दिलेल्या भेटीच्या काळातच ही फिल्म बनवली होती हेदेखील उघड झाले होते.

सप्टेंबर २००६ पर्यंत हे लक्षात आले की, तपास न लागलेल्या सेलफोन्सपैकी एक सेलफोन एका हल्लेखोराने त्याच्या अल काईदा संघटनेमधल्या इन्स्ट्रक्टरला दिला होता. दुसऱ्यांच्या सूचनांशिवाय आणि मदतीशिवाय हे बॉम्ब बनवणे त्या चौघांपैकी कुणालाही शक्य नव्हते, ही बाबही ब्रिटिश पोलिसांनी तोपर्यंत शोधून काढली होती.

पेशावरच्या पश्चिमेला पाकिस्तान-अफगाणिस्तान सरहद्दीवरच्या भयाण डोंगरदऱ्यांत गुप्त ठिकाणी दडून राहिलेल्या ओसामा बिन लादेनच्या अगदी खास जवळच्या गटामधल्या कुणाला तरी त्या अल काईदा इन्स्ट्रक्टरने तो सेलफोन अगदी आदराने भेट दिला. अल काईदाचे दहशतवादी सेलफोनपासून दूरच राहायचे. शक्य आहे की कुठल्यातरी आणीबाणीच्या प्रसंगात वापरण्यासाठीच तो दिला असेल; पण ब्रिटनमध्ये जन्मलेल्या कट्टर इस्लामिक धर्मवेड्याने मूर्खासारखी ती पावती लीड्समधल्या घराच्या डेस्कमध्ये ठेवली होती, हे त्या वेळी त्या इन्स्ट्रक्टरला माहीत असायचे कारण नव्हते.

बिन लादेनच्या अगदी जवळच्या गटाचे चार विभाग आहेत. अल काईदाचे तत्त्वज्ञान, त्याचा प्रचार, त्यांच्या आर्थिक बाबी आणि त्यांचे कार्य. प्रत्येक विभागाचा एक प्रमुख. त्यांच्यावर फक्त दोघेजणच. बिन लादेन आणि अयमान अल जवाहिरी– बिन लादेनचा उजवा हात. सप्टेंबर २००६ मध्ये संपूर्ण अल काईदा दहशतवादी संघटनेला पैसा पुरवणाऱ्या संघटनेचा प्रमुख होता एक इजिप्शियन– तौफिक अल कूर.

१५ सप्टेंबरला, आपले पूर्ण स्वरूप बदलून तो पाकिस्तानच्या पेशावर शहरात होता. बाहेर कुठल्या धोकादायक प्रवासाला जाण्याची ती तयारी नव्हती. अशाच एका प्रवासावरून आपल्या अभेद्य गुप्त ठिकाणी तो परत आला होता. आपल्या शेखच्या भेटीसाठी वझिरीस्तानच्या डोंगरांमध्ये त्याला घेऊन जाणार असलेल्या वाटाड्याची वाट बघत होता.

पेशावरमधल्या त्याच्या छोट्याशा वास्तव्यात त्याचे संरक्षण करण्यासाठी तालिबानी असणाऱ्या चार कट्टर धर्मवेड्या माणसांची नेमणूक झाली होती. उत्तर पश्चिम भागातल्या अफगाण-पाकिस्तान भागात धड कुणाचेच राज्य नव्हते. अत्यंत कडव्या वझिरी जमातींचे प्राबल्य असणारा हा भाग तांत्रिकदृष्ट्या पाकिस्तानच्या ताब्यात असला, तरी ते उर्दूपेक्षा पुश्तू भाषा बोलायचे. ती भाषा बोलणाऱ्यांशी ते इमानी होते. वझिरी हा त्यांच्यापैकीच एक पंथ.

सगळे अत्यंत गरीब. मदरशामध्ये बहाई पंथाचे कट्टर इस्लामिक शिक्षण

घेतलेले. अत्यंत कडवे आणि असहिष्णु. धर्माशिवाय इतर कुठलेही शिक्षण नाही, कुठलेही कौशल्य नाही. फक्त कुराण पाठ करायचे. मदरशामध्ये शिक्षण घेतलेल्या इतर लक्षावधी लोकांप्रमाणे यांना कुठेही नोकरी-धंदा मिळणे अशक्य; पण त्यांच्या पंथाच्या प्रमुखाने कुठली कामगिरी सांगितली तर त्यासाठी जीवही देतील. त्या सप्टेंबर महिन्यात अरेबिक बोलणाऱ्या आणि थोडीफार पुश्तू येणाऱ्या मध्यमवयीन इजिप्शियनच्या संरक्षणाची जबाबदारी त्यांच्यावर टाकली होती. त्या चौघांपैकी एक तरुण होता अब्देलाही. त्याच्याकडे त्याला अभिमान वाटणारी आणि अत्यंत आनंद देणारी एक गोष्ट होती– त्याचा सेलफोन; पण दुर्दैवाने त्याची बॅटरी चार्ज करायला तो विसरला होता.

दुपारची वेळ. प्रार्थनेसाठी मशिदीत जाणे धोक्याचेच. अपार्टमेंटच्या वरच्या मजल्यावर आपल्या शरीर संरक्षकांबरोबर अल कूरने आपल्या प्रार्थना म्हटल्या. थोडेफार खाऊन तो विश्रांतीसाठी गेला.

अब्देलाहीचा भाऊ पश्चिमेकडे शेकडो मैलांवर असणाऱ्या दुसऱ्या कट्टर इस्लामी शहरात– क्वेट्टात राहत होता. त्यांची आई आजारी होती. तिची चौकशी करावी म्हणून त्याने सेलफोन घेतला. विचारण्यासारखे जास्त काही नव्हते. पाचही खंडांतून इथरमधून जाणाऱ्या दिवसातल्या अब्जावधी शब्दांपैकी केवळ काही शब्द तो बोलणार होता; पण त्याचा फोन चालेना. त्याच्या सहकाऱ्यांपैकी एकाने बोट दाखवून त्यावर बॅटरी चार्जड् आहे दाखवणाऱ्या रेषा येत नाहीत याकडे लक्ष वेधले. सेलफोन चार्ज करावा लागतो असे समजावले. अब्देलाहीला बैठकीच्या खोलीत इजिप्शियनच्या अटॅची केसवर असलेला जादाचा सेलफोन दिसला.

तो तरी पूर्ण चार्ज केलेला दिसत होता. त्याने तो उचलला आणि आपल्या भावाला फोन लावला. क्वेट्टामध्ये त्याच्या घरी फोनची घंटा वाजली. इस्लामाबादमध्ये भूगर्भामध्ये पाकिस्तानचे काऊन्टर टेररिझम सेन्टर – सीटीसी – आहे. अनेक खोल्या आहेत. तिथे कायमच सर्वांचे संभाषण ऐकले जाते. तिथे एका लाल दिव्याची उघडझाप व्हायला लागली.

हॅम्पशायरमध्ये राहणाऱ्या प्रत्येकाला वाटते की, हॅम्पशायर ही इंग्लंडमधली सर्वांत सुंदर काऊन्टी आहे. दक्षिण किनाऱ्यावर खाडीवरती साऊदॅम्प्टन हे बंदर आहे, पोर्टस्मथला नौदलाचे डॉकयार्ड आहे. त्यांचे कामकाज हजार वर्षे तरी जुने कथीड्रल असणाऱ्या ऐतिहासिक विंचेस्टर शहराच्या ॲडमिनिस्ट्रेटिव्ह सेन्टरमधून चालते. सर्व महामार्ग-हमरस्ते यांच्यापासून दूर असणाऱ्या रिव्हर मिऑन या शांत आणि काऊन्टीच्या मध्यवर्ती भागात सॅक्सन्सच्या काळापासून चालत आलेली छोटी छोटी गावे आहेत. दक्षिण-उत्तर असा एकच चांगला रस्ता. झाडांमधून, झुडपांमधून

आणि कुरणांमधून नागमोडी वळणांनी त्याला अनेक छोटे छोटे रस्ते येऊन मिळतात. सगळा शेतीचा प्रदेश. बहुतेक दहा दहा एकरांचे तुकडे आणि काही पाचशे एकरांहून जास्त. या शेतांमधली घरे विटांची, टाइल्सची होती आणि मोठी मोठी बार्न्स – धान्याची कोठारे – अगदी जुन्या काळापासून चालत आलेली, लक्ष वेधून घेणारी.

अशाच एका बार्नच्या छपरावर बसलेल्या माणसाला मिऑन व्हॅलीचा सुरेख देखावा दिसत होता आणि मैलभर अंतरावर असलेले मिऑन स्टोक गावही. पूर्वेला अनेक टाइमझोन्स ओलांडून अब्देलाही आपल्या आयुष्यातला शेवटचा फोन करत असताना छपरावरचा माणूस घाम पुसत छपरावरच्या शेकडो वर्षांपूर्वी बसवलेल्या क्लेपेग टाइल्स काढत होता.

खरे म्हणजे सबंध बार्नभोवती परात बांधून छपरावरच्या टाइल्स काढण्यासाठी त्याला तज्ज्ञ माणसांची गरज होती. काम लवकर झाले असते, जास्त सुरक्षितपणेही झाले असते; पण खर्चिक ठरले असते हेदेखील खरे आणि तोच तर प्रश्न होता. तो माणूस पंचवीस वर्षे सैन्यात काढून निवृत्त झालेला सैनिक होता. मिळालेले सर्व पैसे त्याने आपल्या स्वप्नपूर्तीसाठी खर्च केले होते. त्याचे एकच स्वप्न होते, एखाद्या गावामध्ये स्वत:चे घर असावे. म्हणून तर ही दहा एकरांची जागा, बार्न आणि गावात जाणाऱ्या रस्त्याला मिळणारी छोटी वाट.

पैसे खर्च करायची वेळ आली की सैनिक शहाणपणाने कधी खर्च करत नाहीत. हे जुने बार्न त्याच्या स्वप्नातल्या घरामध्ये बदलण्यासाठी तज्ज्ञांनी वर्तवलेले अंदाज ऐकताच त्याने एक निर्णय घेऊन टाकला. कितीही वेळ लागला तरी प्रत्येक गोष्ट स्वत:च करायची.

पण जागा अप्रतिम होती खरीच. अजिबात न गळणारे छप्पर, पूर्वीच्या नव्वद टक्के टाइल्स शाबूत आहेत. उरलेल्या दहा टक्के जुन्या इमारतींचे सामान विकणाऱ्यांकडून आणून लावल्या आहेत असे चित्र त्याच्या नजरेसमोर तरळत असे. ओकच्या दणकट लाकडाच्या तुळया बदलण्याची गरज नव्हती; पण जुने घर, तेव्हा थोडेफार कष्ट उपसावे लागणारच होते.

बैठकीची खोली, स्वयंपाकघर, अभ्यासाची खोली, हॉल यांची कल्पनासुद्धा तो करू शकत होता, म्हणजे आत्ता त्या ठिकाणी असलेले गवताचे भारे पार धुळीने झाकून गेले असले तरी. विटा बसवणे, प्लास्टरिंग, कार्पेन्ट्री, ग्लेझिंग यांच्यासाठी साऊदॅम्प्टन टेक्निकल कॉलेजात रात्रीच्या वर्गासाठी त्याने नाव नोंदवून टाकले होते. इलेक्ट्रिकल आणि प्लम्बिंगचे काम मात्र धंदेवाईक माणसाकडूनच करून घ्यायला हवे याबद्दल त्याची खात्री होती.

एक ना एक दिवस घराभोवती छान अंगण, छोटीशी बाग असेल, ड्राइव्ह-वेवर छोटे दगड, वाळू पसरलेली असेल, कुरणात शेळ्या-मेंढ्या चरत असतील याबद्दल

त्याच्या मनात शंका नव्हती. या उन्हाळ्याच्या दिवसांत दररोज रात्री बाहेर आडवा पडून तो आकडेमोड करत बसे. धीर धरला आणि खूप काम केले तर असलेल्या पैशात सर्व गोष्टी साधता येऊन आयुष्य जगता येईल याची त्याला खात्री पटत होती.

तो चव्वेचाळीस वर्षांचा होता. काळे केस, काळे डोळे, सडपातळ आणि ताकदवान. वाळवंटे, जंगले, मलेरिया, जळवा, कुडकुड करायला लावणाऱ्या थंडगार रात्री, घाणेरडे अन्न आणि सर्वांगामधून होणाऱ्या वेदना या सर्व गोष्टींचा त्याला वीट आला होता. त्याला आता इथेच राहायचे होते. कुठले तरी, साधेसुद्धा चालेल, काम शोधायचे, एखादा कुत्रा पाळायचा, दारूच्या दोन बाटल्या नेहमी जवळ बाळगायच्या आणि त्याच्या बरोबर साधेसुधे आयुष्य काढायला तयार असणारी स्त्री शोधायची. या पलीकडे त्याला काहीही नको होते.

छपरावर चढलेल्या माणसाने दुसऱ्या डझनभर टाइल्स काढल्या, चांगल्या असणाऱ्या दहा पुन्हा नीट लावल्या आणि उरलेले तुकडे खाली फेकले.

इस्लामाबादमध्ये त्याच वेळी लाल दिवा उघडझाप करायला लागला होता.

अनेकांना वाटते की, सेलफोनमध्ये एकदा प्री-पेड सिमकार्ड घातले की नंतर कुठल्या बिलाचा संबंध राहत नाही. विकत घेणाऱ्याच्या आणि वापरणाऱ्यांच्या बाबतीत हे खरे असले, तरी ती सेवा उपलब्ध करून देणाऱ्यांच्या बाबतीत ते खरे नसते. तो सेलफोन ज्या विभागात विकत घेतला त्या भागाबाहेर वापरला, तर वेगवेगळ्या सेलफोन कंपन्यांचा संबंध येतो आणि त्यांच्या बिलांची कामे संगणक करून टाकतात.

अब्देलाहीच्या फोनला क्वेट्टामधल्या त्याच्या भावाने उत्तर देताच पेशावरबाहेरच्या रेडिओमास्टवरचा वेळ वापरात यायला लागला. तो पाकटेल कंपनीचा होता. तात्काळ त्यांच्या संगणकाने इंग्लंडमधल्या मूळ विक्रेत्याचा शोध सुरू केला. तो संगणक त्याला सांगत होता की, तुमच्या एका ग्राहकाने माझ्या विभागातला वेळ आणि आकाशसीमा वापरायला सुरुवात केली आहे, तेव्हा तुमच्याकडून पैसे वसूल केले जाणार आहेत. पाकटेल आणि त्यांचे स्पर्धक मोबिटेल यांच्या नेटवर्क्सवर केले जाणारे आणि घेतले जाणारे कॉल पाकिस्तानी सीटीसीच्या लिसनिंग रूममधून ऐकले जात. ब्रिटिशांनी सूचना दिल्यावर त्यांच्या संगणकावर बसवलेल्या ब्रिटिश सॉफ्टवेअरमुळे काही विवक्षित फोन क्रमांकावरून केलेले फोन ताबडतोब पकडले जात. त्यातलाच एक क्रमांक अचानक वापरात यायला लागला होता.

तरुण पाकिस्तानी सार्जंटने तात्काळ कन्सोलवरचे बटण दाबले आणि त्याच्या वरिष्ठ अधिकाऱ्याशी संपर्क साधला. काही सेकंद ऐकत त्याने विचारले, ''काय बोलतो आहे तो?''

पुश्तू जाणणाऱ्या सार्जंटने थोडा वेळ ऐकून उत्तर दिले, "त्याच्या आईबद्दल त्याच्या भावाला काहीतरी विचारतो आहे तो."

"कुठून बोलतो आहे?"

"पेशावर." थोडा वेळ बघत सार्जंटने उत्तर दिले.

सार्जंटला जास्ती काही विचारायची आवश्यकता नव्हती. सर्व संभाषण आपोआप रेकॉर्ड केले जात होते. नंतर नीट ऐकता आले असते. प्रथम तातडीने तो फोन कुठे आहे हे शोधून काढायचे होते. त्या दिवशी कामावर असणाऱ्या मेजरची खात्री होती की, अगदी थोडा वेळ केलेल्या फोनमुळे तो शोधून काढणे शक्य होणार नाही आणि फोनवर बोलणारा माणूस काही मूर्खासारखा जास्त वेळ फोनवर बोलत बसणार नाही.

तळघरापासून खूप उंचावर बसणाऱ्या मेजरने तीन बटणे दाबताच पेशावरमधल्या सीटीसी स्टेशनच्या प्रमुखाचा फोन खणखणायला लागला.

आता ९/११ म्हणून प्रसिद्ध पावलेल्या घटनेच्या – ११ सप्टेंबर २००१ रोजी वर्ल्ड ट्रेड सेंटर उद्ध्वस्त झाले ती घटना – किती तरी वर्षे आधीपासूनच आय.एस.आय. नावाने ओळखले जाणारे पाकिस्तानचे इन्टर सर्व्हिसेस इन्टेलिजन्स डिपार्टमेंट पाकिस्तानी सैन्याच्या कट्टर धर्मवाद्यांनी पोखरले होते. त्याचमुळे तालिबान आणि त्यांचे पाहुणे अल काईदा यांच्याविरुद्धच्या लढ्यामध्ये आय.एस.आय.वर विश्वास टाकता येत नव्हता.

त्याबद्दल पाकिस्तानचे अध्यक्ष जनरल मुशर्रफ यांना नेहमीच अमेरिकेकडून कानपिचक्या मिळत असत आणि तोंड दाबून त्या सूचना ऐकण्याशिवाय त्यांना गत्यंतर नव्हते. अशा या कट्टर इस्लामिक अधिकाऱ्यांच्या आय.एस.आय. मधून हळूहळू बदल्या करत त्यांना त्यांच्या लष्करी पदांवर परत पाठविणे या उपायाबरोबरच, आय.एस.आय.मध्ये इस्लामिक दहशतवाद्यांशी संबंध नसलेल्या तरुण अधिकाऱ्यांना घेऊन दहशतवादविरोधी गटाची स्थापना करण्याचे प्रयत्नही चालू होते. पूर्वी टॅन्क कमांडर असलेला कर्नल अब्दुल रझ्झाक हा असाच एक अधिकारी होता. पेशावरमधल्या सीटीसीचा प्रमुख. त्यानेच अडीच वाजता फोन उचलला.

देशाच्या राजधानीमधल्या आपल्या सहकाऱ्याचे बोलणे ऐकून त्याने हळूच विचारले, "किती वेळ?"

"आत्तापर्यंत तीन मिनिटं झाली आहेत."

कर्नल रझ्झाकच्या नशिबाने पाकटेलच्या मनोऱ्यापासून केवळ आठशे यार्ड अंतरावर त्याचा एक अधिकारी होता. डायरेक्शन फाइंडर साधारण एक हजार यार्ड अंतरापर्यंत उत्कृष्ट काम करू शकतो. दोन तंत्रज्ञांना घेऊन तो अधिकारी धावतच गच्चीवर पोहोचला आणि त्याने डायरेक्शन फाइंडर हळूहळू फिरवत तो फोनचा सिग्नल कुठून येतो आहे याचा शोध घ्यायला सुरुवात केली.

इस्लामाबादमध्ये सार्जंटने संभाषण संपल्याची सूचना आपल्या मेजरला दिली.

''तीन मिनिटं आणि चव्वेचाळीस सेकंद. आणखी तरी किती अपेक्षा बाळगायची?'' मेजर थोड्या निराशेनेच म्हणाला.

''पण त्याने फोन बंद केला आहे असं वाटत नाही.'' सार्जंट म्हणाला.

पेशावरच्या जुन्या भागातल्या एका अपार्टमेंटमध्ये असणाऱ्या अब्देलाहीने आता दुसरी चूक केली होती. आपल्या खोलीमधून इजिप्शियन बाहेर पडतो आहे असे लक्षात येताच घाईघाईने आपल्या भावाबरोबरचे संभाषण आवरून त्याने सेलफोन बंद न करताच जवळच्या उशीखाली सरकवला. अर्ध्या मैलावर कर्नल रझ्झाकचे डायरेक्शन फाइंडर सिग्नलचा मागोवा घेत अपार्टमेंट शोधत होते.

ब्रिटिशांची सीक्रेट इन्टेलिजन्स सर्व्हिस (एस.आय.एस.) आणि अमेरिकन्सची सेन्ट्रल इन्टेलिजन्स एजंसी (सी.आय.ए.) या दोन्ही संस्था पाकिस्तानमध्ये मोठ्या प्रमाणावर कार्य करतात. कारणही सरळ आहे. दहशतवादाविरुद्धचे मुख्य युद्धक्षेत्र सध्या त्याच भागात आहे आणि अगदी १९४५ सालापासून त्यांचे आपापसातले संबंध खूप चांगले आहेत. अर्थात कधी कधी त्यांच्या कार्यपद्धतींबद्दल एकमेकांमध्ये मतभेद होतातही. फिल्बी, बर्गेसपासून १९५१ मध्ये मॅक्लीनसारखे देशद्रोही ब्रिटनला सापडले. नंतर अमेरिकन्सच्याही लक्षात आले की, त्यांच्यामध्येही मॉस्कोसाठी काम करणारी काही थोडी मंडळी नव्हती. त्यानंतर एकमेकांची उणीदुणी काढणे एकदम बंद झाले. १९९१ मध्ये शीतयुद्ध संपल्यावर अटलांटिकच्या दोन्ही बाजूंच्या राज्यकर्त्यांना वाटायला लागले की, आता सर्व शांत शांत होणार. खरे म्हणजे त्याच क्षणी नवीन शीतयुद्धाची नांदी सुरू झाली होती– अत्यंत गुप्ततेने आणि लपून राहून, इस्लाम धर्माच्या पोटात खदखद करत असणारी.

११ सप्टेंबरच्या घटनेनंतर आपापसांत स्पर्धा न करता आणि पारंपरिक गुप्तता सोडून एकच नियम पाळला जायला लागला. आम्हाला असलेली माहिती आम्ही तुम्हाला तात्काळ कळवू. तुम्हीही तसेच करा. या लढ्यात इतर देशांच्या इन्टेलिजन्स एजंसींचीही साथ मिळायला लागली; पण माहिती गोळा करण्याचे सर्वांत मोठे जाळे ब्रिटनचेच होते.

कर्नल रझ्झाकची त्याच्या स्वत:च्या शहरातल्या दोन्ही देशांच्या इन्टेलिजन्स प्रमुखांशी ओळख होती. एस.आय.एस.च्या ब्रायन ओ'दौद याच्याशी त्याची मैत्रीच होती आणि तो सेलफोन नंबर प्रथम ब्रिटिश इन्टेलिजन्सकडूनच कळला होता. तेव्हा रझ्झाकने ताबडतोब त्याला फोन केला.

त्याच क्षणी मिस्टर अल कूर पुन्हा बाथरूममध्ये जाताना पाहिल्यावर तो सेलफोन पुन्हा होता तसाच अटॅची केसवर ठेवून देण्यासाठी अब्देलाहीने उशीखालून पटकन काढला. तो आपण बंद करायलाच विसरलो होतो याची जाणीव होताच

त्याने तो प्रथम बंद केला. त्यावेळी त्याच्या मनात बॅटरी फुकट घालवतो आहोत एवढाच विचार येऊन गेला; पण तरीही त्याला आठ सेकंद उशीरच झाला होता. डायरेक्शन फाइंडरने तेवढ्या वेळात आपले काम पार पाडले होते.

"तुला सेलफोन सापडला आहे म्हणतोस?" ओ'दौदने विचारले. एकदम ख्रिसमस किंवा वाढदिवसाचा दिवस असावा असे त्याला वाटायला लागले होते.

"नक्कीच. जुन्या भागातल्या एका पाच मजली इमारतीच्या अगदी वरच्या अपार्टमेंटमधून तो वापरला होता. आत कसं शिरायचं याचा विचार करण्यासाठी साध्या वेशातली माझी दोन माणसं तिकडे निघाली आहेत."

"कधी छापा मारायचा विचार आहे?"

"अंधार पडताच. पहाटे तीन ही वेळ मी ठरवली आहे; पण धोका आहे. पक्षी पिंजऱ्यातून उडून जायचे एखादे वेळी."

कॉमनवेल्थने पुरस्कृत केलेल्या एका कोर्ससाठी इंग्लंडमधल्या कँबर्ली स्टाफ कॉलेजमध्ये कर्नल रझ्झाक एक वर्ष गेला होता आणि इंग्लिश म्हणी आपल्याला माहीत आहेत याचा त्याला अभिमान होता.

"मी बरोबर येऊ?"

"आवडेल यायला?"

"पोप कॅथलिक आहे?" आयरिशमनने विचारले.

रझ्झाक मोठ्याने हसला. थट्टामस्करी आवडे त्याला.

"माझा विश्वास एकाच देवावर आहे. तेव्हा मला तुझ्या प्रश्नाचं उत्तर माहीत नाही; पण ठीक आहे. सहा वाजता माझ्या ऑफिसमध्ये भेट, साध्या पोशाखात म्हणजे आमच्या." रझ्झाक म्हणाला.

याचा अर्थ कुठलेच गणवेश नाहीत आणि पाश्चिमात्य पोशाखही नाहीत. शहरातल्या किस्सा खवानी बझार भागात सलवार कमीझ, लांब पायजमा आणि शर्ट यांच्याकडे दुसऱ्यांदा कुणी वळून बघणार नाही. फार तर डोंगरामधल्या जमातींचे झगे आणि फेटेही चालतील. ओ'दौदला असाच पोशाख चढवणे आवश्यक होते.

आपल्या काळ्या रंगाच्या आणि काळ्या काचांच्या टोयोटा लॅन्ड क्रूझरमधून सहा वाजायच्या थोडा आधी ओ'दौद रझ्झाकच्या ऑफिसमध्ये पोहोचला. खरं तर लॅन्ड रोव्हर वापरायला हवी होती; पण तिथल्या कट्टर धर्मवेड्यांना टोयोटा आवडायची आणि म्हणून त्या गाडीकडे कुणाचे लक्ष वेधले गेले नसते. त्याने अब्दुल रझ्झाकला आवडणाऱ्या शिवास रिगलची बाटलीही आणली होती. स्कॉटलंडमधल्या या दारूच्या आवडीबद्दल ओ'दौद रझ्झाकची नेहमी टिंगल करायचा.

"मी स्वत:ला चांगला मुस्लीम समजतो, कट्टर धर्मवेडा नाही." रझ्झाक म्हणे.

“मी डुकराच्या मांसाला स्पर्श करत नाही, पण थोडं नृत्य, चांगली सिगार आवडते मला. तालिबानची यावरची बंदी मला पटत नाही. पहिल्या चार खलिफांच्या काळात सर्वजण वाइन पीत होतेच की. स्वर्गात पोहोचल्यावर तुझ्यापेक्षा वरच्या कोणीतरी त्याबद्दल माझी कानउघाडणी केली तर मी अल्लाला शरण जाईन, माफीही मागेन. क्षमेसाठी याचना करेन. तेव्हा सध्यापुरती...”

रणगाड्यांवरचा कॉर्प्स ऑफिसर चांगला पोलीस कसा बनला हे आश्चर्य होते; पण अब्दुल रझ्झाक होता खरा तसाच. छत्तीस वर्षांच्या, शिक्षण घेतलेल्या रझ्झाकचे लग्न झाले होते. त्याला दोन मुलेही होती. एखाद्या मुंगुसाने सापाला खेळवावे तसा लबाडीने डावपेच रचायचा. हत्तीची मुसंडी त्याला मान्य नव्हती. अपार्टमेंटवरच्या छाप्यात त्याला गोळीबार व्हायला नको होता. म्हणूनच लपून-छपून आणि कोणाच्याही लक्षात न येता त्याला काम करायचे होते.

पेशावर हे खूप प्राचीन शहर आहे आणि किस्सा खवानी बझार हा त्यातलाही सर्वांत जुना विभाग आहे. अफगाणिस्तानात जायचे तर त्याआधी बिकट अशी उत्तुंग पर्वतांची खैबर खिंड पार करावी लागते. उंट आणि प्रवाशांचे ग्रॅन्ड ट्रन्क रोडने निघालेले काफिले शतकानुशतके विश्रांतीसाठी पेशावरला मुक्काम ठोकत आणि कुठल्याही चांगल्या बाजाराप्रमाणे हा बाजार प्रवाशांना महत्त्वाच्या गोष्टी पुरवण्याची काळजी घेत असे. ब्लॅंकेट्स, शाली, गालिचे, पितळेच्या वस्तू, तांब्याची भांडी, अन्नधान्य, पाणी या सर्व पुरवठ्याच्या वस्तू त्या बाजारात मिळत. आजही मिळतात.

नाना वंशांचे, नाना भाषा बोलणारे लोक इथे राहतात. आफ्रिडी, वझिरी, गिलझाई. पाकिस्तानी फेटे सवयीने ओळखता येतात. उत्तरेकडल्या चित्रळहून येणारी माणसे त्यांच्या टोप्यांमुळे व ताजिक आणि उझबेक त्यांच्या फरच्या कडा असलेल्या हिवाळी हॅट्समुळे लक्षात येतात.

अरुंद अशा गल्ल्याबोळांच्या चक्रव्यूहात कुठल्याही स्टॉलमधून, दुकानामधून पळ काढणे माहितगारालाच जमायचे. अनोळखी माणूस इथे कुणाचा पाठलाग करून त्याला पकडू शकणार नाही. घड्याळांची, विणलेल्या टोपल्यांची, पक्षी विकणारी, पैसे बदलून देणारी आणि कथा सांगणाऱ्यांची दुकाने यांची दाटी आहे. ब्रिटिशांच्या काळात पेशावरला मध्य आशियाचे पिकॅडली म्हणत.

डायरेक्शन फाइंडरने शोधलेले, सेलफोनचा वापर झालेले अपार्टमेंट एका, फक्त एखादीच गाडी जाऊ शकेल अशा, अरुंद रस्त्यावर, आकाराने छोट्या आणि उंच इमारतीत होते. इमारतीला कलाकुसरीने बनवलेल्या बाल्कनीज होत्या आणि तसेच दरवाजेही. एका गालिचांच्या गोडाऊनच्या चार मजले उंचावर ते अपार्टमेंट होते. उन्हाळ्यात भयानक उष्मा असतो. म्हणून अशा सर्व इमारतींना सपाट अशी छपरे असतात. निदान रात्री थोडी थंड हवा मिळते. बाहेरच्या बाजूने वर चढणारे जिने

असतात. कर्नल रझ्झाक आपली टीम घेऊन शांतपणे निघाला होता.

त्या इमारतीपासून चार घरे दूर असलेल्या एका इमारतीच्या छपरावर त्याने चार माणसे पाठवली. ती एका छपरावरून दुसऱ्या छपरावर अशी चालत छापा घालायच्या इमारतीवर पोहोचली आणि इशाऱ्याची वाट बघत थांबली. बरोबर सहा माणसे घेऊन कर्नल पायऱ्या चढायला लागला. सगळ्यांनी पायघोळ झगे घातले होते आणि झग्यांच्या आतमध्ये हातात मशीन पिस्तुले पकडली होती. दणकट अशा पंजाबी दिसणाऱ्या माणसाकडे मात्र पिस्तुलाऐवजी एक जड हातोडा होता.

शेवटच्या पायरीवर सर्व उभे राहिले. कर्नलने खूण करताच एका घावात त्या पंजाबी माणसाने कुलपाचे तुकडे उडवले. दरवाजा उघडला जाताच सर्वजण धावतच आत घुसले. छपरावरचे तिघे पायऱ्यांवरून खाली आले. कोणी पळून जायचा प्रयत्न केल्यास त्याला अडवण्यासाठी चौथा माणूस तिथेच थांबला.

ब्रायन ओ'दौदला नंतर काय घडले ते तपशीलवार सांगता आले नाही. सर्व घटना कशा भराभर घडल्या. खरे तर आतल्या माणसांनाही अगदी तस्सेच वाटले होते.

अपार्टमेंटमध्ये किती माणसे आहेत, आतमध्ये गेल्यावर आपल्याला नक्की काय आढळेल याची छापा मारणाऱ्यांना काहीही कल्पना नव्हती. एखादेवेळी छोटी तुकडीच आढळायची, नाही तर जेवण घेत बसलेले कुटुंबसुद्धा असायचे. अपार्टमेंट आतमधून कसे आहे याचीदेखील कल्पना नव्हती. लंडन आणि न्यूयॉर्कसारख्या शहरात आर्किटेक्ट्स नकाशे देत असतील, इथे नाही. त्यांना एकच गोष्ट माहीत होती. रेड फ्लॅग नोटिस जारी केलेला सेलफोन या अपार्टमेंटमध्ये वापरला होता.

त्यांना आतमध्ये आढळली ती टीव्ही बघणारी चार माणसे. कर्नलच्या माणसांना क्षणभर वाटून गेले की, बहुधा कुणा निरपराध कुटुंबावरच त्यांनी छापा घातला आहे. मग त्यांना त्या चौघांनी वाढवलेल्या दाढ्या दिसल्या. सगळे डोंगरदऱ्यांत राहाणारे दणकट तरुण होते. त्यांच्यामधल्या सर्वांत तरुण मुलाने झटकन पिस्तूल काढण्यासाठी झग्यात हात घातला. त्याचे नाव होते अब्देलाही. चार गोळ्या छातीतच घुसून तो मरून पडला. इतर तिघांनी काही हालचाल करण्यापूर्वीच त्यांची गठडी वळली गेली. शक्यतोवर सर्वांना जिवंतच पकडायचे अशा कर्नल रझ्झाकच्या आज्ञा होत्या.

बेडरूममध्ये धाडकन आवाज झाल्याने आत असलेल्या पाचव्या माणसाचे अस्तित्व लक्षात आले. पंजाबी माणसाने हातोडा फेकून दिला असला, तरी त्याच्या दणकट खांद्यांनी धडक देताच दरवाजा कोसळला. दोन कणखर माणसे आणि मागोमाग कर्नल रझ्झाक आत शिरले. एक मध्यमवयीन अरब माणूस खोलीमध्ये होता. त्याचे डोळे विस्फारलेले होते. भीतीने असतील, भयंकर द्वेषानेही असतील.

त्याने एक लॅपटॉप फोडून टाकण्यासाठी टाइल्सवर आदळला होता आणि तो वाकून पुन्हा उचलत असतानाच हे घुसले होते. आता काही करता येणार नाही हे लक्षात येताच उघड्या असलेल्या मोठ्या खिडकीतूनच तो बाहेर झेपावला. ''पकडा त्याला.'' कर्नल रझ्झाक किंचाळला; पण त्याच्या कंबरेवरती वस्त्र नव्हते आणि उष्णतेने त्याच्या अंगातून घामाच्या धारा वाहत होत्या. पाकिस्तानी माणसाला त्याला धरता आले नाही आणि कठडासुद्धा न पकडता त्या इजिप्शियनने सरळ वरून खाली उडी घेतली. तो चाळीस फूट खाली रस्त्यावर आदळला. दोनदा त्याच्या घशातून आवाज आला आणि तो मेला. काही सेकंदात त्याच्या भोवती माणसे गोळा व्हायला लागली.

ती इमारत आणि खालचा रस्ता इथे धावाधाव करणारी आणि आरडाओरडा करणारी माणसे दिसायला लागली. चार गल्ल्या दूर अंतरावर बंद काळ्या व्हॅन्समध्ये तयार ठेवलेले पन्नास सैनिक कर्नलने आपल्या मोबाइल फोनवरून बोलवून घेतले. ते धावत येताना खरा तर जास्त गोंधळच माजला, पण त्यांनी अपार्टमेंट ब्लॉकला सर्व बाजूंनी वेढा घातला. काही वेळानंतर अब्दुल रझ्झाक सर्व शेजाऱ्यांची आणि मुख्यतः खालच्या दुकानातून गालिचे विकणाऱ्या मालकाची मुलाखत घेणारच होता.

सैनिक रस्त्यावरच्या प्रेताभोवती गोळा झाले. त्यांनी ते प्रेत एका ब्लँकेटने झाकून टाकले. मृत माणूस स्ट्रेचरवरून पेशावर जनरल हॉस्पिटलच्या शवागारात पोहोचला असता. तो कोण होता याची कुणालाच कल्पना नसली तरी एक गोष्ट नक्की होती; अफगाणिस्तानच्या बगराम येथील अमेरिकन कॅम्पमध्ये आणि नंतर इस्लामाबादच्या सी.आय.ए. स्टेशन चीफच्या हातात पडण्यापेक्षा मृत्यू पत्करणे त्याला श्रेयस्कर वाटले होते.

कर्नल रझ्झाक बाल्कनीतून आत वळेपर्यंत उरलेल्या तिघांना हातकड्या पडल्या आणि त्यांच्या डोक्यावर बुरखेही चढले. हा कट्टर इस्लामिकांचा विभाग होता. त्यांना हलवायचे तर सशस्त्र सैनिकांची साथ आवश्यक होती. रस्त्यावर राहणाऱ्या जमाती विरोधातल्या होत्या. कैदी आणि ते प्रेत हलवल्यावर धोकादायक सेलफोन वापरणाऱ्या त्या माणसाची माहिती मिळविण्यासाठी कर्नल रझ्झाक कित्येक तास त्या अपार्टमेंटची कसून तपासणी करणार होता.

छापा घालताना ब्रायन ओ'दौदला जिन्यावरतीच थांबायला सांगितले होते. तो आता मोडतोड झालेला तोशिबा लॅपटॉप घेऊन बेडरूममध्ये उभा होता. दोघांनाही तो किती अमूल्य माहिती पुरवू शकेल याची कल्पना होती. सर्व पासपोर्ट्स, सर्व सेलफोन्स, कागदाचा प्रत्येक तुकडा, सर्व कैदी आणि आसपासचे शेजारीसुद्धा एका सुरक्षित ठिकाणी नेले जाणार होते. प्रत्येक वस्तूची आणि प्रत्येक माणसाची इतकी कसून तपासणी होणार होती की, त्यांच्याकडे नंतर देण्यासारखी माहिती शिल्लकच राहणार नव्हती; पण सर्वप्रथम लॅपटॉप...

त्या मृत इजिप्शियनला आशा होती की, लॅपटॉप नुसता आदळला की त्यामधली सर्व माहिती नष्ट होईल. त्यामधल्या सर्व फाईल्स त्याने इरेझ केल्या असत्या, तरी खरे तर काही अडले नसते. ब्रिटन आणि अमेरिकेमध्ये संगणकाचे असे जादूगार लोक आहेत की, हार्ड डिस्कवर एकदा जरी माहिती गेली तरी त्यातला शब्दन्शब्द हळूहळू कष्टाने काम करत ते शोधून काढतील.

"तो जो कोणी असेल त्याची कीव वाटते मला." एस.आय.एस.चा एजंट म्हणाला.

रझ्झाकने गुरगुरल्यासारखा आवाज केला. त्याने स्वत: अगदी तर्कशुद्ध निर्णय घेतला होता अशी त्याची खात्री होती. तो काही दिवस थांबला असता तर तो माणूस नाहीसा झाला असता. तासन्तास त्या इमारतीभोवती त्याची माणसे टेहळणी करत बसली असती तरी लक्षात आले नसते आणि तो गायब झाला असता. म्हणून त्याने तात्काळ हालचाल केली होती. त्यांना काही करायला अवसर दिला नव्हता. पाच सेकंद फक्त. आणखी पाच सेकंद वेळ त्याला जर मिळाला असता तरी त्या आत्मघात करून घेणाऱ्या रहस्यमय माणसाच्या हातात बेड्या पडल्या असत्या. आता जनतेसाठी म्हणून तो एक जाहीर निवेदन करेल की, एक अज्ञात गुन्हेगार अटक करताना विरोध करायला गेला आणि उंचावरून कोसळून ठार झाला म्हणून. तो जर अल काईदाचा उच्चपदस्थ निघाला तर अमेरिकन्स गाजावाजा करून एक मोठी वार्ताहर परिषद घेतील आणि सर्व श्रेय स्वत:च उपटतील. तौफिक अल कूर खरा कोण होता याची रझ्झाकला अजून कल्पनाच नव्हती.

"तुला आता थोडा वेळ इथून निघता येणार नाही. तुझ्या मुख्यालयात हा लॅपटॉप मी सुरक्षितपणे नेऊन पोहोचवू का?"

अब्दुल रझ्झाकला विनोदबुद्धी चांगली होती. तो वावरत असलेल्या गुप्त जगात डोके ठिकाणावर ठेवायचे तर ही देणगी आवश्यकच होती. 'सुरक्षितपणे' हा शब्द ओ'दौदने वापरल्यावर त्याला मनापासून हसू आले.

"फार आभारी राहीन मी तुझा. तुझ्या गाडीपर्यंत तो पोहोचवण्यासाठी चार माणसं सोबत देतो. आवश्यकता पडली तर असावीत जवळ. हे सर्व संपल्यावर तू संध्याकाळी आणलेली बाटली संपवू आपण."

मागे, पुढे, बाजूला पाकिस्तानी सैनिक घेऊन, छातीशी तो मौल्यवान लॅपटॉप धरून, एस.आय.एस. एजंट आपल्या लॅन्ड क्रूझरपाशी पोहोचला. त्याला गरज असलेल्या सर्व आधुनिक सुविधा गाडीच्या मागच्या बाजूला होत्या आणि ती सर्व यंत्रसामग्री आणि गाडी यांचे रक्षण करायला त्याचा इमानी शीख ड्रायव्हर होता.

ओ'दौद आपली गाडी घेऊन पेशावरबाहेर पोहोचला. गाडी थांबवून तो तोशिबा लॅपटॉप त्याने आपल्या मोठ्या आणि शक्तिमान टेक्राला जोडला. तात्काळ ब्रिटनमधल्या

कॉटसवोल्ड हिल्सच्या अंतर्भागात असणाऱ्या चेल्टनहॅम इथे असणाऱ्या कम्युनिकेशन हेडक्वार्टर्सशी संपर्क जुळला.

ओ'दौदला स्वत:च हे काम करता आले असते, पण सायबर टेक्नॉलॉजीच्या जादूच्या जगात तो जरा अनभिज्ञच होता. काही सेकंदांत हजारो मैलांचे अंतर कापून तोशिबा लॅपटॉपच्या हार्ड डिस्कची एकूण एक माहिती चेल्टनहॅमने मिळवली. एखादा कोळी जसा अत्यंत कार्यक्षमतेने आणि कुशलतेने पकडलेल्या माशीमधला जीवनरस शोषून घेतो, तशाच कौशल्याने चेल्टनहॅमने लॅपटॉपवरची माहिती काढून घेतली होती.

मग त्याने तो लॅपटॉप सुरक्षितपणे सीटीसीच्या मुख्यालयात पोहोचवला. तो त्या ठिकाणी पोहोचण्यापूर्वी चेल्टनहॅमने सर्व माहिती अमेरिकेतील मेरिलॅन्डमधल्या फोर्ट मीड येथील अमेरिकेच्या नॅशनल सिक्युरिटी एजंसीला दिली होती. पेशावरमध्ये काळाकुट्ट अंधार होता, कॉटसवोल्डमध्ये रात्र पडायला लागली होती आणि मेरिलॅन्डमध्ये त्या क्षणी दुपार होती, याने काही बिघडत नव्हते. कारण या कार्यालयांवर सूर्य कधीच चमकत नसल्याने तिथे रात्र आणि दिवस असा फरक कुणाच्या ध्यानात येत नसे.

शहरापासून दूर ग्रामीण भागात असणाऱ्या या इमारतींमध्ये टेलिफोनच्या खांबा-खांबावरून पोहोचणाऱ्या संभाषणांचा शब्द न् शब्द ऐकला जातो. मानवी जमातीच्या पाचशे तरी भाषा, त्यांच्या हजारो पोटभाषा, बोलीभाषा यामधले अब्जावधी शब्द ऐकले जातात, चाळले जातात, सोडून दिले जातात, निवडले जातात आणि महत्त्वाचे वाटले तर त्यांचा अभ्यास केला जातो. त्यांचा कुठून उगम झाला हे शोधून काढले जाते.

हा सर्व खटाटोप ही तर केवळ सुरुवात असते. शेकडो सांकेतिक भाषांतून संदेश पाठवले जातात. त्यांचा अर्थ लावला जातो. त्यासाठी वेगवेगळी माणसे चोवीस तास काम करत राहतात. रात्रीचा दिवस झाला, पुन्हा रात्र झाली आणि अल कूरला ज्या फाइल्सची आपण वाट लावून टाकली आहे अशी खात्री होती त्या फाइल्स दोन्ही एजंसींमध्ये वाचल्या जायला लागल्या.

जुनी चित्रे त्यांच्या मूळ स्वरूपात झगमगायला लागण्यापूर्वी त्यांच्यावरची वर्षानुवर्षांची धूळ आणि घाण अत्यंत काळजीपूर्वक हळूहळू काढावी लागते, तेव्हा कुठे कॅनव्हासवरचे चित्र मूळ स्वरूपात उठून दिसायला लागते. तज्ज्ञांनी अल कूरच्या संगणकावर काम सुरू केल्यावर एकामागोमाग एक कागदपत्रे समोर दिसायला लागली, उघड व्हायला लागली. आपण या सर्वांचा संपूर्ण विनाश केला आहे हा अल कूरचा केवळ भ्रम ठरला.

कर्नल रझ्झाकबरोबर छापा मारायला जाण्यापूर्वीच ओ'दौदने त्याचा सहकारी

असणाऱ्या इस्लामाबाद येथील एस.आय.एस.च्या स्टेशनप्रमुखाला सूचना देऊन ठेवली होती. त्या वरिष्ठ अधिकाऱ्याने सी.आय.ए.च्या स्टेशनचीफला ती माहिती दिली. दोघेहीजण उत्सुकतेने पुढल्या बातमीची प्रतीक्षा करत होते. पेशावरमध्ये आज यांच्यापैकी कोणीही बिछान्याला पाठसुद्धा टेकवणार नव्हते.

अपार्टमेंटमधल्या सर्व वस्तू वेगवेगळ्या बॅगमध्ये भरून घेऊन मध्यरात्रीच्या सुमाराला कर्नल रझ्झाक तिथून बाहेर पडला. तिघेही कैदी त्याच्या कार्यालयाच्या इमारतीखाली असलेल्या कोठड्यांमध्ये अडकवण्यात आले. कुठल्याही साध्यासुध्या कारागृहात त्यांना ठेवणे हे कर्नल रझ्झाकला पसंत नव्हते. तिथून ते पळ काढू शकले असते. आत्महत्या करू शकले असते. ते ज्या माणसाचे रक्षण करत होते त्याचेसुद्धा खरे नाव त्यांना माहीत असेल, असे रझ्झाकला वाटत नव्हते. बगराममध्येच खूप महिने त्यांची उलटतपासणी झाली असती.

इंग्लंडमधले चारही सेलफोन्स सापडले होते. हळूहळू स्पष्ट झाले की अब्देलाही याने मूर्खाप्रमाणे वागून परवानगीशिवाय सेलफोन वापरला होता आणि आता छातीमध्ये चार गोळ्या खाल्लेले त्याचे प्रेत शवागारामध्ये पडले होते. आतल्या खोलीतल्या माणसाचे डोके फुटले असले, तरी शहरामधला सर्वोत्कृष्ट सर्जन त्याचा चेहरा कसा होता हे शोधण्याच्या कामाला लागला होता. त्याने आपले काम करून त्या चेहऱ्याचा फोटो काढला. तासाभराने कर्नल रझ्झाकने उत्साहानेच ओ'दौदला फोन केला. इस्लामिक दहशतवाद्यांविरुद्धच्या लढाईत अनेक संघटना एकत्रितपणे काम करत होत्या. पाकिस्तानच्या सीटीसीकडे संशयित दहशतवाद्यांची एक फोटो गॅलरीच होती.

पाकिस्तान इजिप्तपासून खूप दूर आहे या म्हणण्याला अर्थ उरलेला नाही. अल काईदाचे दहशतवादी, चाळीस देश आणि त्याच्या दुप्पट टोळ्यांमधून आलेले आहेत आणि जगभर प्रवास करतात. आपल्या संगणकामधल्या फोटो गॅलरीमधले फोटो पुन:पुन्हा मोठ्या पडद्यावर बघत असताना रझ्झाकचे लक्ष सारखे एका फोटोवर केंद्रित होत होते.

इजिप्शियनने खूप प्रवास केला होता याची साक्ष अकरा उत्कृष्ट बनावटीचे खोटे पासपोर्ट देत होते. त्यासाठी त्याने आपला चेहराही बदलला असणार हे नक्की. ज्या एका फोटोकडे रझ्झाक पुन:पुन्हा वळत होता त्या चेहऱ्याकडे पश्चिमी देशातल्या एखाद्या बँकेच्या बोर्डरूममध्ये दुसऱ्यांदा कुणी नजर टाकली नसती. स्वत:च्या विकृत श्रद्धेशी सहमत नसणाऱ्या प्रत्येक माणसाचा आणि प्रत्येक गोष्टीचा अपरिमित द्वेष करणाऱ्या त्या माणसाच्या चेहऱ्यात आणि शवागारातल्या संगमरवरी लादीवर असणाऱ्या प्रेताच्या फुटलेल्या डोक्यात त्याला काहीतरी साम्य वाटत होते.

पेशावरमधल्या आपल्या अमेरिकन सहकाऱ्याबरोबर ओ'दौद ब्रेकफास्ट घेत

असताना कर्नल रझ्झाकने त्याला फोन केला होता. ब्रेकफास्ट टाकून ते मुख्यालयात पोहोचले. दोघांनीही पुन:पुन्हा तो फोटो बघितला, शवागारातल्या प्रेताच्या बनवलेल्या चेहऱ्याच्या फोटोशी तुलना केली. हे जर खरे असेल तर... तडकाफडकी त्यांनी आपापल्या मुख्य कार्यालयाला त्यांनी लावलेल्या शोधाबद्दल माहिती दिली. ते प्रेत अल काईदाच्या वरिष्ठ बँकरचे– तौफिक अल कूरचेच होते.

दुपारी पाकिस्तानी सैन्याचे हेलिकॉप्टर आले. हातकड्या घातलेले आणि बुरखा चढवलेले कैदी, दोन प्रेते आणि अपार्टमेंटमधून पुराव्यासाठी आणलेल्या एकूण एक गोष्टी पुन:पुन्हा आभार मानत घेऊन गेले. पेशावर शेवटी फार दूर आहे. पुढल्या घटना फार झपाट्याने मेरिलॅन्डपर्यंत पोहोचल्या.

११ सप्टेंबरच्या दुर्घटनेने सर्वांनाच धडा मिळाला होता. काहीतरी कट शिजतो आहे; एवढेच नाही, तर त्याचे स्वरूप काय आहे याची माहिती त्याआधी तुकड्या तुकड्याने अमेरिकेतल्या प्रत्येक इन्टेलिजन्स संस्थेला होती; पण त्यावेळी या डझनावारी संस्थांपैकी कुणीही दुसऱ्या संस्थेशी बोलायची तसदी घेतली नव्हती की स्वत:कडली माहिती दुसऱ्यांना दिली नव्हती.

११ सप्टेंबरनंतर सर्वच इन्टेलिजन्स एजंसींची तळापासून पुनर्रचना झाली आहे. सहा प्रमुख माणसांना कुठलीही माहिती सुरुवातीलाच सांगण्याचे बंधन आहे. त्यातले चारजण राजकीय नेते आहेत. अध्यक्ष, उपाध्यक्ष, सेक्रेटरी ऑफ डिफेन्स आणि सेक्रेटरी ऑफ स्टेट. त्याचप्रमाणे डिपार्टमेंट ऑफ होमलॅन्ड सिक्युरिटीच्या हाताखाली असणारा नॅशनल सिक्युरिटी कमिटीचा चेअरमन स्टीव्ह हेडले आणि डायरेक्टर ऑफ नॅशनल इन्टेलिजन्स जॉन नेग्रोपोन्टे.

अमेरिकेबाहेरची माहिती मिळविणारी प्रमुख संस्था आजही सी.आय.ए.च आहे; पण डायरेक्टर ऑफ सेन्ट्रल इन्टेलिजन्स पूर्वीप्रमाणेच स्वत:कडे, एकट्याकडे, काही माहिती ठेवू शकत नाही. प्रत्येकाला त्याच्यावरच्या कोणाला तरी ती देणे भाग आहे. आजचा मंत्र एकच आहे– माहिती मिळवा, ताडून पहा. फोर्ट मीडच्या नॅशनल सिक्युरिटी एजंसीकडे सर्वांत जास्त माणसे आहेत आणि त्यांचा खर्चही तसाच आहे. बाहेरच्या कोणत्याही माणसाशी किंवा प्रसिद्धीमाध्यमांशी ती संपर्क राखत नाही. गुप्तपणे, जशी काही अंधारातच ही एजंसी काम करते; पण ती सर्व काही ऐकत असते, सांकेतिक भाषेतल्या संदेशांचा अर्थ लावत असते, भाषांतरे करत असते, माहितीचा अभ्यास करत असते, पृथ:करण करत असते; पण तरीही ऐकलेली, रेकॉर्ड केलेली, भाषांतर केलेली, डाऊनलोड केलेली कितीतरी माहिती अशी असते की, जिचा काही अर्थ लागत नाही, उलगडा होत नाही. त्यासाठी ते बाहेरच्या तज्ज्ञांच्या कमिटीचा उपयोग करतात. त्यापैकी एक कमिटी आहे कुराण कमिटी.

पेशावरच्या इलेक्ट्रॉनिक साधनांवरचा आणि इतरही माहितीचा खजिना पोहोचला तेव्हा सर्व एजंसीज् कामाला लागल्या. मृत माणसाची खात्रीपूर्वक ओळख पटविण्याचे काम एफ.बी.आय.वर सोपविले होते. चोवीस तासांत ब्यूरोने खात्री पटवली की, पेशावरच्या बाल्कनीवरून खाली उडी टाकणारा माणूस अर्थसाहाय्य उभा करणारा अल काईदाचा प्रमुख बँकरच होता. ओसामा बिन लादेनशी घनिष्ट संबंध असणाऱ्या थोड्या जणांपैकी एक. दुसरा एक इजिप्शियन अयमान अल जवाहिरी याने गाठ घालून दिलेला. त्यानेच शोध करून या कट्टर धर्मवाद्याला आपल्यात ओढले होते.

पासपोर्ट्सचा तपास स्टेट डिपार्टमेंटने करायला घेतला. अकरा पासपोर्ट्स. दोन कधीही न वापरलेले. इतर नऊ पासपोर्ट्सवर युरोप आणि मध्य पूर्वेमधल्या देशात गेल्याच्या आणि बाहेर पडल्याच्या नोंदी होत्या. त्यातले सहा बेल्जियन होते याचे कुणालाच आश्चर्य वाटले नाही. वेगवेगळ्या नावांनी काढलेले खरेखुरे पासपोर्ट्स.

जगभरातल्या इन्टेलिजन्स एजंसींच्या दृष्टीने बेल्जियम ही एक डोकेदुखी आहे. १९९० पासून एकोणीस हजार कोरे बेल्जियन पासपोर्ट चोरीला गेले आहेत म्हणे. बेल्जियन सरकारनेच दिलेला आकडा. खरे तर लाचखोर अधिकाऱ्यांनीच ते विकले होते. फ्रान्समधल्या स्ट्रॅसबर्ग इथल्या बेल्जियन कॉन्सुलेटमधून पंचेचाळीस पासपोर्ट्स चोरीला गेले होते, तर हॉलंडमधील हेगमधल्या वकिलातीमधून वीस. तालिबान विरोधात उभ्या ठाकलेल्या अहमद शाह मसूदच्या दोन मोरोक्कन खुन्यांनी वापरलेले पासपोर्ट्स हेगमधूनच आलेले होते. अल कूर वापरत असलेला एक तिथलाच.

फेडरल ॲव्हिएशन ॲडमिनिस्ट्रेशनने आपले जगभरातले वजन वापरून विमानांची तिकिटे आणि प्रवाशांच्या याद्या चाळायला सुरुवात केली. कंटाळवाणे काम असले तरी देशात प्रवेश केल्याचे आणि देश सोडल्याचे स्टॅम्प बघून नक्की कुठली उड्डाणे तपासायची ते कळू शकत होते.

हळूहळू अनेक गोष्टींचा उलगडा व्हायला लागला. रहस्यमय व्यवहारांसाठी ज्यांचा उगम लक्षात येणार नाही, अशा मोठ्या रकमा उभ्या करायचे काम तौफिक अल कूरवर सोपवण्यात आले होते. स्वत: भलत्याच गोष्टी खरेदी केल्या होत्या असे दिसले नाही, तरी त्याने इतरांना हवा तितका पैसा उपलब्ध करून दिला होता. त्याने यासाठी कुणाकुणाच्या गाठी घेतल्या होत्या हे कळण्यासाठी अमेरिकन सरकारने काहीही केले असते. सबंध युरोप आणि मध्यपूर्वेत या माणसांचे जाळे पसरले होते. या इजिप्शियनने हल्ला करण्यासारख्या एकाच देशाला भेट टाळलेली दिसत होती– युनायटेड स्टेट्स ऑफ अमेरिका.

आणि खरी उपयोगी माहिती फोर्ट मीड इथे कळायला लागली. पेशावरच्या अपार्टमेंटमध्ये सापडलेल्या तोशिबा लॅपटॉपवरून त्र्याहत्तर कागदांवरचा मजकूर डाऊनलोड केला होता. त्यात काही विमान कंपन्यांची टाइमटेबल्स होती. अल कूरने खरोखर घेतलेली उड्डाणे आता कळली होती. काही सार्वजनिक उद्योगांचे आर्थिक ताळेबंद होते. नंतर बघण्यासाठी म्हणून बहुधा त्याने ते काढून ठेवले होते. त्यांच्यावरून काही कळत नव्हते.

बहुतेक सर्व कागदपत्रं इंग्लिशमध्ये असली, तरी काही फ्रेंच आणि जर्मनमध्येही होती. या तीनही भाषा तो उत्कृष्ट बोलत होता. म्हणजे अरेबिक या भाषेबरोबरच. बगराम इथल्या तळावरचे कैदी घडाघडा बोलत होते. तो थोडीफार पुश्तूही बोलू शकत होता. याचा अर्थ त्याने थोडाफार काळ अफगाणिस्तानमध्ये काढला असणार. कधी आणि कुठे याची अजून कल्पना नव्हती.

सर्व बेचैन होते ते अरेबिकमधल्या कागदपत्रांनी. फोर्ट मीड हा सैन्यदलाचा मोठा तळ असल्याने संरक्षण खात्याच्या अधिकाराखाली होता. तिथला कमांडिंग ऑफिसर नेहमी चार स्टार धारण करणारा जनरल असतो. अरेबिक भाषांतर करणाऱ्या डिपार्टमेंटच्या प्रमुखाने त्याची भेट मागितली.

नॅशनल सिक्युरिटी एजंसीचे लक्ष इस्लामिक दहशतवादामुळे नव्वद सालापासून अरेबिक भाषेकडे वळायला लागले होते. १९९३ मध्ये स्फोटकांनी भरलेला ट्रक वर्ल्ड ट्रेड सेंटरच्या टॉवर्सवर आदळायचा प्रयत्न रामझी युसूफने केला होता. अकरा सप्टेंबरच्या घटनेनंतर त्या भाषेतला शब्दन्‌शब्द कळायलाच हवा अशी धारणा झाली. अरेबिक विभागामध्ये हजारो अनुवादक होते. बहुतेकांचा जन्म आणि शिक्षण अरब देशात झाले होते. काही अरब नसणारे स्कॉलर्सही होते.

अरेबिक ही एक भाषा नाही. कुराणामधली आणि शैक्षणिक क्षेत्रातील क्लासिकल अरेबिक पन्नास कोटी लोक तरी बोलतात; पण सर्वांच्या उच्चारांची आणि बोलीची धाटणी एक नाही. भराभर बोलले, बोलताना आवाजात चढउतार आले, वेगवेगळ्या स्थानिक भागातल्या म्हणी, वाक्प्रचार यांचा उपयोग झाला, तर त्या त्या भागातला अनुवादकच बरोबर अर्थ सांगू शकतो.

बऱ्याच वेळा लिखाण अलंकारिक भाषेमध्ये असते. अर्थ स्पष्ट नसतो, तर समजून घ्यावा लागतो. इंग्रजी भाषेमध्ये सरळ एकच अर्थ निघतो.

"आम्ही या शेवटच्या दोन कागदांवर लक्ष केंद्रित केलं आहे." अरेबिक ट्रान्सलेशन विभागाच्या प्रमुखाने सांगितले. "वेगवेगळ्या दोन माणसांनी लिहिल्यासारखं वाटतंय. एक अयमान अल जवाहिरी स्वत: आणि दुसरा अल कूर. पहिल्या कागदामध्ये अल जवाहिरीच्या पूर्वीच्या भाषणात आणि व्हिडिओत वापरल्याप्रमाणे शब्दयोजना वाटतात. अर्थात ऐकता आलं असतं तर शंभर टक्के खात्री पटली असती."

"अल कूरने उत्तर दिलं आहे; पण तो अरेबिक लिहितो कसा, याची कल्पना नाही. तसे काही रेकॉर्ड आपल्याकडे नाही."

"पण दोन्हीमध्ये कुराणाचा आणि त्यातल्या परिच्छेदांचा उल्लेख येतो. कशासाठी तरी ते अल्लाचा आशीर्वाद मागत आहेत. माझ्याकडे अरेबिक स्कॉलर खूप आहेत; पण कुराण चौदाशे वर्षांपूर्वी लिहिलेलं आहे. त्या भाषेला सूक्ष्म आणि खास असे अर्थ आहेत. मला वाटतं आपण एकदा कुराण कमिटीला हे नजरेखालून घालायला सांगावं."

जनरलने मान डोलावली.

"ठीक आहे प्रोफेसर." त्याने आपल्या एडीसीकडे नजर टाकली. "कुराण स्कॉलर्सना ताबडतोब विमानाने आणायची व्यवस्था कर. ताबडतोब. कोणतीही कारणं नकोत. उशीर नको."

■

२

कुराण कमिटीचे चार सदस्य होते. तीन अमेरिकन आणि एक ब्रिटिश. एकही अरब नाही. चौघेही प्रोफेसर्स; पण सर्वांनी आपले आयुष्य कुराण आणि त्यावरच्या हजारो पुस्तकांचा अभ्यास करण्यात घालवले होते.

एक न्यूयॉर्कमधल्या कोलंबिया विद्यापीठात होता. त्याला आणण्यासाठी एक लष्करी हेलिकॉप्टर धाडण्यात आले. दुसरे दोघे वॉशिंग्टन डी.सी.मधल्या रॅन्ड कॉर्पोरेशन आणि ब्रूकिंग्ज इन्स्टिट्यूटमध्ये होते. त्यांच्यासाठी सैन्यदलाच्या स्टाफ कार्स गेल्या. चौथा आणि सर्वांत तरुण प्रोफेसर होता डॉ. टेरी मार्टिन. लंडनमधल्या स्कूल ऑफ ओरिएन्टल ॲन्ड आफ्रिकन स्टडीज – एस.ओ.ए.एस. मधून वॉशिंग्टन इथल्या जॉर्ज टाऊन विद्यापीठात आलेला. लंडनमधली इन्स्टिट्यूट अरेबिक अभ्यासक्रमासाठी जगप्रसिद्ध आहे.

अरेबिक भाषा किंवा संस्कृतीचा विचार करायचा तर या इंग्रज माणसाचा पहिला क्रमांक लागला असता. त्याचा जन्म इराकमध्ये झाला होता आणि बालपणही तिथेच गेले होते. त्याचे वडील तिथल्या एका मोठ्या तेल कंपनीत अकाऊन्टंट होते. त्यांनी अगदी ठरवून त्याला ॲंग्लो-अमेरिकन शाळेत न घालता इराकचे उच्चवर्णीय ज्या खासगी अकॅडमीत आपल्या मुलांना शिकायला पाठवत, त्याच ठिकाणी त्याला घातले. वयाच्या दहाव्या वर्षापर्यंत तो निदान भाषेबाबत तरी अरब म्हणून खपून गेला असता. त्याचे केस आणि त्याचा वर्ण अर्थातच वेगळा होता. तेव्हा तो अरब मानला गेला नसता ही गोष्ट अलाहिदा.

त्याचा जन्म १९६५ मधला. तो अकरा वर्षांचा असताना त्याच्या वडिलांनी इराक सोडून परत इंग्लंडला जायचा निर्णय घेतला. बाथ पार्टीने पुन्हा इराकमध्ये सत्ता काबीज केली होती. खरी सत्ता अध्यक्ष बाक्र यांच्या हातात नव्हती, तर उपाध्यक्षांच्या होती. तो आपल्या खऱ्याखुऱ्या किंवा काल्पनिक राजकीय विरोधकांचे काटे काढण्यात दंग होता.

जेव्हा पोरसवदा फैजल राजा राज्य करत होता, त्या काळापासून अत्यंत प्रक्षुब्ध अशा कालपरवापर्यंत मार्टिन कुटुंब इराकमध्ये होते. त्या राजाचा आणि त्याच्या नूरी सैद या पंतप्रधानाचा खून त्यांनी पाहिला होता. त्यानंतर राज्यावर आलेल्या जनरल कासीमचा टेलिव्हिजन कॅमेऱ्यांसमोरच पडलेला खून, बाथ पक्षाचा उदय पाहिला

होता. त्यावेळी त्या पक्षाचे सरकार कोसळले तरी १९६८ मध्ये ते पुन्हा सत्तेवर आले. सात वर्षे उपाध्यक्ष सद्दाम हुसेन याची वाढणारी ताकद आणि त्याची क्रूर राजवट बघितल्यावर मार्टिन यांनी ठरविले की इराक सोडायची वेळ आता आलेली आहे.

त्यांचा मोठा मुलगा माईक तेरा वर्षांचा होता. ब्रिटिश बोर्डिंग स्कूलमध्ये पाठवण्यास योग्य. मार्गारेट थॅचर नुकत्याच हुजूर पक्षाच्या प्रमुख बनल्या होत्या. त्यांचा पती डेनिस थॅचर यांनी शब्द टाकला आणि मार्टिन यांना लंडन येथे बर्मा ऑइलमध्ये चांगल्या पदावर नोकरी मिळाली. दोन्ही मुले आणि मार्टिन पति-पत्नी ख्रिसमसला इंग्लंडमध्ये परतली.

टेरीची प्रगल्भ बुद्धिमत्ता आतापावेतो लक्षात आली होती. त्याच्याहून दोन-तीन वर्षे मोठी असणारी मुले देत असलेल्या परीक्षा तो सहज देत होता. सीनिअर स्कूल आणि ऑक्सफर्ड-केंब्रिजचे शिक्षण तो शिष्यवृत्त्या मिळवून पार पाडेल याची सर्वांनाच खात्री होती. झालेही तसेच; पण त्याला आपला अरेबिकचा अभ्यास चालू ठेवायचा होता. शाळेत असतानाच त्याने स्कूल ऑफ ओरिएन्टल ॲन्ड आफ्रिकन स्टडीजमध्ये अर्ज पाठवला, १९८३ च्या वसंत ऋतूत मुलाखत दिली आणि ऑटममध्ये अंडरग्रॅज्युएट म्हणून तिथे पोहोचला. मध्यपूर्वेचा इतिहास हा त्याने निवडलेला विषय होता.

तीन वर्षांत पहिल्या वर्गात तो पदवी परीक्षा उत्तीर्ण झाला. पुढल्या तीन वर्षांत त्याने कुराण आणि पहिले चार खलिफा या विषयामध्ये डॉक्टरेट मिळवली. नंतर कैरोच्या सुप्रसिद्ध अल अझर विद्यापीठात त्याने एक वर्ष कुराणाचा अभ्यास केला. परत आल्यावर वयाच्या केवळ पंचविसाव्या वर्षी एस.ओ.ए.एस.ने लेक्चररशिप देऊ केली. अरेबिक भाषेत सर्व जगात गाजलेल्या या संस्थेत कठीणच गोष्ट खरे तर. त्याचा सन्मानच होता तो. चौतिसाव्या वर्षी रीडर म्हणून बढती मिळाली आणि चाळिसाव्या वर्षी प्रोफेसर म्हणून त्याच्या नावाचा विचार होत होता. एका दुपारी नॅशनल सिक्युरिटी एजंसी त्याच्या सल्ल्यासाठी आली तेव्हा तो एकेचाळीस वर्षांचा होता. व्हिजिटिंग प्रोफेसर म्हणून जॉर्ज टाऊन विद्यापीठात त्याने काम केले. २००६ मध्ये त्याचे खासगी आयुष्य उद्ध्वस्त झाले होते.

फोर्ट मीडहून माणूस पोहोचला तेव्हा तो आपले लेक्चर संपवत होता. कुराणाची शिकवण आणि आजचा काळ हा विषय चालू होता.

त्याच्या विद्यार्थ्यांना तो प्रिय होता हे बाजूला उभे राहिले तरी कळत होते. लेक्चर हॉल भरलेला होता. तो लेक्चर देतो आहे आणि इतर विद्यार्थी ऐकत आहेत असा त्याचा शिकवण्याचा खाक्या नव्हता. त्या एकमेकांतल्या गप्पा असत. त्याला कधी नोट्स बघाव्या लागायच्या नाहीत. जॅकेट काढून इतस्ततः फिरत कोणीही कुठलीही शंका काढली तरी तो उत्तर द्यायला तयार असे. कुणाही विद्यार्थ्याला कमी

ज्ञान आहे असे तो त्याला भासू देत नसे. साध्यासुध्या भाषेत विषय सोपा करून सांगून तो प्रश्नोत्तरांसाठी बराच काळ राखून ठेवत असे. याच क्षणाला फोर्ट मीडहून आलेला माणूस तिथे हजर झाला.

पाचव्या ओळीतल्या लाल शर्ट घातलेल्या विद्यार्थ्याचा हात वर आला.

''दहशतवाद्यांच्या तत्त्वज्ञानासाठी फंडामेन्टलिस्ट (कट्टर धर्मवेडे) हा शब्दप्रयोग तुम्हाला मान्य नाही. कारण कळू शकेल?''

११ सप्टेंबरपासून इस्लामिक, अरेबिक, कुराण हे शब्द अमेरिकेत फारच प्रसिद्ध झाले होते. प्रत्येक प्रश्नोत्तराच्या वेळेला तत्त्वज्ञान आणि सिद्धान्त सोडून चर्चा पश्चिमी देशांवरच्या हल्ल्यांकडे वळत होती. गेली दहा वर्षे सर्वच पाश्चिमात्य देश दहशतवादी हल्ल्यांची लक्ष्ये बनत होती.

''कारण तो चुकीचाच शब्द आहे. त्याचा अभिप्रेत असलेला अर्थ आहे– मूळ शिकवणुकीकडे वळा. मॉल्स, आगगाड्या, बसेसमध्ये बॉम्ब ठेवणारे इस्लामच्या मूळ शिकवणुकीकडे वळत नाहीत. ते स्वत:चे नवीन धार्मिक तत्त्वज्ञान लिहून त्यांच्या युद्धासाठी पुष्टी देणाऱ्या परिच्छेदांचा कुराणात शोध घेत आहेत. हा सर्व उलटाच प्रकार आहे.

''कट्टर धर्मवेडे सर्वच धर्मांत आढळतात. गरिबीत राहणारे, हवीशी वाटणारी प्रत्येक गोष्ट नाकारणारे, शुद्धतेची शपथ घेणारे मन्वस हे ख्रिश्चन धर्मामधले धर्मवेडेच आहेत. सर्वसंगपरित्याग करणारे बैरागीही सर्व धर्मांत आढळतात; पण ते स्त्री-पुरुष-मुले यांच्या सरसकट कत्तलीचे समर्थन करत नाहीत ही अत्यंत महत्त्वाची बाब आहे. सर्व धर्म, त्यांच्यातले पंथ यांच्यात ही शिकवण नसली तर तुम्हीही मान्य कराल की, मूळ शिकवणुकीकडे वळणे याचा अर्थ दहशतवाद नाही. कुठल्याही धर्मात, अगदी इस्लाम धर्मातही, अशा कत्तलींची शिकवण दिलेली नाही.''

बाजूला उभ्या असलेल्या, फोर्ट मीडहून आलेल्या माणसाने डॉ. मार्टिन यांचे लक्ष वेधून घ्यायचा प्रयत्न केला. प्रोफेसरांची नजर त्याच्यावर पडली. केस बारीक कापलेले, शर्टची सर्व बटणे लावलेली, गडद रंगाचा सूट घातलेला – सरकारी माणूस हा शिक्का मारायला हरकत नव्हती. त्याने त्याच्या घड्याळाकडे बोट दाखवले. मार्टिनने लक्षात आल्याचे दर्शवले.

''मग आजच्या दहशतवाद्यांना काय म्हणणार तुम्ही? जिहादी?'' मागे बसलेल्या तरुणीने प्रश्न केला. तिच्या चेहऱ्यावरून तरी डॉ. मार्टिन यांचे मत झाले की, तिचे आई-वडील बहुतेक मध्यपूर्वेतले असणार किंवा भारत, पाकिस्तानमधले. एखादेवेळी इराणही. हा कट्टर मुस्लीम देश नसावा. तिने डोक्यावर हिजाब– स्कार्फ घेतला नव्हता.

''जिहादही चुकीचा शब्द आहे. जिहाद अस्तित्वात आहे, पण त्यासाठी नियम आहेत. तो स्वत:च्या अंतर्मनातला, चांगले मुस्लीम बनण्यासाठीचा झगडा असेल,

तर त्याच्यात अजिबात आक्रमकता नाही. किंवा ते इस्लाम धर्माच्या रक्षणासाठी केलेले सशस्त्र धर्मयुद्ध असेल – खरेखुरे पवित्र युद्ध. दहशतवादी स्वत:ला जिहादी म्हणवत असले तरी त्या युद्धाचे कुराणात घालून दिलेले नियम ते पाळत नाहीत.

"कुराणावरचे ज्याचे प्रभुत्व सिद्ध झालेले आहे, असा सर्वांमध्ये प्रसिद्ध असलेला माणूसच फक्त खऱ्या जिहादसाठी आवाहन करू शकतो. ओसामा बिन लादेन आणि त्याचे सहकारी असे स्कॉलर्स नाहीत. खरोखरच पाश्चिमात्यांनी इस्लामवर हल्ला चढवला असता, विध्वंस केला असता, मानहानी केली असती, त्याला खालच्या पातळीवर लेखले असते आणि पर्यायाने मुस्लीमांना दुखावले असते, तरी कुराणामध्ये अशा हल्ल्याला तोंड देण्यासाठी अगदी स्पष्ट नियम आहेत.

"ज्यांनी तुमचा काहीच अपराध केलेला नाही, तुम्हाला दुखवलेले नाही त्यांच्यावर आक्रमण करून त्यांची कत्तल उडवायला इस्लामने मंजुरी दिलेली नाही. अपहरण करून कुणाला ओलीस ठेवणे, कैद्यांचा छळ करणे, त्यांना वाईट वागणूक देणे यावर इस्लाममध्ये बंदी आहे. अल काईदाचे दहशतवादी या सर्व गोष्टी दररोज करतात. खरे तर त्यांनी जितके ज्यू किंवा ख्रिश्चन ठार मारले आहेत, त्यांच्यापेक्षा जास्त संख्येनं मुस्लीमांनाच ठार केलं आहे.''

"मग त्यांच्या मोहिमेला म्हणणार काय तुम्ही?''

तो 'सरकारी' माणूस अस्वस्थ बनत होता. एका जनरलने त्याला आज्ञा दिली होती. तो सर्वांत शेवटी परत पोहोचला आहे अशी स्थिती यावी, हे त्याला नको होते.

"मी त्यांना नवीन जिहादी म्हणेन. त्यांनी पवित्र कुराण आणि खऱ्या इस्लामला बाजूला ठेवून अत्यंत अपवित्र युद्धाची सुरुवात केली आहे. खरा जिहाद रानटी नाही. त्यांचा जिहाद तसा आहे. मला वाटतं हा शेवटचाच प्रश्न आहे.''

पुस्तके आणि नोट्स गोळा होता होता पुढल्या बाकावरून प्रश्न आला–

"सर्व हल्लेखोर स्वत:ला हुतात्मे म्हणवतात. त्याला काही आधार आहे का?''

"अजिबात नाही. त्यांची फसवणूक झाली आहे. त्यांच्यातले काही शिकलेले असूनसुद्धा. इस्लामसाठी खऱ्या जिहादमध्ये लढताना ते शहीद म्हणून, हुतात्मे म्हणून मृत्यू पावणे शक्य आहे. त्यासाठीही कुराणात स्वच्छ नियम आहेतच. अगदी आत्मघातकी मोहिमेवर जायचे तरी स्वत:च्या हातांनी स्वत:चा जीव घेता कामा नये. त्याला स्वत:च्या मृत्यूची वेळ आणि जागा माहीत असता कामा नये.''

"आत्मघात नेमकी हीच गोष्ट घडवून आणतो आणि म्हणून त्याच्यावर बंदी आहे. रोगामुळे होणाऱ्या असह्य यातना सहन न होऊन आत्महत्या केलेल्या माणसाला मोहम्मदाने आशीर्वाद दिला नव्हता. निरपराधी माणसांची कत्तल घडवून आत्महत्या करणाऱ्यांची रवानगी नरकात होईल, स्वर्गामध्ये नाही. खोट्या शिकवणुकीने त्यांना या मार्गाला लावणारे इमाम आणि धर्मगुरूही त्यांच्या मागोमाग नरकाचाच

रस्ता पकडतील. आता मात्र मला जॉर्ज टाऊन आणि हॅम्बर्गर्सच्या जगात जाणं भाग आहे. लक्ष देऊन सर्व ऐकल्याबद्दल आभार.''

सर्वांनी उभे राहून टाळ्यांचा कडकडाट केल्यावर तोच एकदम कावराबावरा झाला, जॅकेट घेऊन 'सरकारी' माणसाजवळ पोहोचला.

''अडथळा आणल्याबद्दल क्षमा करा, प्रोफेसर.'' फोर्ट मीडहून आलेला माणूस म्हणाला. ''कुराण कमिटीला बोलावणं आलं आहे. गाडी बाहेर उभी आहे.''

''एवढी घाई?''

''बहुधा कालच तुम्ही हजर असायला हवे होतात, एवढी.''

''कशाबद्दल? काही कल्पना?''

''नाही, सर.''

अर्थातच न मोडण्यासारखा नियम. तुमचे काम करण्यासाठी आवश्यक नसेल तर सांगणार नाहीत तुम्हाला. आपले कुतूहल शमवण्यासाठी मार्टिनला वाट पाहावी लागणार होती. मोटरगाडी नेहमीप्रमाणेच डोळ्यांत न भरणारी. छपरावर एरिअल. तळाशी कायम संपर्क हवा. ड्रायव्हर सैन्यात कॉर्पोरल असला तरी तो साध्या वेशात होता, गणवेशात नाही. मुद्दाम कुणाच्या लक्षात आणायचे नाही.

डॉ. मार्टिन गाडीत बसला. गाडी बाल्टिमोर हायवेच्या दिशेने निघाली. संध्याकाळची वेळ. गर्दी वाढणार होती.

फार पूर्वेला आपले घर दुरुस्त करणारा माणूस शेकोटीपाशी बसला होता. खुशीत होता. दगडधोंड्यात आणि बर्फातही तो झोपू शकत होता, तर सफरचंदाच्या बागेत झाडाखाली गवतावर झोपणे म्हणजे आनंदच की.

त्याच्याकडे इतक्या कुजलेल्या लाकडी फळ्या पडल्या होत्या की, शेकोटीत काय जाळायचे हा प्रश्न आयुष्यभर उद्भवला नसता. हातात गरमागरम चहाचा कप होता. दिवसभर कष्ट उपसल्यावर एका सैनिकाच्या दृष्टीने खरोखर त्यासारखे पेयच नव्हते.

आज दुपारी आपल्या उंच छपरावरच्या कामाला त्याने सरळ सुट्टी दिली होती. मिऑनस्टोकला जाऊन जनरल स्टोअरमधून वीकएन्डसाठी खरेदी केली होती.

आतापर्यंत प्रत्येकाला ठाऊक झाले होते की, त्याने बार्न विकत घेतले आहे आणि स्वत: खपून तो ते दुरुस्त करतो आहे. गावकऱ्यांना ही गोष्ट पसंत पडली होती. आपले चेकबुक फडफडवत लंडनमधले श्रीमंत इथे जमीनदार असल्याचा आव आणायला लागले की, त्यांच्याशी सर्वजण सभ्यपणे वागत एवढेच; पण आपल्या बागेतल्या झाडाखाली तंबू ठोकून राहणारा, स्वत: काबाडकष्ट करणारा काळ्याभोर केसांचा माणूस चांगला होता, अशी गावात सर्वांची खात्री पटत होती.

पोस्टमनच्या मते काही सरकारी पाकिटांशिवाय विशेष कोणी त्याला पत्रे

पाठवत नव्हते. चिखलातल्या वाटेने, लांब अंतरावर येऊन ती देण्यापेक्षा पोस्टमनने ती बक्स-हेड पब्लिक हाउसमध्ये देऊन ठेवली तरी चालेल, असे त्याने पोस्टमनला सांगितल्यावर तो खुश होता. पत्रावर 'कर्नल' लिहिलेले असले, तरी बारमध्ये ड्रिंक विकत घेताना, वर्तमानपत्र किंवा किराणा माल घेताना तो स्वत: असा उल्लेख करत नसे. सर्वांकडे बघून हसायचा, सभ्यपणे वागायचा. त्याच्याबद्दल गावातल्या लोकांचे मत चांगले होत होते; पण त्यांना कुतूहल होतेच. नवीन येणारी किती माणसे जरा आगाऊपणेच वागायची; पण हा होता कोण, कुठून आला होता, मिऑनस्टोकमध्येच राहण्याचे त्याने का ठरवले होते हे त्यांना समजत नव्हते.

त्या दिवशी गावात फिरताना त्याने सेन्ट ॲन्ड्र्यूजच्या प्राचीन चर्चला भेट दिली आणि रेव्हरंड जिम फोलीशी गप्पा मारल्या.

पूर्वी सैन्यदलात असलेल्या या माणसाला खरेच वाटायला लागले होते की, तो इथे मजेत राहणार आहे. साऊदॅम्प्टन रोडवरील ड्रॉक्सफोर्डपर्यंत त्याची माऊन्टन बाइक चालवत बागेतल्या ताज्या भाज्या आणता येतील. स्वत:च्या घराच्या छपरावरून दिसणाऱ्या गल्ल्या पालथ्या घालता येतील. जुन्या दणकट लाकडी पब्जमध्ये बिअरची चव चाखता येईल.

दोन दिवसांनी सेन्ट ॲन्ड्र्यूज चर्चमध्ये तो सकाळच्या प्रार्थनेला हजर राहणार होता.

त्याची देवावर अपार श्रद्धा होती. आजपर्यंत त्याने जी माणसे ठार मारली होती त्यांना, त्याच्या डोळ्यांदेखत आजूबाजूला प्राण गमावणाऱ्या त्याच्या सहकाऱ्यांना आता तरी शांतता लाभावी म्हणून तो देवाची क्षमा मागणार होता. स्त्रिया-मुले किंवा शांततेने पुढे आलेल्या कुणाचीही त्याच्याकडून हत्या घडली नव्हती, याबद्दल तो देवाचे आभार मानणार होता. कधी तरी त्याची पापे धुतली जाऊन तो स्वर्गात पोहोचावा यासाठीही तो देवाची विनवणी करणार होता.

मग परत येऊन तो आपले काम सुरू करणार होता. आता फक्त हजार एक टाइल्स तर बसवायच्या राहिल्या होत्या.

नॅशनल सिक्युरिटी एजंसीच्या इमारती फार मोठा भाग व्यापतात; पण फोर्ट मीडचा लष्करी तळ इतका प्रचंड आहे की, या एजंसीने व्यापलेला भागसुद्धा नगण्य ठरावा. इन्टरस्टेट ९५ या रस्त्यावर, साधारण वॉशिंग्टन आणि बाल्टिमोरच्या मध्यावर, चार मैल पूर्वेला हा तळ आहे. दहाएक हजार लष्करी आणि पंचवीसएक हजार नागरिक तळावर काम करतात. हा तळ म्हणजे एक शहर आहे. या तळाचा 'गुप्त' विभाग एका कोपऱ्यात लपवलेला आहे. कडेकोट संरक्षण असलेल्या या सिक्युरिटी झोनमध्ये डॉ. मार्टिनने पूर्वी कधीच पाऊल टाकले नव्हते.

त्याला आणणारी गाडी तळामधून सिक्युरिटी झोनपर्यंत विनासायास सरळ

पोहोचली. मुख्य गेटशी त्यांचे पासेस तपासले गेले. गाडीच्या खिडकीत डोकी घालून चेहरे बघितले गेले. कॉर्पोरलने डॉ. मार्टिनबद्दल खात्री पटवली. अर्धा मैल अंतर पार केल्यावर ते एका मोठ्या इमारतीजवळ पोहोचले. डेस्कजवळ सशस्त्र सैनिक पहाऱ्यावर होते. तपासणी, काही फोन कॉल्स, पॅड्सवर दाबलेले अंगठे, लेन्सला लावलेले डोळे एवढे सोपस्कार झाल्यावर त्यांना आत प्रवेश मिळाला.

मॅरॅथॉनचे अंतर पार करावे तसे लांबलचक कॉरिडॉर्स पार करून ते एका दरवाज्याजवळ पोहोचले. वर काही नावबीव लिहिलेली पट्टीही नव्हती. कॉर्पोरल टकटक करून आत शिरला. शेवटी एकदा डॉ. मार्टिनला ओळखीचे चेहरे दिसले. कुराण कमिटीमधले मित्र, सहाध्यायी.

बऱ्याच सरकारी कॉन्फरन्स रूम्ससारखी, काम चालवता येईल अशीच जागा. एकही खिडकी नाही, पण वातानुकूलन यंत्रणा व्यवस्थित. गोल टेबल, पॅडिंग केलेल्या ताठ पाठीच्या खुर्च्या, एका भिंतीवर मोठा पडदा. छोट्या छोट्या टेबलांवर कॉफीचे मग्ज, खाण्यापिण्याचे ट्रेज. याच्याशिवाय तर अमेरिकन्सचे काम होतच नाही.

मीटिंगचे कामकाज दोन इन्टेलिजन्स ऑफिसर्सच्या हातात होते. ते शिक्षण क्षेत्रातले नव्हते. कमीत कमी शब्दांत, नम्रपणे आणि विशेष काहीही न सांगता त्यांनी आपली ओळख करून दिली. पहिला, जनरलने स्वत: पाठवलेला एन.एस.ए.चा डेप्युटी डायरेक्टर होता. दुसरा, वॉशिंग्टनच्या होमलॅन्ड सिक्युरिटीमधला वरिष्ठ अधिकारी होता.

डॉ. मार्टिन धरून चौघेजण. सर्व एकमेकांना ओळखत होते. एक धर्म आणि त्याचे एकच पुस्तक, यांच्या तसे कोणतेच नाव न ठेवलेल्या आणि अप्रसिद्ध राहणाऱ्या कमिटीवर त्यांच्या परवानगीनेच सामावून घेतले जाण्यापूर्वी, त्यांच्या प्रसिद्ध झालेल्या पुस्तकांमुळे, सेमिनार्स, कॉन्फरन्सेस, लेक्चर्समध्ये पडलेल्या वैयक्तिक गाठीभेटींमुळे ते प्रथमपासूनच एकमेकांना ओळखत होते. कुराणाचा सखोल अभ्यास केलेले जग तसे लहान होते.

टेरी मार्टिनने कोलंबिया, न्यूयॉर्कचे डॉ. लुडविग स्क्रॅम, रॅन्डचे डॉ. बेन जॉली आणि ब्रुकिंग्जचे डॉ. हॅरी हॅरीसन यांना अभिवादन केले. हॅरी हॅरीसनचे नाव हॅरी नक्कीच नसले तरी त्याला तसेच ओळखत. वयाने सर्वांत मोठे म्हणून वरिष्ठ समजले जाणारे डॉ. बेन जॉली यांनी डेप्युटी डायरेक्टरकडे लक्ष न देता आपला पाइप पेटवून त्यातून धूर काढायला सुरुवात केली. कॉन्फरन्स रूममध्ये बसवलेल्या वेस्टिंगहाउस एक्स्ट्रॅक्शन टेक्नॉलॉजीमुळे बहुतेक सर्व धूर वरच्यावर खेचला जात असला तरी सर्व्हिसिंगची वेळ आली असावी.

डेप्युटी डायरेक्टर सरळ मुद्द्यावरच आला. त्याने दोन कागदपत्रांच्या प्रती असलेली एक एक फाइल प्रत्येकाच्या हातात ठेवली. अल कूरच्या लॅपटॉपमधून

मूळ अरेबिक दस्तऐवज प्रयत्नांनीच मिळवला होता. अरेबिक डिव्हिजनने भाषांतरे करून दिली होती. त्या चौघांनी सरळ मूळ अरेबिक कागदपत्रे शांतपणे वाचायला सुरुवात केली. साधारण एकाच वेळी वाचून संपवली.

मग त्यांनी इंग्लिश भाषांतरावर नजर टाकली. भाषांतरात काही निसटले आहे का याकडे त्यांचे सवयीनेच लक्ष होते.

"मग?"

"मग? मग काय, प्रोफेसर?"

"मग आम्हाला सर्वांना इथे कशासाठी आणलं आहे? समस्या तरी काय आहे?"

डेप्युटी डायरेक्टरने वाकून इंग्लिश भाषेतल्या एका भागाकडे लक्ष वेधले.

"तिथे प्रश्न आहे. अर्थ काय त्या भागाचा? नक्की कशाबद्दल ते बोलत आहेत?"

अरेबिक भाषेत असलेल्या कागदपत्रातला कुराणाशी जोडलेला संदर्भ त्यांच्या ध्यानात आला होता. त्याचे भाषांतर बघायची त्यांना तरी आवश्यकता नव्हती. एकच संदर्भ अनेक वेळा आला होता आणि त्याचे शक्य असलेले सर्व अर्थ त्यांनी विचारात घेतले होते; पण ते अर्थ कुराणावरच्या स्कॉलर्सनी लिहिलेल्या लिखाणातले होते. हा संदर्भ आजच्या पत्रात कसा आला? एका कागदपत्रात तीन वेळेला आणि दुसऱ्यात एकदा.

"अल इस्र काही तरी कोड असावे. प्रॉफेट मोहम्मद यांच्या आयुष्यातील एका घटनेबद्दल."

"आमच्या अज्ञानाबद्दल माफी असावी." होमलॅन्ड सिक्युरिटीचा अधिकारी म्हणाला. "काय आहे, अल इस्र?"

"तू समजावून सांग, टेरी." डॉ. जॉली म्हणाला.

"त्याचा संबंध प्रॉफेट मोहम्मद यांच्या आयुष्यातल्या एका साक्षात्काराबद्दल आहे. आजसुद्धा त्यांनी खराखुरा ईश्वरी चमत्कार बघितला होता की तो आत्मप्रक्षेपणाचा भाग होता याबद्दल वाद होताच.

"थोडक्यात सांगायचं, तर त्यांच्या जन्मगावापासून मक्का आणि नंतर मदिनाला जाण्यापूर्वी एक वर्ष आधीची गोष्ट आहे. रात्री झोपलेले असताना त्यांना स्वप्न पडलं. नक्की ईश्वरी साक्षात्कार होता का भास झाला होता, या वादात न पडता आपण स्वप्न हा शब्द वापरू या. स्वप्नामध्ये सौदी अरेबियामधून वाळवंटे आणि डोंगरदऱ्या पार करून त्यांना जेरूसलेमला नेलं गेलं. जेरूसलेम- ख्रिश्चन आणि ज्यू या दोघांच्याही दृष्टीने अगदी पवित्र असं शहर."

"तारीख? आपल्या कालगणनेप्रमाणे?"

"सहाशे बावीस सालाच्या आसपास."

"काय झालं?"

"त्यांना एक बांधून ठेवलेला घोडा आढळला. पंख असलेला घोडा. त्यांना घोड्यावर बसण्याची सूचना मिळाली. घोडा थेट स्वर्गात उडाला आणि ते सर्वशक्तिमान देवासमोर पोहोचले. ज्यांचा देवावर अढळ विश्वास आहे त्यांनी कशा तऱ्हेने त्याची प्रार्थना करावी, याच्या सूचना त्यांना देवाकडूनच प्राप्त झाल्या. त्यांनी त्या लक्षात ठेवून लेखनिकाला सांगितल्या. त्या सहा हजार सहाशे सहासष्ट कवितांचा भाग झाल्या. याच कविता इस्लाम धर्माचा मूळ गाभा बनल्या. आजही आहेत."

इतर तीन प्रोफेसर्सनी माना डोलावल्या.

"आणि त्यांचा तसा संपूर्ण विश्वास आहे?" डेप्युटी डायरेक्टरने आश्चर्यानेच विचारले. हॅरी हॅरीसनला त्याचा स्वरच खटकला. तो जरा धारदार आवाजातच उद्‌गारला, "न्यू टेस्टामेन्टप्रमाणे ओसाड प्रदेशात जीझस ख्राईस्टने चाळीस दिवस आणि चाळीस रात्री उपास काढून नंतर सैतानाला तोंड दिलं होतं. इतका काळ अन्नपाण्यावाचून काढल्यावर खरं तर माणसाला भ्रमच व्हायला हवा. तरीसुद्धा धार्मिक ख्रिश्चन या पवित्र लिखाणावर पूर्ण विश्वास ठेवतात. शंका काढत नाहीत."

"ठीक आहे. चूक झाली माझी. सॉरी. तेव्हा अल इस्रचा अर्थ देवाची भेट असा आहे?"

"अजिबात नाही. अल इस्र म्हणजे तो प्रवास. एक दैवी चमत्कार. साक्षात अल्लाच्या आज्ञेने केलेला."

"अंधारातून ज्ञानाच्या प्रकाशाकडे नेणारा प्रवास असंही त्याचं वर्णन करतात." डॉ. स्क्रॅम म्हणाला.

तो एका पुरातन ग्रंथामधला संदर्भ आहे, हे उरलेल्या तिघांना ठाऊक होते. त्यांनी माना डोलावल्या.

"पण अल काईदाचा वरिष्ठ ऑपरेटिव्ह आणि आधुनिक मुस्लीम या शब्दांचा वापर करत असेल, तर त्यांचा अर्थ काय समजायचा?"

प्रथमच हे कागदपत्र कुठून आले आहेत हे सर्वांच्या ध्यानात आले. कुणाच्या तरी ताब्यातून ते काढून घेतले होते.

"हे कागद कडक बंदोबस्ताखाली होते?"

"ते आमच्या हातात पडू नयेत आणि आम्ही ते बघू नयेत म्हणून दोन माणसांनी आपला जीव गमावला आहे."

"हं. महत्त्वाचेच आहेत." डॉ. जॉली यांचे सर्व लक्ष जणू काही आपल्या पाइपवर होते. "मला वाटते ही एक तऱ्हेची योजना असावी. कसला तरी कट-मोहीम आणि तीही साधीसुधी नाही."

"मोठी योजना?" होमलॅन्ड सिक्युरिटीच्या माणसाने विचारले.

"श्रद्धाळू मुस्लीम, मी कट्टर धर्मवेडे हा शब्द वापरत नाही, अल इस्रकडे फार गंभीरपणे बघतात. त्यामुळे जगच बदलेल अशी त्यांची खात्री आहे. कुठल्या योजनेचं कोडनेम जर अल इस्र असेल, तर ती मोठी योजना असणार."

"ती काय असेल याचा काही अंदाज बांधता येतो?"

"नाही." आपल्या सहकाऱ्यांकडे बघून नंतरच डॉ. जॉली म्हणाला. "दोन्ही कागदपत्रांचे लेखक त्यांच्या योजनेसाठी देवाचे आशीर्वाद मागत आहेत. आम्हा सर्वांच्या वतीने मी म्हणेन की, ताबडतोब ही योजना काय आहे याचा तपास करा. एखादा पिशवीत ठेवायचा बॉम्ब, उद्ध्वस्त करायचा नाइट क्लब, उडवण्यात येणारी बस अशा गोष्टींसाठी हे कोडनेम नक्कीच वापरलं जाणार नाही."

कोणीही नोट्स लिहून घेत नव्हते. तशी गरजच नव्हती. या कॉन्फरन्सचा प्रत्येक शब्द रेकॉर्ड होत होता, या इमारतीला 'पझल पॅलेस' असेच नाव पडले आहे. दोन्ही इन्टेलिजन्स ऑफिसर्सना या बैठकीचा लेखी वृत्तांत तासाभरात मिळणार होता. मग ते दोघे मिळून एक अहवाल तयार करणार होते. पहाटेपूर्वी तो अहवाल एका सशस्त्र सार्जंटबरोबर फार वरच्या जागी पोहोचणार होता. अमेरिकेत तरी त्याच्यावरती कोणती जागा नव्हती. व्हाइट हाउस!

टेरी मार्टिन आणि बेन जॉली एका लिमोझीनमधून वॉशिंग्टनला परत निघाले. पुढल्या आणि मागच्या भागात पार्टिशन होते. वृद्ध अमेरिकन आपला पाइप खिशामध्ये ठेवून खिडकीतून बाहेर बघत बसला होता. तरुण ब्रिटिश त्याच्या बाजूच्या खिडकीतून बाहेर बघत होता. दोघेही आपापल्या विचारात गढले होते.

आपल्या आयुष्यात टेरीने मनापासून चार व्यक्तींवर प्रेम केले होते आणि गेल्या दहा महिन्यांत त्यातल्या तीन व्यक्ती त्याने गमावल्या होत्या. आई-वडिलांनी वर्षाच्या सुरुवातीला सत्तरी गाठली होती. त्यांचे दोन्ही मुलगे तिशीतले होते. आई-वडील दोघेही जवळजवळ एकाच वेळी मरण पावले. प्रॉस्टेट कॅन्सरने त्याच्या वडिलांचा बळी घेतला आणि त्याच्या आईची जगण्याची इच्छाच मावळली. आपल्या दोन्ही मुलांना अत्यंत हृदयद्रावक पत्रे लिहून तिने झोपेच्या गोळ्यांची बाटली संपवली आणि गरम पाण्याच्या टबमध्ये ती झोपून गेली. तिच्याच शब्दात 'डॅडींना भेटायला' निघून गेली.

टेरी मार्टिनचे आयुष्य उद्ध्वस्त झाले; पण ज्या दोन पुरुषांवर त्याचे अफाट प्रेम होते त्यांच्या आधाराने त्याने तो काळ काढला. त्यातल्या एकाबरोबर तर तो चौदा वर्षे सुखाने राहत होता. उंच आणि देखणा असा स्टॉक ब्रोकर. मार्चच्या एका रात्री दारू पिऊन अफाट वेगाने गाडी चालवणाऱ्या ड्रायव्हरने त्याच्या पार्टनरला ठोकले. शवागारात ठेवलेले प्रेत, दफनविधी. त्याच्या डोळ्यांतल्या अश्रूंना खळ नव्हता आणि गॉर्डनचे आई-वडील सर्व काळ नापसंती दाखवत त्याच्याकडे बघत

राहिले होते. आपले हे दुर्दैवी आयुष्य एकदा संपवून टाकावे असा त्याने गंभीरपणे विचार केला; पण माईकला, त्याच्या मोठ्या भावाला, याच्या मनात घोळत असलेल्या विचारांची कल्पना आली आणि तो येऊन आठवडाभर त्याच्याबरोबर राहिला. त्याच्याशी गप्पा मारत तो कठीण काळ निभावला.

पहिल्यापासूनच त्याच्या दृष्टीने त्याच्या मोठ्या भावासारखा वीरपुरुष दुसरा कोणी नव्हताच. अगदी इराकमध्ये असल्यापासून त्याची आपल्या भावावर भक्ती होती. हर्टफोर्ड या मार्केट टाऊनजवळच्या हेलीबरी इथल्या पब्लिक स्कूल संपवेपर्यंतच्या काळातही त्याच्या मतात फरक पडला नव्हता. त्याच्याकडे नसलेली प्रत्येक गोष्ट माईककडे होती. हा गोरा, तर माईक सावळा होता. हा गुटगुटीत, तर तो सडपातळ. हा प्रत्येक गोष्ट सावकाश करणार, तर तो झटकन करणार. हा घाबरट आणि भित्रा, तर तो शूर. मेरिलॅन्डमधून लिमोझीन जात असताना त्याचे विचार टन ब्रिजविरुद्धच्या रग्बीच्या अंतिम सामन्याकडे वळले. माईकची हेलीबरी इथली पाच वर्षे त्या सामन्यानेच संपली.

दोन्ही टीम्स बाहेर येताना टेरी बाजूला बांधलेल्या दोरीजवळ हसत उभा होता. माईकने त्याच्या डोक्यावरच्या केसांतून हात फिरवत म्हटले, ''काय मग? जिंकलोच की नाही?'' आपण गे आहोत कळल्यावर आणि ती गोष्ट माईकला सांगायची वेळ आल्यावर त्याला भीतीने घेरले. तोपर्यंत त्याचा मोठा भाऊ पॅराजमध्ये अधिकारी बनला होता. फॉकलंड्सच्या युद्धात भाग घेऊन नुकताच परतला होता. त्याच्या भावाने एक क्षणभर विचार केला आणि हसत 'सम लाइक इट हॉट' या चित्रपटामधले जो. ई. ब्राऊनचे शेवटचे वाक्य म्हटले. ''शेवटी कोणीही परिपूर्ण असत नाही.''

त्या क्षणापासून टेरीच्या दृष्टीने माईकसारखा दुसरा माणूस या जगात नव्हता.

मेरिलॅन्डमध्ये सूर्य मावळला. त्याच टाइम झोनमध्ये असलेल्या क्यूबामध्ये आणि त्याच्या नैर्ऋत्येला असणाऱ्या ग्वाटेनामो इथे तो मावळत असताना तिथल्या एका माणसाने प्रार्थनेसाठी चटई अंथरली, पूर्वेकडे तोंड केले आणि गुडघ्यांवर बसून प्रार्थनेला सुरुवात केली. कोठडीबाहेरचा सैनिक निर्विकारपणे सर्व बघत होता. त्याला एकच सूचना होती. कधीही नजर हलवायची नाही. त्याने हेच सर्व पूर्वी अनेकदा बघितले असले तरी त्याचे लक्ष ढळले नाही.

प्रार्थना करणारा माणूस प्रथम कॅम्प एक्स रे नावाने ओळखल्या जाणाऱ्या आणि आता कॅम्प डेल्टा किंवा प्रसिद्धीमाध्यमे ज्याला गिटमो अर्थात ग्वाटेनामा बे असे संबोधतात त्या तुरुंगात गेली पाच वर्षे होता. आधीच्या सर्व यातना आणि छळ त्याने तोंडातून ब्र न काढता सहन केला होता. त्याने शरीराची मानखंडना आणि त्याच्या श्रद्धेवरचे घाव आवाज न काढता बघितले होते. त्याच्यावर अत्याचार करणाऱ्यांना त्याच्या काळ्याभोर डोळ्यांत दिसे तो महाभयंकर द्वेष. तेव्हा त्याला आणखी मार

बसे; पण तो कणखरपणे सर्व गोष्टींना तोंड देत राहिला होता.

लालूच दाखवून कैद्यांनी इतरांबद्दलची माहिती द्यावी म्हणून प्रयत्न केलेल्या काळातही त्याने आपले तोंड बंद ठेवले होते. तो बोलत नाही याची खात्री पटल्यावर इतरांनी सवलती पदरात पाडून घेण्यासाठी त्याच्याचबद्दल गोष्टी सांगितल्या; पण त्या सर्वच त्यांच्या कल्पनांनी बनवलेल्या असल्याने तो त्या नाकबूल करण्याच्या फंदात पडला नाही की, कबूल करत बसला नाही.

कैद्यांची कसून उलटतपासणी करणाऱ्यांनी माहिती काढण्याचे आपले कसब दाखवण्यासाठी भरलेल्या फाइल्सनी एक खोली व्यापली असेल. त्या फाइल्समध्ये त्याच्याबद्दल खूप लिहिले गेले असले, तरी त्याच्याकडून कळलेले काहीही नव्हते. उलटतपासणी करणाऱ्या एका प्रश्नकर्त्याने सुरुवातीला सभ्यपणे विचारलेल्या प्रश्नांची उत्तरे मात्र त्याने तेवढ्याच सभ्यपणे दिल्याने त्याच्याबद्दल थोडीफार माहिती तरी कळली होती. पण तो बोलत असलेल्या भाषेतला एकही शब्द कुणाला कळत नसल्याने नेहमीच भाषांतरकर्त्यांवर अवलंबून राहावे लागे. त्यांनी काही वेगळी माहिती मिळवली तर त्यांचाही लाभ असे. तेव्हा तेही बनवेगिरी करत.

चार वर्षांनंतर प्रार्थना करणाऱ्या त्या माणसाकडून कोणतीही माहिती मिळण्याची आशा संपली. २००५ मध्ये गल्फमधून त्याची कॅम्प एकोमध्ये बदली झाली. दुसऱ्या कुणाशी संपर्क नाही, पांढऱ्या रंगाने रंगवलेल्या भिंतीच्या छोट्या कोठड्या, फक्त रात्री हातपाय हलवण्यासाठी मोकळीक अशा या कॅम्पमध्ये त्या कैद्याने एका वर्षात सूर्यदेखील बघितला नव्हता.

त्याच्या कुटुंबामधले कोणीही रदबदली करत त्याच्यासाठी खेटे मारत नव्हते, दुसऱ्या कोणत्याही सरकारने त्याच्याबद्दल माहिती विचारली नव्हती, कुठल्याही वकिलाने त्याचे वकीलपत्र घेतले नव्हते. आजूबाजूच्या कैद्यांची डोकी पार कामातून जात असताना आणि त्यांना उपचारासाठी नेले जात असताना तो शांतपणे कुराण वाचत आयुष्य काढत होता. त्याची प्रार्थना चालू असताना बाहेर गार्ड बदलले.

"काय हरामखोर अरब आहे!" निघणारा गार्ड पुटपुटला.

"तो अरब नाही," नवा गार्ड म्हणाला. "तो अफगाण आहे."

"मग काय वाटतं तुला, टेरी?" आपल्या दिवास्वप्नातून बाहेर येणाऱ्या बेन जॉलीने टेरी मार्टिनला विचारले.

"परिस्थिती वाईट आहे. त्यांना जो संशय आहे त्याला आपण दुजोरा दिला आहे; पण त्यांना आनंद झालेला दिसला नाही."

"अल इस्र काय आहे ते त्यांना शोधून काढणं भाग आहे."

"पण शोधणार तरी कसं?"

"सहा दिवसांच्या अरब-इस्राएल युद्धापासून मध्यपूर्वेमधल्या घडामोडींबद्दल

मी त्यांना अनेक वेळा सल्ला दिला आहे. त्यांच्याकडे अनेक मार्ग आहेत. आतल्या गोटात त्यांची माणसं आहेत. त्यांचे हेर यांनी आपल्या बाजूला वळवले आहेत. चोरून संभाषण ऐकणं, दुसऱ्या देशांवरची विमानोड्डाणं, संगणक यांचा वापरही होतो. पूर्वी माहिती गोळा केल्यावर तिचा नक्की अर्थ लावण्यात आठवडे जायचे. हल्ली काही मिनिटांत ते काम होतं. एकोणीसशे साठमध्ये गॅरी पॉवर्सचं विमान रशियात पाडलं होतं. एकोणीसशे बासष्टमध्ये क्यूबामधल्या क्षेपणास्त्रांचे यू-२ विमानातून फोटो काढले होते. तेव्हापासून काळ किती बदलला आहे? अर्थात त्या काळी तुझा जन्मही झाला नसणार म्हणा.''

''अल काईदामध्येच त्यांचा कोणी असेल का?''

''वाटत नाही तसं. नाही तर आतापर्यंत त्यांचे प्रमुख नेते कुठे दडून राहिले आहेत ते कळून, स्मार्ट बॉम्ब्ज वापरून, त्यांचा निकालही लागला असता.''

''अल काईदामध्ये कुणाला घुसवता नाही येणार त्यांना? माहिती मिळवून पाठवू शकेल असा.''

त्या वृद्ध माणसाची मान पुन्हा हलली. त्याची पूर्ण खात्री होती. ''टेरी, आपल्या दोघांनाही माहिती आहे की ते अशक्य आहे. जन्माने अरब असलेल्या कुणाला तरी एक वेळ फितवता येईल; पण अरब नसलेला कोणी... विसर ते. त्यांची कुटुंबं किती मोठी असतात ते तुलाही माहिती आहे. आधी कुटुंबाची संख्या, मग त्यांची टोळी, मग त्यांची जमात. यातल्या कुणाबद्दलही एक जरी प्रश्न टाकला तरी तोतया माणसाचे बारा वाजलेच समज.''

''तेव्हा तो माणूस अगदी परिपूर्ण हवा. तसा दिसणारा, तसा बोलणारा, तसा वागणारा. प्रार्थना करताना एक अक्षर इकडलं तिकडे झालं तरी त्या कट्टर धर्मवेड्यांच्या लक्षात येईल. दिवसातून पाच पाच वेळा प्रार्थना करतात ते.''

''खरं आहे,'' मार्टिन म्हणाला; पण हे स्वप्नातले इमले बांधणे आवडत होते त्याला. ''पण कुराणातले ते परिच्छेद अगदी घोटून पाठ करून घेता येतील आणि पत्ता लागत नाही असं कुटुंबही बनवता येईल.''

''जाऊ दे टेरी. कोणताही पाश्चिमात्य माणूस अरबांमध्ये अरब म्हणून खपून जाणार नाही.'' ''माझा भाऊ जाईल अरब म्हणून खपून.'' डॉ. मार्टिन म्हणाला. दुसऱ्या क्षणी त्याला बोलल्याचा पश्चात्ताप झाला; पण विशेष काही बिघडले नव्हते म्हणा. डॉ.जॉलीने बोलणे थांबवून पुन्हा बाहेर बघायला सुरुवात केली. ग्लास पार्टिशनच्या पुढे बसलेल्या दोघांपैकी कुणी थोडीशीही हालचाल केली नव्हती. मार्टिनने सुटकेचा निःश्वास टाकला. कारमधला माईक बंद असणार.

पण त्याची चुकीचीच समजूत झाली होती.

३

कुराण कमिटीच्या फोर्ट मीडमधल्या विचारमंथनाचा अहवाल शनिवारी पहाटेच्या आत तयार झाला आणि अनेकांच्या शनिवार-रविवार सुट्टीच्या योजना बारगळल्या. त्या रात्रीच ज्यांना झोपेतून उठवण्यात आले होते त्यांच्यापैकी एकजण होता मरेक गुमीएनी– सी.आय.ए.चा डेप्युटी डायरेक्टर (ऑपरेशन्स). कोणतेही कारण न देता त्याला त्याच्या कार्यालयात हजर राहण्यास सांगितले गेले.

तो पोहोचायच्या आतच ते 'कारण' त्याच्या टेबलावर होते. वॉशिंग्टनमध्ये पहाट झालेली नसली, तरी प्रिन्स जॉर्ज काऊन्टीच्या टेकड्यांवर लाल रंग आकाशात पसरायला लागला होता.

मरेक गुमिएनीचे कार्यालय एका लांबलचक इमारतीच्या सर्वांत वरच्या, सहाव्या मजल्यावर होते. तशी थोडीशीच कार्यालये या मजल्यावर होती. सी.आय.ए.च्या मुख्यालयातील इमारतींच्या संकुलातली एक इमारत. ११ सप्टेंबरनंतर तशीच एक नवीन इमारत उभी राहिल्यावर या इमारतीला जुनी इमारत म्हणायला सुरुवात झाली. सी.आय.ए.चे मुख्यालय तर एकाच शब्दाने ओळखले जाते– लँग्ले.

इथल्या सर्वोच्च अधिकारपदांपैकी डायरेक्टर ऑफ सेन्ट्रल इन्टेलिजन्स या पदावर नेहमी एका राजकीय व्यक्तीची नेमणूक करण्यात येते. खरी ताकद त्याच्या हाताखालच्या दोन डेप्युटी डायरेक्टर्सच्या हातात असते. ऑपरेशन्सचा डेप्युटी डायरेक्टर हेरखात्याप्रमाणे सर्व तऱ्हेची बित्तंबातमी गोळा करतो. नाना तऱ्हेच्या माहितीमधून एक चित्र तयार करण्याचे काम डेप्युटी डायरेक्टर, इन्टेलिजन्स करतो.

त्यांच्याखाली डायरेक्टर ऑफ काऊन्टर इन्टेलिजन्स आपल्याच संघटनेत कोणी देशद्रोही, घरभेदी नाहीत, भलताच कोणी शिरकाव करून घेणार नाही याची काळजी घेतो. डायरेक्टर ऑफ काऊन्टर टेररीजम मध्यपूर्वेमधून कुठले नवीन धोके निर्माण होत नाहीत ना यावर लक्ष ठेवतो. पूर्वी जास्त लक्ष अर्थातच रशियाकडे होते.

१९४५ पासून सुरू झालेल्या शीतयुद्धाच्या काळात डेप्युटी डायरेक्टर, ऑपरेशन्स हे रशियावरचे, नाहीतर रशियाच्या पंजाखालील आणि पूर्व युरोपमधील राष्ट्रांबद्दलचे तज्ज्ञ असत. महत्त्वाकांक्षी माणसांच्या कारकिर्दी इथे जात असत. मरेक गुमिएनी हा नेमणूक झालेला पहिला अरब तज्ज्ञ होता. तरुणपणी एजंट म्हणून त्याने अनेक वर्षे मध्यपूर्वेत काढली होती. अरेबिक आणि पर्शियन या दोन भाषा

त्याला उत्कृष्टपणे बोलता येत होत्या. इराण आणि मध्यपूर्वेतल्या संस्कृतींचीही त्याला चांगली जाण होती.

गरम काळी कॉफी स्वत:च बनवून घेऊन त्याने टेबलावरच्या पाकिटातून सील केलेली बारीकशी फाइल बाहेर काढली.

आत काय असणार आहे याची त्याला कल्पना होती. फोर्ट मीडमध्ये कागदपत्रे काढणे, अनुवाद करणे, त्यांचा अर्थ लावणे वगैरे कामे झाली असली, तरी प्रथम सी.आय.ए.ने पाकिस्तान आणि ब्रिटन यांच्या सहकार्याने पेशावरमध्ये सर्व गोष्टी ताब्यात घेतल्या होत्या. पेशावर आणि इस्लामाबाद इथल्या स्टेशन्सनी तपशीलवार माहिती आपल्या प्रमुखाला पुरवली होती.

अल कूरच्या लॅपटॉपमधून डाऊनलोड केलेली सर्व कागदपत्रे फाइलमध्ये असली तरी तीन पाने असणारी फक्त दोन पत्रेच अत्यंत महत्त्वाची ठरत होती. अरेबिक उत्कृष्ट बोलता येत असले तरी लिपी वाचणे थोडे हळूहळूच होत होते आणि म्हणून तो पुन:पुन्हा इंग्लिश भाषांतराकडे वळत होता.

कुराण कमिटीच्या मीटिंगची दोन्ही इन्टेलिजन्स ऑफिसर्सनी मिळून बनवलेली टिप्पणी त्याने वाचली. तसे धक्का देणारे नवीन असे काही त्याला आढळले नाही. त्याच्या लक्षात एकच गोष्ट येत होती. प्रॉफेट मोहम्मद यांच्या रात्रीच्या चमत्कृतीजनक प्रवासाचा – अल इस्रचा संदर्भ कुठल्या तरी महत्त्वाच्या योजनेशी होता. या संदर्भाचा कोडनेम म्हणून उपयोग केला होता.

त्यांना आता या योजनेबद्दल बोलताना त्याच सांकेतिक नावाचा उपयोग करून चालणार नव्हते. फक्त नाव जरी त्यांच्याकडून कळले तरी त्यांच्या ताब्यात काहीतरी आले आहे याची इतरांना कल्पना आली असती. भविष्यकाळात तो आणि त्याचे सहकारी अल काईदाची ही जी काही योजना असेल त्या योजनेबद्दल बोलताना कुठले नाव वापरू शकतील हे बघण्यासाठी त्याने क्रिप्टोग्राफीची फाइल उघडली.

अशी सांकेतिक नावे संगणकामधून रॅन्डम सिलेक्शन पद्धतीने निवडून येत. या महिन्याची पद्धत 'मासे' या शब्दाशी निगडीत होती. संगणकाने स्टिंग-रे नाव सुचवले. तेव्हा ही योजना यापुढे स्टिंग-रे योजना म्हणून ओळखायचे ठरले. या पद्धतीचा एक फायदा म्हणजे ते कशाबद्दल बोलत आहेत याचा उलगडा इतरांना होत नाही.

फाइलमधला शेवटचा कागद शनिवारी रात्री घातला होता. त्यात ज्या माणसाला कमीत कमी शब्द लिहायला आवडत अशा माणसाचे शब्द होते, डायरेक्टर ऑफ नॅशनल इन्टेलिजन्सचे. फोर्ट मीडहून फाइल सरळ नॅशनल सिक्युरिटी कमिटी (स्टीव्ह हेडले), डायरेक्टर, नॅशनल इन्टेलिजन्स आणि व्हाइट हाउसला गेली असणार. ओव्हल ऑफिसमध्येही रात्रभर दिवे जळत होते.

डी.एन.आय.ने स्वत:च्या कागदावर मोठ्या अक्षरात लिहिले होते :

अल इस्र म्हणजे काय?
कसले अस्त्र असेल?
न्यूक्लिअर, बायॉलॉजिकल,
केमिकल, कन्व्हेन्शनल?
काय, कधी, कुठे शोधा.
वेळ : आत्ताच
निर्बंध : नाहीत
अधिकार : संपूर्ण
जॉन नेग्रोपोन्टे

खाली सही खरडलेली. अमेरिकेत एकोणीस संस्था माहिती गोळा करण्यात व्यग्र असतात. त्या एका पत्राने मरेक गुमिएनी याला या सर्व संस्थांवर अधिकार प्राप्त झाला होता. त्याची नजर कागदाच्या वरच्या कोपऱ्याकडे गेली. पत्र त्यालाच लिहिलेले होते. दारावर टकटक झाली.

एका तरुण जी.एस.-१५ ने आणखी एक पत्र आणले. जी.एस. म्हणजे जनरल सर्व्हिस. ही एक पगाराची श्रेणी होती – कनिष्ठ अशी आणि १५ म्हणजे त्या श्रेणीतला एक कर्मचारी. गुमिएनी त्याच्याकडे बघून हसला. त्याची भीती जरा कमी झाली. इमारतीत इतक्या वर त्याला पत्र द्यायची वेळ कधी आली नव्हती. क्लिप-बोर्डवर पत्र मिळाल्याची सही करून तो निघून जाईपर्यंत गुमिएनी थांबला.

फोर्ट मीड इथल्या सहकाऱ्यांकडून ही नवीन फाइल आली होती. गाडीमधून वॉशिंग्टनला परत जाताना कुराण कमिटीच्या दोन सदस्यांमध्ये झालेल्या संभाषणाच्या रेकॉर्डिंगची नक्कल त्यात होती. त्यांच्यामधला एक ब्रिटिश होता. तो बोललेल्या एका वाक्यासमोर प्रश्नचिन्ह केले होते.

मध्यपूर्वेत घालवलेल्या काळात त्याचा ब्रिटिशांशी बराच संबंध आला होता. त्याचे सहकारी इराकसारख्या भयानक ठिकाणी खरोखर चालले आहे तरी काय, हे समजून घेण्याचा प्रयत्न करत असताना तो कबूल करत होता की, त्यांचा दोस्त असलेल्या ब्रिटनने जॉर्डन नदी ते हिंदुकुश पर्वत यामधल्या भागाचे रहस्यमय असे खरोखर अगाध ज्ञान प्राप्त केले होते.

दीडशे वर्षांच्या साम्राज्याच्या काळात सैनिक म्हणून, राज्यकर्ते म्हणून, संशोधक म्हणून ब्रिटिशांनी पालथी घातलेली वाळवंटे आणि पर्वतराजी एक टाइम बॉम्ब बनला होता. सी.आय.ए.बद्दल बोलताना ब्रिटिश 'कझिन्स' किंवा 'कंपनी' असे शब्द

वापरत. लंडनमधल्या गुप्त हेरखात्याबद्दल बोलताना अमेरिकन्स 'फ्रेन्ड्स' किंवा 'फर्म' ही नावे वापरत. मरेक गुमिएनीने तो स्वत: एजंट म्हणून त्या भागात काम करत असताना अशा एका मित्राबरोबर – जेव्हा तो देखील त्याच भागात ब्रिटिश एजंट होता – चांगला, वाईट आणि भयंकर धोकादायक असा काळ घालवला होता. आता तो लँग्लेमध्ये एका टेबलाला चिकटला होता, तर स्टीव्ह हिलला ब्रिटनने त्या भागातून बाहेर काढून कन्ट्रोलर, मिडल-ईस्ट या पदावर बसवले होते.

त्यांच्या भेटीतून निघाले तर काही चांगलेच निघेल. गुप्ततेचा प्रश्न आला नसता. त्याच्यासमोर या क्षणाला जी माहिती होती तीच त्यांच्याकडे असणार, याबद्दल गुमिएनीच्या मनात शंका नव्हती. पेशावरच्या लॅपटॉपमधून काढलेली माहिती चेल्टनहॅम इथल्या ब्रिटनच्या क्रिप्टोग्राफी मुख्यालयाला तशीच पोहोचली असणार आणि त्यांनी ती छापलीही असणार. कुराणाचे चमत्कारिक संदर्भही बघितले असणार.

मरेक गुमिएनीकडे असणारी एकच गोष्ट नक्की लंडनकडे नव्हती. मेरिलॅन्डमधून जाताना गाडीमध्ये ब्रिटिश प्रोफेसरकडून बोलले गेलेले ते विचित्र वाक्य.

आपल्या डेस्कवरच्या कन्सोलवरून त्याने एक फोन नंबर दाबला. स्विचबोर्डवरून नंबर मागण्यापेक्षा स्वत:च्या सॅटफोनवरून नंबर ताबडतोब मिळाला असता.

लंडनबाहेर सरेमधल्या एका घरात फोन खणखणायला लागला, तेव्हा लँग्लेमध्ये सकाळचे आठ वाजले होते, तर लंडनमध्ये दुपारचा एक. तिसऱ्या घंटीला फोन उचलला गेला. गोल्फ खेळून येऊन स्टीव्ह हिल जेवायच्याच तयारीत होता.

"हॅलो?"

"स्टीव्ह? मरेक."

"अरे, कुठून बोलतो आहेस? इथे आला आहेस का?"

"छे, कार्यालयातूनच बोलतो आहे. सुरक्षित फोनवर बोलू या का?"

"नक्कीच! दोन मिनिटं दे मला."

नंतरच्या टेलिफोनवरून इंग्लंडमधला आवाज थोडा लहान येत असला तरी कोणीही चोरून हे संभाषण ऐकणे शक्य नव्हते.

"कानाजवळच दणका उडाला की काय?"

"कानाचं काय घेऊन बसला आहेस, सर्वत्र झळ पोहोचली आहे." गुमिएनीने कबुली दिली. "माझी खात्री आहे की पेशावरहून मला जी माहिती मिळाली आहे तीच तुलाही मिळाली आहे."

"खरं आहे. मी कालच सर्व वाचलं आहे. तू कधी फोन करणार याच विचारात होतो."

"माझ्याकडे आहे ती एक गोष्ट बहुतेक तुला माहीत नसावी. आमच्याकडे

लंडनहून आलेला एक व्हिजिटिंग प्रोफेसर आहे. शुक्रवारी संध्याकाळी तो काही तरी बोलून गेला. सरळ सरळ एकच प्रश्न – मार्टिन नावाच्या कुणाला ओळखतोस तू?''

''मार्टिन कोण?''

''तेच आडनाव आहे त्याचं. इथे असणाऱ्या त्याच्या भावाचं नाव आहे डॉ. टेरी मार्टिन. काही आठवण येते आहे?''

स्टीव्ह हिल एकदम गंभीर झाला. हातात फोन धरून दूरवर बघत बसला. अर्थातच तो टेरी मार्टिनच्या भावाला ओळखत होता. १९९०-९१ च्या गल्फ युद्धामध्ये सौदी अरेबियामध्ये असलेल्या कंट्रोल टीममध्ये तो होता. त्यावेळी टेरी मार्टिनचा भाऊ चोरून बगदादमध्ये घुसला आणि सद्दामच्या गुप्त पोलिसांच्या नाकावर टिच्चून एक माळी म्हणून बगदादमध्ये राहिला. हुकूमशहा सद्दामच्या कॅबिनेटमधल्या कुणाकडून तरी अमूल्य आणि गुप्त माहिती मिळवत, पाठवत राहिला.

''आठवतो का?''

''मला वाटतं आपण समोरासमोर भेटावं.'' अमेरिकन म्हणाला. ''मी येतो विमानाने. ग्रुमन आहे माझ्याकडे.''

''कधी येतो आहेस?''

''आज रात्री. विमानात झोप काढू शकेन. ब्रेकफास्टला लंडनमध्ये.''

''ठीक आहे. नॉर्थोल्टला सोय करतो.''

''आणि स्टीव्ह, या मार्टिनची पूर्ण फाइल काढून ठेवशील? भेटलो की सविस्तर बोलतो.''

लंडन-ऑक्सफर्ड रोडवर नॉर्थोल्ट इथे रॉयल एअर फोर्सचा तळ आहे. दुसऱ्या महायुद्धानंतर एक-दोन वर्षे तो लंडनचा नागरी विमानतळ होता. त्याच काळात घाईघाईने हीथ्रोची बांधणी झाली. मग नॉर्थोल्टला दुय्यम स्थान प्राप्त झाले आणि शेवटी खासगी आणि एक्झिक्युटिव्ह जेट्स तिथे उतरायला लागली; पण मालकी आर.ए.एफ.ची असल्याने तिथली उड्डाणे गुप्तपणे आणि सुरक्षितपणे, नेहमीच्या औपचारिक बाबी टाळून करता येत.

लँग्लेजवळ सी.आय.ए.चा स्वतःचाच खासगी विमानतळ आहे. तिथे त्यांच्यासाठी एक्झिक्युटिव्ह जेट्स सज्ज असतात. मरेक गुमिएनी याच्या जवळचे पत्र त्याला ग्रुमन हे जेट मिळवण्यासाठी पुरेसे होते. तो आरामात झोपून गेला. स्टीव्ह हिल त्याला घेण्यासाठी आलाच होता.

तो मुद्दामच त्याला क्लाईव्हडेन हॉटेलमध्ये घेऊन गेला. विमानतळापासून तीस एक मैलांवरचा खासगी राजवाडाच होता तो. तिथे त्याने एक छोटी कॉन्फरन्स स्वीट

रिझर्व्ह केली होती. रूम सर्व्हिस आणि संपूर्ण एकांत.

तिथे त्याने अमेरिकन कुराण कमिटीची मते वाचली. चेल्टनहॅम इथे ते देखील जवळजवळ त्याच निष्कर्षाला पोहोचले होते. मोटरमधले दोन प्रोफेसरांचे संभाषणही वाचले.

"गाढव आहे." तो स्वत:शीच पुटपुटला, "दुसरा प्रोफेसर बरोबर सांगत होता. ही गोष्ट अशक्य आहे. फक्त भाषेचा प्रश्न नाही हा. इतर किती कसोट्या पार कराव्या लागतील?" तो स्वत:शीच विचार करत होता.

"तुला काय वाटतं?" मरेक गुमिएनीने स्टीव्हला विचारले.

"अल काईदामधल्या कुणाला तरी पकडा आणि सर्व माहिती द्यायला भाग पाडा त्याला."

"स्टीव्ह, अल काईदामधल्या उच्चपदस्थांपैकी कुणाचा जरी पत्ता आम्हाला माहीत असता, तर आम्ही अगदी तेच केलं असतं; पण या क्षणी असा कुणी आमच्या नजरेत नाही."

"मग थांबा, शोधत रहा. नक्की कुणीतरी ते शब्द पुन्हा वापरेल."

"जो चमत्कार घडणारही नाही त्याची वाट कशी बघणार? आम्हाला गृहीत धरणे भाग आहे की, अल इस्रचे लक्ष्य अमेरिकाच आहे आणि ती घटना तशीच लक्षवेधक ठरणार आहे. लॅपटॉप आमच्या ताब्यात आहे हे तर आतापर्यंत अल काईदाच्या लक्षात आलं असणारच. शक्यता अशी आहे की, ते पुन्हा हे शब्द उच्चारणार नाहीत."

"त्यांना कळेल अशा ठिकाणी आम्ही मुद्दाम अफवा पसरवू शकतो की, आम्हाला सर्व कळलं आहे आणि आम्ही फास आवळत आणला आहे. ते सर्व थांबवून पळ काढतील."

"काढतील किंवा नाही काढणार; पण ते आपल्याला कळणार नाही. प्रोजेक्ट स्टिंग-रे ते पुढे नेणार आहेत की, सोडून देणार आहेत ते कळू शकत नाही आणि त्यांनी ती योजना चालूच ठेवली तर? धोका नक्की कसला आहे? बॉस विचारतो आहे त्याप्रमाणे न्यूक्लिअर, बायॉलॉजिकल, कन्व्हेन्शनल? कुठे आणि कधी? तुमचा मार्टिन खरंच अरबांमध्ये अरब म्हणून वावरू शकेल इतका उत्कृष्ट आहे?"

"होता तरी. तूच बघ." स्टीव्हने एक फाइल मरेकपुढे सरकवली.

इंचभर तरी जाड होती. वरती फक्त नाव. कर्नल माईक मार्टिन.

मार्टिन बंधूंचे आईच्या बाजूचे आजोबा भारतामध्ये दार्जिलिंग इथे चहाचे मळे सांभाळत होते. तिथे असताना त्यांनी तोपर्यंत कुणी ऐकलीही नव्हती अशी गोष्ट केली. एका भारतीय स्त्रीशी लग्न केले.

ब्रिटिश टी-प्लॅन्टर्सचे जग तसे लहान आणि गजबजाटापासून दूर असे. त्यांची

वागणूकही गर्विष्ठपणाची असे. त्यांची लग्ने इंग्लंडहून आणलेल्या स्त्रियांशी तरी होत, नाहीतर साम्राज्याच्या उच्च अधिकाऱ्यांच्या मुलींशी तरी. उंच, लाल चेहऱ्याच्या, पांढऱ्या मिशांच्या, तोंडात पाइप आणि हातात बंदूक घेऊन शिकार केलेल्या वाघाजवळ उभ्या असलेल्या आपल्या आजोबांचे, टेरेन्स ग्रेन्जरचे फोटो या मुलांनी बघितले होते.

स्वभावाने शांत, दयाळू, प्रेमळ आणि अत्यंत सुंदर अशा मिस इंदिरा बोसचे फोटोही त्यांनी पाहिले होते. प्रयत्न करूनही त्याचा लग्नाचा विचार बदलत नाही हे लक्षात आल्यावर आणि त्याला काढून टाकले तर भलतेच लफडे निर्माण होण्याची शक्यता दिसल्यावर, चहाच्या कंपनीने त्या दोघांची बदली थेट आसाममध्ये करून टाकली.

आता शिक्षा म्हणून ती बदली केली असली तर काही उपयोगच झाला नाही. तिथली जंगले आणि डोंगरदऱ्या यांच्या ते प्रेमातच पडले. १९३० मध्ये सुसानचा जन्म झाला. १९४३ मध्ये ब्रह्मदेश पादाक्रांत करून जपानी आसामच्या सीमेवर पोहोचले. वयाचा विचार करता टेरेन्स ग्रेन्जर सैन्यभरती टाळू शकला असता; पण त्याच्या मनात तसा विचारही आला नाही. तो स्वत:च सैन्यात भरती झाला आणि १९४५ मध्ये इरावती नदी पार करताना मरण पावला.

कंपनीकडून मिळणारे तुटपुंजे पेन्शन लक्षात घेऊन त्याच्या पत्नीने परत स्वत:च्या लोकांमध्ये आसरा घेतला. दोन वर्षांनी स्वातंत्र्य मिळता मिळता फाळणी झाली. महम्मद अली जीना यांनी उत्तरेस पाकिस्तान हे राष्ट्र निर्माण केले आणि निर्वासितांचे लोंढेच्या लोंढे दोन्ही देशांमध्ये जायला लागले.

स्वत:च्या मुलीच्या काळजीने मिसेस ग्रेन्जरने सुसानला इंग्लंडमध्ये सरे येथील हॅसलमेर इथे आर्किटेक्ट असणाऱ्या आपल्या पतीच्या धाकट्या भावाकडे पाठवून दिले. सहा महिन्यांनी उसळलेल्या दंग्यांमध्ये मिसेस ग्रेन्जर बळी पडली.

आपल्या वडिलांच्या, पूर्वी कधीही न पाहिलेल्या भूमीमध्ये, सुसान ग्रेन्जर वयाच्या सतराव्या वर्षी पोहोचली. एक वर्ष मुलींच्या शाळेत शिक्षण घेऊन तिने तीन वर्षे फार्नहॅम जनरल हॉस्पिटलमध्ये नर्स म्हणून काढली. बरोबर एकविसाव्या वर्षी ब्रिटिश ओव्हरसीज एअरवेज कॉर्पोरेशनमध्ये स्ट्युअर्डेसच्या जागेसाठी अर्ज केला. पिंगट रंगाचे केस, उन्हाने थोडी तपकिरी पडलेली सुवर्णकांती असणारी त्वचा, वडिलांसारखे निळेभोर डोळे असलेली सुसान अप्रतिम सुंदर होती.

तिचे हिंदी भाषेवरचे प्रभुत्व लक्षात घेऊन बी.ओ.ए.सी.ने तिची लंडन-मुंबई मार्गावर नेमणूक केली. त्या काळात लंडन ते मुंबई प्रवास तसा लांबचा आणि वेळ घेणारा असे. लंडन-रोम-कैरो-बसरा-बहरीन-कराची करत शेवटी विमाने मुंबईला पोहोचत. नोकरवर्ग शेवटपर्यंत तोच नसे. प्रथम दक्षिण इराकमधल्या बसरा इथे दुसरा नोकरवर्ग विमान ताब्यात घेत असे. तिथल्याच कंट्री क्लबमध्ये १९५१ मध्ये

तिची तेल कंपनीमध्ये अकाऊन्टंट असलेल्या निगेल मार्टिन याच्याशी भेट झाली. १९५२ मध्ये त्यांनी विवाह केला.

पहिल्या मुलाच्या– माईकच्या, जन्मासाठी त्यांना दहा वर्षे वाट बघावी लागली. तीन वर्षांनी टेरीचा जन्म झाला; पण या दोन्ही भावांमध्ये अजिबात साम्य नव्हते.

मरेक गुमिएनी फाइलमधले फोटो बघत होता. काळेभोर डोळे, काळे केस, उन्हाने काळवंडून झालेला नाही, तर जन्मत: असलेला गव्हाळी वर्ण. आजीकडून नातवाने मिळवलेल्या देणग्या. तो थोडासुद्धा जॉर्ज टाऊनमधल्या आपल्या प्रोफेसर भावासारखा दिसत नव्हता. त्याने गोरा रंग आणि लाल केस हे वडिलांकडून उचलले होते.

डॉ. बेन जॉली यांनी घेतलेल्या आक्षेपांची त्याला आठवण झाली. अल काईदाच्या गोटामध्ये त्यांच्या लक्षात न येता घुसायचे तर तसे दिसणे, तसे बोलणे आवश्यक होते. मरेकने भराभरा पुढली पाने उलटायला सुरुवात केली.

दोन्ही मुले अँग्लो-इराकी शाळेत शिकली होती आणि घरी त्यांचा सांभाळ करणाऱ्या फातिमाकडूनही. मिळणाऱ्या पगारातून लग्न करण्याइतकी शिल्लक राहिली की, फातिमा आपल्या जमातीमध्ये परतणार होती.

पुढे लिहिलेली छोटी गोष्ट फक्त टेरी मार्टिनकडूनच कळणे शक्य होते. दिशर्दशमधला– पांढऱ्या झग्यातला माईक बगदादच्या उपनगरामधल्या त्यांच्या घराच्या हिरवळीवर धावपळ करत होता आणि त्याच्या वडिलांचे दोस्त आनंदाने आरडाओरड करत म्हणत होते, "निगेल, अरे हा तर आमच्यापैकीच एक वाटतो."

आमच्यापैकीच एक! मरेक गुमिएनी विचार करत होता. म्हणजे अगदी त्यांच्यासारखाच! बेन जॉलीने काढलेले दोन आक्षेप तरी खोडायला हरकत नाही. तो अरब दिसत होता आणि अरब म्हणून खपून गेला असता. मग सखोल अभ्यास करून घेतला, तर प्रार्थना म्हणताना करायच्या ठरावीक कृती तो आत्मसात करू शकणार नाही?

सी.आय.ए.च्या माणसाने पुढे वाचायला सुरुवात केली. उपाध्यक्ष सद्दाम हुसेन यांनी १९७२ मध्ये परकीयांच्या ताब्यात असलेल्या तेल कंपन्यांचे राष्ट्रीयीकरण करण्यास सुरुवात केली. अँग्लो-इराक पेट्रोलियम कंपनी त्यातलीच एक. निगेल मार्टिनने कशीबशी आणखी तीन वर्षे काढली आणि कुटुंबाला घेऊन तो घरी परतला. त्या वेळी तेरा वर्षांचा माईक हेलीबरी इथल्या सीनियर स्कूलमध्ये जाण्याइतका मोठा होता.

मरेक गुमिएनी याने जरा थांबून कॉफी घ्यायचा विचार केला.

"त्याला पूर्ण शिक्षण दिलं आणि मदत दिली तर तो नक्की हे काम करू शकेल, स्टीव्ह. कुठे आहे तो सध्या?" मरेक गुमिएनी थोड्या वेळाने म्हणाला.

"त्याने त्याचं आयुष्य पॅराज आणि स्पेशल फोर्सेसमध्ये घालवलं आहे. फक्त दोन वेळेला आम्ही आमच्या कामासाठी त्याला मागून घेतलं होतं. पंचवीस वर्षांनंतर गेल्याच वर्षी त्याने निवृत्ती घेतली आणि माझ्या मते तो हे काम करू शकणार नाही."

"पण का, स्टीव्ह? आपल्याला हवी ती प्रत्येक गोष्ट त्याच्याकडे आहे."

"पण त्याच्याकडे आवश्यक ती पार्श्वभूमी नाही. आई-वडील, कुटुंब, जन्मस्थान. फक्त आत्मघातकी मिशनच्या तयारीने गेलात तरच अल काईदामध्ये प्रवेश आहे. अगदी खालच्या प्रतीचं उंदरासारखं जिणं. कुठल्या तरी नेत्रदीपक योजनेची तयारी करत असणाऱ्यांजवळ पोहोचायचं, तर मागे अनेक वर्षांचा अनुभव हवा."

बोलता बोलताच तो विचारात गढला आणि त्याने मान हलवली.

"बोल, बोल स्टीव्ह. काय सुचवतो आहेस तू?"

"काही अर्थ नाही तसा विचार करण्यात."

"मला सांगून तर बघ."

"मी 'रिंगर'चा विचार करतो आहे. त्याने कुणाची तरी जागा घ्यायची; पण ज्याची जागा घ्यायची तो माणूस जिवंत असला, तर तो अल काईदाच्या पदावर असणार. जिवंत नसला तरी त्यांना माहीत असणार. काही उपयोग नाही तसा विचार करण्यात."

"मी ही फाइल घेऊन जाऊ शकतो?"

"प्रतच आहे. फक्त तुझ्याच नजरेखाली राहील?"

"शब्द देतो मी तसा. माझ्या तिजोरीत राहील आणि मग जाळून टाकेन. ठीक आहे?"

परतल्यावर काही दिवसांनी पुन्हा लँग्लेहून फोन आला. काहीही प्रस्तावना न करता मरेक म्हणाला, "मला वाटतं विमान पकडून मी येतो पुन्हा." प्रोजेक्ट स्टिंग-रेचा शोध घेण्यासाठी डाऊनिंग स्ट्रीटमधल्या ब्रिटिश पंतप्रधानांनी आपल्या व्हाइट हाउसमधील मित्राला पूर्ण सहकार्याची हमी दिली होती, याची दोघांनाही कल्पना होती.

"काहीच हरकत नाही मरेक. काही नवीन?" स्टीव्ह हिल चक्रावून गेला होता. आधुनिक तंत्रज्ञानामुळे अशी कोणतीच गोष्ट नव्हती की, जी गुप्तपणे आणि सुरक्षितपणे काही सेकंदांच्या अवधीत सी.आय.ए.कडून एस.आय.एस.ला पोहोचली नसती. मग विमानाने यायचे कारण?

"रिंगर." गुमिएनी म्हणाला. "मला वाटतं माझ्याकडे तसा माणूस आहे. दहा वर्षांनी तरुण असला, तरी मोठा वाटतो. तशीच उंची, तेवढंच वजन, तसाच वर्ण. कट्टर अल काईदा."

"ऐकायला चांगलं वाटतंय, पण मग तो त्यांच्याबरोबर कसा नाही?"

"कारण तो आमच्या ताब्यात आहे. ग्वाटेनामो इथे. पाच वर्षं झाली."

"अरब आहे?" हिलला आश्चर्य वाटले होते. एक उच्चपदस्थ अल काईदा दहशतवादी पाच वर्षं यांच्या ताब्यात असताना त्याला काहीच माहिती कशी नव्हती?

"अरब नाही, अफगाण आहे. इझमत खान. निघतोच मी आता."

फोर्ट मीडहून परतल्यापासून आठवडा उलटत आला. टेरी मार्टिनची झोप उडाली होती. काय मूर्खासारखा बडबडून गेला होता तो! का त्याने आपले तोंड बंद ठेवले नव्हते? आपल्या भावाबद्दल नाहक बढाई मारली होती? बेन जॉलीने कुठे तोंड उघडले तर? आणि वॉशिंग्टनमध्ये तोंड उघडले की, बातमी तात्काळ सगळीकडे पसरते. सात दिवसांनी त्याने भावाला फोन लावला.

माईक आपल्या घराच्या छपरावरून शेवटच्या न फुटलेल्या अशा टाइल्स उचलत होता. मग छप्पर दुरुस्ती. आठवडाभरात एक थेंब पाणी गळणार नाही. त्याचा मोबाइल फोन वाजला. जवळच एका खिळ्याला अडकवून ठेवलेल्या जर्किनच्या खिशात तो होता. आता धोकादायक बनलेल्या छपराच्या वाशांवरून इंचाइंचाने सरकून त्याने मोबाइल फोन उचलला. स्क्रीनकडे बघितले. भावाचा फोन होता.

"हाय, टेरी!"

"माईक, मी बोलतो आहे." फोन केलेल्या माणसांना सांगायच्या आधीच त्याचा फोन आहे हे त्यांना कसे कळायचे, हे टेरीच्या कधी ध्यानात यायचे नाही. "मी गाढवपणा केला आहे माईक. क्षमा कर मला. आठवडाभरापूर्वी मी नको ते बोलून गेलो."

"कमाल झाली. काय बोललास एवढं?"

"ते सोड; पण सुटा-बुटातली माणसं भेटायला आली तर... लक्षात येतंय ना मी कुणाबद्दल बोलतो आहे ते?... तर त्यांना रस्ता दाखव. मी खरंच मूर्खासारखा बडबडलो. कोणी जर भेटायला..."

माईक मार्टिन इतक्या उंचावर होता की गल्लीतून वळून अरुंद वाटेने त्याच्या बार्नकडे येणारी काळी जॅग्वार त्याच्या सहज नजरेला आली.

"ठीक आहे टेरी," तो हळुवारपणे म्हणाला. "मला वाटतं ते येतच आहेत इकडे."

दोन गुप्तचर विभागांचे प्रमुख खुर्च्यांवर टेकले होते. मार्टिन एका मोठ्या झाडाच्या खोडावर बसला होता. अमेरिकनचा प्रस्ताव ऐकल्यावर त्याने स्टीव्ह

हिलकडे नजर वळवली.

"निर्णय फक्त तुझाच आहे माईक. आपल्या सरकारने व्हाइट हाउसला संपूर्ण सहकार्य द्यायचं कबूल केलं असलं, तरी ज्या कामगिरीवरून जिवंत परत येण्याची शक्यता नाही, अशी कामगिरी हातात घेण्यासाठी कुणावरही सक्ती केली जाणार नाही."

"ही कामगिरी अशा सदराखाली येते?"

"आम्हाला नाही तसं वाटत." मरेक गुमिएनी मध्येच बोलला. "काय चाललं आहे माहीत असणाऱ्या फक्त एकाच अल काईदा ऑपरेटरचं नाव आणि पत्ता जर आम्हाला कळला, तर तुला बाहेर काढून आम्ही पुढलं बघून घेऊ. नुसते कान उघडे ठेवले तरी..."

"पण अरब म्हणून... मला नाही वाटत, आता मी अरब असल्याची बतावणी करू शकेन. पंधरा वर्षांपूर्वी मी बगदादमध्ये झोपडीत राहणारा एक माळी म्हणून जसा काही अदृश्य होऊन राहिलो असलो, तरी सुद्धा आज...? त्या वेळी कठोर उलटतपासणीला तोंड द्यायची वेळ आली नसती. पाच वर्षं अमेरिकेच्या ताब्यात असलेल्या कुणाला ते कसे काय फितवू शकले नाहीत?"

"तुझ्यावर उलटतपासणी द्यायची वेळ येईल हे तर आम्ही गृहीतच धरतो आहोत; पण आमची कल्पना आहे की, चौकशी करण्यासाठी अल काईदाच्या उच्चपदस्थांपैकी कुणाला तरी बोलावणं धाडलं जाईल. त्याच क्षणी तू निसटायचंस आणि आम्हाला तो माणूस दाखवून द्यायचा. आम्ही तयार असू. अगदी काही यार्डांवरच."

ग्वाटेनामोच्या कोठडीत असणाऱ्या माणसाची माहिती असलेल्या फाइलवर बोटे आपटत माईक म्हणाला, "तो अफगाण आहे – तालिबान. म्हणजे पश्तून. मला पुश्तू भाषा कधीच चांगली बोलता आलेली नाही. पहिला अफगाण भेटताच माझं पितळ उघडं पडेल."

"आम्ही तुला महिनोन्‌महिने शिक्षण देणार आहोत," स्टीव्ह हिल म्हणाला. "तुला खात्री पटेपर्यंत आम्ही तुला जा म्हणणार नाही आणि अगदी शेवटच्या घटकेलासुद्धा तू नाही म्हणू शकतोस. शिवाय अफगाणिस्तानपासून तू दूर राहणार आहेस. तालिबान क्वचितच अफगाणिस्तानाबाहेर येतात. अगदी थोडं शिक्षण घेतलेल्या पश्तूनसारखं थोडंफार अरेबिक तू बोलू शकशील?"

माईकने मान डोलावली. "ते जमेल बहुतेक आणि त्या फेटेवाल्यांनी याला ओळखणाऱ्या एखाद्या अफगाण माणसालाच आणलं तर?"

दुसरे दोघे मान खाली घालून गप्प बसले. तसे झाले तर काय घडेल उघड होते. अल काईदाच्या गुहेत अशा एजंटचा पत्ता लागला तर काय होईल, हे

बोलायची दोघांचीही तयारी नव्हती. ते तसेच खाली मान घालून बसले असताना माईकने त्याच्या मांडीवरची फाइल उघडली आणि तो बघतच राहिला.

फोटो पाच वर्षं जुना असेल, छळ आणि यातनांमुळे चेहरा सुरकुतलेला असेल आणि तो वयापेक्षा दहा वर्षांनी मोठा वाटत असेल, तरी तो तोच मुलगा होता – डोंगरामधला. क्वाला-इ-जंगी इथे प्रेतवत अवस्थेत पडलेला.

"याला ओळखतो मी." माईक हळूच म्हणाला. "त्याचं नाव इझमत खान आहे."

अमेरिकन आ वासून माईककडे बघत राहिला.

"तुला कसा माहीत असणार तो? पाच वर्षांपूर्वी त्याला पकडल्यापासून ग्वाटेनामो इथे त्याला आम्ही जखडून ठेवलं आहे."

"ते माहीत आहे मला; पण अनेक वर्षांपूर्वी आम्ही तोरा बोरा इथे रशियन्सशी लढलो होतो."

त्या दोघांना आठवण झाली. मार्टिनच्या फाइलमध्ये नोंद होती. रशियन्सच्या टाचेखाली असताना मुजाहिदीनना मदत करत अफगाणिस्तानमध्ये काढलेला एक वर्षाचा काळ. योगायोगाची गोष्ट असली तरी अशक्य नव्हती. दहा मिनिटे ते त्याला इझमत खानबद्दल विचारत बसले. नंतर मार्टिनने फाइल परत केली.

"आता कसा आहे इझमत खान? कॅम्प डेल्टामध्ये तुम्हा लोकांच्या हातात पाच वर्षं काढल्यावर काय बदल झाला आहे त्याच्यात?"

लँग्लेहून आलेल्या अमेरिकनने खांदे उडवले.

"कणखर आहे तो माईक. फार फार कणखर आहे. तो मिळाला तेव्हा त्याच्या डोक्याला मोठी जखम झाली होती. जबर मानसिक धक्केही बसले असावेत. आधी आमच्या डॉक्टर्सना वाटलं तो मतिमंद वगैरे असावा, तसं नव्हतं. जखमा, प्रवास यामुळे त्याचं डोकं बहुतेक कामातून गेलं होतं. अकरा सप्टेंबरनंतरच्या डिसेंबरमधलीच गोष्ट ही. दिलेली वागणूकही... कसे शब्द वापरू... दयाळूपणाची नव्हती; पण कालांतराने आपोआपच ताळ्यावर आला तो. मग आम्ही चौकशीला सुरुवात केली."

"आणि काय सांगितलं त्यानं?"

"विशेष काही नाही. मारपीट, लालूच कशालाच बधला नाही. नुसता रोखून बघत राहतो आणि त्याच्या त्या काळ्याभोर डोळ्यांतल्या नजरेत प्रेमाचा अर्थातच अंश नसतो. म्हणून तर एकांतवासात ठेवलं आहे त्याला. इतरांकडून कळलं आहे की, तो थोडं अरेबिक बोलतो. अफगाणिस्तान आणि कुराण शिकविणाऱ्या मदरशात शिकलेलं. ब्रिटनमधले दोन अल काईदा सदस्य त्याच्याबरोबर होते. ते म्हणाले की, "त्यांनी त्याला थोडं फार इंग्लिश शिकवलं आहे. ते दोघं सुटले आहेत आता."

मार्टिनने स्टीव्ह हिलकडे रोखून बघितले.

"त्यांना पुन्हा ताब्यात घ्या आणि त्यांचा कुणाशीही संपर्क येणार नाही याची खात्री करा." हिलने मान डोलावली.

"अर्थातच. तशी व्यवस्था होईल."

मरेक गुमिएनी उठून बार्नमध्ये फिरायला लागला. मार्टिनने पुन्हा फाइल हातात घेऊन वाचायला सुरुवात केली. मग तो शेकोटीमधल्या ज्वाळांकडे बघत बसला. त्यामध्ये त्याला एक ओसाड असा भीतिदायक डोंगर दिसायला लागला. दोन माणसे, काही खडक आणि हल्ला करायच्या तयारीत असलेले रशियन हेलिकॉप्टर गनशिप. फेटा घातलेल्या मुलाने कुजबुजत विचारले, "अँग्लीज, आता आपण मरणार आहोत का?" गुमिएनी परत आला आणि त्याने शेकोटीतली लाकडे हलवायला सुरुवात केली. उफाळलेल्या ठिणग्यांत दृश्य नाहीसे झाले.

"बरंच काम काढलेलं दिसतं इथे, माईक. मला वाटलं की, तज्ज्ञांकडूनच करून घेण्यासारखं आहे. सर्व स्वतःच करतो आहेस?"

"जमेल तेवढं करतो आहे. गेल्या पंचवीस वर्षांत प्रथमच माझ्याकडे भरपूर वेळ आहे."

"पण पैसा नाही. बरोबर?"

मार्टिनने खांदे उडवले. "मला कामच हवं असेल तर बाहेर डझनावारी सिक्युरिटी एजंसीज् आहेत. केवळ इराकमुळेच व्यावसायिक अंगरक्षकांच्या संख्येत अफाट भर पडली आहे आणि तरी मागणी पुरी होत नाही. सुन्नी ट्रँगलमध्ये तुमच्यासाठी काम करताना ते एका आठवड्यात जेवढी कमाई करतात, तेवढी सैनिक म्हणून सहा महिन्यांतही करता येत नाही."

"पण त्याचा अर्थ पुन्हा धूळ, वाळू, धोका आणि लवकर प्राण गमवायची शक्यता. तू त्या सर्वांतून निवृत्त झाला आहेस ना?"

"आणि तुम्ही तरी काय देऊ केलं आहे? फ्लॉरिडा कीजमध्ये अल काईदाबरोबर मजा करायची संधी?"

मरेक गुमिएनी निदान हसला तरी. तेवढे औचित्य दाखवले त्याने.

"अमेरिकन्सवर नाना आरोप केले जात असले, तरी त्यांना मदत करणाऱ्यांच्या बाबतीत ते दानशूर असतात. मी तुझ्या बाबतीत सल्लागार म्हणून पाच वर्षं नेमणुकीचा विचार करतो आहे. वर्षाला दोन लाख डॉलर्स परदेशात द्यायची व्यवस्था. टॅक्सवाल्यांना उगीच त्रास नको. कामावर हजर राहण्याची गरज नाही आणि पुन्हा कधीही संकटात उडी टाकायची आवश्यकता नाही."

माईक मार्टिनला त्याला कायमच आवडलेल्या एका सिनेमातल्या प्रसंगाची आठवण झाली. अकाबावर हल्ला करण्यासाठी टी.इ. लॉरेन्स औदा अबू तायीला

पैसे द्यायची तयारी दर्शवतो आणि त्याला त्याचे सुप्रसिद्ध उत्तर आठवले, "ब्रिटिशांच्या सोन्यासाठी औदा अकाबावर दौडत जाणार नाही. त्याला त्यामध्ये आनंद वाटतो म्हणून तो जाईल." माईक उभा राहिला.

"स्टीव्ह, माझं घर वरपासून खालपर्यंत ताडपत्रीखाली झाकून टाकायची व्यवस्था कर. मी आता ते जसं सोडून जात आहे, तसंच ते परतल्यावर दिसलं पाहिजे."

मध्य-पूर्वेच्या कन्ट्रोलरने मान डोलावली. "काम झालं म्हणून समज."

"मी माझं किट आणतो. विशेष काही नाही. गाडीच्या डिकीत मावेल."

प्रोजेक्ट स्टिंग-रे विरुद्धची मोहीम हॅम्पशायरमध्ये सफरचंदाच्या झाडाखाली अशा तऱ्हेने सुरू झाली. दोन दिवसांनी संगणकाने रॅन्डम सिलेक्शन पद्धतीने नाव सुचवले. ऑपरेशन क्रोबार!

कोणी आव्हान दिले असते तर माईक स्वत:चे रक्षण करू शकला नसता; पण एके काळी त्याचा मित्र असणाऱ्या त्या अफगाणबद्दल नंतर माहिती देताना त्याने एक गोष्ट सांगितली नाही.

गरज पडेल तेवढीच माहिती द्यायची हा खेळ दोन्ही बाजू खेळू शकतात. एखादे वेळी त्याला तो तपशील विशेष महत्त्वाचा वाटलाही नसेल.

अरब ज्या जागेला जाजी म्हणतात त्या ठिकाणच्या एका गुहेमधल्या हॉस्पिटलमध्ये खालच्या आवाजात झालेल्या संभाषणाशी त्या गोष्टीचा संबंध होता.

■

भाग २

योद्धा

४

हॅम्पशायरमधल्या सफरचंदाच्या बागेत माईक मार्टिनने संमती देताच दोन्ही गुप्तचर प्रमुखांना धडाधड पुढील अनेक बाबी ठरवणे भाग होते. सर्वप्रथम आपापल्या राजकीय नेत्यांची संमती मिळवणे आवश्यक होते.

माईक मार्टिनची पहिली महत्त्वाची अट होती की, ऑपरेशन क्रोबारबद्दल कधीही एक डझनपेक्षा जास्त लोकांना माहिती असता कामा नये. त्याची काळजी सर्वांनाच मान्य होती.

एखादी विशेष बाब पन्नास जणांना माहीत झाली, तर एक जण तरी ती बोलणारच. मुद्दाम बोलायचे म्हणून नाही, दुष्ट हेतूने नाही, खोडकरपणा करायचा म्हणून नाही, तरी अगदी अपरिहार्यपणे घडणारी गोष्ट.

प्राणावर बेतू शकणाऱ्या भयानक संकटाशी स्वत:च्या सामर्थ्यावर विश्वास बाळगून मुकाबला करताना, आपल्याच हातून चूक घडून पकडले जाऊ नये हे लक्षात घेऊन काम करणे, ही मनावर जबरदस्त दडपण आणणारी गोष्ट आहे. अनवधानाने कुणी आपल्याला चुकूनही अडकवणार नाही अशी आशा बाळगणे हेदेखील तितकेच कठीण असते आणि सर्वांत शेवटी एखाद्या बारमध्ये केवळ एखादा मूर्ख माणूस दारूच्या नशेत आपल्या मैत्रिणीकडे बढाई मारत असताना नको त्या माणसाला नको ते ऐकू गेल्याने पकडले जाऊन, भयानक छळ होऊन भीषण मृत्यू ओढवतो आहे, यासारखे झोप उडवणारे दुसरे दु:स्वप्न तर असूच शकत नाही. मार्टिनची अट म्हणूनच तात्काळ मान्य झाली होती.

वॉशिंग्टनमध्ये जॉन नेग्रोपोन्टेने मरेक गुमिएनीला शब्द दिला की, सर्व माहिती फक्त त्याच्या एकट्याकडेच राहील. त्याने योजनेलाही संमती दिली. स्टीव्ह हिलने ब्रिटिश सरकारच्या एका माणसाबरोबर जेवण घेतले आणि अगदी तशीच संमती मिळवली, म्हणजे चार माणसे झाली.

गुमिएनी काय किंवा हिल काय, दोघांनाही ठाऊक होते की, दिवसाचे चोवीस तास ते याच एका प्रकरणावर घालवू शकत नाहीत. फक्त याच बाबीवर लक्ष ठेवण्यासाठी प्रत्येकाला एका एक्झिक्युटिव्ह ऑफिसरची गरज होती. मरेक गुमिएनीने सी.आय.ए.च्या काऊन्टर टेररिझम डिव्हिजनच्या एका अरेबिस्टची निवड केली. मायकेल मॅक्डोनाल्डने हातातली सर्व कामे सोडली, कुटुंबाला सांगितले की काही

कामासाठी तो इंग्लंडला निघाला आहे आणि त्याने विमान पकडले.

स्टीव्ह हिलने मध्य पूर्वेतल्या घडामोडींवर लक्ष देणाऱ्या गॉर्डन फिलिप्सला मदतीला घेण्याचे ठरवले. एकमेकांचा निरोप घेण्यापूर्वी दोन्ही प्रमुखांनी ठरवले की, क्रोबारबद्दलच्या प्रत्येक संदर्भाबद्दल एक कव्हर स्टोरी बनवायची. वरचे दहा लोक सोडले तर कुणाला कळणार नाही की, एका पश्चिमी एजंटचा अल काईदामध्ये शिरकाव करायचा प्रयत्न चालू आहे.

या दोन एक्झिक्युटिव्ह ऑफिसर्सच्या बाबतीत लँग्ले आणि वॉक्सहॉल क्रॉस इथे बातमी पसरली की, त्यांच्या करिअरच्या संदर्भात नवीन अभ्यासासाठी ते जात आहेत आणि निदान सहा महिने तरी त्यांच्या मूळ जागी परत येणार नाहीत.

आता सहकार्याने काम करणार असलेल्या त्या दोघांची स्टीव्ह हिलने गाठ घालून दिली. क्रोबार योजना म्हणजे नक्की काय करायचा प्रयत्न आहे याची कल्पना देताच मॅक्डोनाल्ड आणि फिलिप्स एकदम गप्प गप्प झाले. थेम्स नदीजवळच्या मुख्यालयातील ऑफिसेसऐवजी 'फर्म'कडे असलेल्या अनेक 'सुरक्षित' घरांपैकी एका घरामध्ये त्यांची सोय केली.

आपापले सामान काढून ते ड्रॉईंग रूममध्ये आल्यावर त्याने दोघांसमोर एक एक जाड फाइल टाकली.

"योजनेवर काम करण्यासाठी जागा उद्यापासून शोधू. हे सर्व लक्षात ठेवायला तुम्हाला चोवीस तास आहेत. हा माणूस 'आत' जाणार आहे, तो निघणार असेल त्या दिवसापर्यंत तुम्ही त्याच्याबरोबर काम करणार आहात आणि नंतर त्याच्यासाठी." स्टीव्ह हिल त्यांना म्हणाला. त्याने आणखी एक छोटी फाइल कॉफी टेबलवर ठेवली. "तो या माणसाच्या ऐवजी जाणार आहे. आपल्याकडे त्याच्याबद्दल एवढीच माहिती आहे. ग्वाटेनामोमध्ये शेकडो तास कसून चौकशी केल्यावरही अमेरिकन्स यापेक्षा जास्त माहिती मिळवू शकलेले नाहीत. तीही लक्षात ठेवा."

तो निघून गेल्यावर त्यांनी कॉफी मागवली आणि फाइल्स वाचायला सुरुवात केली.

१९७७ च्या उन्हाळ्यात पंधरा वर्षांचा शाळेतला विद्यार्थी असताना माईक मार्टिन फार्नबरो एअर शोला गेला आणि प्रेमात पडला. बरोबर असलेला त्याचा धाकटा भाऊ आणि वडील लढाऊ विमाने, बॉम्बफेकी विमाने, नवीन तऱ्हेच्या विमानांच्या प्रोटोटाईप्सची पहिलीच उड्डाणे, विमानांच्या कसरती वगैरे पाहून थक्क झाले; पण माईकच्या दृष्टीने सर्वांत नेत्रदीपक चमत्कार पॅराशूट रेजिमेंटच्या रेड डेव्हिल्सनी केला होता. खूप उंचीवर असणाऱ्या, ठिपक्याएवढ्या दिसणाऱ्या विमानातून उड्या ठोकून नंतर पॅराशूटच्या साहाय्याने अगदी छोट्याशा जागेत ते बरोबर येऊन उतरले होते. आपल्याला काय करायचे आहे हे त्या क्षणी त्याच्या

ध्यानात आले.

१९८० मध्ये हेलीबरी इथल्या उन्हाळ्यातल्या आपल्या शेवटच्या सत्रानंतर त्याने पॅराजना एक पत्र लिहिले. आल्डरशॉट इथल्या रेजिमेन्टल डेपोमध्ये सप्टेंबर महिन्यात त्याला मुलाखतीचे बोलावणे आले. तिथे पोहोचल्यावर त्याला एक जुने डाकोटा विमान दिसले. अशाच विमानातून त्याच्या पूर्वजांनी आर्नहेम येथील ब्रिज जिंकण्यासाठी उड्या मारल्या होत्या. एका सार्जंटने येऊन नुकतीच शाळा संपलेल्या पाच मुलांना मुलाखतीसाठी घेऊन जाईपर्यंत त्याचे लक्ष त्या डाकोटावर खिळले होते.

त्याच्या शाळेच्या दृष्टीने तो तसा सर्वसामान्य विद्यार्थी होता. (पॅराज ती माहिती नेहमीच बघत.) पण मैदानी खेळांमध्ये उत्कृष्ट. ठीक आहे, पॅराजना अडचण दिसली नाही. त्यांनी त्याला स्वीकारले. ऑक्टोबरच्या शेवटी सुरू होणारे बावीस आठवड्यांचे प्रशिक्षण एप्रिल १९८१ पर्यंत चालू राहिले असते.

पहिले चार आठवडे साध्यासुध्या शस्त्रांचे शिक्षण, शारीरिक धडधाकटपणा यावर भर होता. पुढले दोन आठवडे याबरोबरच फर्स्ट एड, सिग्नल्स आणि न्यूक्लिअर, बॅक्टेरिऑलॉजिकल, केमिकल युद्धात स्वतःचे संरक्षण या शिक्षणात गेले.

सातव्या आठवड्यात शारीरिक शिक्षणावर भर होता. आठव्या-नवव्या आठवड्यात भर थंडीत वेल्समधल्या ब्रेकॉन रेंजवर सहनशीलतेचा अंत बघणाऱ्या कवायती करायला लावण्यात आल्या. जीवघेणी थंडी, दमछाक, थंडगार पाणी यांना तोंड देता देता दणकट माणसांनीही या रेंजवर प्राण गमावले आहेत. भरती होण्याची इच्छा असलेल्यांचा आकडा थोडा कमी झाला.

दहाव्या आठवड्यात केन्टमधल्या हाईथ इथे गोळीबाराचा सराव. नुकतेच एकोणीसावे वर्ष लागलेल्या मार्टिनची नेमबाज म्हणून ओळख व्हायला लागली.

अकरावा आणि बारावा आठवडा कसोटीचे आठवडे. हातात झाडाची खोडे घेऊन वाळूच्या टेकड्या धावत चढायच्या-उतरायच्या. चिखल, पाऊस, गारा यांच्याकडेही लक्ष द्यायचे नाही.

"हेच कसोटीचे आठवडे? मग बाकी आठवडे कसले होते?" फिलिप्स पुटपुटला

या आठवड्यांनंतर हवीहवीशी वाटणारी लाल बिरेट आतापर्यंत तग धरलेल्या तरुणांना मिळाली. पुढले तीन आठवडे ब्रेकॉन्स इथेच युद्धसदृश व्यायामप्रकार, गस्त घालणे, खऱ्या दारूगोळ्याचा वापर. तोपर्यंत जानेवारी संपत आला. ब्रेकॉन रेंजवर भयानक गारठा होता. वातावरणही अगदी अनुत्साही; पण हे सर्वजण शेकोटीशिवाय झोपत होते, ओले होत होते, गारठून जात होते.

सोळा ते एकोणीस आठवडे जे शिक्षण होते, त्याच्याच मोहात पडून तर मार्टिन

इथपर्यंत पोहोचला होता. अबिंग्डन इथल्या आर.ए.एफ.च्या विमानतळावरचा पॅराशूट कोर्स. शेवटी 'विंग्ज परेड'. पॅराटूपरच्या पोशाखावर 'विंग्ज' लावले गेले. त्या रात्री आल्डरशॉट इथल्या १०१ क्लबवर जोरदार पार्टी झाली.

नंतर आणखी दोन आठवडे 'लास्ट फेन्स' या नावाने ओळखले जाणारे मोकळ्या मैदानातले व्यायामप्रकार, परेड ग्राऊंडवरचे कौशल्य. बाविसाव्या आठवड्यात पास-आऊट परेड. आपली तरुण मुले आश्चर्यकारकपणे सैनिकात बदललेली विस्फारलेल्या डोळ्यांनी बघणारे आई-वडील.

प्रायव्हेट माईक मार्टिन अधिकारी बनण्यास अगदी योग्य आहे याची नोंद खूप आधीपासून झाली होती. एप्रिल १९८१ मध्ये सॅन्ढर्स्ट येथे रॉयल मिलिटरी अकॅडमीमध्ये तो एका छोट्या कोर्ससाठी पोहोचला. डिसेंबरमध्ये सेकंड लेफ्टनंट बनून बाहेर आला. आता आपल्याला उज्ज्वल भवितव्य आहे अशी जर त्याची समजूत झाली असली, तर ती मात्र चुकीची ठरली.

पॅराशूट रेजिमेंटमध्ये तीन बटालियन्स असतात. मार्टिनची नेमणूक थ्री पॅरामध्ये झाली. प्रत्येक नऊ वर्षांतली तीन वर्षे किंवा तीन टूर्समधल्या एका टूरवर पॅराशूटिंगसाठी लॉरीजमधून साध्या पायदळाच्या तुकड्यांसारखे जाणे भाग असते.

मार्टिन रिक्रूट प्लॅटूनचा 'प्लॅटून कमांडर' बनला. त्याने जे हाल सहन केले होते तेच आता तो या नवीन भरती झालेल्या सैनिकांना भोगायला लावत होता. दूरवरच्या एका सद्गृहस्थाने काही केले नसते तर तीन वर्षे त्याने अशीच घालवली असती. त्याचे नाव होते लिओपोल्ड गॉल्टिएरी. २ एप्रिल १९८२ रोजी अर्जेंटिनाच्या या हुकूमशहाने फॉकलंड बेटांवर आक्रमण केले. थ्री पॅरा बटालियनला सज्ज राहण्याच्या आज्ञा मिळाल्या.

संतापलेल्या मार्गरिट थॅचरने आठवडाभरात पाठवलेला टास्क फोर्स अटलांटिकच्या पार दुसऱ्या टोकाकडे निघाला. खवळलेला समुद्र, कोसळणारा पाऊस आणि भयानक थंडी त्यांची वाट पाहत होती.

हा दक्षिण प्रवास *कॅनबेरा* या मोठ्या जहाजावरून होत होता. पहिला स्टॉप असेन्शन बेटावर. दूरवरचे मुत्सद्दी गॉल्टिएरीने फॉकलंड सोडावे म्हणून किंवा मार्गरिट थॅचरने तरी युद्ध सुरू करू नये म्हणून प्रयत्न करत होते. धो धो वारा वाहणाऱ्या असेन्शन बेटावर ते थोडा काळ थांबले. गॉल्टिएरी किंवा थॅचर दोघांनाही माघार घेणेच शक्य नव्हते. कुणीही माघार घेतली असती तर सत्ता गमावली असती. तेव्हा एकुलत्या एक विमानवाहू *रॉयल आर्क* या जहाजामागून कॅनबेरा*ही* पुढे निघाले. हल्ला अटळ आहे दिसल्यावर मार्टिन आणि त्याच्या टीमला हेलिकॉप्टरने *कॅनबेरावरून* उचलून घेतले आणि किनाऱ्यावर जाणाऱ्या लॅन्डिंग क्राफ्टवर सोडले. त्या वादळी रात्री तसेच दुसरे सी-किंग हेलिकॉप्टर समुद्रात कोसळले आणि स्पेशल एअर

सर्व्हिस रेजिमेंटचे एकोणीस जण बुडाले. कोणत्याही काळात एस.ए.एस.ने एका रात्रीत गमावलेली जास्तीत जास्त माणसे.

उरलेल्या थ्री पॅराजमधल्या सैनिकांना आणि बरोबरच्या तीस जणांना घेऊन मार्टिन सान कार्लोस वॉटरवर उतरला. पोर्ट स्टॅन्ले या राजधानीच्या शहरापासून दूरची जागा असल्याने त्यांना प्रतिकार झाला नाही. पावसातून, चिखलातून, दलदलीतून ते राजधानीच्या दिशेने निघाले.

एका माणसाच्या वजनाएवढे सामान प्रत्येकाच्या रकसॅकमध्ये होते. अर्जेंटिनाचे स्काय-हॉक दिसले की चिखलातच स्वत:ला झोकून द्यायचे; पण विमानांचे खरे लक्ष ब्रिटनच्या जहाजांकडे होते, चिखलातल्या माणसांकडे नाही. ती जहाजे बुडवली तर किनाऱ्यावर उतरलेली माणसे जाणार कुठे?

खरा शत्रू होता बर्फासारखा थंडगार पाऊस, सहन होत नव्हती अशी थंडी. मार्गामध्ये कुठे एक झाडसुद्धा दिसत नव्हते, निदान माऊन्ट लॉंग्डनला पोहोचेपर्यंत.

एका शेतात थ्री पॅराजचे सैनिक थांबले. त्यांच्या देशाने ज्या कामगिरीवर सात हजार मैल दूर त्यांना पाठवले होते, त्याची तयारी करायला लागले. ती ११-१२ जूनची रात्र होती.

रात्री कळू न देता, आवाज न करता, अवचितपणे हल्ला चढवायची योजना होती; पण कॉर्पोरल मिल्नचा पाय एका सुरुंगावर पडला आणि सगळा गोंधळ माजला. अर्जेंटिनाच्या मशिनगन्स धडधडायला लागल्या आणि प्रकाशगोळ्यांनी सगळ्या टेकड्या आणि दऱ्यांमध्ये रात्रीचा दिवस करून टाकला. थ्री पॅराज एक तर मागे पळून आडोसा शोधू शकले असते, नाहीतर त्या गोळीबाराची पर्वा न करता हल्ला करून लॉंग्डन जिंकू शकले असते. त्यांनी लॉंग्डन जिंकले; पण तेवीस जणांनी प्राण गमावले. चाळीसच्या वर जखमी झाले.

आजूबाजूने सटासट गोळ्या जाताना, त्याचे सहकारी खाली कोसळत असताना प्रथमच मार्टिनच्या जिभेवर एक चमत्कारिक चव रेंगाळायला लागली. भीतीची चव!

पण मार्टिनला काही झाले नाही खरे. त्याच्या प्लॅटूनमधल्या तीस जणांपैकी एक सार्जंट आणि तीन कार्पोरल्स धरून सहा जण मरण पावले आणि नऊ जखमी.

डोंगरमाथ्यांचे रक्षण करणारे अर्जेंटिनाचे सैनिक म्हणजे सक्तीने भरती केलेले रिक्रूट होते. पंपाज्‌मधली तरुण मुले होती. श्रीमंत माणसांची पोरे सैन्यभरती टाळू शकत. त्यांना त्या थंडीतून, पावसातून, चिखलातून घरी परतायचे होते. आपले बन्कर्स, फॉक्सहोल्स सोडून त्यांनी पोर्ट स्टॅन्लेचा रस्ता धरला.

पहाटे वायरलेस रिजवर उभे राहून पूर्वेकडे असलेल्या शहराकडे बघत असताना सूर्य उगवला. आपल्या पूर्वजांच्या देवांची आठवण तो पार विसरून गेला होता. त्यांच्याकडे दुर्लक्ष केले होते. त्याने प्रार्थना केली, देवाचे आभार मानले. पुन्हा

कधीही त्याचा विसर पडणार नाही अशी प्रतिज्ञा केली.

दहा वर्षांचा माईक मार्टिन बगदादच्या सादुन या उपनगरात वडिलांच्या बागेमध्ये धावपळ करत इराकी पाहुण्यांना हसवत असताना, हजारो मैलांवर दुसरा एक मुलगा जन्म घेत होता.

पेशावर-जलालाबाद रस्त्यावर रस्त्याच्या पश्चिमेला स्पिन घरची पर्वतराजी आहे. या पांढऱ्या डोंगरांना तोरा बोराची गगनभेदी शिखरे साथ देत उभी आहेत.

दोन देशांना दुभागणारी ही पर्वतराजी अत्यंत दुर्गम, ओसाड, थंडगार आहे. शिखरांवर कायम बर्फ असतो. हिवाळ्यात सर्वच बर्फाने झाकून जाते.

स्पिन घर अफगाणिस्तानात मोडते. समोरचे साफेदकोहचे डोंगर पाकिस्तानच्या बाजूला येतात. पर्वतांवरचे पावसाचे पाणी आणि वितळणाऱ्या बर्फाचे पाणी असंख्य ओढ्यांमधून जलालाबादच्या सपाट प्रदेशात पोहोचते. तिथल्या छोट्या छोट्या भागात आणि दऱ्याखोऱ्यांत पिके काढता येतात, फळबागा उठवता येतात. शेळ्यामेंढ्यांचे कळप बाळगता येतात.

अत्यंत कष्टाचे आयुष्य. दऱ्याखोऱ्यांत दूर दूरवर छोट्या छोट्या गटांनीच लोक जगू शकतात. इथे जन्माला येणारे लोकही तसेच दणकट, निर्भय. ब्रिटिश साम्राज्य यांना ओळखून होते, घाबरून होते. पठाण म्हणत या लोकांना, आता पश्तून म्हणतात. त्या काळात खडकाआडून ते आपल्या लांब बंदुकींमधून गोळीबार करत. प्रत्येकजण उत्कृष्ट नेमबाज असे.

डोंगराळ प्रदेशात राहणारे हे कट्टर लढवय्ये पठाण आणि अत्यंत खर्चिक असे शिक्षण घेतलेले ब्रिटिश सेनाधिकारी यांच्यामधल्या लढायांच्या आठवणी जागृत करताना ब्रिटिश साम्राज्याच्या काळातला कवी रुडयार्ड किपलिंग याने फक्त चार ओळींत म्हटले आहे–

A scrimmage in a border station –
A canter down some dark defile –
Two thousand pounds of education
Drops a ten-rupee jezail...

१९७२ मध्ये तिथल्या एका दरीत मालोको झाई नावाचे एक छोटे खेडेगाव होते. प्रत्येक खेडेगावाचे नाव कुठल्या तरी जुन्या योद्ध्याचे असे. त्या खेडेगावात भिंती घातलेली फक्त पाच बंदिस्त आवारे होती. पाच कुटुंबांच्या पाच वस्त्या. प्रत्येक मोठ्या कुटुंबात निदान वीस तरी माणसे होती. त्या गावचा प्रमुख– मुखिया होता नूरी खान. त्याच्याच आवारामध्ये शेकोटीभोवती, एका संध्याकाळी सर्व पुरुषमंडळी दूध, साखर न घातलेल्या चहाचे घुटके घेत बसली होती.

कंपाऊंडच्या भिंतींना लागून घरे आणि गोठ्याच्या जागा असत. सूर्य पश्चिमेला खाली उतरायला लागला, दऱ्याखोऱ्यात अंधार पडायला लागला आणि उन्हाळ्यातली रात्रही गार पडायला लागली.

स्त्रियांच्या भागातून मधून मधून हळू आवाजात ओरडणे ऐकू येत होते. मध्येच आवाज मोठा झाला की गप्पागोष्टी बंद पडत. बातमी मिळण्याची वाट बघितली जाई. नूरी खानच्या पत्नीला चौथे मूल होणार होते. नूरी खान अल्लाची प्रार्थना करत होता की, त्याला आता दुसरा मुलगा मिळावा. लहानपणी शेळ्यामेंढ्यांचे कळप बाळगायला आणि तरुण झाल्यावर गरज असेल तेव्हा कंपाऊंडचे संरक्षण करायला मुले हवीतच. नूरी खानला एक आठ वर्षांचा मुलगा आणि दोन मुली होत्या.

अंधार पडला. काळ्या दाढ्या आणि गरुडासारखी नाके असणाऱ्या चेहऱ्यांवर शेकोटीतला प्रकाश नाचत असताना लगबगीने एक सुईण आली आणि नूर खानच्या कानाला लागली. त्याच्या महोगनीसारख्या लालसर तपकिरी चेहऱ्यावर हसू फुटले.

"अल्ला हो अकबर! मुलगा झाला मला!!" तो ओरडला. त्याचे पुरुष नातेवाईक आणि शेजारी एकदम उभे राहिले. आकाशाच्या दिशेने रायफली झाडल्या गेल्या. अभिनंदन, एकमेकांना मिठ्या, परमदयाळू अल्लाचे मुलगा दिल्याबद्दल आभार.

"काय हाक मारायची त्याला?" जवळच्या वस्तीतल्या गुराढोरांचे कळप बाळगणाऱ्या शेजाऱ्याने विचारले.

"मी त्याला इझमत म्हणणार– माझ्या आजोबांचे नाव. अल्ला त्यांच्या आत्म्याला शांती देवो!" नूरी खान म्हणाला. काही दिवसांनी नाव ठेवण्यासाठी आणि सुंता करण्यासाठी इमाम आला तेव्हा तेच नाव ठेवण्यात आले.

बालपणी इतरांपेक्षा वेगळ्या तऱ्हेने त्याला वाढवले नव्हते. जेव्हा धडपडायला हवे तेव्हा तो धडपडला. जेव्हा धावता यायला लागले तेव्हा तो जास्तीत जास्त जोराने धावायला लागला. बहुतेक मुलांप्रमाणे मोठी मुले करतील त्याच गोष्टी त्याला कराव्याशा वाटत. वयाच्या पाचव्या वर्षी उन्हाळ्यामध्ये उंचावरच्या कुरणात कळप घेऊन जाताना मदत करण्याची जबाबदारी त्याच्यावर सोपवली गेली. स्त्रिया हिवाळ्यासाठी जळाऊ लाकडे तोडताना कळपावर लक्ष ठेवायचे.

स्त्रियांनी भरलेल्या घरातून कधी बाहेर पडतो, असे त्याला झाले होते. शेवटी जेव्हा पुरुषांबरोबर शेकोटीभोवती बसायची परवानगी त्याला मिळाली, तो दिवस तर आजपर्यंतच्या त्याच्या आयुष्यातला अत्यंत अभिमानाचा दिवस होता. लाल कोट घालणाऱ्या ॲंग्लीजचा पश्तूननी कसा पराभव केला; या दीडशे वर्षांपूर्वीच्या कथा जशा काही कालच घडल्या होत्या, अशा तऱ्हेने मोठी माणसे सांगताना तो ऐकत असे.

त्याचे वडील गावातले सर्वांत श्रीमंत गृहस्थ होते. श्रीमंती अर्थातच एकाच तऱ्हेने ठरवली जायची. गाई किती, मेंढ्या किती आणि बकऱ्या किती. अत्यंत काळजीपूर्वक आणि खूप कष्ट घेऊन कळपांचा सांभाळ केला तर दूधदुभते, मांस, कातडी यांची रेलचेल असे. जमिनीच्या छोट्या तुकड्यांवर धान्य पेरले की, पाव आणि लापशी यांची सोय होई. अक्रोड, तुती आणि इतर फळबागांतून फळे आणि तेल मिळे.

गाव सोडायची आवश्यकता भासायची नाही. वयाची पहिली आठ वर्षे इझमत खान एकदाही गावाबाहेर पडला नाही. पाच कुटुंबांत मिळून एक मशीद होती. शुक्रवारी सर्वजण एकत्र प्रार्थना करत. इझमतचे वडील श्रद्धाळू होते; पण खूप धार्मिक वगैरे नव्हते. कट्टर धर्मवेडे तर अजिबातच नव्हते.

अफगाणिस्तान स्वत:ला डेमोक्रॅटिक रिपब्लिक म्हणवायचा. चुकीचेच नाव. सरकार कम्युनिस्ट होते, रशियाच्या पाठिंब्यावर टिकलेले. धर्माचा विचार केला तर विचित्रच गोष्ट. अफगाणिस्तानच्या डोंगराळ अंतर्भागातली जनता श्रद्धाळू, मुस्लीम होती. नास्तिक असणे म्हणजे देवावर विश्वास नाही. ते त्यांना मंजूर होणे शक्य नव्हते.

शहरामध्ये राहणारे अफगाण परंपरेनेच सहिष्णु होते. कट्टर धर्मवेड त्यांच्यावर नंतर लादण्यात आले. स्त्रिया शिकलेल्या असत. बुरखा घालायची सक्ती नव्हती. संगीत आणि नृत्य यांना नुसती परवानगी होती असे नाही, तर ती त्यांच्या जीवनाचा अविभाज्य भाग होती. गुप्त पोलीस राजकीय विरोधकांच्या मागे लागत. धर्माचे कट्टरपणे पालन होत आहे की नाही बघण्यासाठी नाही.

मालोको झाई या खेडेगावाचा बाहेरच्या जगाशी संबंध भटक्या जमाती आणि रेडिओमुळे येई. खैबर खिंडीमधून जाणाऱ्या ग्रेट ट्रंक रोडवर गस्ती पथके, चेकनाकी, सरहद्दीवर बॉर्डर गार्ड्स असत. खेचरांवर चोरटा माल घेऊन पाकिस्तानात जाणाऱ्या कुची जमातीचे भटके लोक म्हणून आडबाजूच्या रस्त्याने प्रवास करत आणि तो रस्ता या खेडेगावावरून जाई. जुनापुराणा असला तरी रेडिओ एक मौल्यवान वस्तू होती. तो काय काय आवाज काढे, पण शेवटी त्यांना कळणाऱ्या पश्तून भाषेत शब्द बाहेर पडत. बी.बी.सी.ची पुश्तू भाषेतली सर्व्हिस. कम्युनिस्ट नसलेल्या दृष्टिकोनातून जगाची माहिती मिळे. तसे शांतपणे गेलेले बालपण आणि मग रशियन्स आले.

मालोको झाई या खेडेगावाला चूक कोणाची माहीत नव्हते. मॉस्कोच्या इशाऱ्यावर चालणाऱ्या कम्युनिस्ट अध्यक्षांना नीट राज्य करता आले नाही, हे मॉस्कोला पसंत नव्हते. गावातल्या लोकांना यातले काही कळत नव्हते आणि खरे तर पर्वाही नव्हती; पण मग रशियन सैन्य उझबेकिस्तानातील अमू दर्या नदी पार करून सलांग

पास ओलांडून थेट काबूलवर चाल करून आले आणि त्यांनी शहर ताब्यात घेतले. अजून तरी या युद्धाला इस्लाम विरुद्ध निरीश्वरवाद असे स्वरूप प्राप्त झाले नव्हते; पण हा अपमान झाला होता.

इझमत खानचे शिक्षण तुटपुंजे होते. अरेबिक भाषेत असल्या आणि त्याला कळत नसल्या, तरीही प्रार्थनेसाठी आवश्यक इतक्या कुराणातल्या काव्यपंक्ती तो शिकला होता. इमामचे गावात कायम वास्तव्य नसे. नूरी खानच प्रार्थना म्हणून घेई. गावातल्या मुलांना लिहा-वाचायला शिकवी. पश्तून आयुष्य कसे असावे याचे साधे नियम सांगे. सन्मानाने जगणे, आतिथ्यशील वागणे आणि अपमानाचा पुरेपूर बदला घेणे. बस्स. साधेसुधे अलिखित नियम आणि मॉस्कोने त्यांचा अपमान केला होता.

रशियनांना प्रतिकार प्रथम डोंगराळ भागात सुरू झाला. ते स्वत:ला मुजाहिदीन (देवाचे लढवय्ये) म्हणवून घ्यायला लागले; पण काय करायचे, नेता कोण असेल याचा विचार करण्यासाठी त्यांना एक व्यासपीठ– 'शूरा' हवं होतं.

त्यांना शीतयुद्धाची माहिती नव्हती; पण रशियनांचे शत्रू असणारे सामर्थ्यवान मित्र आपल्याला आहेत असे त्यांना सांगण्यात आले. अगदी योग्य, पटणारी गोष्ट. माझ्या शत्रूचा शत्रू तो... त्यांतला पहिला मित्र होता पाकिस्तान, शेजारचा देश. कट्टर इस्लामी हुकूमशहा झिया उल् हकचा देश. एके काळचे शत्रू असलेल्या वेगळ्या धर्माच्या अमेरिकेशी आणि अँग्लीजशी त्याची मैत्री होती.

माईक मार्टिनने लढाईत भाग घेतला होता आणि त्याला ते आवडले होते. त्याने आय.आर.ए. विरुद्ध उत्तर आयर्लंडमध्ये एक टूर केली, अत्यंत वाईट परिस्थितीत. कधी पाठीत गोळी बसली असती तर कळलेही नसते. गस्त आणि पहारा यांना कंटाळला तो. त्याने जरा इतर संधींचा अभ्यास केला. १९८६ मध्ये एस.ए.एस.मध्ये अर्ज केला.

एस.ए.एस.मध्ये बरेच जण पॅरामधून आलेले असत. त्यांच्याच धर्तीचे प्रशिक्षण, युद्धात त्याच तऱ्हेची जबाबदारी. रेजिमेंटच्या हिअरफोर्ड इथे त्याचा अर्ज पोहोचल्यावर त्याचे अरेबिकचे ज्ञान ध्यानात आले. सिलेक्शन कोर्सला बोलावणे आले.

अत्यंत धडधाकट माणसांची निवड करूनच आम्ही त्यांना प्रशिक्षण देतो असा एस.ए.एस.चा दावा असतो. इतर सर्वांबरोबर त्याने पहिल्या सहा आठवड्यांचा कोर्स पूर्ण केला. पॅराज, पायदळ, घोडदळ, चिलखती दले, तोफखाना विभाग, इंजिनिअर्स अशी सर्वांकडून आलेली माणसे होती. इतर खास युनिट्समधले स्पेशल बोट स्क्वॉड्रन त्यांची भरती मरीन्सना प्राधान्य देऊन करत.

एकच एक ध्येय समोर ठेवून बनवलेला साधा कोर्स. पहिल्याच दिवशी हसऱ्या चेहऱ्याच्या सार्जंट इन्स्ट्रक्टरने त्यांना सांगितले, "या कोर्समध्ये आम्ही शिक्षण वगैरे

द्यायचा प्रयत्नसुद्धा करत नाही. आम्ही तुम्हाला ठार मारायचा प्रयत्न करतो.''

आणि ते खरोखरच तसा प्रयत्न करायचे. हा पहिला साधा कोर्स फक्त दहा टक्के लोक पार करू शकत; पण नंतर वेळ वाचतो. मार्टिन पास झाला. मग सारखेच शिक्षण सुरू झाले. बेलीझमध्ये जंगल ट्रेनिंग – मग परत इंग्लंडमध्ये कसून चौकशीला तोंड देण्याचा सराव – आणि तोंड देणे याचा अर्थ अत्यंत भयानक छळ केला तरी तोंड न उघडणे असा होता. निदान एक गोष्ट चांगली होती – प्रत्येक तासाला भरतीसाठी आलेल्या रिक्रूटला किंवा रेजिमेंटला आपापल्या युनिटला परत जाण्याचा – पाठविण्याचा – हक्क होता.

१९८६ चा उन्हाळा संपता संपता मार्टिन २२ एस.ए.एस.मध्ये कॅप्टनच्या हुद्द्यावर ट्रुप कमांडर बनला. त्याने ए स्क्वॉड्रनची निवड केली. अर्थात पॅराज तेच निवडणार.

पॅराजना अरेबिकचा उपयोग नसला तरी एस.ए.एस.ला होता. अरब जगताशी त्यांचा खूप काळापासून जवळचा संबंध आहे. पश्चिमी वाळवंटामध्ये १९४१ मध्ये त्याची सुरुवात झाली आणि अरेबियाचे नाते कधीच तुटलेले नाही.

विनोदाने म्हटले जाते की सैन्यदलाचे फायद्यात असलेले असे हे एकुलते एक युनिट आहे. अगदी पूर्ण सत्य नसले... तरी खरे आहे. अंगरक्षक म्हणून किंवा अंगरक्षकांना शिक्षण देण्यासाठी म्हणून एस.ए.एस.च्या लोकांना खूप मागणी आहे. आपापल्या सुरक्षारक्षकांना शिकवण्यासाठी अरेबियातले सुलतान आणि अमीर एस.ए.एस.च्या टीम्स बोलावतात. त्यासाठी भरपूर पैसा मोजतात. मार्टिनची पहिली नेमणूक रियाधच्या सौदी नॅशनल गार्डबरोबर होती; पण १९८७ च्या उन्हाळ्यात त्याला परत बोलावण्यात आले.

''मला असले प्रकार आवडत नाहीत.'' रेजिमेंटच्या हिअरफोर्ड इथल्या मुख्यालयातील स्टर्लिंग लाइन्स येथील आपल्या कार्यालयात कमांडिंग ऑफिसर मार्टिनला सांगत होता. ''अजिबात आवडत नाहीत; पण तुझी ती अरेबिक आहे ना... त्या हिरव्या सरपटणाऱ्या...''

लढाऊ युनिट्स इन्टेलिजन्समधल्या लोकांबद्दल 'प्रेमाने' बोलताना असाच काही तरी शब्दप्रयोग वापरतात. त्यांना अर्थात एस.आय.एस. म्हणायचे होते – फर्म.

''पण त्यांच्याकडे त्यांची अरेबिक बोलणारी माणसं नाहीत का?''

''नसायला काय झालं? अनेक आहेत; पण प्रश्न फक्त अरेबिक बोलायचा नाही आणि अरेबियाचाही नाही. त्यांना अफगाणिस्तानमध्ये रशियाविरुद्ध लढणाऱ्या मुजाहिदीनबरोबर काम करण्यासाठी कुणाला तरी पाठवायचं आहे.''

पाकिस्तानच्या लष्करी हुकूमशहाने जाहीर केले होते की, पाश्चिमात्य राष्ट्रांच्या

कुठल्याही सैनिकाला अफगाणिस्तानमध्ये घुसण्यासाठी पाकिस्तानच्या भूमीचा वापर करू दिला जाणार नाही. तो स्पष्ट म्हणाला नसला तरी मुजाहिदीनना पोहोचवायची अफाट अमेरिकन मदत त्याला हवी तशी, हवी तेव्हा आणि हवी त्या ठिकाणी पाकिस्तानच्या आय.एस.आय.च्या – मिलिटरी इन्टेलिजन्सच्या माध्यमातून पोहोचवायची होती. एखादा अमेरिकन किंवा ब्रिटिश सैनिक पाकिस्तानमधून घुसावा आणि रशियन्सकडून पकडला जाऊन त्याची जाहीर धिंड निघावी हे त्याला अजिबात नको होते.

मधल्या काळात ब्रिटनला वाटायला लागले की, पाकिस्तानच्या मताप्रमाणे गुलबुदीन हेकमतयारला मदत करण्यात काही अर्थ नाही. तो घाबरून सारखा पाकिस्तानमध्ये असे, नाहीतर युरोपमध्ये. त्यापेक्षा रशियन्सना खराखुरा सतावणाऱ्या, त्यांच्याशी दोन हात करणाऱ्या ताजिक शहा मसूदलाच मदत द्यावी. प्रश्न त्याला मदत कशी पोहोचवायची हा होता. त्याचा भाग अफगाणिस्तानच्या पार उत्तरेला होता.

खैबर खिंडीजवळच्या मुजाहिदीन युनिट्सकडून चांगले गाइड मिळू शकत होते. ब्रिटिश साम्राज्याच्या काळापासूनच थोडेसे सोनेसुद्धा खूप कामाला येत होते. म्हणच होती, 'अफगाणचे इमान तुम्ही विकत घेऊ शकत नाही – भाड्याने घेऊ शकता.'

"महत्त्वाचे शब्द लक्षात ठेव कॅप्टन." एस.आय.एस.च्या मुख्यालयात त्याला पुन:पुन्हा सांगितले होते. "काहीही कबूल करायचे नाही. म्हणून तुला सैन्यातून राजीनामा द्यावा लागेल – एक आपली तांत्रिक बाब म्हणून. आणि जेव्हा तू परत येशील (चांगली होती माणसे – त्यांनी 'जेव्हा' शब्द वापरला, 'जर' नाही म्हणाले) तेव्हा अर्थातच पूर्वीच्या पदावर, तू राजीनामा दिला होतास त्या वेळेपासूनच, पुन्हा नेमणूक करण्यात येईल."

जगामध्ये जिथे जिथे म्हणून कम्युनिस्ट राजवट आहे, त्या त्या देशांमध्ये गडबड निर्माण करण्यासाठी एस.ए.एस.मध्ये एक अत्यंत गुप्त अशी रेव्होल्यूशनरी वॉरफेअर विंग आहे हे मार्टिनला माहीत होते. त्याने तशी आठवण करून दिली.

"पण ही योजना फारच गुप्त आहे. आम्ही या युनिटला युनिकॉर्न म्हणतो, कारण युनिकॉर्न हा प्राणी अस्तित्वात नाही. तसेच हे युनिटही अस्तित्वात नाही. या युनिटमध्ये कधीही बारापेक्षा जास्त माणसे नसतात. सध्या तर चारच आहेत. आम्हाला या क्षणी खरोखरच अशा माणसाची गरज आहे की, जो खैबर खिंडीमधून चोरून अफगाणिस्तानमध्ये घुसेल, तिथे गाइड मिळवून उत्तरेला ज्या पंजशीर व्हॅलीमध्ये शाह मसूद लढा देतो आहे, तिथे पोहोचून त्याची गाठ घेईल."

"भेटी घेऊन?" मार्टिनने विचारले.

दुसऱ्या माणसाने नाइलाज झाल्यासारखे हात झटकले. "प्रतीकात्मक भेटी फक्त आणि दोन सरफेस-टु-एअर ट्यूब्ज, क्षेपणास्त्रांसकट. त्याला विमानहल्ल्यांचा

फार त्रास होतो. त्याच्या लोकांना त्या वापरायचं शिक्षण द्यायचं. ऑटम सुरू झाला की सहाएक महिने तुला दूर राहावं लागेल. कशी वाटते तुला कल्पना?''

रशियनांचा हल्ला होऊन सहा महिने उलटल्यावर पुन्हा एक गोष्ट स्पष्ट झाली. अफगाण लोकांमध्ये पूर्वीही कधी एकी होऊ शकली नव्हती आणि आजही होऊ शकणार नाही. पेशावर आणि इस्लामाबाद इथे कित्येक आठवडे चर्चांचे गुऱ्हाळ चालू राहिल्यावर पाकिस्तानी सैन्याने सांगून टाकले की, त्यांच्या दृष्टीने अधिकृत असणाऱ्या रशियनविरोधी गटांनाच अमेरिकेचा पैसा आणि शस्त्रास्त्रे दिली जातील. तेव्हा आपापसात झगडणाऱ्या गटांची संख्या सातपर्यंत खाली आली. प्रत्येक गटाचा एक राजकीय नेता होता आणि एक कमांडर. हेच ते 'पेशावर-सेवन' नावाने ओळखले जाणारे गट.

एकच नेता पश्तून नव्हता. प्रोफेसर रब्बानी आणि त्याचा सामर्थ्यवान आणि इतरांवर छाप पाडणारा कमांडर अहमद शाह मसूद यांचा गट. दोघेही उत्तरेकडले ताजिक होते. उरलेल्या सहांमधले तिघे गुची कमांडर म्हणून ओळखले जात. रशियन्सच्या ताब्यातील अफगाणिस्तानच्या प्रदेशात क्वचितच पाय ठेवून ते पाश्चिमात्य देशात, पाश्चिमात्य पोशाखात, सुरक्षित राहून गप्पा ठोकत असत. उरलेल्या तिघांपैकी सय्याफ आणि हेकमतयार मुस्लीम ब्रदरहुडचे पाठीराखे होते. कट्टर इस्लामी. हेकमतयार फारच क्रूर आणि सूडबुद्धीचा होता. रशियन्स परत जाईपर्यंतच्या काळात त्याने जितके रशियन्स ठार केले असतील, त्याच्याहून जास्ती अफगाणच मारले.

इझमत खानचा जिथे जन्म झाला, त्या नान्गरहार प्रांतातल्या जमातींचा प्रमुख होता मुल्ला मौलवी युनूस खाल. तो स्कॉलर होता, धर्मगुरू होता आणि फार दयाळू होता. क्रूरकर्मा हेकमतयार त्याचा द्वेष करत असे.

युनूस खाल या सात जणांमध्ये सर्वांत वृद्ध असला, तरी पुढल्या दहा वर्षांत आपल्या माणसांना घेऊन अनेकदा रशियन्सच्या ताब्यात असलेल्या मुलखात घुसला होता. तो नसेल तेव्हा वॉर कमांडर म्हणून अब्दुल हक असे.

१९८० च्या आसपास स्पिन घरच्या दऱ्याखोऱ्यांना युद्धाची झळ पोहोचायला लागली. रशियन फौजा जलालाबादमध्ये घुसल्या होत्या आणि त्यांचे विमानदल डोंगरांमधल्या खेडेगावांना लक्ष्य बनवत होते. नूरी खानने आपला वॉरलॉर्ड म्हणून युनूस खालला आपली निष्ठा वाहिली होती. स्वतःचे लष्कर किंवा सैन्य उभे करायचा हक्कही त्याला मिळाला होता.

व्हाइट माऊन्टन्समध्ये अनेक नैसर्गिक गुहा होत्या. आपल्या गावातले कळप तो तिथे लपवत असे. हवाई हल्ल्याच्या काळात गावातले लोकही तिथे आसरा घेत; पण त्याला वाटायला लागले की, स्त्रिया आणि मुले यांनी पाकिस्तानमध्ये आश्रय घेण्याची वेळ आली आहे.

त्यांना सुरक्षितपणे घेऊन जाण्यासाठी आणि गरज पडेल तितका काळ त्यांच्याबरोबर पेशावरमध्ये राहण्यासाठी कुणीतरी जाणता पुरुष हवा. साठ वर्षांहून जास्ती वयाच्या, वृद्धत्वामुळे हातापायांची जलद हालचाल करू न शकणाऱ्या आपल्या पित्याचीच नूरी खानने या कामासाठी निवड केली. गाढवे आणि खेचरांची व्यवस्था केली.

एखाद्या छोट्या मुलासारखे आपल्याला पाठवून देत आहेत, याचीच लाज वाटून इझमत खानच्या डोळ्यांतून अश्रू वाहत होते. तो चांगला आठ वर्षांचा होता. त्याच्या भावाने आणि वडिलांनी त्याला मिठी मारली. त्याने वळून आई बसलेले खेचर पकडले आणि दूरच्या उंच शिखरांच्या आणि पाकिस्तानच्या दिशेने प्रयाण केले. तो परत येईपर्यंत सात वर्षांचा काळ उलटणार होता आणि जेव्हा येणार होता तेव्हा रशियन्सशी अत्यंत क्रूरपणे लढणार होता.

सर्व जगाच्या नजरेत कायदेशीर ठरण्यासाठी प्रत्येक वॉरलॉर्डने एक एक राजकीय पक्ष स्थापन करण्याचे ठरले होते. युनूस खालने आपल्या पक्षाचे नाव हिज्ब-ए-इस्लामी ठेवले. त्याच्या हाताखालच्या प्रत्येकाने पक्षसदस्य होणे सक्तीचे होते. संयुक्त राष्ट्रसंघाच्या मार्गदर्शनाखाली पेशावरबाहेर हजारो तंबूंची गावेच्या गावे उठली. इझमत खानने संयुक्त राष्ट्रसंघाचे नाव कधी ऐकले नव्हते. राजकीय नेत्याच्या मुखवट्याआड दडलेल्या प्रत्येक वॉरलॉर्डसाठी वेगळा निर्वासितांचा कॅम्प असावा, याला संयुक्त राष्ट्रसंघाने मान्यता दिली. त्या पक्षाचा सदस्य नसलेल्या कुणालाही त्या कॅम्पमध्ये येण्याची मुभा नव्हती.

अन्न आणि ब्लँकेट्सचे वाटप करण्यासाठी रेड क्रॉस नावाची संघटना होती. इझमत खानने हे नावही कधी ऐकले नसले, तरी मिळालेले गरमागरम सूप ओळखीचे होते. अत्यंत कष्टाने पर्वतराजी पार करून आल्यावर त्याने पोट भरेपर्यंत सूप प्यायले. पश्चिमी राष्ट्रांची मदत संयुक्त राष्ट्रसंघ आणि झिया-उल्-हक यांच्यामार्फत दिली जात होती. ती स्वीकारण्यासाठी आणखी एक अट होती. निर्वासित मुलांनी मदरशामध्ये फक्त कुराणाचेच शिक्षण घ्यायचे. त्यांनी गणित शिकायचे नाही, विज्ञान शिकायचे नाही, इतिहास नाही की भूगोल नाही. कुराणातल्या काव्यपंक्ती पाठ करायच्या आणि युद्धाबद्दल शिकायचे.

मदरशातले सगळे इमाम सौदी अरेबियातून आलेले, पगार सौदी अरेबियाच देणार आणि बहुतेक सर्व सौदीच. त्यांनी आपल्याबरोबर सौदी अरेबियात परवानगी असलेल्या इस्लामची शिकवण आणली. वहाबिझम. इस्लामचा अत्यंत क्रूर, कठोर आणि असहिष्णु पंथ. रेड क्रॉसच्या चिन्हाखाली अन्न आणि औषधे घेत तरुण अशा अफगाणांची एक संपूर्ण पिढी अत्यंत कडवट आणि कट्टर इस्लामिक शिक्षण घेऊन तयार होत होती.

नूरी खान शक्य तितक्या वेळा, वर्षातून दोन-तीन वेळा तरी, सैन्याची सूत्रे

आपल्या मोठ्या मुलाच्या हातात सोपवून आपल्या कुटुंबाला भेट द्यायला येत असे; पण प्रवास खडतर होता. दरवेळी तो जास्तच वृद्ध भासत होता. १९८७ मध्ये जेव्हा तो आला तेव्हा पार सुरकुतला होता. एकदा इतरांना गुहेत नेऊन पोहोचवताना बॉम्बफेकीमध्ये इझमत खानच्या मोठ्या भावाचा मृत्यू ओढवला. इझमत पंधरा वर्षांचा झाला होता. त्याच्या वडिलांनी जेव्हा त्याने परत येऊन मुजाहिदीन म्हणून रशियनविरोधी युद्धात भाग घ्यावा असे सुचवले, तेव्हा अभिमानाने त्याची छाती फुगली.

स्त्रिया अर्थातच रडत होत्या आणि आजोबा, जे पेशावरबाहेरचा पुढला हिवाळा काढू शकणार नव्हते, पुटपुटत होते. नूरी खान, आपापल्या कुटुंबांना भेटण्यासाठी म्हणून त्याच्याबरोबर आलेली आठ माणसे आणि आपला हा मुलगा यांना घेऊन पुन्हा पश्चिमेच्या पर्वतराजींकडे वळला. नान्गरहार प्रांतात युद्ध चालूच होते.

परत येणारा मुलगा वेगळा होता. त्याच्या नजरेस पडणारी भूमी उद्ध्वस्त झाली होती. दऱ्याखोऱ्यांमध्ये एकही दगडी झोपडे शिल्लक राहिले नव्हते. शाह मसूद ज्या ठिकाणी रशियन फौजांशी लढत होता, त्या उत्तरेच्या पंजशीरच्या डोंगरदऱ्यांपासून सर्व दऱ्याखोऱ्या सुखोई फायटर बॉम्बर्स आणि हेलिकॉप्टर गनशिप्सनी पार उद्ध्वस्त करून टाकल्या होत्या. रशियन के.जी.बी.ने शिकवून तयार केलेले अफगाण सैन्य आणि गुप्त पोलीस, पठारी प्रदेशातील अफगाण जनतेला जबरदस्त दहशत आणि दडपशाहीने निदान काबूत ठेवू शकत होते.

पण डोंगरांवरचे कणखर योद्धे आणि पठारी प्रदेशातून त्यांना जाऊन मिळालेले अफगाण हे त्यांना अजिंक्य भासायला लागले होते. काबूल ते जलालाबाद मार्गावर पूर्वी एकदा एक ब्रिटिश तुकडी कापली गेली होती. त्यांच्याकडे त्या वेळी नसणारी एक गोष्ट, विमानदल, मदतीला असूनही रशियन्सना आता तोच अनुभव येत होता.

कोणताही रस्ता या गनिमी सैन्यापासून सुरक्षित नव्हता. डोंगरांवर तर फक्त हवाई मार्गानेच पोहोचता यायचे. १९८६ पासून मुजाहिदीनच्या हातात अमेरिकन स्टिंगर मिसाईल्स आली. रशियन विमानांना जास्ती उंचावरून उडणे भाग पडले आणि त्यांचा बॉम्बवर्षाव बिनचूक राहिला नाही. त्यांच्या मृतांचा आकडा वाढतच होता. अनेकजण जखमी झाल्याने, आजारी पडल्याने त्यांना मनुष्यबळ कमी पडायला लागले. सैनिकांचे मानसिक धैर्य पार नाहीसे व्हायला लागले.

युद्धाने अत्यंत क्रूर आणि अमानुष स्वरूप घेतले होते. कैदी कोणीच पकडत नव्हते. तात्काळ मरण ओढवणारे नशीबवान ठरायला लागले. डोंगरातल्या टोळ्या रशियन वैमानिकांचा भयंकर द्वेष करत. एखादा वैमानिक जिवंत हातात आला, तर उघड्यावर थोडेसे पोट फाडून, खिळे ठोकून त्याला ठेवत. आतडी बाहेर पडून कडक उन्हात भाजली जात. भयानक यातनांमधून मृत्यूच सुटका करू शकत असे. नाहीतर सरळ कातडी सोलण्याचे सुरे घेतलेल्या स्त्रियांच्या ताब्यात त्यांना देत.

रशियन्स तर नुसती हालचाल दिसली तरी गोळ्यांचा वर्षाव करत, बॉम्ब फेकत, रॉकेट्सचा मारा करत. पुरुष, स्त्रिया, मुले, गुरेढोरे सर्वांची कत्तल उडवत. त्यांनी डोंगरदऱ्यांत फेकलेल्या सुरुंगांची तर गणतीच अशक्य होती. अफगाणिस्तान हा कुबड्यांवर चालणाऱ्यांचा, कृत्रिम अवयव बसवलेल्यांचा देश बनायला लागला. युद्ध संपले तोपर्यंत निदान दहा लक्ष अफगाणांनी जीव गमावला होता, तेवढेच अपंग बनले होते आणि पन्नास लाख निर्वासित बनले होते.

निर्वासित कॅम्पमध्ये राहिल्यापासूनच इझमत खानला बंदुकांची माहिती झाली होती. त्याला सर्वांत आवडायची ती कालश्निकोव रायफल – कुप्रसिद्ध एके-४७ रायफल. बंदुकीच्या बळावरच बदल घडवून आणता येतो असा विश्वास असणारे, जगातल्या सर्व देशांमधले विरोधक आणि कट्टर दहशतवादी, आज ही मूळची रशियन ॲसॉल्ट रायफल त्यांच्याच विरोधात वापरत होते, हा तर दैवदुर्विलास म्हणावा लागेल; पण याच रायफल्स अमेरिका पुरवत होती, त्यालाही तसेच कारण होते. मृत रशियन्सकडून काढून घेऊन अफगाण त्यांच्या रायफलींच्या गोळ्यांची गरज भागवू शकत होते. त्यासाठी गोळ्यांचे पेटारे पर्वत पार करून नेण्याची गरज नव्हती.

अफगाण लढवय्यांना आवडणारे दुसरे शस्त्र म्हणजे रॉकेट प्रॉपेल्ड ग्रेनेड – आर.पी.जी. सहजतेने वापरता येण्यासारखे, सज्ज करता येणारे. कमी अंतरावरून वापरता आले तर बिनचूक. हे आर.पी.जी.सुद्धा पाश्चिमात्य राष्ट्रे पुरवत होती.

पंधरा वर्षांच्या मानाने इझमत खान मोठाच वाटे आणि या डोंगराळ प्रदेशात तो फारच कणखर बनला. कधी दाढी फुटते याची उत्कंठेने वाट पाहत होता. धापा न टाकता, न थकता, जोराजोराने श्वासोच्छ्वास करायची गरज न पडता या दऱ्याखोऱ्या अफगाण लढवय्ये तुडवत असत.

अफगाणिस्तानात परत येऊन इझमतला वर्ष उलटले असेल. एक दिवस वडिलांनी त्याला बोलावले. त्यांच्याबरोबर एक परका माणूस होता. चेहरा उन्हाने रापलेला, दाढी वाढवलेली, दणकट हायकिंग बूट घातलेले, लोकरीची सलवार-कमीझ, वरती स्लीव्हलेस जर्किन. त्याच्या शेजारी जमिनीवर असलेल्या बॅकपॅकएवढा मोठा बॅकपॅक तर त्याने कधी बघितलाही नव्हता. त्यामधून मेंढीच्या कातड्यात गुंडाळलेल्या दोन ट्यूबजची टोके बाहेर डोकावत होती. त्याने डोक्यावर पश्तुनी फेटाही बांधला होता.

"हा माणूस आपला पाहुणा आहे आणि मित्रही," नूरी खानने सांगितले. "तो आपल्याला मदत करायला आणि आपल्याबरोबर लढण्यासाठी आला आहे. त्याला या ट्यूब्ज पंजशीरमध्ये शाह मसूदकडे न्यायच्या आहेत. तू गाइड म्हणून त्याला तिथे नेऊन पोहोचव."

■

५

तरुण पश्तून त्या परक्या माणसाकडे नुसता बघतच राहिला. नूरी खान जे काही बोलत होता ते त्याच्या कानातही शिरले नव्हते.

"तो अफगाण आहे?"

"नाही. तो अँग्लीज आहे."

इझमत खानला मोठा धक्का बसला. हा जुना शत्रू होता. मदरशामधले इमाम कायम त्यांच्याबद्दल गरळ ओकत असत. तो ख्रिश्चन म्हणजे *काफिर* होता. अनंतकाळ नरकात जळत राहणार होता आणि या-या माणसाला शंभराहून जास्त मैल दऱ्याखोऱ्यांमधून उत्तरेला पोहोचवायचे? किती तरी दिवस आणि रात्री त्याच्या संगतीत घालवायच्या? पण वडील तर चांगले आहेत, मुस्लीम आहेत आणि ते त्याला मित्र समजतात. हे कसे शक्य आहे?

इंग्लिशमनने हळूच आपली तर्जनी हृदयाला टेकवली आणि तो उद्‌गारला, "*सलाम आलेकुम* इझमत खान." आसपासच्या पर्वतराजींवर अनेक अरब स्वयंसेवक आले असले, तरी त्याच्या वडिलांना अरेबिक येत नव्हती. अरब स्वयंसेवक कुणामध्येही मिसळत नसत, आपल्या आपल्यात राहायचे. डोंगरामधल्या गुहांमध्ये खणत राहायचे. तेव्हा त्यांच्याकडून त्यांची भाषा कुणी शिकेल हे शक्य नव्हते; पण इझमत खानने पुन:पुन्हा कुराण वाचले होते आणि ते फक्त अरेबिकमध्ये होते. इमामसुद्धा फक्त त्याच्या स्वत:च्या, सौदी अरेबिकमध्ये बोलत असे. त्यामुळे इझमतला अरेबिक थोडीफार येत होती.

"*आलेकुम सलाम,*" तो म्हणाला. "तुझं नाव काय?"

"माईक," तो माणूस म्हणाला.

"मा-ईक," इझमतने नाव उच्चारायचा प्रयत्न केला. विचित्रच नाव.

"ठीक तर. आपण चहा घेऊ या मग." त्याचे वडील म्हणाले. ते त्यांच्या उद्‌ध्वस्त खेडेगावापासून दहा एक मैलांवरच्या डोंगरांमधल्या गुहेच्या आश्रयाला आले होते. गुहेच्या आतल्या बाजूला शेकोटी होती. तेव्हा वर चढणारा धूर रशियन विमानांच्या लक्षात आला नसता.

"आज इथे झोपू. उद्या तुम्ही उत्तरेला निघा. मी दक्षिणेला जाऊन अब्दुल हकला भेटतो. जलालाबाद-कंदाहार मार्गावर एक कामगिरी आहे."

बकरीचे थोडे मांस चघळत आणि तांदळाच्या पिठाचे केक खाऊन त्यांनी जेवण आटोपले आणि ते झोपले. पहाटेपूर्वीच इझमत खान आणि माईक मार्गाला लागले. थोडाफार आसरा असणाऱ्या दऱ्यांमधून त्यांनी प्रवास सुरू केला; पण एका दरीतून दुसऱ्या दरीत शिरण्यापूर्वी उंच डोंगरांच्या उताराच्या बाजूने जाणे कधी कधी भाग पडे. उतारांवर खडक आणि दगडधोंडे असत. लपायला जागा नसे. या जागा चंद्रप्रकाशात पार करून दिवसा दऱ्यांमधून जाणे शहाणपणाचे होते.

पण दुसऱ्याच दिवशी दुर्दैव ओढवले. पहाटेपूर्वीच ते निघालेही होते; पण सूर्य उगवत असताना त्यांना दगडधोंड्यांनी व्यापलेला मोठा भाग पार करायची वेळ आली. आता थांबायचे म्हटले, तर रात्रीपर्यंत थांबणे भाग होते. पुढे जावे असे इझमत खानने ठरवले. अर्धा भाग पार केला असेल नसेल, तर गनशिप इंजिन्सचा आवाज त्यांच्या कानावर पडला.

ते तात्काळ आडवे झाले आणि न हलता तसेच पडून राहिले; पण तरीही घात झाला. पुढल्या डोंगरशिखरावरून हाईन्ड हेलिकॉप्टर पुढे झाले. शक्य आहे की दोनपैकी एका वैमानिकाला थोडीशी हालचाल जाणवली असेल किंवा दगडधोंड्यांत कुठला तरी धातूचा तुकडा सूर्यकिरणाने चमकला असेल; पण ते आपल्या मार्गावरून वळले आणि त्यांच्या दिशेने निघाले. हेलिकॉप्टरच्या दोन आयझोटोव्ह इंजिनांचा आवाज घुमायला लागला आणि वर फिरणाऱ्या पात्यांचा टॅक-टॅक-टॅक-टॅक आवाजही स्पष्टपणे कानावर यायला लागला. आपल्या हातांमध्ये डोके घालून झोपलेल्या माईकने पटकन एक नजर वर टाकली. रशियन पायलट्सनी नक्की यांना बघितले होते. एकामागे एक, मागचा जरा उंचीवर, अशा तऱ्हेने बसलेले वैमानिक सरळ त्यांच्याच रोखाने बघत होते आणि हल्ला चढवण्यासाठी तयारीतच होते. सैनिकांच्या दृष्टीने सपाट प्रदेशात अशा तऱ्हेने हेलिकॉप्टर गनशिपच्या नजरेस पडण्याइतके दु:स्वप्न दुसरे नसेल. शंभर यार्डांवर काही खडक होते. डोक्याएवढे उंच नसतील पण तेवढाच आसरा होता. ओरडूनच त्या अफगाण पोराला घेऊन तो त्यांच्या दिशेने धावत सुटला. आपली शंभर पौंडी रकसॅक त्याने मागे सोडली. त्यातली एक ट्यूब मात्र त्याने उचलली होती. त्याच्या गाइडला त्या ट्यूबबद्दल खूप जिज्ञासा होती.

त्याच्यामागे धावणाऱ्या अफगाण मुलाच्या पावलाचे आवाज आणि त्यांच्या दिशेने झेपावणाऱ्या हाईन्ड हेलिकॉप्टरचा आवाज माईकला येत होता. गनशिपमधली एक गोष्ट त्याच्या ध्यानात आली होती. म्हणून तर तो असा वेड्यासारखा धावत सुटला होता. त्यामुळेच त्याच्या मनात थोडीफार आशा निर्माण झाली होती. रॉकेट पॉड्स रिकामे होते आणि बॉम्बही दिसत नव्हते. एका नजरेत असे वाटले तरी होते त्याला. खरे होते ते.

वैमानिक सिमोनोव्ह आणि सह-वैमानिक ग्रीगोरीव्ह पहाटेच निघाले होते. मुजाहिदीन एका अरुंद अशा दरीमध्ये लपून आहेत अशी खबर त्यांना मिळाली होती. त्यांनी उंचावरून आपले बॉम्ब टाकले होते आणि थोडे खाली येऊन कड्यांवर रॉकेट्सचा मारा केला होता. डोंगरांमधल्या फटींमधून अनेक बकऱ्या पळायला लागल्या. म्हणजे माणसे होती आसपास. आपल्या ३० एम.एम. तोफेने सिमोनोव्हने त्या प्राण्यांचे तुकडे उडवले होते. बहुतेक सर्व गोळे वापरून टाकले होते.

पुन्हा उंचावर जाऊन ते जलालाबादबाहेरच्या आपल्या तळावर निघालेले असताना ग्रीगोरीव्हच्या नजरेत यांची हालचाल आली होती. त्यांना पळताना बघितल्यावर तोफ सज्ज करून त्याने त्यांच्या दिशेने सूर मारला. दोन हजार फुटांवर त्याने हेलिकॉप्टर स्थिर केले, खडकांच्या दिशेने त्या आकृत्या स्वत:ला झोकून देत असताना तोफा डागल्या. काही गोळे डागून थरथरणाऱ्या नळ्या थांबल्या. दारूगोळा संपला होता. सिमोनोव्हने एक शिवी हासडली. त्या बकऱ्यांची कत्तल उडवण्याच्या नादात मुजाहिदीनवर डागायला दारूगोळा शिल्लक राहिला नव्हता. पर्वतशिखरे टाळण्यासाठी त्याने हेलिकॉप्टर वरती नेत लांब अशी फेरी टाकली.

मार्टिन आणि इझमत खान खडकांआड दडले होते. अँग्लीजने घाईघाईने कातड्यात गुंडाळलेली केस उघडली, ट्यूब बाहेर काढली. अफगाण पोरगा गप्प बसून बघत होता. धावत येताना त्याच्या मांडीवर दणका बसल्यासारखे त्याला वाटले होते. वेदना होत नव्हत्या, पण पाय बधिर वाटत होता.

शाह मसूदसाठी पंजशीरला जी दोन ब्लो पाइप मिसाईल्स माईक नेत होता त्यातल्या एकाची जोडणी त्याची सरावलेली बोटे झटाझट करत होती. अमेरिकन स्टिंगर मिसाइलएवढे चांगले नसले तरी हे हलके होते, वापरायला साधे-सोपे होते.

जमिनीवरून आकाशात मारा करणारी काही क्षेपणास्त्रे जमिनीवरच्या रडारच्या साहाय्याने लक्ष्याकडे जातात. काहींच्या पुढल्या कोनावर स्वत:चाच छोटा रडार सेट असतो. काही इन्फ्रारेड बीम सोडून लक्ष्यावर पोहोचतात. त्यांना बीम-रायडर्स म्हणतात. काही उष्णतेकडे आकर्षित होतात. त्यांच्या टोकांना विमानांच्या इंजिनांचा 'वास' येतो आणि ती त्या दिशेने झेपावतात. ब्लो पाइप क्षेपणास्त्र त्या मानाने साधे. नेम धरून रेडिओ सिग्नल्सच्या साहाय्याने ते लक्ष्यावर आदळावे लागे.

तोटा म्हणजे ते सोडणाऱ्या माणसाला गनशिप्सचा हल्ला होत असतानासुद्धा स्थिर उभे राहून ते वापरावे लागे. तेव्हा बळींची संख्या तशी जास्त असे. दोन टप्प्यांचे क्षेपणास्त्र मार्टिनने ट्यूबमध्ये सरकवले, गायरो आणि बॅटरी सुरू केली, लेन्समधून बघितले. हेलिकॉप्टर सरळ त्याच्याच दिशेने निघाले होते. त्याने नेम धरला आणि ते झाडले. खांद्यावरच्या ट्यूबमधून व्हुश्... करत रॉकेट सुटले आणि आकाशात झेपावले. आता ते वर-खाली व डाव्या-उजव्या बाजूला वळवण्यासाठी

कंट्रोल करावे लागे. मार्टिनच्या मते हेलिकॉप्टर १४०० यार्ड्स अंतरावर होते आणि त्यांच्या दिशेने येत होते. सिमोनोव्हने चेन गन सुरू केली.

हेलिकॉप्टरच्या पुढल्या बाजूला बसवलेल्या मशिनगनच्या चार नळ्यांमधून हाताच्या बोटांएवढ्या गोळ्या सटासट सुटायला लागल्या आणि वैमानिकाला त्याच्या दिशेने येणाऱ्या रॉकेटचा जाळ लक्षात आला. आता कोण जास्त काळ धीर धरू शकेल यावर सर्व अवलंबून होते.

खडकांवर आदळणाऱ्या गोळ्या सर्व दिशांनी खडकांच्या कपच्या उडवत होत्या. मिनिटाला दोन हजार गोळ्या सुटत. दोन सेकंदांत निदान सत्तर गोळ्या खडकावर आदळल्या आणि सिमोनोव्हने रॉकेटपासून वळण्यासाठी हालचाल केली. आदळणाऱ्या गोळ्यांची दिशा बदलली.

विचार करायलाही वेळ नाही अशा संकटकाळात माणूस डावीकडे वळतो ही सिद्ध झालेली गोष्ट आहे. म्हणूनच अगदी थोड्या देशांत तशी पद्धत असली, तरी रस्त्याच्या डाव्या बाजूने गाड्या चालवणे जास्त सुरक्षित असते. घाबरलेला ड्रायव्हर रस्त्यावरून कुरणात वगैरे गाडी घालेल, पण समोरच्या गाडीवरच गाडी घालणार नाही. सिमोनोव्ह घाबरला आणि त्याने हेलिकॉप्टर डावीकडे वळवले.

रॉकेटने पहिला भाग टाकून स्वनातीत वेग पकडला होता. मार्टिनने रॉकेटची दिशा उजवीकडे वळवली होती. त्याचा तर्क अगदी बरोबर होता. हेलिकॉप्टरच्या पोटातच रॉकेट आदळले. हेलिकॉप्टर खूप मजबूत असले, तरीही पाचएक पौंड वजनाच्या स्फोटकाच्या गोळ्याचा तासाला दहा हजार मैल वेगाचा दणका कमी नसतो. पोलादी पत्रा फोडून तो गोळा आत घुसला आणि त्याचा स्फोट झाला.

बर्फाने आच्छादलेल्या पर्वतांच्या पायथ्याशी घामाने थबथबलेल्या मार्टिनला हेलिकॉप्टर दणका खाऊन फिरल्याचे आणि धूर सोडत दरीच्या दिशेने कोसळायला लागल्याचे दिसले.

खाली नदीच्या पात्रात ते आदळताच सर्व आवाज थांबले. एक भडका आणि दोन्ही रशियन मरण पावले. काळा धूर वर चढायला लागला. जलालाबादमधल्या रशियन्सचे लक्ष गेल्याशिवाय राहणार नव्हते. सुखोई फायटर्स काही मिनिटांत पोहोचली असती.

"चल, निघू या." आपल्या गाइडला तो अरेबिकमध्ये म्हणाला. पोरगा उठायला लागला तर त्याला उभे राहता येईना. मार्टिनला त्याच्या मांडीच्या बाजूचे रक्त दिसले. त्याने काही न बोलता हातामधली पुन्हा वापरता येण्यासारखी ट्यूब खाली ठेवली. मागे जाऊन आपली रकसॅक आणली.

चाकूने त्याच्या सलवारचा पाय फाडला. पायावर पडलेले भोक लहान असले, तरी जखम खोल वाटत होती. खडकाची कपची किंवा गोळीच्या आवरणाचा तुकडा

यामुळेच जखम झाली असणार. ॲक्सिडेंट ॲन्ड इमर्जन्सी वॉर्डमध्ये त्याने शिक्षण घेतले असले आणि फर्स्ट-एडचीही त्याला चांगली माहिती असली, तरी कोणत्याही क्षणाला रशियन्स पोहोचण्याची शक्यता असताना, या अफगाण पर्वतउतारावर नसती शस्त्रक्रिया करण्याचा विचारही मनात आणता येत नव्हता.

"आज मरणार का आपण ॲंग्लीज?" त्या पोराने विचारले.

"*इन्शाल्ला,* आज नाही इझमत खान. आज नाही." तो म्हणाला; पण तो पेचात सापडला होता. रकसॅकमधली प्रत्येक चीज महत्त्वाची होती; पण तो एकच गोष्ट नेऊ शकत होता. एक तर ती जड रकसॅक, नाहीतर तो मुलगा. दोन्ही गोष्टी उचलून नेणे त्यालाही शक्य नव्हते.

"या पर्वतराजी चांगल्या माहिती आहेत तुला?" ड्रेसिंग शोधत त्याने विचारले.

"नक्कीच." अफगाण म्हणाला.

"तर मग दुसरा गाइड घेऊन मी परत येईन. तू त्याला ही जागा कुठे आहे ते व्यवस्थित सांग. ही बॅग आणि रॉकेट्स मी इथेच पुरून ठेवतो."

त्याने एक चपटी धातूची पेटी उघडली. त्यातून एक इंजेक्शनची सिरींज बाहेर काढली. भीतीने आणि वेदनांनी चेहरा पांढरा पडलेला अफगाण मुलगा बघत होता.

ठीक आहे, इझमत खान विचार करत होता. हा काफिर माझा छळ करणार असेल तर.... तसेच होईल; पण मी तोंडातून आवाज काढणार नाही.

ॲंग्लीजने त्याच्या मांडीमध्ये सुई खुपसली. इझमत खान ओरडला नाही; पण दुसऱ्या क्षणी मॉर्फिनचा परिणाम व्हायला लागला आणि त्याच्या पायातल्या वेदना कमी झाल्या. त्याला जरा दिलासा वाटला. त्याने उभे राहायचा प्रयत्न सुरू केला. इंग्लिशमनने कुदळीसारखे एक घडी करून ठेवण्यासारखे आयुध काढले. जमिनीत एक खोल चर खणला आणि आजूबाजूला खणत एक मोठा खड्डा तयार केला. आपली रकसॅक आणि रॉकेटच्या ट्यूब्ज पुरून टाकल्या. त्यावर दगड रचले. त्यांचा आकार लक्षात ठेवला. त्याला इथे जर कुणी परत घेऊन आले तर तो सर्व वस्तू पुन्हा काढून घेऊ शकेल.

अफगाण मुलगा मी चालू शकतो, नक्की चालू शकतो म्हणून बडबडत असताना मार्टिनने त्याला एका खांद्यावर टाकून चालायला सुरुवात केली. अंगावर हाडे आणि कातडी शिल्लक असणाऱ्या त्या मुलाचे वजन शंभरएक पौंडच होते. तो त्याला घेऊन पुढे विरळ हवेत चढणाऱ्या डोंगरउतारावरून न जाता, खाली जाणाऱ्या वाटेने दरीत उतरायला लागला. त्याने शहाणपणाचा निर्णय घेतला होता.

एखादे रशियन विमान पाडले की, त्यातून वापरता येण्यासारख्या किंवा मौल्यवान अशा गोष्टी पळवण्यासाठी पश्तूनही ते विमान घाईघाईने शोधायला निघत. वर चढणारा धूर रशियन्सनी अजून बघितला नसणार. सिमोनोव्हचा शेवटचा

संदेश म्हणजे त्याने फोडलेली किंकाळी होती. तेव्हा त्यावरून विमानाची जागा पटकन शोधता येणार नव्हती; पण दुसऱ्या दरीमधल्या मुजाहिदीनच्या एका छोट्या गटाने धूर बघून त्या दिशेने चालायला सुरुवातही केली होती. दरीपासून हजारएक फूट उंचीवर त्यांची गाठ पडली.

इझमत खानने काय घडले ते सांगितले. खुशीनेच त्यांनी एस.ए.एस. माणसाच्या पाठीवर थापा मारल्या. त्याच्या गाइडला खऱ्याखुऱ्या मदतीची आवश्यकता आहे, डोंगरामधल्या कुठल्या तरी 'चाई-खाना'तल्या चहाची नाही, हे त्याने स्पष्ट केले. त्याला कोणीतरी एखाद्या सर्जिकल हॉस्पिटलमध्ये नेऊन पोहोचवणे आवश्यक आहे, हे पण समजावले. एका मुजला दोन दऱ्यांपलीकडे एक खेचर बाळगणारा माणूस ठाऊक होता. तो त्याला आणायला गेला. त्याला घेऊन परत येईपर्यंत रात्र झाली होती. मार्टिनने इझमत खानला तोपर्यंत मॉर्फिनचे दुसरे इंजेक्शन दिले.

नवीन गाइड बरोबर घेऊन आणि इझमत खानला खेचरावर बसवून मार्टिन निघाला. पहाटे पहाटे ते तिघे स्पिन घरच्या दक्षिणेला पोहोचले.

"जाजी." गाइडने बोट दाखवत म्हटले. "अरब." त्याला त्याचे खेचरही आता परत हवे होते.

मार्टिन शेवटचे दोन मैल इझमत खानला पाठीवर घेऊनच गेला. जाजी म्हणजे पाचएकशे गुहा असणारी जागा होती आणि अफगाणी-अरब म्हणून ओळखली जाणारी माणसे गेली तीन वर्षे त्या गुहा मोठ्या करत होती, जमीन खणत होती. तिथे दहशतवाद्यांसाठी मोठा तळ बनवत होती. गुहांमध्ये बरॅक्स तयार केल्या होत्या, मशीद बांधली होती, धार्मिक पुस्तकांची लायब्ररी होती आणि एक सुसज्ज हॉस्पिटल होते. मार्टिनला अर्थातच या कशाची कल्पना नव्हती. तो जवळपास पोहोचल्यावर अगदी लांबवरून टेहळणी करणाऱ्या गार्ड्सनी त्यांना अडवले. तो कशासाठी इथे येत होता, हे तर त्यांना उघड दिसत होते. त्याच्या पाठीवर एक जखमी माणूस होता. गार्ड्स एकमेकांत चर्चा करत असताना मार्टिनने त्यांचे निरीक्षण केले. नॉर्थ आफ्रिकेमधले अरेबिक त्याच्या कानावर पडले. तेवढ्यात एक वरिष्ठ भासणारा सौदी तिथे पोहोचला. त्याला त्यांचे बोलणे स्पष्ट कळत असले, तरी त्याने तसे अजिबात दर्शवले नाही. हातवारे करून त्याने त्याच्या मित्रावर शस्त्रक्रियेची गरज आहे हे सांगितले. सौदी माणसाने मान डोलावली आणि त्यांनी मागून यावे अशी खूण करत तो पुढे निघाला.

तासाभरात इझमत खानचे ऑपरेशन झाले आणि तोफेच्या गोळ्यावरच्या आवरणाचा वाकडातिकडा टोकदार तुकडा बाहेर निघाला.

वॉर्डच्या एका अंधाऱ्या कोपऱ्यात मार्टिन डोंगरावरच्या लोकांप्रमाणे पाय दुमडून उकिडवा बसला होता. जसा काही आपल्या जखमी मित्राला घेऊन आलेला

स्थानिक पश्तून. कोणी त्याच्याकडे बघितलेही नाही.

दोन तासांनी दोन माणसे वॉर्डमध्ये आली. एक जण उंच, तरुण, दाढीवाला होता. अरबी पायघोळ पांढरा झगा, पांढरा फेटा, वरती कॅमाफ्लाज कॉम्बट जॅकेट. दुसरा बुटका, थोडेसे पोट सुटलेला आणि गोल काचांचा चष्मा चढवलेला माणूस होता. तोही वयाने पस्तिशीचाच असेल. त्याने सर्जनसारखा सैलसर अंगरखा चढवला होता. त्यांच्या दुसऱ्या दोन पेशन्ट्सवर नजर टाकून ते अफगाणकडे वळले. उंच अशा माणसाने सौदी अरेबिकमध्ये बोलायला सुरुवात केली.

"काय म्हणतो आहे आमचा अफगाण लढवय्या?"

"इन्शाल्ला, खूप बरे वाटते आहे शेख." इझमतने अत्यंत आदराने अरेबिकमध्ये उत्तर दिले. अत्यंत सन्माननीय अशी पदवी ऐकल्यावर त्याला आनंद झालेला दिसला.

"तू अरेबिक बोलतोस तर? आणि तरी तसा लहान आहेस अजून."

"पेशावरमधल्या मदरशामध्ये मी सात वर्षं काढली आहेत. गेल्या वर्षीच लढण्यासाठी परतलो."

"आणि कुणासाठी लढतो आहेस, माझ्या मुला?"

"अफगाणिस्तानसाठी" मुलगा म्हणाला. सौदीच्या चेहऱ्यावर नाखुशीची छटा उमटून गेली. जे बोलायला हवे ते आपण बोललेलो नाही याची जाणीव होताच तो पुढे म्हणाला, "आणि अर्थातच अल्लासाठी, शेख."

चेहरा तात्काळ पुन्हा हसरा बनला. सौदीने वाकून खांद्यावर थोपटले.

"एक दिवस असा उजाडेल की, जेव्हा अफगाणिस्तानला तुझी गरज भासणार नाही, पण परम दयाळू अल्लाला तुझ्यासारख्या लढवय्यांची नेहमीच गरज भासणार आहे." मग डॉक्टरकडे वळून त्याने विचारले, "कशी आहे जखम त्याची?"

"बघू या," डॉक्टर म्हणाला आणि त्याने हळूच ड्रेसिंग काढले. जखम स्वच्छ होती. टाके घातलेले होते. त्याने समाधानाने दुसरे ड्रेसिंग बांधले.

"आठवड्यात चालायला लागशील तू." डॉ. अयमान अल जवाहिरी म्हणाला. मग तो आणि ओसामा बिन लादेन बाहेर पडले. गुडघ्यात डोके खुपसून कोपऱ्यामध्ये बसलेल्या, घामेजलेल्या मुजाहिदीनकडे त्यांनी लक्षही दिले नाही.

मार्टिन उठला आणि अफगाण मुलाजवळ पोहोचला. "आता मला जायलाच हवे. अरब बघतील तुझ्याकडे. मी तुझ्या वडिलांना शोधतो, दुसरा गाइड मिळवतो. अल्ला तुझे रक्षण करो, माझ्या मित्रा."

"काळजी घे मा--ईक." तो मुलगा म्हणाला. "हे अरब आमच्यासारखे नाहीत. तू काफिर आहेस. माझ्या मदरशातल्या इमामांसारखे ते सर्व काफिरांचा भयंकर द्वेष करतात."

"मग माझ्याबद्दल काही बोलला नाहीस, तर मी आभारी राहीन तुझा." इंग्लिशमन म्हणाला.

इझमत खानने डोळे मिटले. या नवीन मित्राचा विश्वासघात करण्याआधी तो छळाने मरणसुद्धा पत्करेल. त्याच्याकडून तेच अपेक्षित आहे. त्याने पुन्हा डोळे उघडले तर अँग्लीज नाहीसा झाला होता. नंतर त्याच्या कानावर आले की, तो पंजशीरला शाह मसूदकडे व्यवस्थित पोहोचला होता म्हणून; पण पुन्हा त्याने त्याला कधीच बघितले नाही.

रशियनव्याप्त अफगाणिस्तानात सहा महिने काढून मार्टिन पुन्हा पाकिस्तानमार्गे, कुणाच्याही ध्यानात न येता, घरी परतला. आता त्याच्या भात्यात अस्खलित पुश्तू भाषेची भर पडली होती. त्याला थोडा काळ रजा देऊन पुन्हा सैन्यात भरती दिली. १९८८ च्या ऑटममध्ये तो दुसऱ्यांदा नॉर्दर्न आयर्लंडमध्ये पोहोचला; पण या वेळी परिस्थिती वेगळी होती.

आयरिश रिपब्लिकन आर्मीला – आय.आर.ए.ला – फक्त एस.ए.एस.ची भीती वाटत असे. त्यांचे नेहमी एकच स्वप्न असे. अशा एखाद्याला जिवंत पकडायचे आणि त्याचे हाल हाल करून ठार मारायचे. माईक मार्टिन चौदाव्या इन्टेलिजन्स कंपनीबरोबर होता. त्यांना 'द डिटॅचमेन्ट' म्हणून किंवा 'द डिट' म्हणून ओळखले जाई.

ही कंपनी सर्वांवर नजर ठेवे, पाठलाग करे, चोरून संभाषण ऐके. सर्व कामे अशा तऱ्हेने होत की, त्यांचे अस्तित्व कुणाच्या लक्षात येत नसे. त्यांचे एकच काम होते. आय.आर.ए.चे खुनी कुठे झडप घालणार ते शोधायचे. हे शोधून काढण्यासाठी त्यांनी काही अचाट कृत्ये केली.

ते आय.आर.ए.च्या सर्व नेत्यांच्या घरांमध्ये घुसले. छपरावरच्या टाइल्स काढून, आत शिरून वरपासून खालपर्यंत त्यांनी सर्वत्र चोरून ऐकण्याची साधने बसवली. आय.आर.ए.चा एखादा माणूस मेला, तर शवपेटीमध्येही असे साधन बसवत. मृतांना आदर दाखवण्यासाठी येताना तिथेच कॉन्फरन्सेस घ्यायची त्यांना सवय होती. दूरवरचे कॅमेरे हलणाऱ्या ओठांचे चित्रण करत. ओठांच्या हालचालींवरून बोलणे कळणारे तज्ज्ञ संभाषण बनवत. बंद खिडक्यांमधून माईक्सच्या साहाय्याने बोलणे ऐकले जाई. 'डिट'ना एखादी महत्त्वाची बातमी कळली की, ते योग्य ठिकाणी ती कळवत.

हल्ला करण्याचे नियम फार कडक होते. आय.आर.ए.कडून पहिला गोळीबार झाला, त्यांनी एस.ए.एस.च्या दिशेने गोळ्या झाडल्या तरच प्रत्युत्तर द्यायचे. आव्हान दिल्यावर त्यांनी बंदुका टाकल्या तर त्यांना कैद करायचे. तेव्हा गोळीबारापूर्वी

पॅराज आणि एस.ए.एस.ना फार काळजीपूर्वक वागावे लागे. हल्ली हल्ली ब्रिटिश राज्यकर्ते आणि वकील यांनी अशी परंपरा निर्माण केली आहे की, ब्रिटनच्या शत्रूंनाच सर्व नागरी हक्क आहेत, सैनिकांना नाहीत.

कॅप्टन म्हणून अल्स्टरमध्ये घालवलेल्या अठरा महिन्यांच्या काळात रात्रीच्या लपूनछपून घडलेल्या चकमकींत मार्टिनने भाग घेतला होता. प्रत्येक वेळी आय.आर.ए.च्या गटाला बेसावध गाठून आव्हान दिले होते. प्रत्येक वेळी मूर्खासारख्या त्यांनी आपल्या बंदुका एस.ए.एस.कडे वळवल्या होत्या. सकाळी रॉयल अल्स्टर कॉन्स्टॅब्युलरीला प्रेते सापडली होती.

अशा दुसऱ्या चकमकीत मार्टिनला गोळी बसली. नशीबवान होता तो. डाव्या दंडावरच्या मांसल भागातच जखम झाली होती; पण तरीही सुधारण्यासाठी त्याची घरी रवानगी झाली आणि त्याला लेदरहेड इथल्या हेडले कोर्टवर ठेवण्यात आले. याच ठिकाणी त्याला ल्युसिन्दा ही नर्स भेटली. प्रियाराधनाच्या थोड्या काळानंतर ती त्याची पत्नी बनली.

१९९० च्या वसंत ऋतूत तो पॅराजमध्ये परतला. व्हाइट हॉलमध्ये मिनिस्ट्री ऑफ डिफेन्समध्ये त्याची नेमणूक झाली. तिला नर्सिंग चालू ठेवणे सोपे पडावे म्हणून त्यांनी चोभम इथे एक कॉटेज भाड्याने घेतले. आयुष्यात प्रथमच सूट चढवून, आगगाडीचा प्रवास करत तो लंडनमध्ये कामावर जायला लागला. मिलिटरी ऑपरेशन्स, स्पेशल प्रोजेक्ट्स युनिटमध्ये तो स्टाफ ऑफिसर थ्री म्हणून काम बघत होता. कुठल्या तरी परकीय शक्तीने दुसरीकडे कुठे तरी आक्रमण केले आणि पुन्हा त्याचे आयुष्य बदलले.

२ ऑगस्टला इराकच्या सद्दाम हुसेनने शेजारच्या कुवैतवर हल्ला चढवला. पुन्हा एकदा मार्गारेट थॅचरने गप्प बसायचे नाकारले. अमेरिकन अध्यक्ष जॉर्ज बुश (सीनिअर) यांनी पाठिंबा दिला. कुवैतची मुक्तता करण्यासाठी प्रतिहल्ला चढवण्यासाठी एका आठवड्यात अनेक देशांच्या सहकार्याने सैन्य उभारण्याच्या योजनांचा जोरदार पाठपुरावा सुरू झाला.

मिलिटरी ऑपरेशन्स, स्पेशल प्रोजेक्ट्स, युनिटकडे माणसे कमी असतानाही सीक्रेट इन्टेलिजन्स सर्व्हिसचे वजन इतके होते की, त्यांनी माईक मार्टिनचा पत्ता लावून, त्याने काही मित्रांबरोबर जेवण घ्यावे अशी त्याला सूचना केली.

जेवण सेन्ट जेम्समधल्या एका आडबाजूच्या क्लबमध्ये होते. 'फर्म'चे दोन अधिकारी जेवण देणार होते. त्यांच्याबरोबर जॉर्डन ही जन्मभूमी असलेला, पण ब्रिटिश नागरिकत्व स्वीकारलेला एक माणूसही होता. त्याला मुद्दाम चेल्टनहॅम येथील कम्युनिकेशन हेडक्वार्टर्समधून बोलावले होते. तो एकच काम करायचा– अरब जगामधले रेडिओवरचे संभाषण चोरून ऐकायचा आणि अभ्यास करून खरा

अर्थ जाणून घ्यायचा. आज त्याला बोलावण्याचे कारण मात्र वेगळेच होते.

तो मार्टिनबरोबर भराभर अरेबिकमध्ये बडबडत होता आणि मार्टिन उत्तरे देत होता. शेवटी त्याने इतर दोघांकडे बघून मान डोलावली.

''मी कधी असे बोलणे ऐकलेले नाही.'' तो म्हणाला. ''त्याचा चेहरा, त्याचा आवाज... कुणाला संशय येणार नाही.''

आणि तो उठून निघून गेला. त्याला ज्या कामासाठी खास आणले होते ते झाले होते.

''तू जर कुवैतमध्ये जाऊन तिथे नक्की काय चालले आहे बघशील, तर आम्ही खूप कृतज्ञ राहू.'' फर्मचा वरिष्ठ अधिकारी म्हणाला.

''आणि सैन्याचं काय?''

''मला वाटतं ते आमच्याशी सहमत होतील.'' दुसरा पुटपुटला.

सैन्यदलाने पुन्हा थोडी कुरकुर केली, पण सोडले त्याला. काही आठवड्यांनी उंट घेऊन भटक्या जमातीच्या बदाऊनप्रमाणे तो सौदी अरेबियामधून इराकव्याप्त कुवैतमध्ये घुसला. उत्तरेकडे जाताना त्याला अनेक इराकी गस्तीपथके दिसली; पण दोन उंट घेऊन बाजारात जाणाऱ्या या दाढीवाल्याकडे त्यांनी लक्षही दिले नाही. बदाऊनी, अरेबियातल्या राजकारणापासून शेकडो वर्षे अलिप्त राहिलेले आहेत. आक्रमक फौजा अरेबियामध्ये इकडे-तिकडे फिरत असताना त्यांनी कधीही कुठल्याही झगड्यात स्वतःला गुंतवलेले नाही. तेव्हा आक्रमक फौजांनीही नेहमी त्यांच्याकडे दुर्लक्ष केले आहे.

पुढल्या अनेक आठवड्यांत भूमिगत कुवैती गनिमांशी संबंध जोडून त्याने त्यांना शिक्षण दिले. इराकी फौजांची बलस्थाने, त्यांची कमजोर ठाणी यांची माहिती काढली आणि तो कुवैतबाहेर पडला.

इराकबरोबरच्या युद्धाच्या वेळी तर तो सरळ सौदी अरेबियामधून इराकमध्ये घुसला आणि बगदादमध्ये जाणाऱ्या बसमध्येच चढला. कोंबड्यांची टोपली घेऊन बसमध्ये शिरणाऱ्या या शेतकऱ्याकडे कोणीही वळूनसुद्धा बघितले नाही.

बगदाद शहराची त्याला पूर्ण माहिती होती. एका मोठ्या व्हिलामध्ये त्याने माळ्याची नोकरी पत्करली आणि बागेच्या कोपऱ्यातल्या एका झोपडीमध्ये तो राहायला लागला. संदेश गोळा करायचे आणि ते पाठवायचे, हेच काम त्याच्यावर सोपवले होते. त्यासाठी घडी घालण्यासारखी एक डिश एरिअलसुद्धा त्याला दिलेली होती. ती वापरून तो पाठवत असलेले संदेश इराकी गुप्त पोलीस पकडूच शकत नसत. ते रियाधला पोहोचत.

त्या युद्धामध्ये एक गोष्ट अत्यंत गुप्त ठेवली होती. सद्दाम हुसेनच्या अत्यंत उच्च वर्तुळात वावरणारा एक जण फर्मचा खबऱ्या होता. मार्टिनची त्याच्याशी

कधीच गाठ पडली नाही; पण आधीच ठरवलेल्या डेड लेटर बॉक्सेसमधून किंवा ड्रॉप्समधून मार्टिन आपले संदेश अमेरिकेच्या हाताखालील दोस्त सैन्याला सौदी अरेबियामध्ये पाठवत असे. त्यांच्या मुख्यालयाला या माहितीचे गूढ कधी उलगडले नाही, पण माहिती मोलाची ठरत होती. २६ फेब्रुवारी १९९१ ला सद्दामचा प्रतिकार थांबला. रात्रीच्या वेळी परत येताना फ्रेंच फॉरिन लीजनकडूनच मार्टिन खरा तर मारला जायचा, पण वाचला. तो सुखरूप इराकबाहेर परतला.

१५ फेब्रुवारी १९८९. अफगाणिस्तानमध्ये घुसलेल्या रशियाच्या चाळिसाव्या सैन्यदलाचा प्रमुख जनरल ग्रोमोव्ह अमू दर्या नदीवरच्या फ्रेंडशिप ब्रिजवरून एकटाच चालत उझबेकिस्तानमध्ये पोहोचला. त्याचे संपूर्ण सैन्य आधीच परतले होते. युद्ध संपले होते.

अफगाणिस्तान हे रशियाचे व्हिएतनाम ठरले. युद्ध संपल्याचा आनंदही जास्त काळ टिकला नाही. रशियाच्या टाचेखालील पूर्व युरोपमधले देश उघड उघड बंड करून उठत होते. रशियाची अर्थव्यवस्था पार ढासळली होती. नोव्हेंबरमध्ये बर्लिनची भिंत तोडली गेली आणि रशियन साम्राज्याची शकले उडाली.

अफगाणिस्तानमधल्या वॉरलॉर्ड्सनी विजयानंतर एकत्र येऊन स्थिर सरकार स्थापन केल्यावर, रशियाच्या पाठिंब्यावर उभे राहिलेले कळसूत्री सरकार तात्काळ कोसळेल; हा राजकीय पंडितांचा अंदाज मात्र चुकीचा ठरला. काबूलमधल्या अध्यक्ष नजीबुल्लाच्या सरकारला रशियाने वाऱ्यावर सोडले होते; पण तरी तो दोन कारणांनी टिकून राहिला. त्याचे सैन्य इतरांपेक्षा ताकदवान होते आणि खदचा – गुप्त पोलिसांचा – त्याला पाठिंबा होता. तेव्हा सर्व शहरे आणि त्यातली मोठी लोकसंख्या तो काबूत ठेवू शकत होता.

महत्त्वाची बाब म्हणजे एकत्र येऊन स्थिर सरकार स्थापन करण्याऐवजी सगळे वॉरलॉर्ड्स जास्तीत जास्त मुलुख स्वतःच्या वर्चस्वाखाली राहावा म्हणून भांडत बसले आणि त्यांनी यादवी युद्धालाच आमंत्रण दिले.

इझमत खानचा या कुठल्याच गोष्टींशी संबंध नव्हता. त्याचे वडील हालअपेष्टांनी वेळेपूर्वीच वृद्ध बनले होते; पण तरी ते कुटुंबप्रमुख होते. आपल्या शेजाऱ्यांच्या मदतीने एक एक दगड रचत इझमत खानने मालोको झाई हे आपले खेडेगाव पुन्हा उभारायला सुरुवात केली. बॉम्ब आणि रॉकेट्सनी तयार झालेले ढीग बाजूला करून त्यांनी कुटुंबासाठी एक कम्पाऊंड उभारले.

वडिलांचे 'लष्कर' नावापुरतेच त्यांच्या ताब्यात होते. आपला पाय बरा झाल्यावर इझमत खानने नेतृत्व स्वीकारून युद्ध पुन्हा सुरू केले होते. त्याने स्वतःचे रक्त सांडले होते, तेव्हा सर्वजण त्याच्या आज्ञा पाळत होते. युद्ध संपल्यावर त्यांना

रशियन्सनी लपवलेला शस्त्रांचा एक मोठा साठा सापडला.

त्यांनी तो पराचिनारच्या शस्त्रांच्या बाजारात विकला आणि थोड्या गाई, बकऱ्या, मेंढ्या घेऊन ते परतले. त्यांना कळप पुन्हा तयार करायचे होते.

आधीच आयुष्य सोपे नव्हते. आता पहिल्यापासून प्रत्येक गोष्ट सुरू करायची, हे तर कठीणच होते; पण पुन्हा आपले गाव उभे राहील या आनंदात इझमत खानला कष्टांची फिकीर वाटत नव्हती. प्रत्येक माणसाला कुठे तरी आधार हवा असतो आणि त्याचा आधार म्हणजे त्याचे स्वत:चे गाव होते. विसाव्या वर्षी तो शुक्रवारची प्रार्थना म्हणण्यासाठी गावामध्ये बांग द्यायला लागला. इतर जण त्याच्यामागोमाग प्रार्थना म्हणायला लागले.

भटक्या कुची लोकांनी पठारी प्रदेशातल्या भीषण परिस्थितीची कल्पना दिली. नजीबुल्लाशी इमान राखणारे सैन्य शहरांवर कब्जा ठेवून होते; पण आसपास वॉरलॉर्ड्सचे वर्चस्व होते आणि ते तर ठगांसारखे आणि दरोडेखोरांसारखे वागत होते. बाहेरच्या रस्त्यांवर हवी तशी करवसुली चालली होती. वाटसरूंना बेदम मारहाण होत होती, त्यांना लुटले जात होते.

अफगाणिस्तानमध्ये हेकमतयार यांचे सरकार स्थापण्यासाठी पाकिस्तानच्या आय.एस.आय.चा प्रयत्न चालू होता. त्याच्या ताब्यातल्या मुलखात जबर दहशत होती. रशियाशी लढण्यासाठी एकत्र आलेले 'पेशावर सेवन' आता एकमेकांच्या नरडीचा घोट घ्यायचा प्रयत्न करत होते आणि सामान्य जनता पार भरडली जात होती. वीर म्हणून गौरवले गेलेले हे मुजाहिदीन आता क्रूरकर्मा बनले होते. आपण पठारी प्रदेशात राहत नाही याबद्दल इझमत खानने परम दयाळू अल्लाचे आभार मानले.

युद्ध संपल्यानंतर पर्वतांमधून आणि त्यांच्या बहुमोल गुहांमधून अरब जवळजवळ नाहीसेच झाले होते. युद्ध संपेपर्यंत त्यांचा अनभिषिक्त सम्राट बनलेला, गुहेमधल्या हॉस्पिटलमधला उंच सौदीही निघून गेला. मागे राहिलेले पाचएकशे अरब लोकांना विशेष आवडत नव्हते. तेही विखरून गेले होते आणि भिकाऱ्यांसारखे जगत होते.

वीस वर्षांचा इझमत खान शेजारच्या दरीतल्या एका शेजाऱ्याला भेटायला जात असताना, ओढ्याजवळ त्याने एका मुलीला घरचे कपडे धुताना बघितले. वाहत्या पाण्याच्या खळखळाटात त्याच्या घोड्याची चाहूल तिला लागली नाही आणि हिजाबमध्ये आपला चेहरा झाकून घ्यायच्या आधीच त्यांची नजरानजर झाली. ती बावरली आणि घाबरूनच घरी पळाली; पण ती फार सुंदर आहे एवढे इझमत खानला दिसले होते.

कोणताही तरुण मुलगा जसा वागेल तसाच तो वागला. त्याने आईला विचारले. ती खुश झाली. ती आणि दोन मावशा यांनी त्या मुलीचा पत्ता काढून नूरी

खानला लग्नाची बोलणी करायला भाग पाडले. तिचे नाव मरियम होते. १९९३ च्या वसंत ऋतूत त्यांचा विवाह झाला.

अर्थातच उघड्या माळावर तो पार पडला. मोठी मेजवानी होती. शृंगारलेल्या घोड्यावरून वधू आली. पुरुषांसाठीच फक्त नृत्यवादन होते. इझमत खानने मदरशामध्ये शिक्षण घेतले होते. नृत्य-गायन त्याला अजिबात पसंत नव्हते; पण नूरी खान पुन्हा जसा काही तरुणच बनला होता. त्याने काही ऐकले नाही. शेवटी एक दिवस का होईना, इझमतने आपले कठोर वहाबी शिक्षण बाजूला ठेवले आणि तोही नृत्यात दंग झाला. त्याच्या पत्नीची नजर तर त्याच्यावरून दुसरीकडे वळत नव्हती.

त्याने तिला ओढ्याच्या काठावर प्रथम बघितले त्या वेळेपासून लग्नापर्यंतचा काळ हुंड्याचा तपशील ठरवणे, नवीन घर बांधणे वगैरेंसाठी आवश्यकच होता. थकलेले गावकरी आपापल्या घरी परतल्यावर खान कंपाऊंडमधल्या आपल्या नवीन घरात पत्नीसह रात्री खूप उशिराच पोहोचला. चाळीसएक यार्ड अंतरावर घरात झोपलेल्या त्याच्या आईने रात्री एकदाच एक अस्फुट किंकाळी ऐकली आणि ती समाधानाने स्वत:शीच हसली. सून म्हणून आलेली मुलगी आता स्त्री झाली होती. तीन महिन्यांत स्पष्ट झाले की, फेब्रुवारीतल्या बर्फ पडण्याच्या काळात तिला मूल होणार.

आणि अरब परतले. तो उंच सौदी त्यांच्या बरोबर नव्हता. तो लांब कुठे तरी सुदान नावाच्या देशात होता म्हणे; पण त्याने बराच पैसा पाठवला होता. वॉरलॉर्ड्सना मौल्यवान भेटी देऊन त्याने खलिद इब्न वालिद, अल फरूक, सादिक खलाद, जिहाद वाल, दारून्ता अशा ठिकाणी ट्रेनिंग कॅम्प उभारले. अरेबिक भाषा बोलणाऱ्या जगामधून युद्धाचे शिक्षण घेण्यासाठी हजारो तरुण आले.

पण कुठले युद्ध? जमातीजमातींमधल्या यादवीमध्ये त्यांनी कुणाचीच बाजू घेतली नव्हती. मग कुणाशी युद्ध लढण्यासाठी त्यांची तयारी चालू होती? त्याला कळले की, हे सर्व त्या उंच सौदीमुळे, ज्याला त्याचे अनुयायी शेख म्हणत, त्याच्यामुळे घडत होते. त्याने सौदी अरेबियातल्या स्वत:च्या सरकारविरुद्ध आणि पाश्चिमात्य देशांविरुद्ध जिहाद पुकारला होता.

पण इझमत खानचे पश्चिमी देशांशी काही भांडण नव्हते. उलट त्यांनी रशियाला पराभूत करण्यासाठी पैसा आणि शस्त्रास्त्रे पुरवली होती. ज्या एकुलत्या एक काफिराशी त्याचा संबंध आला होता, त्याने तर त्याचा जीव वाचवला होता. त्याने ठरवून टाकले की, हे त्याचे पवित्र युद्ध असू शकत नाही. त्याचा या जिहादशी संबंध नाही. त्याला त्याच्या देशाचीच काळजी पडली होती. अंतर्गत यादवीने तो पार रसातळाला पोहोचत होता.

■

६

पॅराशूट रेजिमेंटने माईकला प्रश्न न विचारता परत घेतले. प्रश्न विचारता कामा नयेत अशी सूचनाच होती; पण हा काहीतरी विलक्षण वेगळा माणूस आहे अशी त्याची प्रसिद्धीही व्हायला लागली होती. चार वर्षांत दोन वेळेला तो सहा सहा महिने रेजिमेंटमधून गैरहजर होता आणि त्याची कारणे कुणाला ठाऊक नव्हती. कोणत्याही मिलिटरी युनिटमध्ये भुवया उंचावून इतर जण बघणारच. १९९२ मध्ये कँबर्ली इथल्या स्टाफ कॉलेजमध्ये त्याला पाठवण्यात आले. तिथून तो मेजर बनूनच परतला.

या वेळी डायरेक्टोरेट ऑफ मिलिटरी ऑपरेशन्समधल्या डिपार्टमेंट थ्रीमध्ये तो स्टाफ ऑफिसर टू म्हणून काम बघायला लागला. डिपार्टमेंट थ्री म्हणजे बाल्कन्सकडे बघणारा विभाग. बाल्कन्समध्ये धुमश्चक्री चालू होती. मिलोसेविकच्या हाताखालील सर्ब अत्यंत प्रबळ होते. त्यांनी उडवलेल्या कत्तलींनी – वंशविच्छेदाने – जगाला वीट आणला होता. काळा सूट घालून उपनगरातून लंडनला जाऊन काम करून माईक मार्टिन पार कंटाळला. अशी दोन वर्षे काढली त्याने.

एस.ए.एस.मध्ये काम केलेल्या अधिकाऱ्यांना दुसऱ्यांदा तसे काम करायची संधी मिळू शकते; पण बोलावणे आले तरच. १९९४ च्या शेवटी मार्टिनला हिअरफोर्डकडून बोलावणे आले. त्याच्या दृष्टीने ही ख्रिसमसची भेटच होती; पण ल्युसिन्दा मात्र दुखावली गेली.

त्यांना अजून अपत्यप्राप्ती झाली नव्हती. दोघांची व्यावसायिक कारकीर्द दोन दिशांनी ओढ घेत होती. ल्युसिन्दाला, तिच्या मते आयुष्यात एकदाच मिळू शकणाऱ्या, मोठ्या प्रमोशनची संधी प्राप्त झाली होती; पण त्यासाठी मिड-लॅन्ड्समध्ये जाणे भाग होते. वैवाहिक आयुष्यात ताणतणाव निर्माण होत असतानाच माईक मार्टिनला बी स्क्वॅड्रन २२, एस.ए.एस. ताब्यात घेऊन गुपचूप बोस्नियाला प्रयाण करण्याच्या आज्ञा मिळाल्या. वर वर ते संयुक्त राष्ट्रसंघाच्या शांतिसेनेचा भाग असणार होते; पण त्यांचे खरे काम होते युद्धगुन्हेगारांचा माग काढून त्यांना पकडून आणणे. कोणताही तपशील तो अर्थातच ल्युसिन्दाला सांगू शकत नव्हता; पण त्याला जावे लागणार होते.

शेवटी एवढेच निमित्त पुरले. तिला वाटले, पुन्हा एकदा त्याची अरेबियालाच बदली होत आहे. तिने त्याला निर्वाणीचा इशारा दिला की, पॅराज, एस.ए.एस.

आणि त्याचे ते अरेबियाचे वाळवंट किंवा बर्मिंगहॅम आणि वैवाहिक जीवन यातल्या एकाची निवड त्याने आता करावी. खरे तर तिचे काही चुकले नव्हते. त्याने विचार केला. त्याला वाळवंटच जास्ती पसंत होते.

एकाकी अशा व्हाइट माऊन्टन्सच्या पर्वतराजींबाहेर इझमत खानचा जुना नेता युनूस खाल मरण पावला आणि त्याच्या हिज्ब-इ-इस्लामी पार्टीची पूर्ण सूत्रे हेकमतयारच्या हातात गेली. त्याची क्रूरकर्मा ही ख्याती ऐकूनच इझमतला घृणा वाटायची.

फेब्रुवारी १९९४ मध्ये त्याचे मूल जन्माला येईपर्यंत नजीबुल्लाचे सरकार कोसळले असले, तरी नजीबुल्ला जिवंत होता आणि काबूलमधल्या संयुक्त राष्ट्रसंघाच्या गेस्ट हाउसमध्ये कैदी होता. प्रोफेसर रब्बानीने त्याची जागा घेतल्याचा समज होता; पण तो पडला ताजिक आणि म्हणून पश्तून जनतेची त्याला मान्यता नव्हती. काबूलबाहेर वॉरलॉर्ड्स आपापल्या मुलखावर राज्य करत होते. खरे तर अफगाणिस्तानमध्ये अराजक आणि अंदाधुंदी माजली होती.

आणि दुसरे काहीतरी घडत होते. रशियन्सशी लढा संपल्यावर हजारो तरुण अफगाण आपले शिक्षण पुरे करण्यासाठी पाकिस्तानमधल्या मदरशांमध्ये गेले. लढण्यासाठी खूप लहान असलेली मुलेही कोणत्या तरी शिक्षणाच्या आशेने सरहद्द पार करून पाकिस्तानात पोहोचली आणि त्यांना वर्षानुवर्षे माथे फिरवून टाकणारे एकच शिक्षण मिळाले. वहाबिझमचे. आता ते तरुण परत येत होते; पण इझमत खानहून फार वेगळे होते.

युनूस खाल कट्टर धार्मिक असला तरी त्याच्यात थोडा संयम होता. निर्वासित कॅम्पमधल्या त्याच्या मदरशातील इस्लामच्या शिक्षणात थोडा तरी मानवतावाद होता. बाकीच्या मदरशांमध्ये तलवारीचे बळ वापरायची चिथावणी देणाऱ्या अत्यंत आक्रस्ताळी आणि आक्रमक अशा पवित्र कुराणाच्या भागाचाच शिक्षणामध्ये समावेश होता. नूरी खानसुद्धा धार्मिक होता; पण त्याच्याकडे थोडी माणुसकी शिल्लक होती. गायन, नृत्य, खेळ यांबाबत त्याची दृष्टी सहिष्णु होती. त्यात त्याला काही वावगे आहे असे वाटत नव्हते.

या परत येणाऱ्या तरुणांना शिकवणाऱ्या इमामांचे स्वत:चे शिक्षणच यथातथा होते. त्यांना जीवनाबद्दल, स्त्रियांबद्दल, स्वत:च्या जमातीच्या संस्कृतीबद्दल काडीमात्र ज्ञान नव्हते. एक कुराण सोडले तर त्यांना दुसरी एकच गोष्ट माहीत होती. युद्ध! बहुतेक सर्व तरुण अफगाणिस्तानच्या दक्षिण भागामधले होते. इस्लामच्या अत्यंत कठोर अशा विचारांचे पालन करणारा विभाग.

१९९४ च्या उन्हाळ्यात इझमत खान आणि त्याचा एक दूरचा भाऊ जलालाबादला निघाले. तशी थोड्या काळाची भेट; पण खंडणी द्यायचे नाकारल्यामुळे एका

खेडेगावामध्ये हेकमतयारच्या अनुयायांनी उडवलेल्या कत्तलींचा परिणाम बघण्यासाठी मोठीच ठरलेली भेट. सर्व पुरुषांचा अतोनात छळ करून त्यांना कापून टाकले होते, स्त्रियांना मारहाण केली होती आणि खेडेगाव पेटवून दिले होते. जलालाबादमध्ये पोहोचल्यावर त्यांना कळले की अशा घटना पुन:पुन्हा सर्वत्र घडत होत्या.

आणि दक्षिणेकडे काही तरी वेगळाच प्रकार घडला. मध्यवर्ती सरकार कोसळल्यानंतर अफगाण सैन्याने, चांगला पगार देणाऱ्या एका स्थानिक वॉरलॉर्डचीच चाकरी पत्करली. कंदाहारबाहेर काही सैनिकांनी दोन लहान मुलींना पकडून आपल्या कॅम्पवर नेले आणि त्यांच्यावर सामूहिक अत्याचार केले.

त्या गावामधला धर्मगुरू स्वत:चीच एक धार्मिक शिक्षण देणारी शाळा चालवायचा. आपले तीस विद्यार्थी आणि सोळा रायफल घेऊन तो कॅम्पवर पोहोचला आणि आश्चर्य म्हणजे त्या सैनिकांना ठोकून काढून त्यांनी कॅम्प कमांडंटला रणगाड्याच्या तोफेच्या नळीवर फाशी दिले. त्या धर्मगुरूचे नाव होते मोहम्मद ओमर किंवा मुल्ला ओमर. लढाईमध्ये त्याने आपला उजवा डोळा गमावला होता.

ही बातमी बघता बघता सगळीकडे पसरली. इतरांनीही त्याला मदतीसाठी विनंती केली. त्याच्या अनुयायांची संख्या वाढायला लागली आणि तो इतरांच्या मदतीसाठी जायलाही लागला. ते पैसे मागत नव्हते, स्त्रियांवर अत्याचार करत नव्हते, पिके चोरत नव्हते, बक्षीस मागत नव्हते. ते तर सर्वांचे हीरो बनले. डिसेंबर १९९४ पर्यंत त्यांच्याबरोबर बारा हजार जण होते. प्रत्येकजण त्याच्यासारखा काळा फेटा बांधत होता, ते स्वत:ला विद्यार्थी म्हणवत. पुश्तूमध्ये विद्यार्थी म्हणजे तालिब. यांना 'तालिबान' म्हणजे 'धर्माचे अध्ययन करणारे' असे म्हणायला सुरुवात झाली. गावांची राखण करता करता तालिबानने एका चळवळीचे स्वरूप घेतले आणि कंदाहार शहर ताब्यात घेतल्यावर त्यांनी पर्यायी सरकारचीच जागा घेतली.

कायम कट-कारस्थानात गुंतलेल्या आय.एस.आय.च्या मदतीने काबूलमधले ताजिक रब्बानीचे सरकार खाली खेचून हेकमतयार यांचे सरकार बनवण्याचे पाकिस्तान सरकारचे प्रयत्न पुन:पुन्हा अयशस्वी ठरत होते. आय.एस.आय.मध्ये धार्मिक पुराणमतवाद्यांचा भरणा झाला होता. तेव्हा त्यांनी आता तालिबानशी संगनमत केले. कंदाहार घेतल्यावर तालिबानला अमाप शस्त्रसाठा, रणगाडे, चिलखती गाड्या, ट्रक्स, तोफा, सहा मिग-२१ लढाऊ विमाने, सहा हेलिकॉप्टर्स यांचा लाभ झाला. त्यांनी उत्तरेकडचा मुलूख आपल्या अमलाखाली आणण्याच्या हालचाली सुरू केल्या. १९९५ मध्ये इझमत खानने आपल्या पत्नीचा आणि मुलाचा निरोप घेतला आणि पर्वत ओलांडून तो तालिबानना जाऊन मिळाला.

नंतर क्यूबामधल्या कोठडीत त्याला आठवण झाली की, त्याची पत्नी आणि अपत्य यांच्याबरोबर त्याने काढलेले दिवस, हाच त्याच्या आयुष्यातला अत्यंत

सुखाचा काळ होता. तेव्हा तो फक्त तेवीस वर्षांचा होता.

तालिबानची काळी बाजू त्याच्या लक्षात येईपर्यंत खूप उशीर झाला. कंदाहारमधले पश्तून प्रथमपासून कट्टर धार्मिक होते; पण आता इस्लामच्या अत्यंत कडव्या आणि कठोर नियमांचे पालन करण्याची सक्तीच व्हायला लागली.

मुलींच्या सर्व शाळा एका फटक्यात बंद झाल्या. बरोबर कुणी पुरुष नातेवाईक नसेल, तर त्यांना घराबाहेर पडायची बंदी करण्यात आली. डोक्यापासून पायापर्यंत सर्व झाकून टाकणारा काळा बुरखा चोवीस तास घालण्याची सक्ती झाली. टाइल्सच्या जमिनीवर सॅन्डलचे आवाज येता कामा नयेत म्हणून ते वापरण्यावर बंदी आली.

गाणे-बजावणे, नृत्य, खेळ, पतंग उडवणे या सर्वांवर मनाई आली. पतंग उडवणे हा तर देशातला एक लोकप्रिय खेळ होता. दिवसातून पाच वेळा प्रार्थना म्हणण्याची सक्ती झाली. पुरुषांना दाढ्या राखणे आवश्यक बनले आणि या सगळ्या आज्ञा पाळल्या जात आहेत याची खात्री पटवण्यासाठी काळ्या फेट्यामधली मुलांची टोळकी फिरायला लागली. त्यांना कुराणातली तलवारीच्या बळाची, युद्धाची आणि क्रौर्याची शिकवणच फक्त दिली गेली होती. हे मुक्तिदातेच नवीन क्रूर सुलतान बनले आणि त्यांना थांबवू शकण्याची ताकद कुणामध्येही नव्हती. त्यांचे आता एकच ध्येय होते– वॉरलॉर्ड्सना चिरडून टाकणे आणि सर्वसामान्य जनताही त्यांचा तिरस्कार करत असल्याने त्यांनी या कठोर कायद्यांपुढे मान झुकवली. तालिबानमुळे निदान लाचलुचपत, बलात्कार, गुन्हेगारी या गोष्टींना आळा बसला होता.

मुल्ला ओमर केवळ एक लढाऊ योद्धा होता. बलात्कार करणाऱ्याला तोफेच्या नळीवर फासावर लटकवल्याने एक नवीन क्रांती सुरू झाली आणि तो स्वत:च्या बळकट स्थानात, दक्षिणेमधल्या कंदाहारमध्ये जाऊन बसला. त्याचे अनुयायी म्हणजे मध्ययुगातल्या योद्ध्यांसारखे बनले. त्यांना अनेक गोष्टी माहीत नव्हत्या, त्याप्रमाणे भीती हा शब्दही ठाऊक नव्हता. आपल्या तटबंदीआड राहणाऱ्या एकाक्ष मुल्लावर त्यांची भक्ती होती. तालिबान राज्य कोसळेपर्यंत त्याच्यासाठी ऐंशी हजार जणांनी प्राण गमावला. अफगाणिस्तानमधल्या वीस हजार अरबांचा नेता असणारा उंच सौदी दूर सुदानमध्ये राहून अफगाणिस्तानमधल्या घडामोडींवर लक्ष ठेवून वाट बघत होता.

इझमत खान त्याच्या स्वत:च्या नान्गरहार प्रांतातून उभारलेल्या सैन्याला मिळाला. रशियन्सबरोबरच्या लढायांत त्याने रक्त सांडले होते. अनेक चकमकींत भाग घेतला होता आणि अनुभवी होता. त्याच्याबद्दल इतरांना आदर वाटे.

तालिबान म्हणजे खरे सैन्य नव्हते. कमांडिंग जनरल नाही, जनरल स्टाफ नाही, अधिकारी नाहीत, उच्च-नीच पदे नाहीत, संघटना नाही. प्रत्येक सैन्य एखाद्या जमातीच्या म्होरक्याच्या ताब्यात असे. स्वत:चे शौर्य, धार्मिक भक्ती, प्रभावी

व्यक्तिमत्त्व यांच्या बळावरच ते आपल्या सैन्याला काबूत ठेवत. पहिल्या खलिफांच्या काळामधल्या मूळ मुस्लीम लढवय्यांप्रमाणे – कट्टर धर्मवेड्यांप्रमाणे – शत्रूवर तुटून पडून त्यांचा नायनाट करत. त्यांचा पराभव होऊच शकत नाही, या प्रसिद्धीमुळे एक गोळी देखील न झाडता त्यांचे शत्रू शरणागती पत्करत. सामर्थ्यवान अशा ताजिक शहा मसूदच्या खऱ्या सैनिकांशी प्रथम गाठ पडली, तेव्हा त्यांची जबरदस्त हानी झाली. तालिबानकडे मेडिकल कॉर्प्स नव्हते. त्यामुळे जखमींवर उपचार होऊ शकत नसत. जखमी होऊन रस्त्याच्या कडेला कोसळलेल्या सर्वांनी आपला जीव गमावला; पण ते लढतच राहिले. काबूलच्या वेशीबाहेर त्यांनी मसूदशी बोलणी सुरू केली. त्याला यांच्या अटी मान्य नव्हत्या. तो परत आपल्या उत्तरेकडच्या दऱ्याखोऱ्यांत निघून गेला. तिथून त्याने पूर्वी रशियन्सशी लढा दिला होता. आता एका बाजूला तालिबान आणि दुसऱ्या बाजूला ताजिक असणारा मसूद आणि उझबेकचा दोस्तम यांच्यामध्ये संघर्ष सुरू झाला. ते १९९६ चे वर्ष होते. अफगाणिस्तानच्या या विचित्र तालिबान सरकारला फक्त दोन राष्ट्रांनी मान्यता दिली. पाकिस्तान आणि सौदी अरेबिया. पाकिस्तानने कारस्थाने करून ते सरकार स्थापन केले होते आणि सौदी अरेबियाने त्यांना पैशांचे पाठबळ दिले होते.

इझमत खान तालिबानला मिळाला आणि त्याचा जुना मित्र शाह मसूद आता त्याचा शत्रू ठरला. खूप दक्षिणेला एक विमान उतरले. आठ वर्षांपूर्वी जाजीमधल्या गुहेत इझमत खानशी बोललेला उंच सौदी आणि त्याच्या पायातून पोलादाचा तुकडा बाहेर काढणारा डॉक्टर, दोघेही त्या विमानातून अफगाणिस्तानमध्ये परत आले होते. त्यांनी तात्काळ मुल्ला ओमरची गाठ घेऊन त्याला लवून नमस्कार केला आणि प्रचंड पैसा आणि शस्त्रास्त्रे त्याच्या पायाशी ओतली. मुल्ला ओमरची निष्ठा आणि विश्वास संपादन केला.

काबूलनंतर अफगाणिस्तानचे यादवी युद्ध थोडे थंडावले. तालिबानने प्रथम कुठली गोष्ट केली असेल, ती पदच्युत अध्यक्ष नजीबुल्ला याला त्याच्या घरामधून फरपटत बाहेर खेचले, त्याचा अतोनात छळ करून, त्याची खांडोळी उडवून त्याचे प्रेत दिव्याच्या खांबावर लटकवले. येणारी राजवट किती क्रूर असेल याचा हा मासला होता. इझमत खानला अकारण क्रौर्य पसंत नव्हते. त्याच्या देशाच्या स्वातंत्र्यासाठी तो कणखरपणे लढला होता, साध्या स्वयंसेवकापासून आपल्या लष्कराचा कमांडर बनला होता. त्याच्या नेतृत्वगुणांची कीर्ती पसरत चालली, तसे त्याचे सैन्यही वाढत वाढत तालिबानच्या चार डिव्हिजन सैन्यापैकी एक डिव्हिजन सैन्यच बनले. त्याने आपल्या नानारहारला परत जाण्याची इच्छा व्यक्त करताच त्याला तिथे प्रॉव्हिन्शिअल गव्हर्नर म्हणून नेमण्यात आले. आता जलालाबादमध्ये राहून तो आपल्या कुटुंबाला भेटू शकत होता.

नैरोबी, दारेसलाम ही नावे त्याने ऐकली नव्हती. विल्यम जेफर्सन क्लिन्टन नावाचा कुणी माणूस आहे हे त्याला माहीत नव्हते. त्याच्या स्वत:च्या देशात पाळेमुळे रोवणारा अल काईदा नावाचा जो कुठला गट होता, त्याच्याबद्दल मात्र त्याने बरेच काही ऐकले होते. त्या गटाच्या निष्ठावंत अनुयायांनी जगामधल्या सर्व काफिरांविरुद्ध, त्यातल्या त्यात पश्चिमी देशांविरुद्ध आणि मुख्यत: कुठल्या तरी अमेरिका या देशाविरुद्ध जिहाद पुकारला आहे हे त्याला माहीत होते; पण हे त्याचे पवित्र युद्ध नव्हते.

७ ऑगस्ट १९९८ रोजी आफ्रिकेतल्या दोन देशांच्या राजधान्यांमध्ये अमेरिकन वकिलातींमध्ये बॉम्ब फुटले. त्याला काहीच कळले नाही. परकीय देशांचे रेडिओ ऐकायला बंदी होती आणि ती आज्ञा तो पाळत होता. २० ऑगस्टला अमेरिकेने सत्तर टोमाहॉक क्रूझ मिसाईल्सचा अफगाणिस्तानवर मारा केला. तांबड्या समुद्रातील *काऊपेन* आणि *शायलो* या मिसाइल क्रूझर्स आणि पाकिस्तानच्या दक्षिणेकडल्या अरेबियन गल्फमधल्या *ब्रिस्को, इलियट, हेलर* आणि *मिलिअर* या विनाशिका आणि पाणबुडी *कोलंबिया* यांच्यावरून हा मारा झाला होता.

अल काईदाचे ट्रेनिंग कॅम्प आणि तोरा बोरा येथील गुहा, हे त्यांचे लक्ष्य होते. एक क्षेपणास्त्र मालोको झाईवरच्या पर्वतावरील एका नैसर्गिक आणि रिकाम्या गुहेत घुसले आणि त्याचा स्फोट झाला. त्या स्फोटाच्या दणक्याने पर्वताची एक बाजूच सरकली आणि खालच्या दरीत कोसळली.

इझमत खान तिथे पोहोचला तर त्याला काही ओळख पटेना. संपूर्ण दरी बुजून गेली होती. वाहता ओढा नाही, शेते नाहीत, फळबागा नाहीत, गोठे नाहीत, मशीद नाही, बंदिस्त जागा नाहीत आणि घरे नाहीत. लाखो टन दगडधोंड्यांखाली सगळे गाडले गेले होते. त्याचे आई-वडील, बहिणी, पत्नी, मूल, इतर नातेवाईक, शेजारी-पाजारी सर्व सर्व पुरले गेले. कुठे खणणार आणि काय खणून काढणार? त्याचा आधार समूळ नष्ट पावला. नातेवाईक, जमात सर्व काही नाहीसे झाले.

मावळत्या सूर्याला साक्षी ठेवून, मक्केच्या दिशेने तोंड करून, तो आपल्या कुटुंबीयांना गाडणाऱ्या ढिगाऱ्यावर गुडघे टेकून बसला आणि त्याने प्रार्थना केली; पण या वेळची प्रार्थना फार वेगळी होती. ती एक शपथ होती, सूडाची भीषण प्रतिज्ञा होती, मरेपर्यंत चालू राहणारा वैयक्तिक जिहाद होता. ज्या लोकांनी हे सर्व केले होते त्यांच्याविरुद्ध, अमेरिकेविरुद्ध त्याने युद्ध पुकारले.

एका आठवड्याने त्याने आपल्या गव्हर्नरपदाचा राजीनामा दिला आणि तो युद्धावर निघाला. तीन वर्षे तो नॉर्दर्न अलायन्सशी लढत होता. तो दूर असताना रणनीतीमध्ये तरबेज असणाऱ्या मसूदने पुन्हा एकदा प्रतिहल्ला चढवून तालिबानच्या सैन्याची वाताहात उडवली होती. मझार-ए-शरीफ इथल्या हझारांनी बंड करून उठून

सहाशे तालिबानांची कत्तल उडवली होती. सूडाने पेटलेल्या तालिबानांनी परत येऊन निदान दोन हजार नागरिकांचे शिरकाण केले.

डेटन ठरावावर सह्या झाल्या आणि बोस्नियामधले युद्ध संपले. मुस्लीम बोस्निया हीच मुख्य रणभूमी होती; पण बोस्निअन्स, सर्ब, क्रोएट्स सर्वांचा युद्धात सहभाग होता. दुसऱ्या महायुद्धानंतर युरोपमध्ये इतके रक्तरंजित युद्ध झाले नव्हते.

त्यातल्या त्यात क्रोएट्स आणि सर्ब यांच्याकडे भारी शस्त्रास्त्रे होती आणि त्यांनीच पाशवी अत्याचार केले होते. त्याची घृणा येऊनच युरोपिअन देशांनी हॉलंडमधल्या हेग इथे एक वॉर क्राईम्स ट्रिब्यूनल स्थापन केले. युद्ध गुन्हेगारांवर खटले भरले जातील हे म्हणणे ठीक असले, तरी अपराधी काही हात वर करून शरण येणार नव्हते. मिलोसेविक तर दुसऱ्या एका मुस्लीम मुलखात, कोसोवोमध्ये, कत्तली घडवण्याच्या तयारीला लागला होता.

बोस्नियाच्या एक तृतीयांश भागात फक्त सर्ब वाहत होते आणि त्यांनी आपल्या भागाचे सर्ब रिपब्लिक करून टाकून आपल्या युद्ध-गुन्हेगारांना तिथे आश्रय दिला. तेव्हा कामगिरीचे स्वरूप होते गुन्हेगारांना शोधा, त्यांची ओळख पटवा आणि त्यांना पळवून आणून न्यायालयासमोर उभे करा. शेतात आणि जंगलांमध्ये मुक्काम ठोकून एस.ए.एस. १९९७ मध्ये या युद्ध गुन्हेगारांचा शोध घेण्यात रंगली होती.

१९९८ मध्ये माईक मार्टिन इंग्लंडमध्ये परत येऊन पॅराजमध्ये लेफ्टनंट कर्नल बनला होता आणि कँबर्ली इथल्या स्टाफ कॉलेजात इन्स्ट्रक्टर म्हणून काम करत होता. पुढल्या वर्षी वन पॅरा म्हणून ओळखल्या जाणाऱ्या फर्स्ट बटालियनचा तो कमांडिंग ऑफिसर होता. नाटो राष्ट्रांनी पुन्हा वांशिक हत्या घडू नयेत म्हणून बाल्कन्समध्ये आधीच प्रवेश केला.

काढलेल्या बातम्यांवरून ब्रिटन आणि अमेरिका या दोघांचीही खात्री पटली की, कोसोवोमध्ये मिलोसेविक कत्तलींच्या तयारीला लागला होता. अठराएक लाख नागरिकांची पश्चिमेला अल्बानियात हकालपट्टी करून त्याला कोसोवोच्या प्रश्नाचा एकदाच सोक्षमोक्ष लावायचा होता. नाटो राष्ट्रांनी मिलोसेविकला निर्वाणीचा इशारा दिला. त्याने त्याकडे पूर्ण दुर्लक्ष केले. कोसोवोमधून कंगाल बनलेले, रडणारे नागरिक पर्वत पार करत अल्बानियामध्ये पोहोचायला लागले.

फौजा न घुसवता नाटो राष्ट्रांनी सलग अठ्ठ्याहत्तर दिवस अविरत बॉम्बफेक केली आणि कोसोवो आणि सर्बिअन युगोस्लावियामध्ये भयानक विध्वंस केला. आपल्या देशाची धूळधाण झालेली दिसल्यावर मिलोसेविकने माघार घेतली आणि नाटो फौजा विध्वंस उडालेल्या कोसोवोमध्ये कारभाराची व्यवस्था लावण्यासाठी घुसल्या. सर्व अधिकार पॅराजमध्ये आयुष्य काढलेल्या जनरल माईक जॅक्सनला दिले होते. वन पॅराही अर्थातच त्याच्याबरोबर होती.

वेस्ट साइड बॉईजची भानगड निर्माण झाली नसती तर माईक मार्टिनची ही शेवटचीच कामगिरी ठरली असती.

९ सप्टेंबर २००१ ला वणव्यासारखी एक बातमी तालिबान सैन्यात पसरली आणि *अल्ला हो अकबर*च्या आरोळ्यांनी आसमंत दुमदुमून गेला. अल्ला तू महान आहेस.

इझमत खानचा कॅम्प बामियनबाहेरच होता. सर्वजण वेड्यासारखे, आनंदाने आकाशाच्या दिशेने बंदुकांच्या फैरी झाडत होते. कोणी तरी शाह मसूदचा काटा काढला होता. त्यांचा शत्रू ठार झाला होता. अत्यंत हुशारीने गनिमी युद्ध खेळून रशियन्सना जेरीस आणणारा आणि त्यांच्याही आदरास पात्र ठरलेला, कुशल नेतृत्वाने तालिबानी फौजांच्या चिंधड्या उडवणारा शाह मसूद आता जिवंत नव्हता.

दोन कट्टर धर्मवेड्या मोरोक्कन आत्मघातकी बॉम्बर्सनी त्याची हत्या घडवून आणली. चोरलेल्या बेल्जियन पासपोर्ट्सवर, पत्रकार बनून ते त्याच्याजवळ पोहोचले. आपला मित्र मुल्ला ओमर याच्या मदतीसाठी ओसामा बिन लादेनने सर्व जुळवून आणले. असे काही करायचे सौदीच्या मनात आले नव्हते; पण अत्यंत हुशार आणि पाताळयंत्री इजिप्शियन अयमान अल जवाहिरीच्या लक्षात आले होते की, अल काईदाने जर मुल्ला ओमरला अशा तऱ्हेने मदत केली, तर मुल्ला ओमर त्यांचा कायम ऋणी राहील. नंतर जे काही घडणार होते त्याबद्दल तो त्यांना हाकलून बाहेर काढू शकणार नाही.

अकरा तारखेला अमेरिकेच्या पूर्व किनाऱ्यावरून चार विमानांचे अपहरण झाले. पुढल्या दीड तासात दोन विमानांनी मॅनहॅटनमधील वर्ल्ड ट्रेड सेंटर जमीनदोस्त केले, एका विमानाने पेन्टॅगॉनवर धडक दिली. चौथ्या विमानातले प्रवासी खवळून फ्लाइट डेकवर घुसले आणि चाच्यांचा विमानावरचा ताबा सुटला. ते खाली आदळले.

काही दिवसांत या एकोणीस हवाई चाच्यांची ओळख पटली आणि या विध्वंसाला कारणीभूत झालेल्या संघटनेचीही. थोड्या दिवसांनी अमेरिकेच्या नवीन अध्यक्षांनी मुल्ला ओमरला सणसणीत असा निर्वाणीचा इशारा दिला. संबंधित व्यक्तींना ताब्यात द्या, नाहीतर परिणाम भोगण्यास सिद्ध व्हा. मसूदमुळे ओमरला ही मागणी मान्य करताच येत नव्हती. अलिखित अशा नियमांनी तो बांधला गेला होता.

वेस्ट आफ्रिकेतल्या सिएरा लिओन या पूर्वीच्या ब्रिटिश कॉलनीमध्ये यादवी आणि पाशवी अत्याचारांनी बेबंदशाही माजली होती. गरिबी, लुटालूट, रोगराई आणि क्रौर्य यांचे थैमान माजले होते. कित्येक वर्षांपूर्वी ब्रिटनने हस्तक्षेप करायचे ठरवून संयुक्त राष्ट्र संघटनेला पंधराशे सैनिक तिथे पाठवायला लावले होते; पण

ते फ्री टाऊन या राजधानीच्या शहरामधल्या बरॅक्समधून बाहेरच पडत नव्हते. शहराबाहेरच्या जंगलांमध्ये फारच धोका होता; पण त्या सैनिकांमध्ये ब्रिटनचे जे सैनिक होते ते निदान बाहेरच्या रस्त्यांवर गस्त तरी घालत असत.

ऑगस्ट २०००. महिना संपता संपता रॉयल आयरिश रेन्जर्सच्या एका तुकडीला मुख्य रस्ता सोडून पायवाटेने एका खेड्यामध्ये जाण्यासाठी फसवणुकीने उद्युक्त केले गेले. स्वत:ला वेस्ट साइड बॉईज म्हणवून घेणाऱ्या एका बंडखोर गटाचा ते खेडेगाव म्हणजे तळ होता. मानसिक समतोल गमावलेली आणि कुणाचाच ताबा न राहिलेली अशी माणसे होती ती. कायम नशेत असत. आपल्या हिरड्यांवर कोकेन चोळत, दंडांवर जखमा करून घेऊन त्यामध्ये मादक द्रव्ये भरत. त्यांनी आजूबाजूच्या शेतकऱ्यांवर भयानक अत्याचार केले होते; पण ते चारशेजण होते आणि त्यांच्याकडे अमाप शस्त्रे होती. रेन्जर्सची गठडी वळून त्यांनी त्यांना ओलीस म्हणून डांबून ठेवले.

कोसोवोनंतर माईक मार्टिन वन पॅरा या बटालियनला घेऊन फ्री टाऊनला पोहोचला होता. ते वॉटर्लु कॅम्पमध्ये राहत होते. अवघड अशा वाटाघाटींनंतर मोठी खंडणी देऊन पाच रेन्जर्सची सुटका झाली. उरलेल्यांचे तुकडे उडण्याची शक्यता दिसायला लागली. चीफ ऑफ डिफेन्स स्टाफ चार्ल्स गुथ्री याने लंडनहून आज्ञा दिली. सैन्य घेऊन आत जा आणि त्यांना सोडवून आणा.

टास्क फोर्समध्ये एस.ए.एस.ची अठ्ठेचाळीस माणसे, स्पेशल बोट स्क्वॉड्रनची चोवीस आणि वन पॅरामधले नव्वद जण होते. जंगल कमाफ्लाजमधली दहा माणसे आठवडाभरापूर्वीच जंगलामध्ये घुसली होती आणि त्या खेडेगावाच्या आसपास दडून राहत होती, टेहळणी करत होती, त्यांचे आपापसातले संभाषणसुद्धा ऐकत होती. ते ऐकल्यावरच लक्षात आले की वाटाघाटी करून इतरांची सुटका होण्याची शक्यता नाही.

पहिल्या गटाचा कमांडर आणि इतर सहाजण उखळी तोफेच्या गोळ्याने जखमी झाल्यावर त्यांना मागे घेऊन माईक मार्टिन दुसऱ्या तुकडीला घेऊन जंगलात घुसला.

ते खेडेगाव किंवा खरी म्हणजे दोन गावे – बेरी बाना आणि मॅगबेनी – एका घाणेरड्या आणि गलिच्छ अशा रोकेल क्रीक नावाच्या नदीच्या दोन बाजूंना वसली होती. ज्या ठिकाणी ओलिसांना अडकवून ठेवले होते, त्या बेरी बाना या गावावर स्पेशल फोर्सेसच्या बहात्तर जणांनी हल्ला चढवून त्या सर्वांची सुटका केली आणि डोकी फिरवून पुन:पुन्हा झालेले हल्लेही परतवून लावले. नव्वद पॅराजनी मॅगबेनी ताब्यात घेतले. दोन्ही ठिकाणी पहाटेच्या सुमाराला दोन-दोनशे वेस्ट साइड बॉईज होते.

सहा कैद्यांना बांधून फ्री टाऊनमध्ये आणले गेले. काही जणांनी जंगलात पळ काढला. दोन उद्ध्वस्त झालेल्या गावांमध्ये आणि आजूबाजूच्या जंगलातल्या प्रेतांची मोजदाद करण्याचा कुणीही प्रयत्न केला नाही; पण तीनशे तरी वेस्ट साइड बॉईज मरण पावले आहेत असे सर्वसाधारण मत होते.

एस.ए.एस.चा एक माणूस ब्रॅड तिनियन झालेल्या जखमांनी मरण पावला. एस.ए.एस. आणि पॅराजमध्ये बारा जण जखमी झाले होते. त्यांच्या तुकडीचा कमांडिंग ऑफिसर पहिल्याच झटक्यात मृत्युमुखी पडल्याने, उरलेल्यांचा पूर्ण निकाल लावण्यासाठी माईक मार्टिन दुसऱ्या चिनूकमधून आला आणि मॅगबेनी इथे उरलेल्यांचा पूर्ण नि:पात करण्यासाठी सज्ज झाला. जुन्या काळासारखी समोरासमोर लढाई झाली. नेम धरून झाडलेल्या गोळ्या आणि हातघाईच्या झटापटी. ज्या उखळी तोफेच्या गोळ्याने त्यांचा कमांडिंग ऑफिसर मरण पावला होता, त्याच गोळ्याने पॅराजचा रेडिओ निकामी केला होता. जंगल इतके दाट होते की, वर घिरट्या घालणाऱ्या हेलिकॉप्टर्सना आपले बॉम्ब कुठे पडत आहेत हे नक्की सांगता येत नव्हते.

शेवटी पॅराज सरळ सरळ त्यांच्या मागे लागले. शेतकऱ्यांचे, कैद्यांचे हालहाल करण्यात मजा मानणारे वेस्ट साइड बॉईज पळत होते, मरत होते, पळत होते, मरत होते. त्यांच्यामधला प्रत्येकजण मारला जाईपर्यंत पाठलाग चालूच राहिला.

जवळजवळ बरोबर बारा महिन्यांनी मार्टिन लंडनमध्ये ब्रेकफास्ट करत असतानाच टीव्हीवर दोन विमाने ट्विन टॉवर्सवर धडकताना दिसली. आठवडाभराने स्पष्ट लक्षात आले की, काबूल सरकारने परवानगी दिली किंवा नाही दिली तरी अमेरिकन सरकार या आत्मघातकी हल्ल्यांच्या म्होरक्यांच्या मागे अफगाणिस्तानमध्ये घुसणार म्हणून.

लंडनने हवी ती मदत देण्याचे तात्काळ कबूल केले. स्पेशल फोर्सेस, हवेतल्या हवेत इंधन भरणारी विमाने पुरवायचे मान्य केले. एस.आय.एस.च्या इस्लामाबादमधल्या स्टेशन हेडनेही सर्व तऱ्हेची मदत मागितली.

माईक मार्टिनला आल्डरशॉटमधल्या पॅरा हेडक्वार्टर्समधून पुन्हा उचलण्यात आले. स्पेशल फोर्सेस लिएझाँ ऑफिसर म्हणून त्याने इस्लामाबादला जाणारे पुढले विमान पकडले.

वर्ल्ड ट्रेड सेंटर उद्ध्वस्त झाल्यानंतर बरोबर चार आठवड्यांनी तो इस्लामाबादला पोहोचला. त्याच दिवशी अफगाणिस्तानवर हल्ले चढवायला सुरुवात झाली. ∎

७

जेव्हा काबूलवर बॉम्बवर्षाव चालू होता, तेव्हा इझमत खान आपल्या डिव्हिजनच्या उत्तरेकडील बादखशान इथल्या आघाडीवर नेतृत्व करत होता. मसूदचे सैन्य आता फाहिमच्या आधिपत्याखाली होते. जगाचे लक्ष काबूलवर आणि दक्षिणेकडल्या सैनिकी हालचालींवर खिळले असताना अमेरिकन स्पेशल फोर्सेस गुप्तपणे जनरल फाहिमच्या मदतीसाठी बादखशानच्या दिशेने घुसले. खरे युद्ध त्या आघाडीवर लढले जाणार होते. इतर हालचाली जगाचे लक्ष युद्धाच्या मुख्य क्षेत्राकडे वळू नये म्हणून होत्या. नॉर्दर्न अलायन्सच्या फौजा आणि अमेरिकेची हवाई ताकद यांचीच भूमिका महत्त्वाची ठरणार होती.

अफगाणिस्तानचे छोटेसे विमानदल आकाशात झेपही घ्यायच्या आधीच धुळीला मिळाले. नजरेत आलेले रणगाडे आणि तोफा यांची तीच अवस्था झाली. उझबेक नेता रशिद दोस्तम वर्षानुवर्षे सरहद्दीबाहेर सुरक्षित राहिला होता. फाहिमच्या मदतीसाठी त्याने परत येऊन दुसरी आघाडी उघडावी म्हणून त्याचे मन वळवण्यात आले. नोव्हेंबरमध्ये या उत्तरेत अडकलेल्या फौजांनी बाहेर पडायला सुरुवात केली. यश मिळवायचे असेल तर तालिबानची महत्त्वाची युद्धसामग्री उद्ध्वस्त करणे आवश्यक होते. त्यासाठीचे तंत्रज्ञान १९९१ च्या गल्फ युद्धापासून झपाट्याने पुढे गेले होते.

नॉर्दर्न अलायन्सच्या फौजांमध्ये दडून स्पेशल फोर्सेसचे तज्ज्ञ डोळ्यांना ताकदवान दुर्बिणी लावूनच बसले होते. शत्रूच्या दडून राहण्याच्या भूमिगत जागा, तोफा, रणगाडे, दारूगोळ्याचा साठा, राखीव फौजा, कमांड बन्कर्स यांच्यावर एका इन्फ्रारेड लाल ठिपक्याने 'खूण' केली जाई. त्यासाठी खांद्यावरच्या प्रोजेक्टरचा उपयोग होत असे. मग रेडिओने हवाई हल्ला करण्यासाठी सूचना करायची.

हे हवाई हल्ले दक्षिणेकडे फार दूरवरच्या किनाऱ्यापाशी घुटमळणाऱ्या विमानवाहू नौकांवरून किंवा उझबेकिस्तानमधल्या रणगाडा विध्वंसक विमानांनी केले जात. उझबेकिस्तानमधल्या विमानतळांचा वापर करता यावा म्हणून त्या देशाला अमाप लालूच दाखवण्यात आली. इन्फ्रारेड बीमच्या साहाय्याने केलेल्या या हल्ल्यात नेम चुकतच नसे. एक एक युनिट करत तालिबानच्या फौजांचा विध्वंस करत ताजिक पुढे सरकायला लागले.

इझमत खानचे एक एक ठाणे उद्ध्वस्त होत चालले तसे माघार घेणे त्याला

भाग पडायला लागले. सुरुवातीला आघाडीवर तालिबानचे तीस हजार तरी सैन्य होते. युद्धाला तोंड फुटल्यापासून तो दिवसाला हजार एक सैनिक तरी गमवत होता. औषधे नाहीत, डॉक्टर्स नाहीत, माघार घेण्याची व्यवस्थित योजना नाही. जखमी प्रार्थना करत मरत होते. मृत्यू अटळ आहे दिसत असताना अल्ला हो अकबर अशा आरोळ्या ठोकत गोळ्यांचा पाऊस पडतानाही पुढे धाव घेत होते.

तालिबानला मिळालेल्या मूळ स्वयंसेवकांपैकी फारच थोडे जिवंत राहिले. तालिबानने हजारो जणांची सक्तीने सैन्यात भरती केली; पण त्यापैकी अनेकांना लढण्याची इच्छाच नव्हती. कट्टर धर्मवेड्या योद्ध्यांची संख्या कमी होत चालली; पण त्यांनाही मागे खेचणे इझमत खानला भाग पडत होते. प्रत्येक दिवशी त्याला वाटे की, आघाडीवर लढण्याचा तोच त्याचा जगातला शेवटचा दिवस ठरेल. १८ नोव्हेंबरला ते कुंडूझ या शहरापर्यंत मागे आले.

ताजिक आणि हझारा बहुसंख्येने असणाऱ्या या शहरात एका छोट्या भागात दक्षिणेकडल्या गिलझाईंची वस्ती होती. सर्व पश्तून; पण तालिबानी सैन्याने तिथे आसरा घेतला आणि शरणागतीही पत्करली.

वाटाघाटी करून शरणागती पत्करण्यात काही अपमानास्पद आहे असे अफगाण लोकांना वाटत नाही आणि एकदा मंजुरी दिलेल्या अटी आणि शर्ती नेहमीच पाळल्या जात. तालिबानच्या संपूर्ण सैन्यानेच जनरल फाहिमसमोर शरणागती पत्करली आणि त्याने ती स्वीकारली. अमेरिकन सल्लागारांचा संताप झाला.

सैन्याच्या दोन गटांमध्ये अफगाण नव्हते. ओसामा बिन लादेनशी एकनिष्ठ असे सहाशे अरब होते. त्यानेच त्यांना अफगाणिस्तानमध्ये धाडले होते. तीनएक हजार अरब आधीच मरण पावले होते. उरलेलेही अल्लाच्या घरी पोहोचले असते, तर अमेरिकन्सना अजिबात दु:ख होणार नव्हते.

दोनएक हजार पाकिस्तानी होते. त्यांचे तालिबान सैन्यातले अस्तित्व इतरांच्या लक्षात आले, तर ते इस्लामाबादला पेचात टाकणार होते. ११ सप्टेंबरनंतर जनरल मुशर्रफच्या मनात थोडीही शंका राहणार नाही, अशा तऱ्हेने अमेरिकेने समज दिली होती. अमेरिकेला संपूर्ण साथ आणि बदल्यात अब्जावधी डॉलर्सची मदत किंवा आय.एस.आय.च्या सहकार्याने तालिबानला आणि पर्यायाने बिन लादेनला सहकार्य आणि त्याचे घडणारे परिणाम भोगण्याची सिद्धता. पर्याय स्पष्ट होते. जनरलने अमेरिकेला सहकार्य देण्याचे कबूल केले.

आय.एस.आय.चे अगणित एजंट आजही अफगाणिस्तानमध्ये होते आणि स्वयंसेवक म्हणून तालिबानमध्ये भरती होऊन उत्तरेला गेलेले पाकिस्तानी त्यांना कशा तऱ्हेने प्रोत्साहन मिळाले होते, ते सांगितल्याशिवाय राहिलेच नसते. तीन रात्री, गुप्तपणे या पाकिस्तानी सैनिकांना पाकिस्तानमध्ये पोहोचवण्यात आले.

अशाच गुप्त वाटाघाटींनी चारएक हजार जणांना रशिया किंवा अमेरिकेला विकण्यातच आले. रशियाला सर्व चेचेन्स आणि ताश्कंदवर मेहेरबानी दाखवण्यासाठी विरोधी गटामधले उझबेक हवे होते.

चौदा हजार जणांनी शरणागती पत्करली होती, तरी खरा आकडा आपला कमी कमीच होत होता. शेवटी नॉर्दर्न अलायन्सने, युद्धाच्या बातम्या सांगण्यासाठी उत्तरेकडे जाणाऱ्या जगभरच्या प्रसिद्धीमाध्यमांसमोर जाहीर केले की, त्यांच्याकडे फक्त आठ हजार कैदीच आहेत.

मग आणखी पाचएक हजार जणांना जनरल दोस्तमच्या हवाली करण्याचे ठरले. त्यांना पार पश्चिमेला, आपल्या मुलखातील शेबेरघान इथे घेऊन जाण्याची त्याची इच्छा होती. त्यांना वाहतुकीच्या पोलादी कन्टेनर्समध्ये अन्नपाण्याशिवाय डांबण्यात आले. फक्त उभे राहण्याएवढी जागा आणि डोक्यावरच्या पोकळीत असेल तेवढी हवा. तिकडे निघाल्यावर हवेसाठी कन्टेनर्सना भोके पाडण्याचे ठरले. ते काम मशिनगन्स वापरूनच झाले. शेवटच्या किंचाळ्या थांबेपर्यंत मशिनगन्सचा मारा सुरू राहिला.

उरलेल्या ३०१५ मधल्या अरबांना वेगळे करण्यात आले. सर्व मुस्लीम जगामधून ते आले होते. सौदी, येमेनी, मोरोक्कोन्स, अल्जेरिअन्स, इजिप्शियन्स, जॉर्डेनिअन्स, सीरिअन्स सर्व होते. कट्टर इस्लामिक उझबेक्सना ताश्कंदच्या दयेवर सोडण्यात आले. तीच गोष्ट बहुतेक चेचेन्सची. चेचेन्सनी अत्यंत आक्रमक, क्रूर, आत्मघातकी अशी प्रसिद्धी मिळवली होती.

उरलेले २४०० ताजिकच्या ताब्यात राहिले आणि त्यांच्याबद्दल नंतर काही कळले नाही. कैद्यांना वेगवेगळे काढताना इझमत खानशी कुणी तरी अरेबिकमध्ये बोलले आणि त्याने त्याच भाषेत जबाब दिला, तेव्हा त्याची अरब म्हणूनच गणना झाली. तो थकलेला होता, भुकेलेला होता, त्याच्या केसांचा पार गुंता झाला होता, अत्यंत घाणेरडा आणि गलिच्छ दिसत होता. हुद्दा दाखविणारे कुठले पदकही अंगावर नव्हते. त्याला ज्या बाजूला ढकलले जाई तिकडे तो जात होता. काही बोलायचे त्राण त्याच्या अंगात राहिले नव्हते. दोस्तम आणि त्याचे उझबेक यांच्या ताब्यात देण्यासाठी बारा अफगाण लोकांचा जो एक गट तयार झाला होता त्यांच्यामध्येच तो शेवटी पोहोचला; पण आता प्रसिद्धीमाध्यमे पोहोचली होती. संयुक्त राष्ट्रसंघाचे लोक पोहोचले होते. कैद्यांना सुरक्षिततेची हमी मिळत होती.

कुठून तरी ट्रक्स गोळा करून सहाशे कैद्यांना मझार-ए-शरीफला नेण्यासाठी ट्रक्स निघाले. अर्थातच ते काही मझार शहरात जाणार नव्हते. शहरापासून दहा मैल पश्चिमेला एका मोठ्या किल्ल्यात या कैद्यांना ठेवण्यात येणार होते.

ते खरे तर नरकाच्या दारातच पोहोचणार होते; पण त्याचे नाव होते क्वाला

इ- जंगी.

अफगाणिस्तानवर पहिला बॉम्ब पडलेल्या दिवसापासून काबूलचा पाडाव होईपर्यंत दिवस मोजले, तर पन्नास दिवसांत अफगाणिस्तान जिंकले गेले होते; पण अमेरिकन आणि ब्रिटनचे स्पेशल फोर्सेस आधीपासूनच अफगाणिस्तानमध्ये कार्यमग्न होते. मार्टिनला त्यांच्याबरोबर जाण्याची खूप इच्छा होती, पण इस्लामाबादमधल्या ब्रिटिश हाय कमिशनची खात्री होती की, पाकिस्तानी सैन्याच्या उच्चपदस्थांशी संबंध ठेवण्यासाठी मार्टिनची गरज आहे.

म्हणजे बगरामपर्यंतच. काबूलच्या उत्तरेला रशियाने या ठिकाणी एक प्रचंड तळ स्थापन केला होता. आता याच तळाचा उपयोग इतर राष्ट्रे करणार होती. तालिबानची विमाने उद्ध्वस्त झाली होती. कंट्रोल टॉवरची मोडतोड झाली होती; पण लांबलचक अशी धावपट्टी, अवाढव्य हँगर्स, राहण्यासाठी क्वार्टर्स या सर्व गोष्टी काही काळ घालवून आणि पैसा खर्च करून दुरुस्त होऊ शकत होत्या.

नोव्हेंबरच्या तिसऱ्या आठवड्यात तो तळ ताब्यात आल्याक्षणी स्पेशल बोट स्क्वॉड्रनच्या माणसांनी आपला हक्क स्थापन केला होता. मार्टिनला काहीतरी निमित्तच हवे होते. हा तळ कसा काय आहे बघण्यासाठी रावळपिंडी विमानतळावरून निघालेल्या अमेरिकन्सबरोबर तो निघाला.

अगदी उजाड भाग होता. सुखसोयी नव्हत्या; पण अमेरिकन्स पोहोचायच्या आधी थंडगार वाऱ्याचा कमीत कमी त्रास होईल, असा एक हँगर बोट स्क्वॅड्रनने ताब्यात घेतला आणि तिथे मुक्कामही ठोकला.

कुठलीही चमत्कारिक जागा जरी ताब्यात आली तरी ती राहण्यालायक बनवण्याचे कसब सैनिकांमध्ये असते. स्पेशल फोर्सेस तर यामध्ये तज्ज्ञ असतात; कारण ते ज्या ठिकाणी पोहोचतात त्या जागा फारच विलक्षण असतात. वीस जणांच्या ब्रिटिश युनिटने आपल्या लॅन्ड रोव्हर्समधून सगळीकडे शोध घेत अनेक पोलादी कंटेनर्स ताब्यात घेतले. पिंपे, फळ्या आणि आपली बुद्धी वापरून त्यांच्यामधून बेड्स, सोफा, टेबल्स, इलेक्ट्रिक लाइट्स आणि सर्वांत महत्त्वाची गोष्ट म्हणजे चहा बनवण्यासाठी पॉवर पॉइंट या सर्व गोष्टींची सोय केली.

२६ नोव्हेंबरला कमांडिंग ऑफिसरने आपल्या माणसांना सांगितले की मझारच्या पश्चिमेला क्वाला-इ-जंगी या ठिकाणी काहीतरी गडबड चालू आहे. बंड करून उठलेल्या कैद्यांनी गार्ड्सची शस्त्रास्त्रे ताब्यात घेऊन गोंधळ माजवला आहे. आपण नजर टाकलेली बरी.

सहा मरीन्सची निवड झाली. दोन लॅन्ड रोव्हर्स इंधन भरून तयार झाल्या. ते निघत असताना मार्टिनने विचारले, ''मी बरोबर येऊ का? तुम्हाला एखादेवेळी दुभाष्याची गरजही भासेल.''

स्पेशल बोट स्क्वॉड्रनच्या त्या छोट्या युनिटचा कमांडिंग ऑफिसर एक मरीन कॅप्टन होता. मार्टिन पॅरामध्ये कर्नल होता. कॅप्टनचा काहीच विरोध नव्हता. मार्टिन दुसऱ्या लॅन्ड रोव्हरमध्ये ड्रायव्हरशेजारी बसला. मागे दोन मरीन्स ०.३० कॅलिबरची मशिनगन सांभाळत होते. प्रथम सलांग खिंड ओलांडायची, मग पठारी प्रदेशातून मझार आणि पुढे क्वाला-इ-जंगी किल्ल्यापर्यंत पोहोचायचे म्हणजे सहा तासांचा प्रवास होता.

नक्की कुठल्या घटनेमुळे नंतर तिथे कत्तल उडाली, याचे कारण त्या वेळी स्पष्ट झाले नाही आणि आजही खात्रीपूर्वक सांगता येत नाही; पण काही लक्षवेधी खुणा नक्की आहेत.

संपूर्ण उफराटे चित्र जगासमोर उभे करण्यात पश्चिमी प्रसारमाध्यमांचा हात कोणी धरू शकणार नाही. ती कायम कैद्यांना तालिबान म्हणत राहिली. सत्य अगदी वेगळे होते. चुकूनच त्यांच्यात समावेश झालेले सहा अफगाण सोडले, तर ती अल काईदाची पराभूत सेना होती. जिहाद लढण्यासाठी आणि मरण पत्करण्यासाठीच ते अफगाणिस्तानमध्ये आले होते. कुंडूझहून आणलेली ही सहाशे माणसे म्हणजे खरोखर आशियामधली सर्वांत खतरनाक अशी माणसे होती.

आणि त्यांना ताब्यात घेण्यासाठी क्वालाला एक अत्यंत अकार्यक्षम असा अधिकारी आणि त्याच्या हाताखाली अर्धवट सैनिकी शिक्षण घेतलेले शंभर उझबेक होते. रशिद दोस्तम तिथे नव्हता. त्याच्या हाताखालचा एक दुय्यम अधिकारी सय्यद कमाल याच्यावर ती जबाबदारी सोपवली होती.

त्या सहाशे जणांत अरब नसलेली तीन तऱ्हेची माणसे होती. कुंडूझपासूनच चेचेन्सच्या मनात धास्ती होती की रशियात पाठवणी झाली तर मृत्यू अटळ आहे. ताश्कंद विरोधातले जे उझबेक होते त्यांनाही वाटत होते की, उझबेकिस्तानात रवानगी झाली तर छळ होऊन मृत्यू ओढवेल. काही पाकिस्तानी होते. ते पाकिस्तानात पोहोचले असते तर त्यांची सुटका झाली असती, पण त्यांनीही पाकिस्तानात जाणे टाळले होते.

उरलेले सर्व अरब होते. कुंडूझ येथे सोडलेल्या तालिबानची निदान सक्तीने सैन्यात भरती झाली होती. हे कट्टर धर्मवेडे अरब स्वेच्छेने भरती झाले होते. सर्वांनी अल काईदाच्या छावण्यांमध्ये लष्करी शिक्षण घेतले होते. ते रानटी प्रवृत्तीचे तरबेज लढवय्ये होते. त्यांची अल्लाकडे एकच मागणी होती. काही पाश्चिमात्यांना किंवा पाश्चिमात्यांच्या मित्रांना बरोबर घेऊनच मरण पत्करायचे, शहीद – हुतात्मा बनायचे.

क्वाला इथला किल्ला इतर किल्ल्यांप्रमाणे नव्हता. एका दहा एकर जागेभोवती उभारलेले कुंपण, मध्ये मोकळ्या जागा, झाडे आणि एक एक मजली इमारती असा तो पसारा होता. भोवताली पन्नास फूट उंचीची भिंत. प्रत्येक भिंतीला बाहेरच्या बाजूने जमिनीपर्यंत उतार. हात-पाय टेकत कोणीही वरपर्यंत चढून छपरावरून आतमध्ये

डोकावू शकेल. जाड भिंतींमध्ये बरॅक्स, स्टोअर्स, पॅसेजेस यांचे जाळे होते आणि खाली भूमिगत भुयारे आणि तळघरे होती. दहा दिवसांपूर्वीच उझबेक्सनी हा किल्ला जिंकला होता. दक्षिण बाजूला तालिबानचे शस्त्रागार आणि दारूगोळ्याचा साठा होता हे त्यांना माहीत नसावे, कारण त्याच ठिकाणी त्यांनी कैद्यांना आत ढकलले.

कुंडूझला सर्वांच्या रायफली, आर.पी.जी. काढून घेतल्या असल्या, तरी प्रत्येकाची शरीरतपासणी केली नव्हती. तशी केली असती तर तेव्हाच लक्षात आले असते की, प्रत्येक कैद्याने आपल्या पायघोळ झग्याखाली एक-दोन तरी ग्रेनेड्स लपवून ठेवले आहेत. तसेच ते ट्रक्समधून क्वालाला पोहोचले.

शनिवारी रात्री ते पोहोचता पोहोचताच पहिला इशारा मिळाला. इझमत खान पाचव्या ट्रकमध्ये होता. शंभर यार्डांवरून त्याने स्फोटाचा आवाज ऐकला. एका अरबाने आपल्याभोवती काही उझबेक गोळा होताच ग्रेनेडचा स्फोट घडवला. त्याच्यासकट पाच उझबेक्सना त्याने ठार केले. रात्र पडत होती. दिवे नव्हते. दुसऱ्या दिवशी सर्वांची झडती घ्यायची असे ठरवून दोस्तमच्या सैनिकांनी कैद्यांना कंपाऊंडमध्ये आणले. अन्नपाणी न देता त्यांना खाली बसवून ते निघून गेले. पहाऱ्यावर शस्त्रसज्ज गार्ड्स असले, तरी ते आधीच धास्तावलेले होते.

पहाटे प्रत्येकाची झडती घ्यायला सुरुवात झाली. थकलेल्या कैद्यांनी विरोध केला नाही. दोऱ्या वगैरे नाहीत म्हणून त्यांच्या फेट्यांनीच प्रत्येकाचे हात मागे बांधले; पण शेवटी फेटे म्हणजे दोऱ्या नाहीतच.

एकेकाला उभे करून तपासणी सुरू झाल्यावर पिस्तुले, ग्रेनेड्स, पैसे मिळायला लागले. पैशांचा डोंगर बनायला लागल्यावर सय्यद कमाल आणि त्याच्या खालच्या अधिकाऱ्याने ते एका खोलीत नेले. थोड्या वेळाने खिडकीतून आत डोकावणाऱ्या एका उझबेक सैनिकाने त्या दोघांना ते पैसे खिशात कोंबताना बघितले. तो सैनिक आत घुसल्यावर त्यांनी त्याला बाहेर काढले. रागावून हातात रायफल घेऊनच तो पुन्हा आत शिरला.

दोन कैद्यांनी हे बघितले आणि आपले हात सोडवून ते त्याच्या मागोमाग आत घुसले. रायफल ताब्यात घेऊन तिच्या दस्त्याने ठोकूनच त्यांनी त्या तिन्ही उझबेक्सना ठार केले. बंदुकीचा आवाज न झाल्याने कुणाच्या काही लक्षात आले नाही; पण ते कंपाऊंड म्हणजे कधीही भडका उडेल असे दारूगोळ्याचे कोठार बनले होते.

सी.आय.ए.चे जॉनी माईक स्पान आणि डेव्ह टायसन यांनी कंपाऊंडमध्ये उघड्यावरच कैद्यांची उलटतपासणी सुरू केली. आजूबाजूला भडक माथ्याचे कट्टर इस्लामिस्ट, ज्यांचे एकच ध्येय होते, अल्लाघरी जाण्यापूर्वी निदान एका अमेरिकनला तरी ठार मारायचे. दुसऱ्या एका उझबेक गार्डचे रायफलधारी कैद्याकडे लक्ष गेले आणि तो मोठ्याने ओरडला. अरबाने रायफलच्या गोळीने त्याला उडवले आणि मग

भडका उडाला.

इझमत खान त्याच्या झडतीच्या पाळीची वाट बघत बसला होता. त्याने इतर अनेकांप्रमाणे आपले हात सोडवून घेतले होते. गोळी खाल्लेला उझबेक कोसळलेला दिसताच भिंतीवरच्या उझबेक सैनिकांनी मशिनगन्सच्या फैरी झाडायला सुरुवात केली. कत्तल सुरू झाली.

हात बांधलेल्या स्थितीतच शंभरएक कैदी मरून पडले. संयुक्त राष्ट्रसंघाचे निरीक्षक जेव्हा सुरक्षितपणे आत शिरू शकले, तेव्हा त्यांना ते त्याच स्थितीत आढळले. इतरांनी आपल्या शेजाऱ्यांचे हात सोडवले होते आणि ते लढायला तयार झाले. इझमत खानने आपल्या अकरा अफगाण सैनिकांसह वाकडे-तिकडे धावत, गोळ्या चुकवत, झाडामागून दक्षिणेकडल्या भिंतीच्या दिशेने पळ काढला. त्यांच्या मागोमाग इतर काही जणही धावले. जेव्हा किल्ला तालिबानच्या ताब्यात होता, तेव्हा त्याने एकदा इथे भेट दिली होती. शस्त्रागार कुठे आहे त्याला माहीत होते.

माईक स्पानच्या जवळ असलेल्या वीस अरबांनी त्याच्यावर झडप घातली आणि लाथा-बुक्क्यांनीच त्याचा जीव घेतला. डेव्ह टायसनने गोळ्या झाडत माघार घेताना तीन जणांना ठार केले आणि त्याच्या पिस्तुलातल्या गोळ्या संपल्या; पण तो नशीबवान ठरला. तोपर्यंत तो मुख्य दरवाज्याजवळ पोहोचला होता. तिथून तो बाहेर पडला.

दहा मिनिटांत प्रेतांशिवाय आणि जखमींशिवाय कंपाऊंडमध्ये कोणी दिसत नव्हते. जखमी ओरडत ओरडतच मेले. उझबेकनी बाहेर पडून दरवाजा लावला. आता फक्त कैदी आत होते. किल्ल्याला वेढा होता. तो सहा दिवस चालणार होता. दोन्ही बाजूंना कैदी पकडायची इच्छा नव्हती. तहाच्या अटी दुसऱ्या पक्षाने मोडल्याची प्रत्येक पक्षाला खात्री होती; पण आता कशानेच फरक पडणार नव्हता.

शस्त्रागाराचा दरवाजा फोडून सर्वांनी शस्त्रे घेतली. एखाद्या छोट्या सैन्याला पुरतील इतकी शस्त्रास्त्रे होती. रायफल्स, ग्रेनेड्स, मॉर्टर्स, आर.पी.जी.सारखी नेण्यासारखी शस्त्रे घेऊन सर्वजण टनेल्समध्ये आणि पॅसेजेसमध्ये घुसले. कैद्यांनी किल्ला पूर्णपणे ताब्यात घेतला. बाहेरच्या एखाद्या उझबेकचे डोके छपरावर दिसले तरी अरब गोळ्या झाडत होते.

मदत आणि तीही ताबडतोब मागण्याशिवाय दोस्तमच्या सैनिकांना पर्याय नव्हता. जनरल दोस्तमने शेकडो उझबेक्सना पाठवून दिले. तो स्वतःही घाईघाईने क्वाला-इ-जंगीला निघाला. चार अमेरिकन ग्रीन बिरेट्स, हवाई हल्ल्यांच्या बाबतीत समन्वय साधण्यासाठी एक विमान दलाचा माणूस आणि दहाव्या माऊंटन डिव्हिजनमधले सहाजणही यायला निघाले. निरीक्षण करायचे, कळवायचे, हवाई हल्ला चढवायचा आणि प्रतिकार मोडून काढायचा.

काबूलच्या उत्तरेकडल्या बगराम तळावरून दोन लॅन्ड रोव्हर्समधून ब्रिटिश स्पेशल फोर्सेसमधले सहाजण आणि दुभाष्या म्हणून लेफ्टनंट कर्नल माईक मार्टिन सकाळी पोहोचले.

एका रणगाड्याच्या आधाराने मंगळवारी उझबेकनी प्रतिचढाई सुरू केली. कंपाऊंडमध्ये शिरून तोफेचा मारा व्हायला सुरुवात झाली. दक्षिणेकडल्या भिंतीतल्या एका भागाची जबाबदारी कमांडर म्हणून इझमत खानवर सोपवली होती. रणगाड्याने तोफ डागायला सुरुवात करताच त्याने सर्वांना तळघरात पळायला सांगितले. मारा थांबला की ते वर पोहोचत.

त्याला कळत होते की हे फार काळ चालू शकणार नाही. बाहेर पडायला मार्ग नव्हता आणि कोणी कुणावर दया करण्याचाही प्रश्न नव्हता. अर्थात त्याला कुणाच्या दयेची भीक नकोच होती म्हणा. शेवटी वयाच्या एकोणतिसाव्या वर्षी आपल्या मृत्यूची जागा त्याला कळली होती. इतर कुठल्या जागेपेक्षा काही वाईट नव्हती.

त्याच दिवशी अमेरिकेची फायटर बॉम्बर्सही पोहोचली. ग्रीन बिरेट्स आणि विमानदलातला माणूस छपराच्या मागच्या बाजूने जागा दाखवत होते. तीसपैकी अठ्ठावीस बॉम्ब बंडखोर कैदी लपलेल्या जागांवर फुटले. शंभरएक जण ठार झाले. बहुतेक जण कोसळणाऱ्या दगडांनीच मेले. दोन बॉम्ब बरोबर ठिकाणी फुटले नाहीत.

माईक मार्टिन ग्रीन बिरेट्सपासून शंभर यार्ड मागे होता. पाच अमेरिकन्स गोल करून उभे होते. त्यांच्यामध्येच एक बॉम्ब पडला. तो जर स्पर्श होताच फुटणारा ॲन्टि पर्सोनेल बॉम्ब असता, तर कुणाचे तुकडेही गोळा करता आले नसते; पण तो तसा बॉम्ब नव्हता. काही जणांची थोडी फार हाडे मोडली, पण ते जिवंत राहिले. चमत्कारच होता.

बांधकामामध्ये खोल शिरून आतमध्ये स्फोट होणारा तो बॉम्ब होता. जमिनीवर कोसळल्यावर चाळीस फूट खाली जाऊन त्याचा स्फोट झाला. सगळ्या अमेरिकन्सच्या खालीच धरणीकंप झाला असावा अशा तऱ्हेने ते उडाले; पण वाचले.

दुसऱ्या बॉम्बने मात्र रणगाडा आणि त्याचा कमांडर हे दोघेही नाश पावले.

बुधवारपर्यंत प्रसिद्धीमाध्यमे पोहोचली आणि किल्ल्याबाहेर फिरत बसली. त्यांच्या लक्षात येत नव्हते, पण ते पोहोचल्यानेच उझबेकना अडथळा निर्माण झाला होता. नाहीतर त्यांनी एकूण एक कैदी ठार केले असते.

त्या सहा दिवसांत वीस कैद्यांनी अंधाराचा फायदा घेऊन पळून जायचा प्रयत्न केला. बाहेरच्या शेतकऱ्यांनी प्रत्येकाला पकडून त्यांची खांडोळी उडवली. तीन वर्षांपूर्वी या हझारांनी तालिबानच्या अत्याचारांचा अनुभव घेतला होता.

माईक मार्टिन भिंतीच्या छपरावरून आतमध्ये नजर टाकत होता. पहिल्या दिवशी मेलेल्यांची प्रेते अजूनही तशीच पडली होती. भयंकर दुर्गंधी पसरली होती. काळ्या लोकरीच्या टोप्या घातलेल्या अमेरिकन्सचे अनेक फोटो निघाले होते. सात ब्रिटिश सैनिकांनी चेहऱ्यावर, डोक्यावर गुंडाळलेली फडकी बाजूला काढली नव्हती. धूळ, वाळू, माशा यांच्यापासून त्यांचे संरक्षण होत होते आणि आता दुर्गंधीपासूनही.

सूर्यास्तापूर्वी पहिल्या दिवशी कसाबसा जीव वाचवून पळालेला सी.आय.ए.चा डेव्ह टायसन मझार-ए-शरीफमध्ये एक दिवस घालवून परतला. ॲवॉर्ड मिळवणारी फिल्म बनवायची या एकाच विचारात असलेल्या टीव्हीच्या व्हिडिओग्राफरबरोबर डेव्हिड टायसन कंपाऊंडमध्ये शिरला. भिंतीच्या कडेकडेने ते आत जाताना मार्टिनचे त्यांच्यावर लक्ष गेले. काही कळायच्या आत एका क्षणी भिंतीतल्या कुठल्या तरी भलत्याच दरवाज्याने बाहेर पडून काही बंडखोरांनी त्या चौघांना आत खेचले.

''कोणी तरी बाहेर काढले पाहिजे त्यांना,'' कुणाला तरी सांगावे त्याप्रमाणे मरीन जे. म्हणाला आणि त्याने आसपास नजर फिरवली. सहा जणांचे डोळे त्याच्याकडे रोखून बघत होते. कुणाच्या तोंडातून ब्र नाही.

त्याने इमानेइतबारे एक शिवी हासडली आणि भिंतीवरून खाली उडी घेत तो उघडपणे धावत सुटला. स्पेशल फोर्सेसची तीन माणसे त्याच्यामागोमाग धावली. मार्टिन आणि इतर दोघे त्यांच्या दिशेने कोणी गोळ्या घालू नयेत म्हणून गोळ्या झाडत राहिले. नाहीतरी आता एकाच भिंतीवर त्यांना लक्ष ठेवायचे होते. इतक्या अविचारीपणाने आणि इतक्या झटकन त्यांनी पाठलाग केला होता, त्यामुळेच इतर बंडखोर बावचळले असावेत. ते पलीकडल्या भिंतीमधल्या दरवाज्यापाशी पोहोचेपर्यंत कुणाला गोळ्या झाडायचे सुचले नाही.

ओलिसांची सुटका करण्याचा सराव इतक्या वेळा सर्व तऱ्हेच्या स्पेशल फोर्सेसकडून करून घेतला जातो की, कारवाईसाठी विचार करायची गरज पडत नाही. मरीन जे. प्रथम आत घुसला. मागोमाग खाडकन इतरजण आत शिरले. कपडे, दाढ्या, फेटे यांची ओळख पटताच दोन दोन गोळ्या त्यांच्या चेहऱ्याच्या दिशेने हाणल्या गेल्या. त्या तीन अरबांना एकही गोळी झाडायची संधी मिळाली नाही. ते उलट्या दिशेलाच बघत होते ती गोष्ट वेगळी. डेव्ह टायसन आणि ब्रिटिश टीव्हीक्र्यूने तिथल्या तिथे या घटनेबद्दल कधी कुठे तोंड न उघडण्याचे कबूल केले आणि आजपर्यंत उघडलेले नाही.

बुधवारी संध्याकाळपर्यंत इझमत खानच्या ध्यानात आले की, तो आणि त्याची माणसे जमिनीवरच्या भागात राहू शकणार नाहीत. तोफखाना पोहोचला होता आणि सरळ नेम धरून त्यांनी दक्षिणेकडची भिंत उद्ध्वस्त करायला सुरुवात केली. उरलेल्या तीनशे जणांना तळघरांचा आसरा घेण्याशिवाय गत्यंतर नव्हते.

काहीजणांनी तळघरात न शिरता उघड्या आकाशाखाली मरण पत्करायचे ठरवले आणि आत्मघातकी प्रतिहल्ला चढवला. बेसावध असलेल्या किंवा तरबेज नसलेल्या अनेक उझबेक्सना ठार करत ते शंभरएक यार्ड तरी धावत पोहोचले; पण मग उझबेक्सनी आणलेल्या दुसऱ्या रणगाड्याच्या मशिनगन्स धडधडायला लागल्या आणि अरबांची वाताहात झाली. बहुतेक जण येमेनी अरब होते. थोडे चेचेन्स.

गुरुवारी, अमेरिकन्सच्या सल्ल्याप्रमाणे, रणगाड्यासाठी आणलेली डिझेलची पिंपे उझबेक्सनी तळघरात पोहोचणाऱ्या पाइप्समध्ये उपडी करून आग लावली.

इझमत खान त्या भागातल्या तळघरांमध्ये नव्हता आणि डिझेलच्या वासापेक्षाही कुजणाऱ्या प्रेतांचा दर्पच नाकामध्ये घुसत होता; पण त्याने आगीच्या भडक्याचा दणका ऐकला आणि उष्णतेची झळही त्याला जाणवली. अनेक जण मेले आणि वाचलेले धुरामधून खोकत त्याच्या बाजूला यायला निघाले. त्यांचा श्वासही कोंडत होता. शेवटच्या तळघरात त्याच्या आसपास दीडएकशे जण असताना इझमत खानने धुराने तेही तळघर भरून जाऊ नये म्हणून दरवाजा बंद केला. आतून येणारे ठोकल्याचे आवाज थोड्या वेळाने बंद झाले. त्यांच्या डोक्यावरच्या रिकाम्या खोल्यांमध्ये तोफांचे गोळे फुटत होते.

शेवटच्या तळघरापुढे एक पॅसेज होता आणि शुद्ध हवेचा वास येतो आहे असा भास होत होता, त्यांनी तिथून बाहेर पडायचा काही मार्ग शोधता येतो का बघितले; पण डोक्याजवळ फक्त एक गटार होते. त्या रात्री दीन मोहम्मद या नवीन उझबेक कमांडरच्या मनात एक कल्पना आली. बाहेर शेतीसाठी खणलेल्या खड्ड्यात नोव्हेंबरमध्ये पडलेल्या पावसाने बर्फासारखे थंडगार पाणी तुडुंब भरले होते. त्याने ते पाइप्सच्या दिशेने वळवले. मध्यरात्रीपर्यंत तळघरात कंबरेएवढे पाणी भरले. हळूहळू भुकेने आणि थकव्याने अंगामध्ये जीव न राहिलेले लोक पाण्याखाली घसरत बुडून मरायला लागले.

वरच्या बाजूला संयुक्त राष्ट्रसंघाचे लोक आणि प्रसारमाध्यमे होती आणि त्यांना कैदी घेण्याच्या सूचना होत्या. विध्वंस पावलेल्या वरच्या इमारतींमधल्या ढिगाऱ्यांमधून शिल्लक असलेल्या बंडखोरांना बुलहॉर्नमधून दिलेल्या शस्त्रे टाकून, हात वर करून बाहेर येण्याच्या आज्ञा ऐकू येत होत्या. वीस तासांनी एक जण धडपडत पायऱ्यांच्या दिशेने निघाला. मागोमाग इतरही निघाले. सर्वांत शेवटी पराभूत पावलेला इझमत खान जिवंत राहिलेल्या सहा अफगाणांबरोबर बाहेर पडला.

वरच्या ढिगाऱ्यांमधून धडपडणाऱ्या उरलेल्या शहाऐंशी जणांना त्यांच्यावर रोखलेल्या बंदुकांचे आणि रॉकेट्सचे जंगलच डोळ्यांसमोर दिसले. शनिवारच्या दिवसाउजेडात काड्यांसारखे हातपाय असणाऱ्या बुजगावण्यांसारखे ते भासत होते. एक भयानक चित्रपट डोळ्यांसमोर उलगडत होता. फाटकेतुटके कपडे, कसेतरी

झालेले केस, वाढलेल्या दाढ्या, स्फोटकांनी काळे पडलेले चेहरे, गलिच्छ, दुर्गंधी सुटलेले, बर्फासारख्या पाण्याने शरीर बधिर झालेले ते धडपडत होते, कोसळत होते. त्यांच्यापैकीच एक होता इझमत खान.

एका ढिगाऱ्यावरून तो घसरला आणि आधारासाठी त्याने एक दगड पकडला तर त्याचा एक तुकडा त्याच्या हातात आला. एका तरुण उझबेकने त्याच्यावर हल्ला होतो आहे या भीतीने आपली आर.पी.जी. झाडली. अफगाणच्या कानाशेजारून तो ग्रेनेड मागच्या दगडावर आदळला. त्याचा बेसबॉलच्या चेंडूएवढा तुकडा उडाला आणि दणक्यात इझमत खानच्या डोक्याच्या मागच्या बाजूला आदळला.

त्याने फेटासुद्धा बांधला नव्हता. सहा दिवसांपूर्वी त्याचे हात बांधून ठेवण्यासाठी तो वापरला होता आणि नंतर त्याने तो गमावला होता. जर तो दगड सरळ सरळ त्याच्या डोक्यावर आदळला असता तर त्याच्या डोक्याचा पार चेंदामेंदा उडाला असता; पण तो तिरका आपटत मोठी जखम करत बाजूने निघून गेला होता. तरीही त्याच्या जखमेतून रक्त वाहायला लागले आणि तो बेशुद्ध होऊन त्या दगडधोंड्यांच्या ढिगाऱ्यात कोसळला. त्याला सोडून इतर जणांना बाहेरच्या ट्रक्समध्ये बसवले गेले.

तासाभराने सात ब्रिटिश सैनिक कंपाऊंडमधून फिरत नोट्स घेत होते. तांत्रिकदृष्ट्या दुभाष्या असला तरी माईक मार्टिन हा वरिष्ठ अधिकारी होता. त्याला त्याचा अहवाल पाठवायचा होता. तो मृतांची संख्या मोजत होता. त्याला ठाऊक होते की निदान दोनशे जण तरी अजून तळघरांमध्ये मेलेले आढळतील. एका प्रेताकडे त्याचे लक्ष वेधले. रक्त वाहत होते. प्रेतामधून रक्त वाहायला नको.

त्याने त्या माणसाला उताणे केले. कपडे वेगळेच दिसले. हा माणूस तर पश्तून होता. यांच्यामध्ये कोणीही पश्तून असेल अशी अपेक्षा नव्हती. त्याने डोक्यावरचे वस्त्र काढले आणि मातीने भरलेला चेहरा पुसला. ओळखीचा भास झाला. मार्टिनने चाकू हातात घेतल्यावर त्याच्याकडे बघत असलेला उझबेक हसला. या परकीय माणसाला बहुधा काही मजा करायची असावी. का नको? मार्टिनने उजव्या पायावरचा मांडीच्या बाजूचा पॅन्टचा पाय फाडला.

खूण होती. सहा टाके घातलेली. तेरा वर्षांपूर्वी रशियन तोफगोळ्याच्या पोलादी आवरणाचा तुकडा घुसून झालेली जखम. आपल्या आयुष्यात दुसऱ्यांदा इझमत खानला खांद्यावर टाकून तो निघाला. मुख्य गेटजवळ संयुक्त राष्ट्रसंघाची खूण असलेला लॅन्ड रोव्हर उभा होता.

"जिवंत आहे हा, पण जखमी आहे." तो म्हणाला. "त्याच्या डोक्याला मोठी जखम झाली आहे."

आपले कर्तव्य पार पाडून मार्टिन बगरामला परतला.

तीन दिवसांनी अमेरिकन्सना इझमत खान मझारमधल्या हॉस्पिटलमध्ये आढळला.

उलटतपासणीसाठी त्यांनी त्याला ताब्यात घेतले. ट्रकने बगरामला नेले. तो खूप अशक्त झाला होता. बेड्या घातलेल्या स्थितीत तो आपल्या कोठडीमध्ये हळूहळू शुद्धीवर यायला लागला. जिवंत राहिला तो.

१४ जानेवारी २००२ ला कंदाहारमधले पहिले कैदी क्यूबा येथील ग्वाटेनामो बेमध्ये पोहोचले. भुकेलेले, तहानलेले, गलिच्छ आणि डोळ्यांवर पट्ट्या बांधलेले. पहिल्या कैद्यांच्या गटात इझमतखानचा समावेश होता.

कर्नल माईक मार्टिन लंडनला परतला. चेल्सा इथल्या ड्यूक ऑफ यॉर्क बरॅक्समधल्या डायरेक्टोरेट ऑफ स्पेशल फोर्सेसच्या मुख्यालयात तीन वर्षे डेप्युटी चीफ ऑफ स्टाफ म्हणून काम करून डिसेंबर २००५ मध्ये निवृत्त झाला. जानेवारी २००६ मध्ये त्याने हॅम्पशायर इथल्या मिऑन व्हॅलीमध्ये घर विकत घेतले आणि त्याची दुरुस्ती करण्यात तो गुंतला.

संयुक्त राष्ट्रसंघाच्या रेकॉर्डप्रमाणे क्वाला-इ-जंगी इथे अल काईदाचे ५१४ कट्टर इस्लामिक धर्मवेडे ठार झाले. ८६ जखमी झाले. वाचलेल्या सर्व जणांना ग्वाटेनामो बे इथे पाठवले होते. साठ उझबेक गार्ड्सचाही मृत्यू ओढवला. जनरल रशिद दोस्तम नवीन अफगाण सरकारमध्ये संरक्षणमंत्री बनला.

■

भाग ३

क्रोबार

८

ऑपरेशन क्रोबारचे सुरुवातीचे काम होते ते एक कथा बनवायचे. अशी कथा की, काम करणाऱ्यांनाही माईक मार्टिनबद्दल किंवा अल काईदामध्ये कुणाला घुसवण्याची कल्पना आहे याबाबत पत्ता लागू नये.

आणि तशी आख्यायिका त्यांनी रचलीही.

अफगाणिस्तानच्या पॉपी फिल्ड्समध्ये पिकलेली मादक द्रव्ये वाढत्या प्रमाणात मध्यपूर्वेतल्या रिफायनरीजमध्ये पोहोचतात आणि तिथून शुद्ध हेरॉईन पश्चिमी देशांमध्ये पाठवले जाते. अनेकांची आयुष्ये उद्ध्वस्त होतात आणि दहशतवादी कृत्यांसाठी पैसा निर्माण होतो. याचा मुकाबला करण्यासाठी ब्रिटन आणि अमेरिका मिळून एक मोहीम सुरू करणार आहेत.

पश्चिमी देशांच्या प्रयत्नांनी जगभरातल्या बँकांमधली खाती गोठवायला सुरुवात झाल्यापासून दहशतवाद्यांना पैसा कमी पडतो आहे आणि तो रोख स्वरूपात गोळा करण्यासाठी ते जास्तीत जास्त मादक द्रव्यांच्या व्यापाऱ्याकडे वळत आहेत अशी पुस्तीही होती.

पण अमेरिकेची ड्रग एन्फोर्समेन्ट एजंसी आणि ब्रिटिश कस्टम्स या ताकदवान संस्था हेच काम करत होत्या. तेव्हा असेही सुचवण्यात आले की, एक विशिष्ट लक्ष्य डोळ्यासमोर ठेवून दोन्ही सरकारांनी क्रोबार योजना आखली आहे. राजकीय शिष्टाचार बाजूला ठेवून, आवश्यक तर खास दले वापरून, कुठल्याही देशातल्या मादक द्रव्यांच्या फॅक्टरीजचा नाश करायचे ठरले होते.

जेव्हा क्रोबारच्या कामासाठी इतरांची निवड होईल आणि उच्चपदस्थ गुन्हेगार, ते वापरत असलेले मार्ग, जहाजे, विमाने, स्टोअर्स, रिफायनरीज वगैरेंचा तपास लावण्यासाठी त्यांना ऐकण्याची आणि बघण्याची अति अत्याधुनिक साधने पुरवली जातील, तेव्हाच त्यांना कामाची पद्धती समजावली जाईल, असेही सांगण्याचे ठरले आणि तसे सांगितलेही. कुणालाही संशय वाटला नाही.

गरज भासेपर्यंत ही गोष्ट कायम ठेवण्यात येईल असे ठरले; मात्र किती काळ ते कुणालाच ठाऊक नव्हते; पण फोर्ट मीडच्या कॉन्फरन्सनंतर इन्टेलिजन्स एजंसीज् एकाच योजनेवर अवलंबून राहणार नव्हत्या. अत्यंत गुप्तपणे अल इस्र काय आहे शोधण्याचे इतर प्रयत्नही चालू राहणार होते.

कट्टर इस्लामिक संघटनांमध्ये इन्टेलिजन्स एजंसीजूचे स्वत:हून तयार झालेले आणि कुठल्या तरी दबावाखाली काम करायला तयार झालेले लोक होते; पण त्यांना स्पष्ट काही सांगता येत नव्हते. अल इस्रबद्दल आपल्याला काही माहिती नाही अशा भ्रमामध्येच अल काईदा राहणे नक्कीच फायदेशीर होते. पेशावरमध्ये मृत बँकरकडून मिळवलेल्या लॅपटॉपवरून विशेष काही कळलेले नाही, अशीही त्यांची समजूत राहणे श्रेयस्कर होते.

इस्लामिक धर्मवेड्या पंथांशी जवळचे संबंध आहेत, हे माहीत असणाऱ्या कुराणाच्या स्कॉलर्सशी बोलताना हे शब्द सहजपणे संभाषणात वापरल्यावर त्यांची काहीही प्रतिक्रिया उमटली नव्हती. याचा अर्थ एकच असणार. त्या शब्दांचा खरा अर्थ आणि त्यांचे महत्त्व माहीत असणारे लोक अल काईदामध्येही फारच कमी होते. त्यांनी जशी गुप्तता बाळगली होती, तशी आपणही बाळगायची हा निर्णय मग नक्की झाला. क्रोबारबाहेरही कुणाशी काही बोलायचे नाही.

या योजनेचे मुख्यालय लंडन किंवा वॉशिंग्टन या दोन्ही शहरांपासून दूर, पण ब्रिटनमध्ये ठेवायचे; आणि एकूण माणसे, राहण्याच्या जागा, जाण्यायेण्याचे मार्ग यांचा सर्व विचार करून एखादा वापरात नसलेला विमानतळ शोधायचे ठरले. हे मोठ्या शहरांपासून दूर असतात आणि मेस हॉल्स, कँटिन्स, किचन्स, क्वार्टर्स या सोयीही तिथे नेहमीच उपलब्ध असतात. इतरांच्या नकळत कोणी यायचे, जायचे असेल तर धावपट्ट्या असतात. कशासाठीही वापरता येतील असे प्रचंड हँगर्स असतात. तिथली कामे सोडून खूप वेळ झाला नसेल, तर प्रॉपर्टी मेन्टेनन्स डिव्हिजन थोड्याच काळात जागा वापरण्यास योग्य बनवू शकतात.

शीत युद्धाच्या काळात ब्रिटनच्या भूमीवर अमेरिकेने बरेच तळ उभारले होते. फिलिप्स आणि मॅक्डोनाल्ड यांनी सर्व विचार करून रॉयल एअर फोर्सच्या एडझेलची निवड करून आपापल्या सरकारची संमती मिळवली. तळाची मालकी नेहमीच रॉयल एअर फोर्सकडे असली, तरी तो अमेरिकन नौदलाला लीजवर दिला होता. खरा तर तो समुद्रापासून दूरवर होता. ॲन्गस स्कॉटिश काऊंटीमध्ये, हायलॅन्ड्सच्या अगदी दक्षिणेला फोरफार आणि स्टोनहेवन जोडणाऱ्या ए-९० या हायवेपासून तो तसा लांबच होता. आजूबाजूला जंगल.

दोन एक्झिक्युटिव्ह ऑफिसर्सनी तळाला भेट दिली. त्यांना त्यांच्या कामासाठी तो अगदी योग्य वाटला. कोणालाही नजर ठेवता न येणारा होता. दोन धावपट्ट्या, कंट्रोल टॉवर, आवश्यक त्या लोकांना राहण्यासाठी इमारती. चोरून ऐकायच्या साधनांचे ॲन्टिना दडवणारे गोल्फ बॉलच्या आकाराचे पांढरे घुमट बसवले, तर जगाच्या दुसऱ्या टोकाला बीटल या किड्याने काढलेला क्लिक् असा आवाजही ऐकता आला असता. अमेरिकन नौदलाचा ऑपरेशन्स ब्लॉक हा कम्युनिकेशन

सेंटरमध्ये बदलता आला असता.

इथून चेल्टनहॅम आणि नॅशनल सिक्युरिटी एजंसी, मेरिलॅन्ड यांच्याशी संबंध ठेवण्यासाठी, वॉक्सहॉल क्रॉस आणि लँग्ले इथल्या मरेक गुमिएनी आणि स्टीव्ह हॉल यांच्याशी संपर्क ठेवण्यासाठी, दोन्ही देशांच्या आठ इन्टेलिजन्स एजंसीज्कडून माहिती मिळवण्यासाठी, सुरक्षित अशी दळणवळण यंत्रणा बसवली की, काम सुरू करता आले असते.

परवानगी मिळताच रॉयल एअर फोर्सचे लोक कामाला लागले. एडझेलमधल्या गावकऱ्यांच्या ते लक्षात आलेच. पूर्वीप्रमाणेच काही तरी गुप्त काम असणार असे ठरवून त्यांनी माना फिरवल्या. स्थानिक लॅन्डलॉर्डने एल आणि व्हिस्कीच्या जास्त बाटल्या स्टॉकमध्ये आणून ठेवल्या. जुने दिवस परत यावेत अशी त्याची फार इच्छा होती. बाकी कोणी काही बडबडसुद्धा केली नाही.

स्कॉटिश विमानतळावरल्या क्वार्टर्समध्ये रंग फासला जात असताना लंडनमधल्या क्रच्ड फ्रायर्स रस्त्यावरच्या सीबार्ट ॲन्ड ॲबरक्रॉम्बी कार्यालयामध्ये मिस्टर अहमद लॅम्पॉन्ग यांनी पाऊल टाकले.

लंडन आणि जकार्ता इथून ई-मेल पाठवून त्यांनी भेटीची वेळ ठरवली होती. त्यांना मिस्टर सीबार्ट यांच्या केबिनमध्ये नेण्यात आले. लॅम्पॉग्न ही इन्डोनेशियाच्या सुमात्रा बेटावर बोलल्या जाणाऱ्या भाषांपैकी एक आहे हे त्या शिपिंग ब्रोकरला माहीत नसावे. भेटायला येणाऱ्या माणसाने धारण केलेले आणि त्याच्या पासपोर्टवर असलेले नाव. पासपोर्टमध्ये काही चूक नव्हती.

आणि इंग्लिशमध्येही नव्हती. अलेक्स सीबार्ट यांनी कौतुक केल्यावर त्याने सांगितले की, लंडन स्कूल ऑफ इकॉनॉमिक्समध्ये मास्टर्स डिग्रीसाठी अभ्यास करताना त्याने आपल्या भाषेवर खूप लक्ष दिले होते. तो अस्खलित बोलत होता, अदबशीर वागत होता आणि मुख्य म्हणजे त्याच्याकडून धंदा मिळण्याची शक्यता दिसत होती. जमात इस्लामिया या इस्लामिक दहशतवादी संघटनेचा तो कट्टर सदस्य होता आणि बाली बेटावरच्या बॉम्बस्फोटांमध्ये त्याचा हात होता, हे त्याच्या वागण्यावरून वाटलेच नसते.

सुमात्रा ट्रेडिंग इन्टरनॅशनलचा तो वरिष्ठ भागीदार आहे हे पटवण्यासाठी त्याने योग्य अशी ओळखपत्रे दाखवली, बँकेची शिफारसपत्रे पुढे केली. परवानगी विचारूनच त्याची काय अडचण आहे हे त्याने सांगायला लागताच मिस्टर सीबार्ट कान देऊन ऐकायला लागला. सुरुवातीलाच त्याने एक कागद या ब्रिटिश शिप ब्रोकरच्या पुढ्यात ठेवला.

मोठी यादी होती. आल्डर्नी या ब्रिटिश खाडीतल्या बेटाचे नाव प्रथम होते.

तिथून थेट अँजिआला, अँन्टिगा, अरुबापर्यंत नावे होती. ही फक्त 'ए' या इंग्रजी अक्षराने सुरू झालेली. युरुग्वे, वेस्टर्न समोआ, वानुआतु ही नावे संपेपर्यंत एकूण त्रेचाळीस नावे होती.

"या सर्व ठिकाणी टॅक्स भरावा लागत नाही मिस्टर सीबार्ट," भेटायला आलेला इन्डोनेशियन म्हणाला. "आणि बँकांचे व्यवहारही गुप्त स्वरूपांचे असतात. कुणाला आवडो, न आवडो, पण अनेक संशयास्पद आर्थिक व्यवहार या ठिकाणी होतात. गुन्हेगारी जगतामधली आर्थिक गुपितं दडवली जातात आणि..." त्याने दुसरा एक कागद समोर ठेवला. "ही नावंही तशीच आहेत. अनुकूल परिस्थिती असेल तर फडकवण्याचे मर्चंट शिपिंग फ्लॅग्ज."

अँन्टिगाचे नाव पहिले होते. नंतर बहामा, बार्बाडोस, बेलीझ, बर्म्युडा, बोलिव्हिया, बर्मा वगैरे नावे होती. शेवटी सेन्ट व्हिन्सेन्ट, श्रीलंका, टोंगा वानुआतु– एकूण सत्तावीस नावे.

त्यांच्यामध्ये आफ्रिकेमधले इक्वेटोरिअल गिनी, जगाच्या नकाशात एखाद्या टिंबाप्रमाणे भासणारी साओतोमे, प्रिन्सिपे, कमोरोस, प्रवाळांनी बनलेले बेट वानुआतु ही नावे होती आणि कमाल म्हणजे ज्यांना समुद्रकिनाराच नव्हता अशा लक्झेम्बर्ग, मंगोलीया आणि कम्बोडिया या देशांची नावेही होती. यामधले सीबार्टला काही माहीत नव्हते असा भाग नसला, तरी तो नक्की कोड्यात पडला होता.

"आणि या दोन्ही याद्यांचा एकत्र विचार केला तर काय लक्षात येतं?" अगदी उत्साही स्वरात मिस्टर लॅम्पॉन्गने विचारले. "केवळ लबाडी, सर. मोठ्या प्रमाणात केली जाणारी फसवणूक आणि दुर्दैवाने आम्हाला अशाच भागात व्यापार करावा लागतो. तेव्हा आम्ही – म्हणजे मी आणि माझे भागीदार – निर्णय घेतला आहे की यापुढे अत्यंत चोखपणे आणि सचोटीने व्यवहार करणाऱ्या सिटी ऑफ लंडनशीच संबंध ठेवायचे."

"छान, छान." मिस्टर सीबार्ट पुटपुटला. "कॉफी?"

"मालाच्या चोऱ्या कायम होतात. वाढतच आहेत. थॅन्क यू, कॉफी नको. आताच ब्रेकफास्ट घेतला. पाठवलेला मौल्यवान माल सरळ नाहीसा होतो. जहाजाचा पत्ता लागत नाही. चार्टरर्स, ब्रोकर्स, नोकरवर्ग, माल, एवढेच नाही तर मालकांचाही ठावठिकाणा लागत नाही. निरनिराळ्या बँका आणि निरनिराळे ध्वज यांच्यामागे सर्व नाहीसे होतात."

"भयानकच प्रकार." सीबार्टने मान डोलावत सहमती दर्शवली. "पण मी काय मदत करू शकतो आपल्याला?"

"मी आणि माझ्या भागीदारांनी हे सर्व थांबवायचं ठरवलं आहे. थोडा जास्त पैसा खर्च झाला तरी भविष्यकाळात फक्त रेड एन्साईन – लाल ध्वज, वरच्या

डाव्या एक चतुर्थांश भागावर ब्रिटिश ध्वज फडकवणाऱ्या ब्रिटिश व्यापारी जहाजांचाच उपयोग करायचा. ब्रिटिश कॅप्टनच्या हाताखाली ब्रिटिश बंदरातून बाहेर पडलेली आणि लंडनमधल्या ब्रोकरने खात्री पटवलेली.''

"उत्कृष्ट कल्पना.'' सीबार्ट खुशीत उद्‌गारला. "अगदी योग्य निर्णय. जहाज आणि भरलेल्या मालाचा लॉइड्सकडून विमा उतरवला जाईल, हे देखील विसरायला नको. कुठला माल पाठवायचा आहे आपल्याला?''

जहाजे असतील तेव्हा माल शोधायचा आणि माल असेल तेव्हा जहाजे शोधायची, हेच तर काम शिपिंग ब्रोकर करत असतात. सीबार्ट आणि ॲबरक्रॉम्बी हे सिटी ऑफ लंडन आणि बाल्टिक एक्स्चेंज यांच्यामधल्या प्राचीन भागीदारीचे वर्षानुवर्षे आधारस्तंभ होते.

"मी पूर्ण शोध घेतलेला आहे.'' मिस्टर लॅम्पॉन्ग आणखी शिफारसपत्रे काढत म्हणाले. "भारी किमतीच्या ब्रिटिश लिमोझीन गाड्या आणि स्पोर्ट्स कार सिंगापूरमध्ये आयात करणाऱ्या एका मोठ्या कंपनीशी आमची बोलणी चालू आहेत. आम्ही फर्निचरसाठी लागणारी उत्कृष्ट रोझवुड, ट्युलिपवुड सारखी लाकडं इन्डोनेशियामधून अमेरिकेला निर्यात करतो. ती नॉर्थ बोर्निओमधून पाठवतो; पण हा निर्यातीचा एक भाग झाला. कन्टेनर्समधून जावामधल्या सुरबाया इथून भरतकाम-कशिदा-नक्षीकाम वगैरे केलेलं रेशमी कापडही अमेरिकेला पाठवतो. तेव्हा कुठल्याही ब्रिटिश मालवाहतुकीच्या जहाजाला असा हा तीन बंदरांचा प्रवास करावा लागेल.'' त्याने शेवटचा कागद समोर ठेवला. "सुरबाया इथल्या आमच्या मित्रांचा हा पूर्ण तपशील. आम्हाला सर्वांनाच ब्रिटिश जहाजे हवी आहेत. तेव्हा या व्यापारासाठी ब्रिटनमध्ये रजिस्टर झालेलं जहाज तुम्ही देऊ शकाल? माझ्या मनात कायमस्वरूपी उद्योगाची कल्पना आहे.''

अलेक्स सीबार्टने खात्री दिली की, एकच काय पण अशी डझनभर ब्रिटिश जहाजे तो शोधू शकेल; पण त्याला जहाजाची क्षमता, किंमत आणि साधारण तारखा यांचा अंदाज हवा.

शेवटी दोन्ही बंदरांमधून माल उचलण्याची क्षमता असणाऱ्या योग्य टनेजच्या जहाजांची यादी लॅम्पॉन्गला देण्याचे सीबार्टने मान्य केले. मधल्या काळात आपल्या भागीदारांशी चर्चा करून पूर्वेकडल्या दोन्ही बंदरांमध्ये माल कधी तयार ठेवता येईल त्या तारखा आणि अमेरिकेतल्या ज्या बंदराला तो पाठवायचा असेल ते नाव ही माहिती लॅम्पॉन्ग देणार होता.

एकमेकांवर विश्वास दर्शवत चांगल्या वातावरणात भेट संपली.

अलेक्स सीबार्टच्या वडिलांनीच ही कंपनी स्थापन केली होती. जेवण घेताना अलेक्सने याबद्दल माहिती देताच ते खुश झाले. "अशा जुन्या तऱ्हेच्या सभ्य वागणुकीच्या माणसांशी व्यवहार करायला खूप छान वाटतं.''

एडझेल विमानतळावर माईक मार्टिन आपला चेहरा दाखवू शकत नसल्याने स्टीव्ह हिलने आपल्या जुन्या मित्रांना गाठायला सुरुवात केली.

''बहुतेक सगळा हिवाळा मी घरी नसणार.'' स्पेशल फोर्सेस क्लबमध्ये जेवताना त्याचा पाहुणा म्हणाला. ''कॅरिबिअन बेटांवर वेळ घालवायचा विचार आहे. तेव्हा माझ्या जागेचा उपयोग मला वाटतं तू करू शकशील.''

''मी भाडंही अर्थात देईनच. म्हणजे माझ्या छोट्याशा बजेटला परवडेल एवढं.''

''ठीक आहे; पण जागेची काळजी घे म्हणजे झालं. आणि परत कधी देशील?''

''फेब्रुवारीच्या मध्यानंतर गरज भासणार नाही असं आता तरी वाटतं आहे. काही शैक्षणिक सेमिनार्ससाठीच हवी आहे. ट्यूटर्स येणार-जाणार वगैरे. दुसरं काही नाही.''

मार्टिन लंडनहून ॲबरडीनला परतला तेव्हा सार्जंट त्याला घ्यायला आला होता. त्याच्या चांगल्या ओळखीचा, दणकट असा स्कॉट होता तो, निवृत्तीनंतर आपल्या मूळ ठिकाणी परतलेला.

''कसे आहात बॉस?'' अधिकाऱ्यांशी बोलायची जुनी पद्धत कोणी विसरत नाही. मार्टिनची किटबॅग मागच्या बाजूला ठेवून त्याने कारपार्कमधून गाडी बाहेर काढली. ॲबरडीनच्या बाहेर येऊन त्याने इन्वर्नेसला जाणाऱ्या ए-९६ वर गाडी वळवली. काही मैलांमध्येच चारी बाजूंनी स्कॉटिश हायलॅन्ड्सचे डोंगर दिसायला लागले. सात मैलांनंतर त्यांनी मुख्य रस्ता सोडला.

खांबावरच्या पाटीवर 'केमने' हा एकच शब्द लिहिलेला होता. मोनीमस्क गाव पार करून ते ॲबरडीन-अल्फोर्ड रस्त्यावर पोहोचले. तीनएक मैलांनी वळून त्यांनी कीगचा रस्ता पकडला. शेजारूनच नदी वाहत होती. सामन किंवा ट्राऊट मासे मिळतील या नदीत, असा एक विचार मार्टिनच्या मनात डोकावून गेला.

कीगला पोहोचण्यापूर्वीच रस्ता नदी पार करून मोठ्या ड्राईव्हवेवरून एका दगडी गढीवर पोहोचला.

मुख्य दारामधून दोन माणसे बाहेर पडली आणि त्यांनी स्वत:ची ओळख करून दिली.

''गॉर्डन फिलिप्स. मायकेल मॅक्डोनाल्ड. फोर्ब्स कॅसलमध्ये स्वागत आहे. कसा काय प्रवास झाला, कर्नल?''

''माईक आणि तुम्ही माझी वाट कशी काय बघत होता? या ॲन्गसने तरी फोन केलेला दिसला नाही.''

''खरं तर विमानातच माणूस होता आमचा. काळजी घेतलेली बरी.'' फिलिप्स म्हणाला.

माईकच्या घशातून एक गुरगुरल्यासारखा आवाज आला. त्याच्या लक्षात यायला हवा होता तो माणूस. सवय गेली बहुधा.

"ठीक आहे माईक," सी.आय.ए.चा मॅक्‌डोनाल्ड म्हणाला. "तू आता आला आहेस. पुढले अठरा आठवडे फक्त तुझ्याचसाठी अनेक ट्यूटर्स येणार आहेत. जेवू या. मग कल्पना देतो सर्व."

शीतयुद्धाच्या काळात सी.आय.ए.ने सबंध अमेरिकेमध्ये 'सुरक्षित' अशा घरांची एक साखळी उभारली होती. जी माणसे मुख्य हेडक्वार्टर्समध्ये न दिसलेली बरी अशांच्या भेटींसाठी शहरांमध्येच अपार्टमेंट्स होती. कठीण आणि धोकादायक कामगिरी उरकून परत येणाऱ्या एजंट्सना विश्रांतीसाठी खेडेगावातली दुरुस्त केलेली फार्म-हाउसेस असत. त्याच काळात त्यांनी मिळवलेली सर्व माहिती तपशीलवारपणे काढून घेण्यात येई. काही जागा तिथे पोहोचणे कठीण असे म्हणूनच खास निवडलेल्या असत. रशियामधून पळू इच्छिणाऱ्या महत्त्वाच्या व्यक्तींसाठी या जागा तुरुंग न भासणारे तुरुंगच असत. त्या काळात त्यांची तिथे उत्कृष्ट बडदास्त राखण्यात येई. रशियन वकिलातीमधले सूड घ्यायला टपलेले के.जी.बी.चे एजंट् त्यांच्यापर्यंत पोहोचू शकत नसत.

एजंसीमधल्या अनुभवी एजंट्सना आजसुद्धा एका घटनेची स्मृती अस्वस्थ करते. रोममध्ये कर्नल युरचेन्को पळाला. कशी काय ते कळत नाही, पण उलटतपासणी करणाऱ्या अधिकाऱ्याला त्याला घेऊन जॉर्ज टाऊनमध्ये बाहेर जेवायला जाण्याची परवानगी मिळाली. तो कर्नल टॉयलेटमध्ये म्हणून जो गेला तो परतच आला नाही. खरे तर के.जी.बी.ने त्याच्याशी संपर्क साधला आणि त्याला आठवण करून दिली की, तो जरी अमेरिकेच्या आश्रयाला गेला असला, तरी त्याचे कुटुंब मॉस्कोमध्ये आहे. त्याला माफी देण्यात येईल या त्यांच्या आश्वासनावर मूर्खाप्रमाणे विश्वास ठेवून तो पश्चात्तापदग्ध होऊन परतला. नंतर त्याचे काय झाले ते माहीत नाही. त्याचे नावसुद्धा परत कधी कानावर आले नाही.

लँग्लेमधल्या या सुरक्षित घरांची व्यवस्था बघणाऱ्या कार्यालयाला मरेक गुमिएनी याने फक्त एकच प्रश्न विचारला. आपल्याकडे अत्यंत दूर, एकाकी, जिथे पोहोचणे दुरापास्त आहे आणि जिथून बाहेर पडणेही तेवढेच कठीण आहे असे सुरक्षित घर कुठे आहे?

त्याच्या सहकाऱ्याने क्षणार्धात उत्तर दिले, "केबिन म्हणतो आम्ही त्या घराला. कास्केड रेंजमध्ये माणूस विसरून गेला आहे अशा जागेमध्ये ती आहे." गुमिएनीने केबिनचा बारीक-सारीक तपशील आणि उपलब्ध असलेला प्रत्येक फोटो मागितला. ती फाइल हातात पडल्या क्षणापासून अर्ध्या तासात त्याने त्या जागेची निवड करून

आपल्या आज्ञा दिल्या.

सिॲटलच्या पूर्वेला वॉशिंग्टन राज्यामधल्या गर्द जंगलामध्ये उभेच्या उभे कडे असलेली आणि हिवाळ्यात बर्फाने झाकली जाणारी कास्केड्स ही पर्वतराजी आहे. त्या पर्वतराजीचे तीन स्पष्ट भाग आहेत— नॅशनल पार्क, लॉगिंग फॉरेस्ट आणि पसायटेन वाइल्डरनेसचा निर्मनुष्य प्रदेश. पहिल्या दोन भागात पोहोचणारे रस्ते आहेत, लोकवस्तीचे थोडे भाग आहेत.

नॅशनल पार्क उघडे असते तेव्हा हजारो पर्यटक भेट देतात. दणकट वाहने जाऊ शकतील असे ट्रॅक्स आहेत, फक्त चालत किंवा घोड्यावरून जाता येतील असे ट्रेल्स आहेत. वॉर्डन्सना इथला इंचन्‌इंच भाग माहीत असतो.

सुरक्षिततेच्या कारणाने लॉगिंग फॉरेस्टमध्ये सर्वसामान्य जनतेला प्रवेश नाही; पण तिथेही घरघर करत जाणारे ट्रक्स जाऊ शकतील असे ट्रॅक्सचे जाळेच आहे. तोडलेली झाडे लाकूड कापण्याच्या कारखान्यांच्या ठरावीक ठिकाणी ट्रक्स नेऊन पोहोचवतात. एकदा बर्फ पडायला लागला की, ट्रक्सच्या हालचाली पूर्णपणे थांबतात.

या दोन्ही भागांच्या पूर्वेला थेट कॅनडाच्या सरहद्दीपर्यंत जंगली विभाग पसरलेला आहे. ट्रॅक्स अजिबात नाहीत. दक्षिणेला हार्ट-पासजवळ एक दोन ट्रेल्स आहेत आणि काही लॉग केबिन्स.

उन्हाळ्यात आणि हिवाळ्यात तिथे असंख्य प्राणी भटकत असतात. केबिनमालक उन्हाळ्यात केबिन्सचा वापर करतात. उन्हाळा संपला की, घरातली विजेची सर्व कनेक्शन्स काढून, केबिन्स कुलूप लावून बंद करून, आपापल्या शहरांमध्ये परततात. हिवाळ्यामध्ये याच्याएवढा उजाड आणि दुर्गम भाग अमेरिकेमध्ये दुसरा नसेल. एक अपवाद आहे म्हणा. उत्तर व्हरमॉन्टचा 'दि किंग्डम' या नावाने ओळखला जाणारा भाग. इथे जर कोणी माणूस नाहीसा झाला, तर उन्हाळ्यात दगडासारखे बनलेले त्याचे शवच हाताला लागते.

अनेक वर्षांपूर्वी अशी एक केबिन विकायला आली आणि सी.आय.ए.ने बहुधा काही विचार न करताच विकत घेतली. नंतर अनेक वेळा त्यांना या खरेदीबद्दल खेदही झाला असेल, पण वरिष्ठ अधिकारी तरी उन्हाळ्याच्या रजेत या केबिनचा उपयोग करायला लागले. ऑक्टोबरमध्ये मरेक गुमिएनीने चौकशी केली, तेव्हा केबिनला कुलूपच लागलेले होते. तोंडावर आलेला हिवाळा आणि खर्च या गोष्टी ध्यानात येत असूनही त्याने ती केबिन उघडायला सांगितले. आता तिचा संपूर्ण कायापालट होणार होता.

"आता असं काही तुला हवं असेल तर सिॲटलमधलं नॉर्थ-वेस्ट डिटेन्शन सेंटरच का वापरत नाहीस?" मित्राने विचारले.

स्वत:च्याच सहकाऱ्याशी बोलत असूनही गुमिएनीला खोटे बोलणे भाग होते.

"शोध घेणाऱ्या नजरांपासून आपला मौल्यवान ठेवा लांब राखायचा किंवा तो सुटका करून घेण्याचा प्रयत्न करणार नाही याची काळजी घ्यायची, एवढाच विचार मी करत नाही. तो सुरक्षितही राखायला हवा. अगदी कमाल सुरक्षितता असणाऱ्या तुरुंगातही मृत्यू घडले आहेत."

सुरक्षित घरांवर देखरेख ठेवणाऱ्या प्रमुखाच्या सर्व काही लक्षात येत होते. असे त्याला निदान वाटत तरी होते. तिथला माणूस जसा काही अदृश्यच राहायला हवा आणि त्याला सुटका करून घेणे अशक्य असायला हवे. सहा महिने तरी त्या केबिनमध्ये बाहेरून काहीही आणण्याची आवश्यकता पडता कामा नये. तो खरे तर यातला तज्ज्ञ नव्हता.

मनात भीती निर्माण करणाऱ्या कॅलिफोर्नियातील पेलिकन बे सुपरमॅक्सच्या सुरक्षेची आखणी करणाऱ्या टीमला त्याने बोलावणे पाठवले.

केबिनपर्यंत पोहोचायला खरोखरच रस्ता नव्हता. रस्ता म्हणण्यासारखी एक वाट माझमा या छोट्याशा गावापासून दहा एक मैल उत्तरेला पोहोचून नाहीशी झाली होती. केबिन तिथूनही दहा मैलांवर होती. मरेक गुमिएनीने हातातली सत्ता वापरून सिॲटलच्या पश्चिमेकडल्या मॅक्कॉर्ड या विमानदलाच्या तळावरून एक चिनूक हेलिकॉप्टर जड सामग्री हालवण्यासाठी ताब्यात घेतले.

टीम सैन्यातल्या इंजिनिअर्सची होती. स्टेट पोलिसांच्या सल्ल्याप्रमाणे हवा असलेला माल मिळवला. गरजेपेक्षा जास्त माहिती कुणालाच नव्हती. अत्यंत अल्ट्रा-हाय सिक्युरिटी रिसर्च सेंटर म्हणून केबिनचे रूपांतर करण्यात येत आहे अशी बातमी पसरवली. एकाच, फक्त एकाच माणसासाठी तुरुंग म्हणून ती वापरण्यात येणार होती.

कॅसल फोर्ब्स इथला अभ्यासक्रम फारच सखोल होता. कठोर परिश्रम करावे लागत होते. माईक मार्टिनला आपल्या पाश्चिमात्य पोशाखाचा त्याग करून पश्तून टोळीवाल्यांचा पायघोळ झगा आणि फेटा चढवावा लागला. दाढी आणि केस जितका काळ शक्य आहे तितका काळ वाढवायचे होते.

पूर्वीचे हाउसकीपर आणि माळी दोघेही कायम राहिले. दोघांनाही त्या ठिकाणी राहणाऱ्या माणसांची काडीमात्र पर्वा नव्हती. तिसरा रहिवासी होता सार्जंट ॲन्गस. तो आता लॉर्ड फोर्ब्सचा इस्टेट मॅनेजर होता. तो आसपास गस्त घालत असताना या ठिकाणी कुणी चोरून प्रवेश करायचा प्रयत्न केला असता, तर ते शहाणपणाचे ठरले नसते.

आणि बाकीच्यांबद्दल म्हणायचे तर पाहुणे येत आणि जात; पण दोघे जण मात्र तिथेच राहत होते. एक होता नजीब कुरेशी– मूळचा अफगाण. कंदाहारमध्ये शिक्षक

होता. निर्वासित म्हणून प्रथम ब्रिटनमध्ये आश्रय, मग ब्रिटिश राष्ट्रीयत्व. चेल्टनहॅम इथे अनुवादक म्हणून काम करत होता. त्याला कॅसल फोर्ब्स इथे आणले होते. तो भाषेचा शिक्षक होता. पश्तून माणूस रात्रंदिवस ज्या तऱ्हेने वागायचा ती वागणूक माईकच्या अंगामध्ये भिनवण्यासाठी परिश्रम करत होता. नेहमीच्या हालचाली, हावभाव, टाचांवर कसे बसायचे, खायचे कसे, चालायचे कसे, प्रार्थना करताना कशा तऱ्हेने शरीराच्या हालचाली करायच्या या सर्व गोष्टी तो शिकवत होता.

दुसरी व्यक्ती होती डॉ. तामिअन गॉडफ्रे. साठीच्या आसपासची, केस पांढरे पडलेली स्त्री. ब्रिटनच्या एम.आय.–५ या सुरक्षा यंत्रणेतील एका वरिष्ठ अधिकाऱ्याची ती पत्नी होती. तो दोन वर्षांपूर्वी मरण पावला होता. तेव्हा स्टीव्ह हिलच्या म्हणण्याप्रमाणे ती 'त्यांच्यापैकीच एक' होती. सुरक्षेच्या कार्यपद्धती तिला नवीन नव्हत्या. आवश्यक तेवढीच माहिती देण्याची तत्त्वप्रणाली तिला ठाऊक होती. तिची स्कॉटलंडमधली उपस्थिती तिने कधीच कुणापाशी उघड केली नसती.

ती ज्याला शिकवायला आली होती तो माणूस त्याचा जीव धोक्यात आणणाऱ्या कामगिरीवर जाणार होता हे तिला मुद्दाम कुणी सांगायची आवश्यकता नव्हती. तिने मनाशी एक गोष्ट निश्चित ठरवली होती. ती काही तरी सांगायचे विसरली म्हणून तो गोत्यात येणार नव्हता. ती कुराणावरची तज्ज्ञ होती. तिचे त्या विषयाबद्दलचे ज्ञान अत्यंत व्यापक स्वरूपाचे होते आणि अरेबिकमध्ये कोणीही तिचा हात धरू शकले नसते.

"मोहम्मद अस्सादबद्दल ऐकले आहेस?" तिने मार्टिनला विचारले.

नव्हते ऐकले त्याने.

"मग त्याच्यापासूनच सुरुवात करू या आपण. तो मूळचा जर्मन ज्यू. लिओपोल्ड वेस. त्याने इस्लाम धर्म स्वीकारला. एवढेच नव्हे, तर इस्लामचा मोठा स्कॉलर बनला. प्रॉफेट मोहम्मद यांच्या अरेबिया ते जेरूसलेम आणि मग स्वर्गाच्या प्रवासाबाबतचे अल इस्रबद्दलचे सर्वोत्कृष्ट भाष्य त्याने लिहिले आहे. या अनुभवानंतरच इस्लामच्या श्रद्धेच्या आधारभूत अशा दिवसाच्या पाच वेळा प्रार्थना करण्याच्या प्रथेचा जन्म झाला. लहान असताना मदरशामध्ये शिक्षण घेतले तर हे कळते आणि तुझा इमाम हा वहाबी पंथाचा असल्याने त्याचा पूर्ण विश्वास आहे की, हा अगदी खराखुरा घडलेला प्रवास आहे. स्वप्नात बघितलेले असामान्य दृश्य नाही. तेव्हा तुझाही यावर तसाच पूर्ण विश्वास हवा. आता दररोजच्या प्रार्थना. माझ्यामागून म्हण..."

नजीब कुरेशीवर तर तिने भलतीच छाप पाडली. कुराणाबद्दल तिला जेवढे ज्ञान आहे तेवढे मलाही नाही, असा विचार त्याच्या मनात येत होता.

व्यायाम म्हणून गरम कपडे गुंडाळून ते आजूबाजूच्या टेकड्यांवर भटकत. लायसन्स असलेली हंटिंग रायफल बरोबर घेऊन ॲन्गसही त्यांच्या मागावर असे.

अरेबिक येत असली तरी आपल्याला अजून किती तरी शिकण्यासारखे आहे हे मार्टिनच्या ध्यानात यायला वेळ लागला नाही.

कॅम्प डेल्टामध्ये इझमत खान जेव्हा इतर कैद्यांबरोबर अरेबिक भाषेत बोलत असे, तेव्हा तो एखादे वेळी कुठली गुपिते उघड करेल या आशेवर त्याचे बोलणे गुप्तपणे रेकॉर्ड केले होते. त्याने अशी कुठलीच गुपिते उघड केली नाहीत, पण इझमत खानच्या आवाजातली बोलण्याची विशिष्ट ढब कुरेशीच्या दृष्टीने खूप महत्त्वाची होती. नजीब कुरेशी पश्तून ढबीत अरेबिक बोलण्याचे शिक्षण मार्टिनला देत असताना, इझमत खान जसा बोलत असे तशाच तऱ्हेने बोलण्याचे धडे देत होता.

रशियाने अफगाणिस्तानवर आक्रमण केले होते त्या काळात मार्टिनने जरी सहा महिने मुजाहिदीनबरोबर डोंगराळ भागात काढले होते, तरी त्या गोष्टीला आता अठरा वर्षे उलटून गेली होती. तो बरेच काही विसरून गेला होता. कुरेशी त्याला पुश्तू शिकवत असला तरी प्रथमपासूनच सर्वांनी मान्य केले होते की, इतर पश्तून लोकांमध्ये मार्टिन पश्तून म्हणून मिसळून जाऊ शकणार नाही.

पण सर्वांत महत्त्वाच्या होत्या त्या प्रार्थना आणि ग्वाटेनामो बेमध्ये जे काही अनुभव घेतले होते ते. कॅम्प डेल्टामधले सर्व चौकशी अधिकारी सी.आय.ए.ने पुरवले होते. इझमत खान तिथे पोहोचल्याक्षणापासून त्याची चौकशी केलेल्या तीन-चार जणांचा मरेक गुमिएनीने शोध लावला.

मायकेल मॅक्डोनाल्ड विमानाने लँग्लेला परतला. त्याने त्या चौकशी अधिकाऱ्यां-बरोबर कित्येक दिवस घालवले. इझमत खानची एन.एफ.डी. (No further danger – यापुढे धोका नसलेला) नियमाखाली सुटका करायचा विचार होत असल्याने लँग्लेला पुन्हा पूर्ण खात्री करून घ्यायची आहे, असे सांगून त्यांना आठवत असलेली प्रत्येक बारीक-सारीक गोष्टही त्यांच्याकडून वदवून घेतली आणि त्यांच्या नोट्स आणि टेप्स ताब्यात घेतल्या.

हा डोंगराळ प्रदेशातला लढवय्या पश्तून आणि तालिबान कमांडर सर्वांत कणखर असा कैदी होता, या बाबतीत त्या सर्वांचे एकमत होते. त्याने स्वत:हून काही माहिती दिली नाही, तक्रार केली नाही, सहकार्य केले नाही, छळ, हालअपेष्टा किंवा उपासमार शांतपणे सहन केली. त्याने कशालाच आणि कुणालाच दाद दिली नाही; पण त्याच वेळी त्याच्या काळ्याभोर डोळ्यांत पाहिले की वाटे, तो तुमचे डोके उडवायच्या संधीचीच वाट बघतो आहे.

मॅक्डोनाल्ड एडझेल विमानतळावर उतरला. त्याच्यासाठी आलेल्या गाडीने फोर्ब्स कॅसलवर पोहोचला आणि त्याने स्वत:जवळची पूर्ण माहिती माईक मार्टिनला दिली.

तामिअन गॉडफ्रे आणि नजीब कुरेशी यांनी पूर्ण लक्ष दररोजच्या प्रार्थनांवर दिले

होते. मार्टिनला त्या इतर सर्वांच्या समोर म्हणायला लागणार होत्या. त्या व्यवस्थित म्हणता यायलाच हव्यात. नजीबला एकच आशेचा किरण दिसत होता. तो जन्मजात अरब नव्हता. कुराण फक्त क्लासिकल अरेबिकमध्ये होते. दुसऱ्या कुठल्याही भाषेत नव्हते. एखादा शब्द चुकला, तर चुकीचा उच्चार म्हणून खपून गेला असता; पण मदरशात सात वर्षे शिक्षण घेतल्यावर एक पूर्ण वाक्य चुकले, तर धडगत नव्हती. नजीब सारखा ऊठबस करत होता, वाकून अभिवादन करत होता, गालिचावर कपाळ टेकत होता आणि त्याच्याबरोबर माईकही. तामिअन गॉडफ्रेला गुडघ्यांचा त्रास होत असल्याने ती शेजारी खुर्चीत बसत असे आणि त्याचे सारखे पाठांतर चालू असे. पुन:पुन्हा पाठांतर, अखंडपणे.

एडझेल विमानतळावर अँग्लो अमेरिकन तंत्रज्ञांची मोठी टीम अमेरिका आणि ब्रिटन यांच्या सर्व गुप्तचर संघटनांशी सतत संपर्क राखण्यासाठी यंत्रसामग्री उभारण्यात दंग होती. राहण्याच्या जागा आणि संबंधित सुविधा तयार झाल्या. जेव्हा अमेरिकन नौदलाचे लोक या तळावर होते, तेव्हा राहण्याच्या आणि कामाच्या जागांबरोबर बोलिंग ॲले, ब्यूटी सलून, पोस्ट ऑफिस, बास्केटबॉल कोर्ट, जिम, थिएटर या गोष्टींची सोय होती. गॉर्डन फिलिप्सला स्वत:च्या आर्थिक तरतुदीची कल्पना होती. सर्व गोष्टी लवकरात लवकर पूर्ण व्हाव्यात म्हणून स्टीव्ह हिल रात्रंदिवस त्याचे डोके खात होता. तेव्हा या गोष्टी त्याने तशाच ठेवल्या. म्हणजे बिनवापराच्या.

रॉयल एअर फोर्सने केटरिंग स्टाफ पाठवला. तळाची संपूर्ण सुरक्षा ताब्यात घेतली. मादक पदार्थांच्या चोरट्या व्यापारावर लक्ष ठेवण्यासाठी तळ सज्ज होत आहे, अशी सर्वांची खात्री पटली.

अमेरिकेहून प्रचंड गॅलक्सीज आणि स्टारलिफ्टर्स विमानांनी जगभरातले संभाषण ऐकता येईल असे मॉनिटर्स आणले. अरेबिक दुभाष्यांची गरज नव्हती. ते काम चेल्टनहॅम आणि फोर्ट मीड इथे झाले असते आणि दोन्ही ठिकाणांचा क्रोबारशी कायम सुरक्षित संपर्क राहणार होता.

ख्रिसमसपूर्वी बारा कॉम्प्युटर वर्क स्टेशन्स कार्यान्वित झाली. सहा ऑपरेटर्स रात्रंदिवस तिथे लक्ष ठेवून असणार होते.

क्रोबार सेंटरची निर्मिती कधीच स्वतंत्र आणि नवीन इन्टेलिजन्स एजंसी म्हणून झाली नव्हती. एकाच कामासाठी स्थापन झालेल्या या सेंटरला जॉन नेग्रोपोन्टेने दिलेल्या अधिकारांमुळे सर्व ब्रिटिश आणि अमेरिकन एजंसीज् तात्काळ आणि संपूर्ण सहकार्य देणार होत्या.

त्यासाठी क्रोबार संगणकांवर अत्याधुनिक इलेक्ट्रॉनिक यंत्रणा बसवण्यात आल्या. ते एस.आय.एस.च्या वॉक्स हॉल क्रॉस इथल्या आणि ग्रॉसवेनॉर स्क्वेअर,

लंडन येथील अमेरिकन वकिलातीमधील सी.आय.ए.च्या वर्कस्टेशनशी जोडण्यात आले. क्रोबारचा पत्ताही अशा साधनांनी दडवला होता की, ज्यामुळे इतर कोणी अजाणतेपणी किंवा जाणतेपणीही कुठल्याही तऱ्हेची ढवळाढवळ करू शकणार नाहीत.

मध्यपूर्वेतल्या आणि सर्व इस्लामिक जगामधल्या अरेबिकमधील संभाषणांचा शब्दन्‌शब्द ऐकण्यासाठी क्रोबारची सिद्धता झाली. इतर एजंसीज्‌ ज्या गोष्टी आधीच करत होत्या त्याच क्रोबार करायला लागली असली, तरी तसा देखावा करणे गरजेचे होते.

पण क्रोबार फक्त संभाषणे ऐकत नव्हते. वीस हजार फूट उंचीवरून जाणाऱ्या प्रीडेटर ड्रोन्सवरून मिळणाऱ्या हाय डेफिनिशन इमेजेस फ्लॉरिडामधील ताम्पा या ठिकाणी अमेरिकन सेंट्रल कमांडला मिळत असत. के.एच.११ की-होल उपग्रह अरब देशांवरून जाताना नॅशनल रिकॉनिसन्स ऑफिसला इमेजेस पाठवत असे. ती चित्रे, अर्थातच त्यावर प्रक्रिया करून, क्रोबारला उपलब्ध करून दिली जात होती.

एडझेल येथील तीक्ष्ण बुद्धीच्या अधिकाऱ्यांची खात्री पटली की, क्रोबार आता सुसज्ज आहे. पूर्ण तयारीने वाट बघते आहे. प्रश्न एकच होता. नक्की कशाची वाट बघणे चालू होते, तेच कुणाला कळत नव्हते.

२००६ च्या ख्रिसमसपूर्वी मिस्टर अलेक्स सीबार्ट यांनी मिस्टर लॅम्पॉन्ग यांच्या इन्डोनेशियातल्या कंपनी ऑफिसमध्ये फोन केला. लिव्हरपूल इथे रजिस्टर झालेल्या दोन माल वाहतुकीच्या जहाजांपैकी एक जहाज त्यांच्या कामाला येईल, असे सुचविण्यासाठी हा फोन होता. दोन्ही जहाजे एका छोट्या शिपिंग कंपनीच्या मालकीची होती. सीबार्ट अॅन्ड अॅबरक्रॉम्बी या फर्मने दुसऱ्या ग्राहकासाठी ती दोन्ही जहाजे यापूर्वी भाड्याने घेतली होती आणि त्यांनी समाधानकारक काम केले होते. मॅक्केन्ड्रिक शिपिंग ही एका कुटुंबाच्या मालकीची कंपनी होती आणि गेली शंभर वर्षे ते या व्यवसायात होते. सध्याचा कुटुंबप्रमुख लियाम मॅक्केन्ड्रिक हा *काऊन्टेस ऑफ रिचमंड* या जहाजाचा कॅप्टन होता आणि त्याचा मुलगा शॉन दुसऱ्या जहाजाचा कॅप्टन होता.

ब्रिटिश ध्वज फडकवणारे *काऊन्टेस ऑफ रिचमंड* हे आठ हजार टनी जहाज होते. एक मार्चपर्यंत नवीन माल घेऊन ब्रिटिश बंदर सोडू शकले असते. वाजवी भाड्यात उपलब्ध होऊ शकले असते.

त्याने आधीच लियाम मॅक्केन्ड्रिकला असे काही कॉन्ट्रॅक्ट मिळाले, तर ते स्वीकारण्याची शिफारस केली होती. कॅप्टनने ते मान्य केले होते हे मात्र लॅम्पॉन्ग यांना सांगितले नव्हते. सीबार्ट अॅन्ड अॅबरक्रॉम्बी जर त्यांच्यासाठी अमेरिकेहून इंग्लंडला आणण्यासाठी माल मिळवू शकले, तर ही त्रिस्थळी सफर खूप फायदेशीर ठरली असती.

या दोघांना काहीही न कळवता मिस्टर लॅम्पॉन्ग यांनी बर्मिंगहॅममधल्या अॅस्टन युनिव्हर्सिटीतल्या एका व्यक्तीला फोन केल्यावर ती व्यक्ती लिव्हरपूलला गेली. तिने एका शक्तिमान दुर्बिणीतून *काऊन्टेस ऑफ रिचमंडच्या* इंचनूइंच भागावर नजर फिरवली. वेगवेगळ्या कोनांमधून, लांब पल्ल्याच्या लेन्सने शंभरएक तरी फोटो काढले. आठवडाभराने मिस्टर लॅम्पॉन्ग यांनी ई-मेल पाठवली. त्यांच्या सॉ-मिल्स बघण्यासाठी ते बाहेर गेले असल्याने त्यांना उत्तर पाठवायला झालेल्या विलंबाबद्दल दिलगिरी व्यक्त करत लॅम्पॉन्ग यांनी कळवले की, *काऊन्टेस ऑफ रिचमंड* हे जहाज त्यांच्या मालासाठी अगदी योग्य वाटते आहे. त्यांचे सिंगापूरमधले मित्र इंग्लंडहून अतिपूर्वेला पाठवायच्या लिमोझीन्सच्या संपूर्ण तपशिलासह त्यांच्याशी संपर्क साधतील.

खरे तर सिंगापूरमधले मित्र चिनी नव्हते, तर मलेशिअन्स होते आणि नुसते मुस्लीम नव्हते तर कट्टर इस्लामिस्ट होते. पैगंबरवासी तौफिक-अल्-कूर यांनी बर्म्युडामध्ये उघडलेल्या एका खात्यामधून हे पैसे त्यांना पुरवण्यात आले होते. प्रथम ते पैसे व्हिएन्ना इथल्या एका खासगी बँकेत ठेवले होते. त्या बँकेला कसलाच संशय आला नव्हता. लिमोझीन्सच्या बाबतीत त्यांचा मुळीच तोटा होणार नव्हता. त्यांच्या कामासाठी उपयोग झाल्यावर त्या विकून ते नफा मिळवणारच होते.

कैद्यांची कसून चौकशी करणाऱ्या सी.आय.ए.च्या चौकशी अधिकाऱ्यांना मरेक गुमिएनीने इझमत खानची सुनावणी सुरू होण्याची शक्यता आहे असे जे स्पष्टीकरण दिले होते ते खोटे नव्हते.

अगदी तीच गोष्ट तो घडवून आणणार होता. इझमत खान निर्दोष ठरून त्याची सुटका होणार होती.

२००५ मध्ये अमेरिकन अपील्स कोर्टाने निर्णय दिला होता की, युद्धकैद्यांचे हक्क अल काईदाच्या सदस्यांना लागू होत नाहीत. संशयित दहशतवाद्यांची खास लष्करी न्यायालयांसमोर सुनावणी व्हावी हा अध्यक्ष बुश यांचा जो मनसुबा होता, त्याला फेडरल कोर्टाने मान्यता दिली; पण तरीही चार वर्षे डांबून ठेवलेल्या या दहशतवाद्यांना प्रथमच स्वत:च्या बचावासाठी वकील उपलब्ध होणार होते. मरेक गुमिएनीने ठरविले होते की, इझमत खानच्या बाबतीत तो कधीही अल काईदाचा सदस्य नव्हता, अफगाण सैन्यातला अधिकारी होता; जरी ते तालिबानच्या अधिपत्याखाली असले, तरी ११ सप्टेंबरच्या हल्ल्याशी किंवा इस्लामिक दहशतवादाशी त्याचा संबंध नव्हता, हे बचावाचे मुद्दे असतील आणि न्यायालय ते मान्य करेल. त्यासाठी डायरेक्टर ऑफ इन्टेलिजन्स जॉन नेग्रोपोन्टे, सेक्रेटरी ऑफ डिफेन्स डोनाल्ड रम्सफेल्ड यांना या खटल्यातील लष्करी न्यायाधीशांशी बोलण्याची तो विनंती करणार होता.

माईक मार्टिनच्या पायाची जखम भरून येत होती. इझमत खानची छोटीशी फाइल त्याने पहिल्याप्रथम त्याच्या फार्म हाउसमध्ये फळबागेत वाचली, तेव्हा त्याच्या लक्षात आले की, इझमत खानने त्याच्या उजव्या मांडीवरच्या व्रणाबद्दल अवाक्षर काढले नव्हते. मार्टिनही काही बोलला नव्हता. वेगवेगळ्या अधिकाऱ्यांनी केलेल्या चौकशीच्या नोट्स घेऊन मायकेल मॅक्डोनाल्ड लँग्लेहून परत आला, तेव्हा त्याच्या लक्षात आले की त्या जखमेबद्दल पुन:पुन्हा चौकशी करूनही इझमत खानने काहीही स्पष्टीकरण दिले नव्हते. जर या जखमेची माहिती अल काईदामधल्या कुणाला असेल आणि मार्टिनच्या मांडीवर तशी जखम नसेल, तर त्याची तात्काळ गच्छन्ति झाली असती.

पण मार्टिनने याचा विचार आधीच केला होता. एका सर्जनला विमानाने लंडनहून एडझेलला आणि तिथून बेल जेटरेन्जर हेलिकॉप्टरमधून फोर्ब्स कॅसलला आणण्यात आले. हार्ले स्ट्रीटमधल्या या सुप्रसिद्ध सर्जनने कधी कधी कुणाच्या शरीरातून एखादी गोळी बाहेर काढून तोंड बंद ठेवले होते. त्याला पूर्ण सिक्युरिटी क्लिअरन्स होता.

त्याने मार्टिनची मांडी बधिर करून तिथे एक छेद दिला. आतमध्ये गोळी घुसली नव्हती किंवा कुठला तुकडा अडकला नव्हता. तेव्हा छेद देणे कठीण नव्हते. प्रश्न होता ती जखम काही आठवड्यात भरून आणायची आणि खूपच वर्षे जुनी आहे असे भासवायचे.

जेम्स न्यूटन या सर्जनने कातडीच्या खालचा काही भाग सरळ कापून काढला. जखम खूप खोल होती आणि तिथून काही तरी बाहेर काढले होते, असा आभास निर्माण केला. जखम ओबडधोबडपणे शिवली. टाके सरळ घातले नाहीत. जखमेच्या दोन्ही कडा मुद्दाम खेचून घेतल्या की, ज्यामुळे जखम बरी होताना तिथे सुरकुत्या तयार होतील. शेवटी ती एका गुहेमध्ये केलेली शस्त्रक्रिया होती असे वाटले पाहिजे. सहा टाके होते.

निघताना तो म्हणाला, ''हा व्रण निदान पंधरा वर्षे जुना आहे वाटायला पाहिजे. एखाद्या सर्जननेच ही जखम बघितली तर ती इतकी जुनी नाही हे त्याला कळेल; पण वैद्यकीय शिक्षणाची पार्श्वभूमी नसलेल्या कोणालाही ती जखम जुनी वाटायला हरकत नाही; पण ती भरून येण्यासाठी निदान बारा आठवडे वेळ मात्र द्यायला हवा.''

ही नोव्हेंबरच्या सुरुवातीची घटना होती. ख्रिसमसपर्यंत सूज गेली. लालसर रंगही नाहीसा झाला. माईक मार्टिन चव्वेचाळीस वर्षांचा दणकट माणूस होता आणि शेवटी निसर्गनियमाप्रमाणे गोष्टी घडत राहतातच.

■

९

एक दिवस टेकडीवर भटकताना तामिअन गॉडफ्रे माईकला म्हणाली, ''माईक, माझ्या मनाला वाटतं आहे अशाच ठिकाणी ज़र तू खरोखर जाणार असशील, तर आक्रमकता आणि कट्टर इस्लामिक धर्मवेडेपणा यांची प्रत्येक तऱ्हा तुला आत्मसात करणं आवश्यक आहे. वेगवेगळ्या ठिकाणी तुला या गोष्टींना तोंड द्यावं लागणार आहे. या सगळ्याच्या मुळाशी आहे अत्यंत मग्रूरपणे आणि उद्धटपणे माथी मारलेला जिहाद किंवा पवित्र युद्ध. वेगवेगळे पंथ वेगवेगळ्या मार्गांनी जात, वेगवेगळ्या तऱ्हेने आचरण करत शेवटी या एकाच ठिकाणी पोहोचत असले, तरीही ते एक नाहीत.''

''सर्वांची सुरुवात मला वाटतं वहाबिझमने होते.'' माईक म्हणाला.

''एक प्रकारे खरं आहे, पण पूर्ण सत्य नाही. वहाबिझम हा सौदी अरेबियाचा राष्ट्रीय धर्म असूनही ओसामा बिन लादेनने सौदी राज्यकर्ते पाखंडी आहेत असे जाहीर करून त्यांच्याविरुद्ध युद्ध पुकारले आहे हे तू विसरू नकोस. मोहम्मद अल् वहाब यांच्या शिकवणुकीपलीकडची अत्यंत जहाल मतं असणारेही अनेक पंथ आहेत.

''तो अठराव्या शतकामधला एक धर्मगुरू होता. सौदी अरेबियामधल्या अत्यंत उजाड आणि ओसाड अशा नज्द भागामधून तो आला होता. कुराणाचे अनेकांनी अनेक अर्थ लावले असले, तरीही अत्यंत कठोर आणि असहिष्णु असे स्पष्टीकरण तो त्या वेळी मागे ठेवून गेला, आज काळ बदलला आहे. सौदी वहाबिझमने पश्चिमी देशांविरुद्ध किंवा ख्रिश्चन धर्माविरुद्ध युद्ध पुकारलेले नाही. कोणाचीच सरसकट कत्तल सुचविलेली नाही आणि स्त्रिया आणि मुले यांची तर मुळीच नाही; पण कुठल्याही वेगळ्या मताबद्दलच्या पराकोटीच्या द्वेषाचे बीज तो सोडून गेला होता आणि तेच आजच्या तरुण पिढीमध्ये पेरून आजचे दहशतवादाचे गुरू त्यांचे खुन्यांमध्ये परिवर्तन करत आहेत.''

''पण मग ते अरेबियामध्येच कसे नाही राहिले?''

''कारण सौदी अरेबियाने गेली तीस वर्षं त्यांना मिळत असलेले पेट्रो-डॉलर्स त्यांच्या राष्ट्रीय धर्माचा जगभर प्रसार करण्यात खर्च केले आहेत. त्यामध्ये प्रत्येक मुस्लीम देशाचा समावेश आहे. अगदी माझे जन्मस्थान धरून.'' नजीब कुरेशी मध्येच म्हणाला. ''कुठल्या भयानक राक्षसाला त्यांनी मुक्त केले आहे आणि त्याचा

उपयोग किती कत्तली घडवून आणण्यासाठी होणार आहे, याची कल्पना त्यांच्यापैकी कुणालाच आली नाही. आज तर सौदी अरेबियाला स्वत:लाच गेली तीस वर्षं त्यांनी स्वत:चे पैसे वापरून निर्माण केलेल्या या भस्मासुराची भीती वाटते आहे; पण आता फार उशीर झाला आहे.''

''पण मग अल काईदाने त्यांच्याच पंथाच्या आणि त्यांनाच पैसे पुरवणाऱ्यांविरुद्ध कशासाठी युद्ध पुकारले?''

''कारण अत्यंत जहाल आणि जहरी मनोवृत्तीचे इतर प्रॉफेट्स निर्माण झाले आहेत. ज्या गोष्टी इस्लामिक नाहीत त्यांचा ते नुसता द्वेष करत नाहीत, तर त्यांचा संपूर्ण विनाश करण्यासाठी हातात तलवार धरणे महान कार्य आहे अशी चिथावणी देतात. पश्चिमी देशांशी संबंध राखतात म्हणून, अमेरिकन फौजांना आपली भूमी वापरू देतात म्हणून, त्यांचा सौदी सरकारवर राग आहे आणि तसाच इतर मुस्लीम देशांवरही. या जहाल इस्लामिकांच्या मते ख्रिश्चन आणि ज्यूंच्या एवढेच ते देशही अपराधी आहेत.''

''तामिअन, माझ्या प्रवासात माझी कुणाशी गाठ पडेल असं वाटतं तुला?''

तिचे पाय दुखत होते. एक दगड शोधून ती त्याच्यावर बसली.

''अनेक गटांशी. दोन महत्त्वाचे. तुला *'सलाफी'* हा शब्द माहिती आहे?''

''त्याच्याबद्दल ऐकल्यासारखं तरी वाटतं.''

''इस्लामच्या सुरुवातीच्या काळापासून सर्व सुरू करण्याची इच्छा बाळगणारी ब्रिगेड. त्यांना इस्लामचं सुवर्णयुग पुन्हा प्रस्थापित करायचं आहे. हजारो वर्षांपूर्वीचं पहिल्या चार खलिफांचं राज्य. वाढलेल्या दाढ्या, पायघोळ झगे, सॅन्डल्स, शरीयत– अत्यंत कठोर आणि उग्र नियम, आधुनिकतेचा आणि ती अस्तित्वात आणणाऱ्या पश्चिमी देशांचा पूर्ण त्याग. असा काही स्वर्ग या पृथ्वीवर अस्तित्वात नाही; पण कट्टरपंथी लोक नेहमीच काल्पनिक जगात वावरतात. झपाटल्याप्रमाणे आपल्या खुळचट कल्पनांच्या मागे धावत नाझी, कम्युनिस्ट्स, माओअिस्ट्स, पोल पॉट यांनी लाखो जणांचे शिरकाण केले. अर्धे तरी त्यांचेच लोक होते; पण ते त्यांच्याएवढे कट्टर नव्हते हाच त्यांचा दोष ठरला होता. स्टॅलिन आणि माओचे शुद्धीकरण आठव. त्यांनी ज्यांची कत्तल उडवली ते सर्व जण त्यांचे सहकारी कम्युनिस्ट होते.''

''तू जेव्हा सलाफींचे वर्णन करत होतीस, तेव्हा तू तालिबानचेच वर्णन करत होतीस.'' मार्टिन म्हणाला.

''तालिबान इतर अनेकांपैकी एक. आत्मघातकी बॉम्बर्स – श्रद्धाळू, त्यांच्या धर्मगुरूंबद्दल पूर्ण विश्वास बाळगणारे. खूप हुशार नसतील, पण आज्ञाधारक आणि खात्री असणारे की, त्यांचे माथे भडकवणारा भयानक द्वेष त्यांच्या शक्तिमान

अल्लाला खूप प्रिय आहे म्हणून.''

''आणि त्यांच्याहूनही वाईट असे इतर आहेत?''

''आहेत तर. जहाल अतिरेकी. त्यांच्यासाठी एकच शब्द योग्य आहे. *ताकफिर.* वहाबच्या काळात त्याचा जो काही अर्थ असेल तो आता बदलला आहे. खऱ्या सलाफीला धूम्रपान वर्ज्य आहे, तो जुगार खेळत नाही, नृत्य करत नाही, स्वत: हजर असेल त्या ठिकाणी संगीत ऐकू देत नाही, दारू पीत नाही, पश्चिमी स्त्रियांशी संबंध ठेवत नाही. त्याचा पोशाख, त्याचा चेहरा, त्याची वागणूक, त्याची श्रद्धा या गोष्टी बघताच तो कोण आहे ध्यानात येते. अंतर्गत सुरक्षेचा प्रश्न लक्षात घेता माणूस नक्की कुठल्या प्रकारचा आहे हे कळलं तर अर्धी लढाई जिंकल्यासारखं असतं.

''पण काही जण ते पाश्चिमात्य आहेत आणि म्हणून धोकादायक नाहीत अशी समजूत करून देण्यासाठी, त्यांना अत्यंत तिरस्कार वाटणारी पाश्चात्त्य शैली स्वीकारतात. ११ सप्टेंबरचे सर्व दहशतवादी असे दिसत असल्याने आणि वागत असल्यानेच त्यांचा संशय आला नव्हता. लंडनचे चार बॉम्बर्सही इतर सर्वसाधारण तरुणांसारखे जिमला जात होते, क्रिकेट खेळत होते, सभ्यपणे वागत होते. स्पेशल नीड्स टीचर असलेला त्यांच्यापैकी एक तर हसऱ्या चेहऱ्याने अनेकांना ठार करायचा कट आखत होता. अशांवर फार लक्ष ठेवायला हवं.

''अनेक जण शिकलेले, पदवीधारक आहेत. गुळगुळीत दाढी करून नेहमी सुटाबुटात वावरतात. पाश्चिमात्य दिसतात आणि तसे वागतात. प्रत्येक गोष्ट त्यांच्या पंथाच्या शिकवणुकीविरुद्ध करून त्याच पंथासाठी अनेक जणांच्या मृत्यूला कारणीभूत ठरतात. पोहोचलो एकदाचे. पायाचे तुकडे पडायची वेळ आली होती. दुपारच्या प्रार्थनेची वेळ झाली. बांग देऊन बोलाव सर्वांना आणि आम्ही प्रार्थना कशी करायची तेही सांग. नंतर कधी तरी हेच करायला सांगतील तुला. मोठा सन्मान असतो तो.''

नवीन वर्ष सुरू होताच सीबार्ट ॲन्ड ॲबरक्रॉम्बी यांच्या कार्यालयातून जकार्ताला ई-मेल गेली. १ मार्चला जॅग्वार सलून कार्स घेऊन निघालेली *काऊन्टेस ऑफ रिचमंड* सिंगापूरला जाण्यासाठी लिव्हरपूलहून निघेल. सिंगापूरला गाड्या उतरवून नॉर्थ बोर्निओला जाईल. तिथे इमारती लाकूड जहाजात भरले जाईल आणि नंतर सुरबायाहून रेशमी कापडाचे गठ्ठे चढवले जातील.

जानेवारीच्या शेवटी काम संपल्यावर पसायटेनच्या जंगली आणि निर्मनुष्य भागामधल्या केबिनवर बांधकाम करणाऱ्या लोकांनी सुटकेचा नि:श्वास टाकला. काम पुरे होईपर्यंत तिथे रात्रीही राहायची परवानगी त्यांनी मिळवली होती. सेंट्रल हिटिंग

व्यवस्थित सुरू होईपर्यंत त्यांनी खूप थंडी सहन केली होती. वेळेत काम पूर्ण केले तर त्यांना दणदणीत बोनस मिळणार होता. तेव्हा त्यांनी खूप गैरसोयी सहन केल्या.

डोळ्यांनी बघितले असते तर केबिनमध्ये विशेष फरक जाणवला नसता. थोडीशी मोठी वाटली असती एवढेच. खरे तर तिच्यामध्ये आमूलाग्र बदल केला होता. दोन अधिकाऱ्यांना राहण्यासाठी बेडरूम ठीक होती, पण दिवसाचे चोवीस तास कुणावर नजर ठेवायची तर आठ गार्ड्सची गरज होती. त्यांच्यासाठी एक बन्क हाउस आणि शेजारी खाण्यापिण्याची सोय केली होती.

बैठकीची मोठी खोली तशीच ठेवून, शेजारी एक रिक्रिएशन रूम तयार झाली. त्या खोलीत मनोरंजनासाठी एक पूल टेबल, लायब्ररी, प्लाझ्मा टीव्ही, अनेक डी.व्ही.डी.ज् वगैरे साधने ठेवण्यात आली. सर्व खोल्यांसाठी पाइनच्या ओंडक्यांचा वापर केला होता.

तिसऱ्या खोलीसाठीही लाकडाचाच वापर केला आहे असे वाटत असले, तरी आतल्या बाजूच्या भिंती काँक्रीटच्या होत्या. तुरुंगाच्या कोठडीप्रमाणे अभेद्य. बाहेरून आत शिरकाव करणे अशक्य आणि आतमधून सुटका करून बाहेर पडणेही अशक्य.

त्या खोलीमध्ये गार्ड्सच्या राहण्याच्या जागेतून आत शिरण्यासाठी एक पोलादी दरवाजा होता. जेवण सरकवण्यासाठी त्या पोलादी दरवाज्याला एक चौकट होती आणि आत बघण्यासाठी एक भोक होते. त्या दरवाज्यापलीकडली खोली प्रशस्त होती. एक पोलादी बेड होता. त्याचे पाय काँक्रीटमध्ये खोलवर पोहोचलेले होते. कितीही जोर लावून नुसत्या हातांनी तो कधीही हलवता आला नसता. भिंतीतली कपाटे म्हणजे भिंतीचा भाग होती.

पण जमिनीवर गालिचा होता, उष्णता खेळत होती. पोलादी दरवाज्यासमोरचा दरवाजा आतला माणूस उघडू शकला असता. बाहेर व्यायामासाठी थोडी मोकळी जागा होती.

त्या मोकळ्या जागेच्या मध्यावर एक काँक्रीटचा बाक होता. ती जागा बंदिस्त करणाऱ्या भिंतीपासून लांब असलेला. दहा दहा फूट उंच असणाऱ्या भिंती अगदी गुळगुळीत होत्या. कोणीही वरपर्यंत पोहोचू शकले नसते. भिंतींजवळ टेकवण्यासारखी, उभे राहण्यासारखी एकही वस्तू नाही.

प्रातर्विधी उरकायला बैठकीच्या/झोपायच्या खोलीच्या कोपऱ्यात जमिनीत एक मोठा खड्डा होता. आंघोळीसाठी शॉवर असला तरी त्याचे कंट्रोल्स बाहेरच्या गार्ड्सच्या हातात होते.

सर्व साहित्य हेलिकॉप्टरने आणल्याने लांबून फक्त हेलिकॉप्टर उतरवण्यासाठी बनवलेले हेलिपॅड लक्षात आले असते. नाहीतर पाचशे एकर जागेत, सर्व बाजूंनी

पाइन, लार्च आणि स्प्रूसच्या वृक्षांनी वेढलेल्या केबिनमध्ये तसा विशेष फरक वाटला नसता; पण केबिनपासून सर्व दिशांनी शंभर यार्ड अंतरापर्यंतची सर्व झाडे आता उडवून टाकली होती.

अशा या खूप खर्च करून खास तऱ्हेने बनवलेल्या तुरुंगासाठी दहा गार्ड्स पोहोचले, तेव्हा त्यांच्याबरोबर सी.आय.ए.ची दोन मध्यमवयीन माणसे आणि इतर आठ नोकरवर्ग होता. सर्व मानसिक आणि शारीरिक चाचण्या पार पडलेल्या या गार्ड्स आणि नोकरवर्गाला त्यांच्या पहिल्या कामगिरीबद्दल खूप उत्सुकता होती. त्यांच्या दृष्टीस पडले ते बर्फ पडलेले जंगल. पण सर्व धडधाकट होते आणि आपल्या कामाची छाप पाडायला तयार होते.

जानेवारीच्या शेवटी ग्वाटेनामो बे इथल्या चौकशीच्या एका मोठ्या हॉलमध्ये लष्करी न्यायालयासमोर सुनावणी सुरू झाली. 'अ फ्यू गुड मेन' या चित्रपटात दाखवल्याप्रमाणे डोके फिरलेल्या कर्नल जेसपच्या नाट्यमय हालचालींची कुणी अपेक्षा धरली असली, तर ते चुकीचे ठरले. सर्व कामकाज हळू आवाजात पद्धतशीरपणे चालू झाले.

आठ कैद्यांची ते धोकादायक नाहीत या मुद्द्यावरती सुटका करायचा विचार चालू होता. त्यांपैकी सात जण तावातावाने बोलत आपली बाजू मांडत होते. शेवटचा तुच्छतेने इकडे-तिकडे बघत तोंड बंद करून बसला होता. त्याची सुनावणी सर्वांत शेवटी झाली.

"कैदी खान, कोणत्या भाषेमध्ये या सुनावणीचे भाषांतर करावे अशी तुझी इच्छा आहे?" कामकाज बघणाऱ्या कर्नलने प्रश्न टाकला. त्याच्या एका हाताला एक मेजर होता, दुसऱ्या हाताला एक स्त्री कॅप्टन होती. सर्वजण अमेरिकन मरीन्सच्या कायदा खात्यातून आले होते. ते बसलेल्या स्टेजच्या मागे भिंतीवर अमेरिकेचे सील होते.

कैदी त्यांच्यासमोर बसला होता. दोन बाजूला दोन डेस्क होते. एका बाजूला फिर्यादी पक्षाचे वकील, तर दुसऱ्या बाजूला बचाव पक्षाचे वकील होते. फिर्यादी पक्षाचे वकील लष्करातले होते, बचाव पक्षातले लष्कराशी संबंध नसलेले. प्रश्न विचारला गेल्यावर दोन मरीन्सनी त्याला दंडाखाली पकडूनच उभे केले. कैद्याने हळूच खांदे उडवले, काही सेकंद त्या स्त्री मरीन कॅप्टनकडे रोखून बघितले आणि मग तो न्यायाधीशांच्या मागच्या भिंतीकडे बघत बसला.

"कैद्याला अरेबिक भाषा समजते याची कोर्टाला कल्पना आहे. तेव्हा तीच भाषा अनुवाद करण्यासाठी कोर्ट निवडते आहे. कुणाचा काही आक्षेप?"

प्रश्न बचावपक्षाच्या वकिलासाठी होता. त्याने नकारार्थी मान हलवली. त्याला

त्याच्या अशिलाबद्दल आधीच धोक्याची सूचना मिळाली होती. त्याच्या कानांवर आतापर्यंत ज्या गोष्टी आल्या होत्या त्यावरून त्याच्या अशिलाच्या सुटकेची त्याला आशा नव्हती. नागरी हक्कांमुळेच तो आज इथे हजर होता आणि आजूबाजूच्या मरीन्सचे आपल्यासारख्या वकिलाबद्दल काय मत आहे याची त्याला पूर्ण जाणीव होती. अशील तर त्याला काहीच सहकार्य देत नव्हता; पण या अफगाणच्या तशा वागणुकीने निदान त्याच्यावर काही दोष येणार नव्हता. त्याने मान डोलावली, कारण आक्षेप घेण्यासारखे काही नव्हते. अरेबिकही चालेल की.

अरेबिक दुभाष्याने पाऊल पुढे टाकले आणि तो मरीन गार्ड्सजवळ उभा राहिला. अरेबिक भाषेची निवड या क्षणी अगदी योग्य होती. एकुलत्या एक पश्तून दुभाष्याला त्या अफगाणकडून आजपर्यंत काही माहिती काढता न आल्याने अमेरिकन्स त्याच्यावर संतापलेले होते. आता त्याला काही करायचे नसल्याने सुटका झाल्यासारखे वाटत होते; पण त्याचे सुखाचे दिवसही संपत आले होते.

ग्वाटेनामोमध्ये फक्त सातच पश्तून होते. तेही पाच वर्षांपूर्वी कुंडूझमध्ये इतर परकीय लढवय्यांबरोबर त्यांचा समावेश झाल्यानेच इथे पोहोचलेले. चार जणांनी कट्टर धार्मिक मुस्लिमांची भरपूर निंदा केली. तशी साधी शेतकरी पोरेच. ती परतही गेली. दोघा जणांनी मनाचा समतोल गमावला आणि ते उपचार घेत होते. हा तालिबान कमांडर म्हणजे शेवटचा पश्तून होता.

फिर्यादी पक्षाचे वकील बोलतील ते दुभाषा भाषांतर करून कैद्याला सांगत होता. थोडक्यात सारांश सांगायचा तर तू एक हरामखोर तालिबान आहेस आणि अमेरिकन्स तुला कोठडीत डांबून किल्ल्या फेकून देणार आहेत. इझमत खानची रोखलेली नजरच बरेच काही सांगून गेली. लेबॅनॉनमध्ये जन्मलेला तो अमेरिकन दुभाषा शब्दश: भाषांतर करून सांगत होता. त्या कैद्याचा पोशाख कसाही असला, हात-पाय साखळदंडांनी जखडलेले असले, तरी तो कधी काय करेल याची दुभाषाला खात्री वाटेनाशी झाली.

प्रॉसिक्यूटरने थोडक्यात सांगितले की, कैद्याने पाच वर्षांत तोंड उघडले नव्हते, त्याच्या दहशतवादी साथीदारांची नावे उघड केली नव्हती, ज्या उठावात एका अमेरिकनचा लाथाबुक्क्यांनी हाणूनच जीव गेला होता, तिथल्याच बंडखोरांमध्ये याचाही समावेश होता. तो खाली बसला. निकाल काय लागणार याबद्दल त्याची खात्री होती. याला वर्षानुवर्षे तुरुंगाच्या गजाआडच काढावी लागणार होती.

बचाव पक्षाच्या वकिलाने आपले मुद्दे मांडायला थोडा जास्त वेळ घेतला. कैदी हा एक अफगाण होता. ११ सप्टेंबरच्या घटनेशी त्याचा काही संबंध नव्हता. त्या वेळी अफगाणिस्तानमधल्या यादवी युद्धात तो लढत होता. अल काईदाच्या अरबांशी त्याचा संबंध नव्हता. मुल्ला ओमर आणि त्याचे सरकार यांनी बिन लादेन

आणि त्याच्या सहकाऱ्यांना आश्रय दिला असला, तरी मुल्ला ओमरचे राज्य म्हणजे एक हुकूमशाही सरकार होते. मिस्टर खान त्या सरकारचा भाग नव्हता; पण केवळ त्यांच्या सैन्यात होता.

"कोर्टाने या सत्य गोष्टी विचारात घ्याव्यात," शेवटी बचावपक्षाचा वकील म्हणाला. "या माणसाचं काय करायचं हा अफगाणिस्तानचा प्रश्न आहे. तिथे आता लोकशाही पद्धतीने निवडलेलं नवीन सरकार अस्तित्वात आहे. आपण याला त्यांच्या ताब्यात द्यायला हवं."

तिन्ही न्यायाधीश अर्धा तास दूर गेले. परत आले तेव्हा कॅप्टनचा चेहरा रागाने लाल पडला होता. तिने जे काही ऐकले होते त्यावर तिचा अजूनही विश्वास बसत नव्हता. फक्त कर्नल आणि मेजर यांचीच चेअरमन, जॉईंट चीफ्स ऑफ स्टाफ यांच्याशी मुलाखत झाली होती आणि त्यांना त्यांच्या आज्ञा मिळाल्या होत्या.

"कैदी खान, उभा रहा. तुला परत अफगाणिस्तानमध्ये पाठवले तर अध्यक्ष करझाई यांच्या सरकारने तुला आजन्म कारावासाची शिक्षा देण्यास मान्यता दर्शवली आहे असे या कोर्टाला सांगण्यात आले आहे. तेव्हा या कोर्टाची इच्छा नाही की तुझ्या खर्चाचा बोजा इत:पर अमेरिकन जनतेवर पडावा. तुला परत काबूलला पाठवण्याची व्यवस्था करण्यात येईल. हातापायांत बेड्या ठोकून ज्याप्रमाणे तुला इथे आणले होते, तसेच तुला परत पाठवण्यात येईल. कोर्टाचे कामकाज संपले आहे."

कॅप्टनलाच धक्का बसला होता असे नाही. प्रॉसिक्युटिंग ॲटर्नीसुद्धा आपल्या भविष्यकालीन प्रगतीवर या निकालाचा काय परिणाम होईल या विचारात पडला होता. बचाव करणाऱ्या वकिलाला डोके जरा हलके झाले आहे असा भास होत होता. तो मॅड कर्नल आताच कैद्याच्या बेड्या काढा म्हणेल की काय या भीतीने दुभाषा भयंकर घाबरला होता. तसे झाले तर हा बैरुतचा सुपुत्र खिडकीतून बाहेर उडी ठोकूनच पळ काढणार होता.

ब्रिटिश फॉरिन ॲन्ड कॉमनवेल्थचे ऑफिस किंग चार्ल्स स्ट्रीटवर आहे, व्हाइट हॉलजवळ. पार्लमेंट स्क्वेअरसमोरच्या ज्या खिडकीबाहेर पहिल्या चार्ल्सचे डोके उडवले होते, ती खिडकी समोरच दिसते. नवीन वर्षाच्या रजेच्या दिवसांच्या आठवणी बुजत आल्या असताना, आदल्या वर्षी स्थापन केलेल्या प्रोटोकॉल टीमने आपले काम पुन्हा सुरू केले.

२००७ च्या जी-८ राष्ट्रांच्या परिषदेचे गुंतागुंतीचे तपशील अमेरिकन्सबरोबर ठरवायचे होते. २००५ ची जगामधल्या सर्वांत श्रीमंत अशा आठ राष्ट्रांची परिषद स्कॉटलंडमध्ये ग्लेनईगल्स हॉटेलमध्ये भरली होती. काही मर्यादेपर्यंत ती यशस्वी

ठरली, तरी लक्षात राहिला तो निदर्शकांचा आरडाओरडाच. दरवर्षी हा प्रश्नही जरा गंभीरच बनत चालला होता.

ग्लेनईगल्समध्ये सबंध इस्टेटीभोवती मैलोन्मैल लांबीचे कुंपण उभारून आत येणाऱ्या एकुलत्या एक रस्त्यावर रक्षकांचे कडे ठेवावे लागले होते.

जगातल्या गरिबीविरुद्ध दहा लक्ष लोकांनी एडिंबर्गमध्ये जमावे असे आवाहन लोकांना विस्मृती पडायला लागलेल्या दोन पॉप स्टार्सनी केले. ही तर एकच ब्रिगेड होती. इतरांनीही तशाच वेगवेगळ्या कारणांसाठी घोषणा देत हातामधले फलक उंचावत घोषणा दिल्या होत्या.

''यांना कळत नाही का की, जागतिक व्यापारामधूनच गरिबी हटवण्यासाठी पैसा निर्माण होतो म्हणून?'' एका मुत्सद्द्याने संतापानेच विचारले होते. उत्तर होते– 'अर्थातच नाही कळत.'

२००७ च्या परिषदेचे यजमानपद अमेरिकेकडे होते. जिनेवाची आठवण तशीच अंगावर काटा आणणारी होती. म्हणूनच या वेळी व्हाइट हाउसने एक साधी, कल्पक आणि उत्कृष्ट योजना आखली. अशी जागा शोधली की जी भव्य होती; पण तरीही एकाकी, सुरक्षित, इतरांना प्रवेश अशक्यच करणारी आणि सर्वस्वी स्वतःच्या ताब्यात राहणारी होती. अमेरिकेतली निवडणूक लक्षात घेऊन परिषदेची तारीखही पुढे आणली होती. ठरल्याप्रमाणे ब्रिटिश टीम सर्व तपशील ठरवण्यात दंग होती.

अमेरिकेच्या पूर्व किनाऱ्यावरून विमानदलाच्या दोन प्रचंड स्टारलिफ्टर्सनी उड्डाण केले. मध्ये एकदाच अझूरेसवरून निघालेल्या टॅन्कर्समधून त्यांनी हवेमध्येच इंधन भरून घेतले आणि ती पुढे निघाली. नंतर ओमानच्या दिशेने खाली यायला लागली. वाळवंटात थुमरेट इथे एक अँग्लो-अमेरिकन तळ आहे. तिथे त्यांनी लॅन्डिंग इन्स्ट्रक्शन्स विचारायला सुरुवात केली.

या दोन महाप्रचंड विमानांच्या पोटामध्ये एक संपूर्ण मिलिटरी युनिट सामावलेले होते. एका विमानात जुळवणी करून उभारण्याच्या राहण्याच्या जागेची सामग्री, जनरेटर्स, एअर-कन्डिशनिंग, रेफ्रिजरेशन प्लॅन्ट्स, टीव्ही एरिअल्स वगैरे पंधरा जणांच्या तंत्रज्ञांच्या गटाला आवश्यक अशी साधने होती. दुसऱ्या विमानात टेहळणीसाठी उपयोगात येणारी, प्रीडेटर नावाने ओळखली जाणारी, वैमानिकांशिवाय उडणारी दोन ड्रोन्स होती. त्यांची गायडन्स आणि इमेजिंग किट्सही होती आणि ती वापरात आणू शकतील असे स्त्री-पुरुष तंत्रज्ञही.

आठवडाभरात सर्व काही सज्ज होते. तळाच्या एका दूरच्या कोपऱ्यात, जिथे या युनिटमधल्या लोकांशिवाय इतरांना प्रवेश करण्यास मज्जाव होता. बंगले तयार झाले, एअर कन्डिशनर्स लागले, टॉयलेट्स खणली गेली, किचन्स सिद्ध झाली.

आवरणाखाली प्रीडेटर्स तयार ठेवली गेली. एरिअल सर्व्हिलन्स युनिट फ्लॉरिडामधील ताम्पा आणि स्कॉटलंडमधील एडझेल यांच्याशी जोडली. कोणत्याही दिवशी त्यांनी कशावर लक्ष द्यायचे याच्या आज्ञा आल्या असत्या. मग रात्र असो किंवा दिवस, ढग असोत की पाऊस, ड्रोन्स फोटोग्राफ्स काढत पाठवत राहिली असती. तोपर्यंत यंत्रे आणि मानव त्या वाळवंटात, भयानक उष्ण हवामानात वाट बघत बसणार होती.

मार्टिनची शेवटची तयारी करून घ्यायला पूर्ण तीन दिवस लागले. ती महत्त्वाची बाब असल्याने मरेक गुमिएनी आणि स्टीव्ह हिल दोघेही पोहोचले. मॅक्डोनाल्ड आणि फिलिप्सही होतेच.

खोलीत हेच पाच जण होते. गॉर्डन फिलिप्स 'स्लाइड शो' दाखवत होता. आता हे तंत्र खूपच प्रगत झाले आहे म्हणा. डेमॉन्स्ट्रेटर प्लाझ्मा स्क्रीनवर एकामागोमाग एक रंगीत आणि तपशीलवार चित्रे दाखवत होता. रिमोटचे एक बटण दाबले की, नीट बघावासा वाटणारा कुठलाही छोटा भाग पूर्ण पडदा व्यापून टाकत होता.

जी माणसे त्याला भेटण्याची शक्यता होती, त्यांच्याबद्दल सर्व पाश्चिमात्य देशांच्या इन्टेलिजन्स एजंसीज्नी गोळा केलेली संपूर्ण माहिती त्याच्या नजरेसमोर उलगडत होती.

चाळीसहून जास्त देशांकडून मिळालेली माहिती एकाच मध्यवर्ती डेटाबेसमध्ये एकत्रित केली होती. इराण, सीरिया, सोमालियासारखे देश सोडले, तर सर्वच देश अतिरेकी आणि जहाल अशा कट्टर इस्लामिक दहशतवाद्यांची माहिती एकमेकांना देत होते. रबात स्वतःच्या मोरोक्कन्सबद्दल माहिती देत होते, एडन दक्षिण येमेनमधल्या माणसांची नावे आणि फोटो पाठवत होते, रियाध सगळी लाज गिळून आपल्या सौदींची यादी पुढे करत होते.

मार्टिन सारखा फोटो बघत होता, नावे ऐकत होता. काही फोटो पोलीस स्टेशन्समध्ये घेतलेले होते. इतर फोटो रस्त्यांवर, हॉटेलमध्ये, लांबून घेतलेले होते. प्रत्येक चेहरा दाढीसकट आणि दाढीशिवाय, अरब वेशात किंवा पाश्चिमात्य पोशाखात, वाढलेले केस, कापलेले केस, काढलेले केस – प्रत्येक माणूस वेगवेगळ्या तऱ्हेने कसा दिसेल याचा अभ्यास झाला होता.

जहाल इस्लामिक शिकवण देणाऱ्या मशिदीतले इमाम होते, मुल्ला होते. निरोपे होते. पैसा, सुरक्षित घरे, मोटारी पुरवणारे होते.

आणि जगामधल्या वेगवेगळ्या भागांकडे पूर्ण लक्ष देत फक्त उच्चपदस्थांना जबाबदार असणारेही होते.

मुहम्मद अतेफसारख्या मृत माणसाचे फोटो. फर्स्ट डायरेक्टर ऑफ ऑपरेशन्स. अफगाणिस्तानात अमेरिकन बॉम्बमुळे मारला गेलेला. त्याची जागा घेणारा जन्मठेपेची

शिक्षा भोगत होता. कधीच पॅरोलवर सुटका नाही. नंतरचा ठार झालेला आणि हल्ली जो ते काम बघत असेल असा अंदाज होता, त्याचा फोटो.

आणि या सगळ्यांमध्ये पाच महिन्यांपूर्वी पेशावरमधल्या बाल्कनीमधून खाली उडी ठोकलेल्या तौफिक अल कूर याचा फोटो. सौदी अरेबियातल्या अल काईदाचा प्रमुख आहे असा संशय असणाऱ्या हमुद अल उतैबी याचा फोटो.

काही जणांची माहिती होती; पण ते कसे दिसतात सांगणारे फोटो नव्हते. आश्चर्य म्हणजे अशा लोकांमध्ये इंग्लंडमधल्या अल काईदाच्या प्रमुखाचा समावेश होता.

"सहा महिने आधी तो कोण आहे याची आम्हाला कल्पना होती," गॉर्डन फिलिप्स म्हणाला. "आणि तो पळाला. पाकिस्तानमध्ये परत गेला. रात्रंदिवस त्याचा शोध होतो आहे. कधी ना कधी आय.एस.आय. पकडेल त्याला."

"आणि बगरामला आपल्याकडे पाठवेल." मरेक गुमिएनी पुटपुटला. काबूलच्या उत्तरेकडल्या या तळावर प्रत्येक दहशतवादी एक ना एक दिवस सर्व घडाघडा बोलून टाकल्याशिवाय राहू शकत नाही, हे सर्वांना ठाऊक होते.

एका गंभीर चेहऱ्याच्या इमामचा फोटो पडद्यावर आला. पटकन कुठून तरी घेतला असावा असा फोटो. पाकिस्तानमधून मिळालेला. "तू याला भेटच." स्टीव्ह म्हणाला, "आणि याला."

वयाने वृद्ध, सभ्य, दयाळू भासणाऱ्या माणसाचा फोटो समोर दिसला. मागे निळे पाणी. कुठल्या तरी धक्क्यावर घाईघाईने काढलेला फोटो. युनायटेड अरब एमिरेट्सच्या स्पेशल फोर्सेसनी दुबईमधे हा फोटो घेतला होता.

ते थोडा वेळ थांबले. खाऊनपिऊन पुन्हा बसले, झोपले. परत काम सुरू. हाउसकीपर खाण्यापिण्याचे जिन्नस ट्रेवर घेऊन आली की, फिलिप्स टीव्ही बंद करे. तामिअन गॉडफ्रे आणि नजीब कुरेशी हे आपापल्या खोल्यांमध्ये राहत होते, नाहीतर बरोबर टेकड्यांवर भटकत होते. शेवटी सर्व फोटो बघून संपले.

"उद्या निघू या." मरेक गुमिएनी म्हणाला.

मिसेस गॉडफ्रे आणि त्याचा अफगाण शिक्षक त्याला निरोप द्यायला हेलिपॅडवर आले. त्या अफगाण स्कॉलरचा मुलगा शोभण्याइतका माईक लहान होता.

"काळजी घे स्वतःची माईक." इतके बोलेपर्यंत मिसेस गॉडफ्रेला रडू कोसळले. छे! काय मूर्खपणा तरी. "देव तुझा पाठीराखा आहे, मुला."

"आणि बाकी सर्व नाही कामाला आले, तर अल्ला तुला आपल्या छत्राखाली ठेवो." कुरेशी म्हणाला.

दोन वरिष्ठ कंट्रोलर आणि माईक यांनाच फक्त जेट रेंजरमध्ये जागा होती. दोघे एक्झिक्युटिव्ह ऑफिसर्स मोटारने एडझेलला परत जाऊन आपले काम सुरू करणार होते.

हेलिकॉप्टर जरा दूरच उतरले. तिघे धावत सी.आय.ए.च्या ग्रुमन विमानाजवळ पोहोचले. बर्फाचे वादळ सुरू होते. वॉटरप्रुफ शेल्टरखाली तिघे उभे राहिले. या तिघांपैकी एकाच्या अंगावर पाश्चिमात्य पोशाख नाही, हे बघायला कुणी जवळपास नव्हते.

ग्रुमनच्या नोकरवर्गाने नाना तऱ्हेचे प्रवासी घेऊन प्रवास केला होता. डेप्युटी डायरेक्टर (आपॅरेशन्स) एका दाढी वाढलेल्या अफगाण माणसाला घेऊन जाताना बघितल्यावरही कोणतीच प्रतिक्रिया नव्हती. शिवाय एक ब्रिटिश पाहुणा होता.

ते वॉशिंग्टनला न जाता क्यूबाच्या आग्नेय दिशेच्या कोपऱ्याकडे वळले. १४ फेब्रुवारीला पहाटे ग्वाटेनामोला उतरले आणि विमान सरळ एका हँगरमध्ये जाऊन थांबल्यावर हँगरचे दरवाजे बंद झाले.

"सॉरी, माईक. तुला विमानातच राहावे लागेल." मरेक गुमिएनी म्हणाला. "अंधार पडला की इथून बाहेर काढू तुला."

उष्ण कटिबंधात रात्र फार झटक्यात पडते. सात वाजताच अंधार पडला. त्या वेळी सी.आय.ए.च्या स्पेशल टास्क फोर्समधली चार माणसे इझमत खानच्या कोठडीत घुसली. काहीतरी गडबड आहे असे लक्षात येताच तो उभा राहिला. अर्ध्या तासापूर्वी बाहेरचे गार्ड्सही निघून गेल्याचे त्याने बघितले होते. पूर्वी कधीच असे घडले नव्हते.

ते खूप हाणामारी केल्यासारखे वागले नाहीत, पण त्यांचे काम व्यवस्थित पार पाडल्याशिवाय ते परत जाणार नव्हते. दोघांनी त्याला घट्ट पकडून ठेवले. क्लोरोफॉर्मचा परिणाम व्हायला वीस सेकंद पुरले.

त्यांनी त्याला एका स्ट्रेचरवर ठेवून नंतर एका ट्रॉलीवर सरकवले. एक पांढरी चादर अंगावर घातली आणि ट्रॉली घेऊन ते बाहेर आले. गार्ड्स आधीच काढून घेतले असल्यामुळे काय चालले आहे बघणारे कुणीही नव्हते. बाहेर एक प्रचंड पेटारा तयार ठेवला होता. त्या अफगाणला पळवून काही सेकंदांत त्यांनी त्याला त्या पेटाऱ्यात ठेवले.

सामान भरून दुसरीकडे पाठवण्यासाठी वापरतात तसाच तो पेटारा निदान बाहेरून तरी दिसत होता. बाहेर रंगवलेली चिन्हेदेखील अधिकृत होती.

पण आतमध्ये घातलेल्या पॅडिंगमुळे आतमधून कुठलाही आवाज बाहेर येऊ शकला नसता. वरच्या बाजूला आत शुद्ध हवा जाण्यासाठी सरकवता येण्यासारखे एक पॅनेल होते; पण पेटारा विमानात चढवेपर्यंत कोणीही ते पॅनेल उघडणार नव्हते. आतमध्ये दोन आर्मचेअर्स होत्या. खालच्या बाजूला वेल्डिंग करून जोडून टाकलेल्या. एक छोटासा कमी पॉवरचा पिवळट दिवाही.

एका खुर्चीमध्ये इझमत खानला सरकवून बसवण्यात आले. हातापायांचे पट्टे आधीच तयार ठेवले होते. तो आरामात बसू शकला असता, त्याचे रक्ताभिसरण

व्यवस्थित चालू राहिले असते, पण तो उठू शकला नसता.

सी.आय.ए.च्या पाचव्या माणसाचे समाधान झाले. तो स्वत:ही दुसऱ्या आर्मचेअरमध्ये बसून इझमत खानबरोबर प्रवास करणार होता. त्याने खूण करताच पेटारा बंद झाला. एका फोर्कलिफ्टने तो जमिनीपासून फूटभर उचलून विमानतळावरच्या हरक्युलीस विमानावर चढवला. हे स्पेशल फोर्सेसचे ए.सी.१३० टॅलन जातीचे विमान होते. लांब अंतरे पार करता यावीत म्हणून एक्स्ट्रा रेंज टँक्स विमानावर बसवले होते.

ग्वाटेनामोला, कशासाठी माहीत नसली तरी, अनेक विमाने नेहमीच जा-ये करत. टॉवरने तात्काळ उड्डाणाची परवानगी दिली आणि हरक्युलीस वॉशिंग्टन राज्यातील मॅक्कॉर्ड तळावर जाण्यासाठी निघाले.

तासाभराने एक बंद गाडी कॅम्प एकोला पोहोचली. एक छोटासा गट बाहेर पडला. रिकाम्या कोठडीमध्ये एका माणसाच्या अंगावर त्यांनी नारिंगी रंगाचा जम्पसूट चढवला आणि स्लीपर्स घातले. बेशुद्ध पाडलेल्या अफगाणला घेऊन जाण्यापूर्वी त्याचे फोटो काढले होते. हे पोलरॉईड फोटो बघत या माणसाच्या दाढीत आणि केसांमध्ये थोडे फेरफार करण्यात आले. कापलेल्या केसांचे झुबके उचलून घेतले गेले.

सर्व संपल्यावर घोगऱ्या आवाजात बदली इझमत खानचा निरोप घेऊन सर्वजण निघून गेले. सांगितल्याप्रमाणे वीस मिनिटांनी गार्ड्स परत आले. त्यांना थोडे आश्चर्य वाटले होते, पण त्यांनी साधी चौकशीही केली नव्हती. टेनिसन हा कवी खरंच बोलून गेला होता. 'त्यांनी कारणे विचारायची नसतात.'

त्यांचा महत्त्वाचा कैदी जागेवर आहे याची खात्री करून, ते सकाळ व्हायची वाट बघत बसले.

कास्केड पर्वतराजीवरच्या उंच शिखरांच्या टोकांवर सकाळची सूर्याची किरणे चमकायला लागत असताना ए.सी.१३० हळूहळू मॅक्कॉर्ड तळावर उतरले. जंगलामध्ये उभारणी चालू असलेल्या संशोधन केंद्रासाठी आणण्यात येणारी सी.आय.ए.ची ही शेवटची सामग्री आहे, एवढेच त्या तळाच्या कमांडरला सांगितले होते. तो खूप उच्चपदस्थ अधिकारी असला, तरी याहून जास्त काही कळून घ्यायची आवश्यकता त्याला नव्हती आणि त्याने काहीही प्रश्न विचारले नाहीत. कागदपत्रे बरोबर होती. चिनूक हेलिकॉप्टर सज्ज होते.

विमानात असताना कैदी शुद्धीवर आला होता. पेटाऱ्यावरचे पॅनेल सरकवलेले होते. हरक्युलीसमधली नियंत्रित दाबाखालची हवा स्वच्छ होती. त्याला घेऊन येणाऱ्या माणसाने हसून त्याला काही खायला-प्यायला हवे आहे का विचारल्यावर त्याने एक सोडा मागितला.

त्याला थोडी फार इंग्लिश वाक्ये बोलता येतात कळल्यावर सी.आय.ए.च्या माणसाला आश्चर्य वाटले. ग्वाटेनामोमध्ये काढलेल्या पाच वर्षांच्या काळात इतरांचे ऐकून शिकला असणार. सबंध प्रवासात फक्त दोन वेळा वेळ विचारून, शक्य तितकी मान खाली घालून, त्याने प्रार्थना म्हटल्या. बाकी तोंडातून शब्द नाही.

विमान उतरायच्या आधी पेटाऱ्यावरचे पॅनेल सरकवण्यात आले. फोर्कलिफ्टच्या ड्रायव्हरला मालाने भरलेल्या पेटाऱ्याव्यतिरिक्त आपण वेगळे काही हरक्युलीसमधून बाहेर काढून चिनूकमध्ये ठेवतो आहोत असे वाटले नाही.

रॅम्पचा दरवाजा बंद झाला. पेटाऱ्यातला दिवा लागलेला असला तरी बाहेरच्या बाजूला आतमधल्या बोलण्याचा आवाज जसा ऐकू येऊ शकत नव्हता, त्याप्रमाणे प्रकाशही दिसू शकत नव्हता; पण सी.आय.ए.च्या माणसाने नंतर मरेक गुमिएनीला सांगितल्याप्रमाणे कैद्याने काहीही त्रास दिला नव्हता.

आकाश स्वच्छ असले तरी हवा भयानक थंड होती. केबिनबाहेरच्या हेलिपॅडवर चिनूक उतरले; पण पेटारा आतच राहिला. दोन्ही प्रवाशांना सरळ बर्फामध्ये उतरवणे सोपे होते.

पेटाऱ्याच्या मागच्या फळ्या काढताच दोघेही थंडीने कुडकुडायला लागले. कैद्याला पळवून आणणाऱ्या टास्क फोर्सची माणसे चिनूकमध्ये होती. शेवटची एक गोष्ट करायची होती. कैद्याच्या हातापायांना बेड्या घातल्यानंतरच आर्मचेअरवरचे हातपाय जखडून ठेवणारे पट्टे उघडले गेले.

पक्क्या बंदोबस्तात तालिबान कमांडरला हेलिपॅडवरून केबिनमध्ये आणि मग त्याच्या जागेत नेण्यात आले. दरवाजा बंद होताच बाहेरची थंड हवा आत येणे बंद झाले आणि त्याचे कुडकुडणे थांबले.

आत पोहोचल्यावर सहा गार्ड्स त्याच्या अवतीभोवती उभे राहिले. हातापायांच्या बेड्या काढून टाकल्यावर त्याच्यावर नजर ठेवतच एक एक पाय मागे घेत ते बाहेर पडले. पोलादी दरवाजा खण्ण करून बंद झाला. कैद्याने सर्वत्र नजर फिरवली. पूर्वीपेक्षा बरी कोठडी होती; पण शेवटी कोठडीच ती. त्याला त्याच्यावरच्या लष्करी सुनावणीची आठवण झाली. कर्नल म्हणाला होता की, त्याला अफगाणिस्तानला परत पाठवण्यात येईल. पुन्हा खोटंच बोलले होते.

क्यूबावर सूर्य तळपत होता. दुसरे एक हरक्युलीस उतरले. ते सुद्धा खूप लांब पल्ल्याचे उड्डाण करू शकेल असे होते; पण टॅलनप्रमाणे शस्त्रसज्ज नव्हते आणि स्पेशल फोर्सेसचे नव्हते. ते विमानदलाच्या वाहतूक विभागाचे होते. फक्त एक प्रवासी घेऊन अर्धे जग अंतर पार करून ते जाणार होते.

कोठडीचा दरवाजा सताड उघडला.

"कैदी खान, उभा रहा. भिंतीकडे तोंड कर."

कंबरेभोवती धातूचा पट्टा बांधला गेला. घोट्यापर्यंत आणि मनगटापर्यंत साखळ्या पोहोचून तिथे बेड्या घातल्या गेल्या. आता तो साखळ्या पुढे धरून हळूहळू चालू शकत होता.

सहा सशस्त्र गार्ड्सच्या पहाऱ्यात त्याला सुरक्षित अशा ट्रकपर्यंत नेण्यात आले. ट्रकच्या मागच्या बाजूला वर चढण्यासाठी पायऱ्या होत्या. काळ्या खिडक्या होत्या. कैदी आणि ड्रायव्हर यांच्यामध्ये जाळी होती.

विमानतळावर पोहोचल्यावर कैद्याने डोळ्यांची उघडझाप केली. कडक ऊन होते.

त्याने आपले डोके हलवले. तो गोंधळला होता. त्याने त्या कडक उन्हातून आसपास बघितले. त्याला उभे असलेले हरक्युलीस दिसले. काही अमेरिकन अधिकारी त्याच्याकडे बघत होते. एकाने पुढे येऊन त्याला खूण केली.

तो मुकाट्याने त्या अधिकाऱ्यामागोमाग त्या तळपणाऱ्या धावपट्टीवरून निघाला. शेवटपर्यंत सर्व गार्ड्स अवतीभोवती होते. त्याने एकदा मान वळवून पाच दुःखद वर्षे ज्या ठिकाणी त्याला अडकवून ठेवले होते त्या जागेवर एक नजर फिरवली आणि तो विमानात चढला.

कंट्रोल टॉवरच्या ऑपरेशन्स डेस्कखालच्या मजल्यावर दोन माणसे उभी राहून बघत होती.

"निघाला आपला माणूस," मरेक गुमिएनी म्हणाला.

"तो खरा कोण आहे हे जर त्यांना कधी कळले तर... अल्लाच त्याच्यावर दया करू दे." स्टीव्ह हिलने उत्तर दिले.

∎

भाग-४

सफर

१०

खूप कंटाळवाणे उड्डाण होते. विमान उडता उडताच तेल भरण्याची सोय नव्हती. खूप खर्चिक असते ते. हरक्युलीस म्हणजे एक तुरुंग होता. खरे तर अफगाण सरकारने आपल्या माणसाला क्यूबाहून घेऊन जाण्यासाठी विमान पाठवायला हवे होते, पण त्यांच्याकडे या कामासाठी विमान नव्हते. अमेरिकन सरकार मेहेरबानी म्हणून या कैद्याला अफगाणिस्तानात नेऊन सोडत होते.

अझूरेस आणि जर्मनीतल्या रॅमस्टीन इथल्या अमेरिकन तळांवर थांबून दुसऱ्या दिवशी दुपारी हे सी-१३० विमान बगराम इथल्या विमानतळावर उतरले.

विमानाचा नोकरवर्ग दोन वेळेला बदलला होता, पण कैद्याला घेऊन निघालेले लोक शेवटपर्यंत तेच होते. ते वाचत, पत्ते खेळत, डुलक्या काढत वेळ घालवत होते. कैद्याला बांधलेले साखळदंड तसेच होते. तोही जमेल तशी झोप काढत होता.

बगराम तळावरच्या अमेरिकन झोनमधल्या एका प्रचंड हँगरपाशी विमान येऊन उभे राहिले. तिथे कैद्याला ताब्यात घेण्यासाठी अफगाण आले होते. कैदी घेऊन आलेल्या गार्ड्सचा प्रमुख एक यु.एस. प्रोव्होस्ट मेजर होता. अफगाणही कुठला धोका पत्करणार नव्हते. प्रिझन व्हॅनबरोबर कमांडर ब्रिगेडिअर युसूफच्या हाताखाली अफगाण स्पेशल फोर्सेसचे वीस सैनिक होते.

कैदी ताब्यात देण्यापूर्वी कागदपत्रांचे काम हातावेगळे करण्यासाठी प्रथम मेजर रॅम्पवरून खाली आला. या कामाला काही सेकंद पुरले. त्याने खूण केली. त्याच्या सहकाऱ्यांनी गोठवून टाकणाऱ्या अफगाणिस्तानच्या थंडीमध्ये कैद्याला विमानातून खाली उतरवले. सैनिकांनी गराडा घालून त्याला खेचतच व्हॅनकडे नेले आणि आतमध्ये फेकून दिले. खाडकन दरवाजा बंद केला. मेजरने ब्रिगेडिअरला सॅल्यूट ठोकला. त्यानेही मेजरला तसाच सलाम केला.

''त्याची नीट काळजी घ्या सर,'' अमेरिकन मेजर म्हणाला. ''फार धोकादायक माणूस आहे.''

''काळजी करू नका मेजर,'' अफगाण अधिकारी म्हणाला. ''उरलेले दिवस तो पुला-इ-चरखी तुरुंगात घालवणार आहे.''

काही मिनिटात प्रिझन व्हॅन निघाली. मागोमाग अफगाण स्पेशल फोर्सेसच्या सैनिकांचा ट्रक गेला. त्यांनी काबूलच्या दक्षिणेकडे जाणारा रस्ता पकडला. अंधार

पडल्यावर नक्की काय झाले कळत नाही, पण व्हॅन आणि ट्रक वेगळे झाले. एक दुर्दैवी घटना असे अधिकृत स्पष्टीकरणही नंतर दिले गेले. फक्त व्हॅनच पुढे निघाली.

पुला-इ-चरखी ही काबूलच्या पूर्वेला असणारी जागा भयानक आहे. काबूलच्या पूर्वेकडले पठार संपून डोंगरदऱ्या सुरू होतात, त्या ठिकाणी बंदिस्त अशा इमारतींचा हा एक ब्लॉक आहे. रशियन्सच्या काळात इथे खद या गुप्त पोलिसांचे राज्य होते आणि हाल केल्या जाणाऱ्या लोकांच्या किंकाळ्या कानावर पडत.

यादवीच्या काळात इथे आणलेले हजारो कैदी जिवंत बाहेर पडू शकले नाहीत. आता अफगाणिस्तानमध्ये नवीन निवडलेले सरकार अस्तित्वात आल्यापासून तिथली परिस्थिती बदलली होती; पण दगडी तट, पॅसेजेस, अंधारकोठड्या यांच्यामधून आजही मृतात्म्यांच्या किंचाळ्या ऐकल्याचा भास होईल, इतके सर्व भीतिदायक वाटते. सुदैवाने प्रिझन व्हॅन तिथे पोहोचलीच नाही.

लष्करी ट्रकशी ताटातूट झाल्यानंतर दहा मैलांवर बाजूच्या रस्त्याने आलेला एक पिक-अप ट्रक या व्हॅनमागून जायला लागला. त्या ट्रकने दिव्यांची उघडझाप केल्यावर आधीच बघून आणि ठरवून ठेवलेल्या रस्त्याच्या बाजूच्या झुडपांआडच्या एका सपाट जागेवर व्हॅन वळून उभी राहिली. तिथूनच कैद्याने 'पळ' काढला.

बगरामची शेवटची सुरक्षा चौकी ओलांडून बाहेर पडताच कैद्याच्या बेड्या काढून टाकल्या होत्या. व्हॅन चालू असताना त्याने आपले कपडे बदलले. गरम वुलन सलवार-कमीझ घालून वर स्वेटर चढवला. बूट चढवले. डोक्यावर इतरांच्या मनात धडकी निर्माण करणारा तालिबानचा काळा फेटा बांधला.

ब्रिगेडिअर युसूफ व्हॅनमधून खाली उतरला. त्याने पुढली सूत्रे हातात घेतली. पिक-अप ट्रकमध्ये चार प्रेते ठेवलेली होती. सरळ शहरामधल्या शवागारामधून उचलून आणलेली. दोघांच्या दाढ्या वाढलेल्या होत्या आणि त्यांना तालिबानसारखा वेश चढवला होता. ते खरे म्हणजे इमारतींचे बांधकाम करणारे कामगार होते. ते चढले होते ती डळमळणारी परात कोसळून त्यांचा मृत्यू ओढवला होता.

दुसरे दोघे वेगवेगळ्या मोटार अपघातांत ठार झाले होते.

अफगाणिस्तानमधल्या रस्त्यांवर इतके खड्डे असतात की, गाडी चालवायची तर रस्त्याच्या मधल्या भागावरूनच चालवावी लागते आणि तसाच विचार करून विरुद्ध दिशेनेही तशीच गाडी येत असली, तर स्वत:ची गाडी बाजूला घेणे हा चक्क नामर्दपणा ठरतो. तेव्हा अपघाती मृत्यूंचे प्रमाण जबरदस्त आहे. गुळगुळीत दाढी केलेल्या या दोन प्रेतांवर कारागृहातल्या अधिकाऱ्यांचा वेश चढवला होता.

आपापल्या हातामधली पिस्तुले झाडतच या दोन अधिकाऱ्यांनी मरण पत्करले असे नंतर आढळणार होते. त्यांच्या प्रेतांवर पिस्तुलाच्या गोळ्या मारण्यात आल्या.

दबा धरून बसलेल्या तालिबानची तीच गत झालेली दिसली असती. त्यांची

प्रेते रस्त्याच्या कडेला पडली होती. गार्ड्सच्या गोळ्या खाऊन ते मेले होते. व्हॅनचा दरवाजा कुदळीचे घाव घालून तोडला होता. तो मागेपुढे होत होता. दुसऱ्या दिवशी व्हॅन मिळेल तेव्हा असे दृश्य दिसणार होते.

हे सर्व नाटक तयार करून ठेवल्यावर ब्रिगेडिअर युसूफ पिक-अप ट्रकमध्ये ड्रायव्हरशेजारी बसला. कैदी मागच्या बाजूला बसला. बरोबर स्पेशल फोर्सेसची दोन माणसे होती. थंडीपासून रक्षण करण्यासाठी तिघांनीही आपले चेहरे फेट्याच्या टोकाने झाकून टाकले.

काबूलला वळसा घेऊन पिक-अप ट्रक गझनी आणि कंदाहार जोडणाऱ्या रस्त्यावर पोहोचला. त्या रस्त्यावर, दररोज रात्रीप्रमाणे शेकडो ट्रक्स उभे होते. सबंध आशियामध्ये या ट्रक्सना 'जिंगली ट्रक्स' या नावाने ओळखले जाते.

हे सर्व ट्रक्स बहुधा शंभर वर्षांपूर्वी तयार झालेले असावेत. मध्य पूर्व आणि अति पूर्वेच्या सर्व देशांमध्ये काळा धूर सोडत जा-ये करताना दिसतात. बऱ्याच वेळा रस्त्याच्या बाजूला ते बिघडून उभे असतात. हवा तो स्पेअर पार्ट विकत घेण्यासाठी कितीही मैलांची पायपीट करायला त्यांचे ड्रायव्हर तयार असतात.

अशक्य वाटणाऱ्या पर्वतखिंडींमधून, डोंगरसपाटींवरून, खचणाऱ्या कच्च्या रस्त्यांवरून ते मार्ग काढताना दिसतात. रस्त्याच्या कडेला जळून पडलेले त्यांचे सांगाडे आढळतात; पण या देशांमध्ये दूरदूरच्या गावांना आणि तिथल्या लोकांना अत्यावश्यक वस्तूंचा पुरवठा फक्त हेच ट्रक करतात.

ज्या तऱ्हेने ते सजवले जातात, त्यावरूनच ब्रिटिशांनी त्यांना अनेक वर्षांपूर्वी 'जिंगली ट्रक्स' हे नाव दिले. धर्म आणि इतिहास यांची दृश्ये जिथे जिथे शक्य आहे, त्या त्या ट्रकच्या भागावर काळजीपूर्वक चित्रविचित्र रंगांनी रंगवलेली असतात. ख्रिश्चन, इस्लाम, हिंदू, शीख, बौद्ध सर्व धर्मांमधले देखावे एकाच ट्रकवर रंगवून, चित्रविचित्र रिबिनी आणि घंटा बांधलेल्या असतात. ट्रक्स जाताना त्या घंटांचा मंजूळ आवाज येतो. म्हणून हे नाव– जिंगली ट्रक्स!

काबूलच्या दक्षिणेला हायवेवरती असे शेकडो ट्रक्स उभे होते. दिवस उजाडायची वाट बघत ड्रायव्हर्स केबिन्समध्ये झोपले होते. ट्रक्सच्या या न संपणाऱ्या रांगेशेजारी पिक-अप ट्रक थांबला. माईक मार्टिनने मागच्या बाजूने खाली उडी घेतली आणि तो केबिनजवळ आला. ड्रायव्हरचा चेहरा चौकोनी उभी-आडवी नक्षी असलेल्या कापडाने गुंडाळलेला होता.

पलीकडल्या बाजूला बसलेल्या ब्रिगेडिअर युसूफने फक्त मान डोलावली. मार्टिनच्या पिक-अप व्हॅनमधल्या प्रवासाचा शेवट झाला होता. आता त्याची खरी सफर सुरू होणार होती. तो वळता वळता ड्रायव्हर म्हणाला, ''गुड लक, बॉस!''

पुन्हा तेच शब्द. फक्त एस.ए.एस.मधली माणसे आपल्या अधिकाऱ्यांना बॉस

म्हणतात. बगराममध्ये अमेरिकन प्रोव्होस्ट मेजरला तो कोणता कैदी ताब्यात देतो आहे हे माहीत नव्हते. अध्यक्ष हमीद करझाईचे सरकार आल्यावरच अफगाण स्पेशल फोर्सेसची निर्मिती झाली होती आणि त्याच्याच विनंतीवरून एस.ए.एस. त्यांना शिक्षण देत होते हेदेखील त्याला ठाऊक नव्हते.

मार्टिनने वळून एकामागोमाग एक उभ्या असलेल्या ट्रक्सशेजारून चालायला सुरुवात केली. त्याच्यामागे काबूलच्या दिशेने निघालेल्या पिक-अप ट्रकचे मागचे दिवे हळूहळू दिसेनासे होत होते. त्या ट्रकमधल्या केबिनमधून सार्जंटने सेलफोनवरून काबूलला लावलेला फोन स्टेशन हेडने उचलला. त्याने दोन शब्द उच्चारले आणि फोन बंद केला.

अफगाणिस्तानच्या स्टेशनप्रमुखानेही सुरक्षित फोनवरून एक नंबर फिरवला. तेव्हा काबूलमध्ये सकाळचे साडेतीन वाजले होते, स्कॉटलंडमध्ये रात्रीचे अकरा. संगणकाच्या पडद्यावर एक ओळ उमटली. फिलिप्स आणि मॅक्डोनाल्ड ज्या गोष्टीची आशा धरून त्या खोलीत पोहोचले होते, तीच त्यांना पडद्यावर दिसली. ऑपरेशन क्रोबार सुरू झाले होते.

गोठवणाऱ्या थंडीमधून हायवेवर चालणाऱ्या माईकने मागे शेवटचा दृष्टिक्षेप टाकला. पिक-अपमागचे लाल दिवे दिसेनासे झाले होते. त्याने वळून पुन्हा चालायला सुरुवात केली. शंभर यार्ड अंतर पार झाले असेल नसेल, तर तो अफगाण बनला होता.

आपण काय शोधतो आहोत हे त्याला बरोबर ठाऊक होते; पण त्यासाठी त्याला शंभर ट्रक्स तरी पार करावे लागले. पाकिस्तानमधल्या कराची शहराची लायसन्स प्लेट एका ट्रकवर दिसली. अशा ट्रकचा ड्रायव्हर पश्तून असण्याची शक्यता नव्हती, तेव्हा त्याच्या पुश्तू बोलण्याबद्दल ड्रायव्हरला संशय आला नसता. तो पाकिस्तानच्या बलुचिस्तान प्रांतातील आपल्या घरी निघालेला एखादा बलुची असण्याची शक्यता होती.

ड्रायव्हर्स उठायला अजून अवकाश होता. त्याने निवडलेल्या ट्रकच्या ड्रायव्हरला मुद्दाम उठवण्यात अर्थ नव्हता. थकलेल्या ड्रायव्हर्सना अचानक उठवले तर त्यांचे डोके फिरायची शक्यताच जास्त. मार्टिनची गरज महत्त्वाची होती. दोन तास त्याने ट्रकखाली आडवे होत कुडकुडत काढले.

सहा वाजण्याच्या सुमाराला सर्वांची हालचाल सुरू झाली. रस्त्याच्या कडेला कुणीतरी शेकोटी पेटवली. पाणी उकळत ठेवले. मध्य आशियात चाई-खानाचे प्रस्थ फार मोठे आहे. शेकोटी, काही माणसे आणि चहा असला की चाई-खाना सुरू होतो. मार्टिन उठला आणि शेकोटीजवळ जाऊन त्याने हात गरम करायला सुरुवात केली.

चहावाला पश्तून असला तरी बडबड्या नव्हता. मार्टिनच्या दृष्टीने तेच ठीक होते. आपले पागोटे काढून त्याने खांद्यावरच्या बॅगेमध्ये टाकले. आजूबाजूचे लोक तालिबानबद्दल सहानुभूती बाळगणारे आहेत एवढी खात्री पटेपर्यंत आपण कोण आहोत हे उघडपणे दर्शवण्यात अर्थ नव्हता. गरम चहाचा कप विकत घेऊन तो चहा घ्यायला लागला. काही मिनिटांनीच ट्रकमधला बलुची जागा झाला. हळूहळू उतरत चहा पिण्यासाठी पोहोचला.

पहाट झाली. काही काही ट्रक्स सुरू झाले. काळ्या धुराचे लोट पसरायला लागले. बलुची आपल्या ट्रककडे परतलेला दिसल्यावर मागोमाग मार्टिन त्याच्याजवळ पोहोचला. भाऊ म्हणत त्याला अभिवादन केले.

बलुचीनेही त्याला अभिवादन केले खरे, पण त्याच्या नजरेत संशय होता.

"तू दक्षिणेकडल्या सरहद्दीकडे आणि स्पिन बोल्डाकच्या दिशेने निघाला आहेस का?"

बलुची जर पाकिस्तानला परत जायला निघाला असेल, तर दक्षिणेकडल्या कंदाहार शहराजवळ तो सरहद्द पार करण्याची शक्यता जास्त होती. आतापर्यंत आपल्याला पकडण्यासाठी बक्षीसही जाहीर झाले असणार, अशी मार्टिनला खात्री होती. सरहद्द तर त्याला चेकपोस्ट टाळून पायीच पार करावी लागणार होती.

"अल्लाची तशी इच्छा असेल तर," बलुचीने उत्तर दिले.

"तर मग अल्लाच्याच दयेने घरी जाऊ इच्छिणाऱ्या या गरीब माणसाला आपल्या ट्रकमधून येण्याची परवानगी मिळेल का?"

बलुची विचारात पडला. बहुतेक वेळा लांब काबूलपर्यंत येताना त्याचा दूरचा भाऊ त्याच्याबरोबर असे; पण तो कराचीमध्ये आजारी होता. या वेळची ट्रीप त्याने एकट्याने केली होती आणि त्याची दमछाक झाली होती.

"तुला असला ट्रक चालवता येतो?"

"खरं सांगायचं तर मला अनेक वर्षांचा अनुभव आहे."

ट्रक निघाला तेव्हा दोघे केबिनमध्ये शेजारी शेजारी शांतपणे बसले होते. डॅशबोर्डवर ठेवलेल्या जुन्या प्लॅस्टिकच्या रेडिओवरून पॉप संगीत कानावर पडत होते. मधून मधून रेडिओवरून भलतेच कर्कश आवाज आणि खरखर ऐकू येई ती वेगळी. मार्टिनच्या मनात उगीचच विचार येत होता की तो संगीताचाच भाग नसेल ना?

गझनी पार करून ते कंदाहारच्या मार्गाला लागले. मधून मधून ते खाण्यापिण्यासाठी थांबत. इंधन भरत. मार्टिन खर्चाचा वाटा उचलताना दिसल्यावर बलुची जरा मित्रत्वाने बोलायला लागला.

मार्टिनला उर्दू येत नव्हते आणि बलुचींची भाषाही येत नव्हती. कराचीमधल्या

माणसाला थोडेफार पुश्तू येत होते; पण हातवारे करत, कुराणातले अरेबिक बोलत त्यांचा चांगला वेळ चालला होता.

कंदाहारच्या उत्तरेला पुन्हा एकदा रात्री थांबणे भाग होते. रात्री ट्रक चालवायची बलुचीची तयारी नव्हती. हा झबूल प्रांत. रानटी भाग आणि तसेच रानटी लोक. पुढे शंभर ट्रक्स, मागे शंभर ट्रक्स आणि विरुद्ध दिशेने जाणारे शेकडो ट्रक्स जवळपास दिसत असताना दिवसाचा प्रवास केलेला बरा. लुटारूंना त्यांच्या कामासाठी रात्रीची वेळच आवडते.

कंदाहारच्या उत्तरेजवळ पोहोचताना थोडी झोप हवी म्हणत मार्टिनने मागच्या बाकड्यावर अंग टाकले. कंदाहार हे तालिबानचे मुख्य ठाणे होते, त्यांचा बालेकिल्ला होता. त्याचा जुना मित्र ट्रकने जाताना दिसला अशी एखाद्या *सुधारलेल्या* तालिबानची समजूत व्हावी अशी मार्टिनची अजिबात इच्छा नव्हती.

कंदाहारच्या दक्षिणेला त्याने चाक हातात घेतले. बलुचीला थोडी विश्रांती दिली. स्पिन बोल्डाकला ते पोहोचले तेव्हा दुपार झाली होती. मार्टिनने तो जवळपास राहतो सांगत त्या बलुचीचे मनापासून आभार मानले आणि त्याचा निरोप घेतला. सरहद्दीवरच्या चेकपॉइंटपासून कित्येक मैलांवर तो उतरला होता.

बलुचीला पुश्तू येत नसल्याने त्याचा रेडिओ नेहमी पॉप संगीताच्या स्टेशनवर लावलेला असे. त्यामुळे त्याला बातमी कळली नव्हती. सरहद्दीवर लागलेल्या रांगा नेहमीपेक्षा मोठ्या होत्या. शेवटी तो जेव्हा चेकपोस्टवर पोहोचला तेव्हा त्याला एक फोटो दाखवला गेला. काळ्या दाढीचा एक तालिब त्याच्याकडे रोखून बघत होता.

तो एक कष्टाळू आणि प्रामाणिक माणूस होता. त्याला फक्त त्याच्या बायको आणि चार मुलांकडे घरी जायचे होते. आधीच आयुष्य कठीण होते. त्याला अजिबात कल्पना नव्हती सांगत काही दिवस, नाहीतर काही आठवडे अफगाणिस्तानमधल्या तुरुंगात अडकण्यात काही अर्थ नव्हता.

''प्रॉफेटची शपथ घेऊन सांगतो, मी याला कधीही बघितलेले नाही.'' तो म्हणाला. त्यांनी त्याला जाऊ दिले.

क्वेट्टा रोडला लागल्यावर तो स्वत:शीच पुटपुटत होता. छे! पुन्हा कधी भलती चूक करायची नाही. तो आशियामधल्या सर्वांत लाचखाऊ शहरातून आलेला असला, तरी स्वत:च्या शहरात निदान प्रत्येक गोष्टीचा अंदाज बांधता येतो. हे अफगाण त्याचे लोक नव्हते. त्यांच्या भानगडीत अडकण्यात अर्थ नाही; पण तरी त्याच्या मनात विचार आलाच. त्या तालिबानने असे काय केले होते?

प्रिझन व्हॅनचे अपहरण, दोन वॉर्डर्सचा खून आणि ग्वाटेनामो बे इथून परत आलेल्या कैद्याचे पलायन या गोष्टी दाबल्या जाऊ शकणार नाहीत याची मार्टिनला

आधीच स्पष्ट कल्पना दिली होती. अमेरिकन वकिलातच शंख करायला लागेल हे देखील सांगितले होते.

व्हॅन जेलमध्ये पोहोचली नाही तेव्हा बगराम इथून पाठवलेल्या शोधपथकालाच खून पडलेल्या जागेचा पत्ता लागला. व्हॅन आणि सैनिकी ट्रक केवळ अकार्यक्षम अधिकाऱ्यांमुळे वेगळे पडले हे तर कबूल करणे भागच होते; पण अजून पकडल्या न गेलेल्या गुन्हेगार तालिबान टोळीने कैद्याची सुटका केली असल्याने जारीने शोध सुरू झाला.

दुर्दैवाने अमेरिकन वकिलातीने एक फोटोच करझाई सरकारला दिल्यावर तो स्वीकारणे त्यांना भाग होते. सी.आय.ए. आणि एस.आय.एस.च्या स्टेशन हेड्सनी त्यांच्या कल्पनेपेक्षा फारच जलद गतीने होणाऱ्या हालचाली जरा सावकाशीने व्हाव्यात असा प्रयत्नही केला; पण उघडपणे जास्त काही करता येणे त्यांनाही शक्य नव्हते. सरहद्दीवरच्या चेकपोस्टला फॅक्सवरून फोटो मिळाला तेव्हा मार्टिन अजूनही स्पिन बोल्डाकच्या उत्तरेलाच होता.

यापैकी कशाचीच मार्टिनला कल्पना नसली तरी सरहद्द पार करताना कुठलाही धोका पत्करायचा नाही हे त्याने पक्के ठरवलेले होते. स्पिन बोल्डाकच्या एका टेकडीवर चढून तो वाट बघत बसला. त्या ठिकाणाहून त्याला खालचे दृश्य व्यवस्थित नजरेत येत होते. येत्या रात्री कुठल्या मार्गाने पुढे जायचे ते त्याने ठरवून टाकले.

ते छोटे शहर, अर्धा मैल खाली, पाच मैल अंतरावर होते. वळणावळणाचा रस्ता आणि त्यावरून जाणारे ट्रक्स त्याला दिसत होते. पूर्वी ब्रिटिशांच्या ताब्यात असलेला दणदणीत किल्लाही त्याला दिसत होता.

१९१९ मध्ये तो जेव्हा जिंकला तेव्हा ब्रिटिश सैन्याने मध्ययुगीन काळाप्रमाणे शिड्यांचा शेवटचा वापर केला होता. रात्री ते अगदी गुप्तपणे जवळ पोहोचले. आत खेचरे खिंकाळत होती, मोठमोठ्या कढयांवर आपटणारे डाव आवाज करत होते, ठेचा लागल्यावर सैनिक शिव्या घालत होते ते सोडा. हे आवाज सोडून बाकी एकदम स्मशानशांतता होती. आतमधले सैनिक जागे व्हायला नकोत.

पण शिड्या उंचीला दहा फूट कमी पडल्या आणि चढलेल्या सैनिकांसकट त्या दाणकन कोरड्या खंदकात आदळल्या. किल्ल्याच्या भिंतीमागे संरक्षणासाठी दडून राहिलेल्या पश्तून सैनिकांची समजूत झाली की, प्रचंड संख्याबळाने हल्ला होतो आहे. त्यांनी मागच्या दाराने आजूबाजूच्या टेकड्यांवर पळ काढला आणि एकही गोळी न झाडता किल्ला ब्रिटिशांच्या हातात पडला.

मध्यरात्रीपूर्वी मार्टिन तटबंदीशेजारून शहरात आणि तिथून पुढे सरहद्द ओलांडून पाकिस्तानात पोहोचला. सकाळी सूर्य उगवताना क्वेट्टाच्या दिशेने तो दहा मैल पुढे

आला होता. तिथे तो एका चाई-खानावर थांबला. पैसे देऊन क्वेट्टाला पोहोचवायला तयार असणाऱ्या एका ट्रकवर चढला. आता तालिबानचा काळा फेटा बांधायला काही हरकत नव्हती. फायदाच झाला असता.

पेशावर इस्लामिक शहर असले, तर क्वेट्टा एकदम कट्टर इस्लामिक शहर आहे. अल काईदाबद्दल जबर सहानुभूती असणारे शहर. वायव्य सरहद्द प्रांतातल्या शहरांमध्ये फक्त तिथल्या टोळीवाल्यांचा कायदा चालतो. अफगाणिस्तानमध्ये पश्तून लोक राहतात, पुश्तू बोलली जाते आणि अत्यंत कठोर आणि कडव्या इस्लामिक कायद्यांचे पालन केले जाते. तालिब फेटा घातलेल्या माणसाबद्दल विशेष आदर.

क्वेट्टाच्या दक्षिणेकडला रस्ता सरळ कराचीला पोहोचत असला, तरी मार्टिनला ग्वादर या बंदराकडे जाणारा रस्ता पकडायला सांगितले होते.

बलुचिस्तानच्या अगदी पश्चिमेला इराणच्या सरहद्दीजवळूनच हा रस्ता जातो. ग्वादर हे पूर्वी एक छोटे, मच्छिमारीचे, दुर्गंधीने भरलेले गाव होते. आता मोठे बंदर बनले आहे. मुख्य उद्योग चोरट्या मालाची वाहतूक. मुख्यत: मादक पदार्थ. इस्लाममध्ये अमली पदार्थांचा वापर वर्ज्य आहे; पण तो मुस्लिमांना लागू असलेला कायदा आहे. आता पश्चिमेकडल्या काफिरांना अमली पदार्थांची चटक लागली असेल आणि त्यासाठी पैसा ओतायची त्यांची तयारी असेल, तर इस्लामच्या प्रॉफेटच्या सच्च्या अनुयायांचे काही म्हणणे नव्हते.

पॉपीजची लागवड इराण, पाकिस्तान आणि मुख्यत: अफगाणिस्तानात होते. स्थानिक ठिकाणी मॉर्फिनमध्ये परिवर्तन करतात. पश्चिमी देशात पाठवले की, त्याचे हेरॉईनमध्ये रूपांतर होते. अति वापर केला की, मृत्यू अटळ असतो.

क्वेट्टामध्ये त्याला पुश्तू बोलणाऱ्यांबरोबर संभाषण करायचे नव्हते. त्याच्या बोलण्यावरूनच तो पुश्तू नाही हे तात्काळ कळले असते. तेव्हा ग्वादरला जाणारा दुसरा एक बलुची ड्रायव्हर त्याने शोधला. क्वेट्टामध्ये प्रथमच त्याला कळले की, त्याला पकडण्यासाठी अफगाणिस्तानमध्ये पन्नास लाख अफगाणींचे बक्षीस जाहीर झाले आहे.

'गुड लक बॉस,' हे शब्द ऐकल्यानंतर तिसऱ्या दिवशी तो पुन्हा ट्रकमधून उतरला आणि फुटपाथवर चहा घेत बसला. तो तिथे पोहोचायची कुणीतरी वाट बघत असले, तरी ते स्थानिक लोक असणार नव्हते.

पहिले प्रीडेटर चोवीस तासांपूर्वी थुमरेटहून आकाशात उडाले होते. ठरवून दिलेल्या क्षेत्रात टेहळणी करत रात्रंदिवस घिरट्या घालणार होते.

जनरल ॲटॉमिक्सने तयार केलेले प्रीडेटर दिसण्यात यथातथाच होते. एखाद्या

एअरोमॉडेलरने हातामधल्या पॅडवर उगीचच काहीतरी रेघोट्या मारत बसावे तसा प्रकार.

सत्तावीस फूट लांबीचे, रुंदीला अगदी कमी, निमुळते होत जाणारे सीगल्ससारखे अठ्ठेचाळीस फूट लांब पंख. अगदी मागच्या बाजूला ११३ अश्वशक्तीचे इंजिन पंखे फिरवते आणि विमान ढकलत राहते. शंभर गॅलन्सची इंधनाची टाकी असली तरी थेंबाथेंबाने पेट्रोल वापरते.

पण या एवढ्याशा शक्तीने ते ११७ नॉट्स वेग पकडू शकते किंवा ७३ नॉट्स वेगात तरंगत राहते. ते जास्तीत जास्त चाळीस तास आकाशात फिरत राहू शकत असले, तरी एखादी कामगिरी पार पाडताना तळापासून चारशे नॉटिकल मैल अंतरावर जाऊन, चोवीस तास घिरट्या घेऊन तळावर परत येऊ शकते.

ते मागे असलेल्या इंजिनाच्या साहाय्याने पुढे ढकलले जात असल्याने दिशा बदलण्याचे कंट्रोल पुढच्या बाजूला असतात. संगणकावरच्या प्रोग्रॅमप्रमाणे ते रिमोट कंट्रोल वापरूनही हवे त्याप्रमाणे उडवत राहता येते. नवीन सूचना देईपर्यंत तसेच फिरत राहते. सर्व बुद्धी गोलाकार नाकातल्या, काढता येणाऱ्या स्कायबॉल एव्हिऑनिक्स पॅडमध्ये वापरली आहे.

अवकाशातील उपग्रहांशी दळणवळण – बोलणे, ऐकणे – साधण्यासाठी ती सर्व साधने वरच्या बाजूला तोंड करून बसवलेली असतात. त्यांच्याकडून ऐकलेले संभाषण, मिळालेले फोटो मुख्य तळावर धाडण्यात येतात.

खालच्या दिशेने लिंक्स सिन्थेटिक ॲपर्चर रडार आणि वेसकॅम फोटोग्राफिक युनिट असते. त्यांच्याही अत्याधुनिक आवृत्त्या आता ओमानवर वापरण्यात येणाऱ्या प्रीडेटर्सवर बसवल्या होत्या. रात्र, ढग, पाऊस, गारा, बर्फ – कशालाही न जुमानता मल्टि-स्पेक्ट्रल टार्गेटिंग सिस्टिम चोख काम करते.

अफगाणिस्तानवरच्या चढाईत हल्ला करण्यासारखी लक्ष्ये दिसत असून, त्यांच्यावर वेळेत हल्ले चढवणे अशक्य होण्यासारखी स्थिती अनेकदा निर्माण झाल्यावर, प्रीडेटर्स पुन्हा त्यांच्या उत्पादकांकडे परत पाठवली गेली आणि त्यांच्यावर एक हेलफायर क्षेपणास्त्र बसवण्यात आले. आकाशातून नजर ठेवणाऱ्या या डोळ्याला अस्त्राची प्राप्ती झाली.

दोन वर्षे उलटल्यानंतर येमेनच्या अगदी अंतर्भागात राहणाऱ्या तिथल्या अल काईदा प्रमुखाने आपले कंपाऊंड सोडले आणि तो आपल्या चार सहकाऱ्यांसह लॅन्ड क्रूझरमध्ये बसला. त्याला कल्पना नव्हती; पण टाम्पा येथे अनेक अमेरिकन्सचे डोळे त्यांच्या संगणकाच्या पडद्यावर खिळले.

सूचना मिळताच प्रीडेटरच्या पोटाशी असलेल्या हेलफायर क्षेपणास्त्राने झेप घेतली आणि काही सेकंदांत लॅन्ड क्रूझर आणि त्यातल्या प्रवाशांची वाफ झाली.

सर्व दृश्य रंगीत प्लाझ्मा टीव्हीच्या पडद्यावर फ्लॉरिडामध्ये अनेक जण बघत होते.

थुमरेट इथल्या प्रीडेटर्सवर हेलफायर क्षेपणास्त्रे नव्हती. ती नि:शस्त्र विमाने होती. वीस हजार फूट उंचीवर कुणाला न दिसता, काहीही ऐकू न येता, रडारवर न दिसता घिरट्या घालत खालच्या भूमीवर आणि सागरावर गस्त घालायची एवढेच काम त्यांना दिले होते.

ग्वादरमध्ये चार मशिदी असल्या तरी पाकिस्तानी आय.एस.आय.कडून ब्रिटिशांनी काढलेल्या माहितीप्रमाणे सर्वांत लहान असलेली मशीद कट्टर इस्लामिस्ट चळवळीच्या केंद्रभागी होती. बहुतेक सर्व छोट्या मशिदींप्रमाणे एक इमाम होता. श्रद्धाळू मुस्लिमांच्या देणग्यांवर मशिदीचा कारभार चालू होता. ही मशीद सध्या इमाम असलेल्या अब्दुल्ला हलाबी यानेच बांधलेली होती.

प्रार्थनेसाठी नेहमी मशिदीत येणाऱ्या लोकांना तो ओळखत होता. आपल्या उंच खुर्चीवरून प्रार्थना सांगत असताना नवीन माणूस मशिदीत आला, तर ते त्याच्या ताबडतोब लक्षात येई. अगदी मागे असलेल्या तालिबच्या काळ्या फेट्याकडे त्याचे लक्ष गेलेच.

नंतर आपले सॅन्डल्स चढवून तो काळ्या दाढीचा अनोळखी माणूस बाहेरच्या रस्त्यावरच्या गर्दीत नाहीसा होण्यापूर्वीच इमामने त्याची बाही धरून खेचली. ''परमदयाळू अल्लाची तुझ्यावर कृपा असो,'' तो पुटपुटला. त्याने बोलताना अरेबिक भाषा वापरली होती, उर्दू नाही.

''आणि तुमच्यावरही इमाम.'' त्या माणसानेही अरेबिकमध्येच उत्तर दिले असले तरी त्यातला पश्तून ढंग इमामच्या लक्षात आल्याशिवाय राहिला नाही. त्याचा संशय खरा होता तर. हा माणूस टोळीवाल्यांच्या प्रदेशातून आला होता.

''मी आणि माझे मित्र मदाफामध्ये जातो आहोत. आमच्याबरोबर चहा घेणार?'' इमामने विचारले.

क्षणभर विचार करत पश्तूनने गंभीरपणे मान डोलावली. बहुतेक मशिदींमध्ये जोडूनच मदाफा ही जागा असते. तिथल्या वातावरणात जरा मोकळेपणा असतो. तिथे प्रार्थना होतात, गप्पाटप्पा होतात आणि धार्मिक शिक्षणही दिले जाते. पश्चिमी देशात मुलांच्या मनावर अतिरेकी इस्लामी शिकवणूक बिंबवण्यासाठी याच जागा वापरतात.

''मी इमाम हलाबी. आमच्या या नवीन उपासकाला काही नाव आहे?''

क्षणभरही विचार न करता मार्टिनने पोतडीतून काढावे तसे नवीन नाव सांगितले. ''हमीद युसूफ.'' पहिले नाव अफगाणिस्तानच्या अध्यक्षांच्या नावामधून घेतले होते आणि दुसरे स्पेशल फोर्सेसच्या ब्रिगेडिअरच्या नावामधून उचललेले.

"स्वागत आहे तुझे, हमीद युसूफ." इमाम म्हणाला. "उघड उघड तालिबानी फेटा बांधायचे धैर्य तुझ्यात आहे. त्यांच्यापैकीच एक होतास का तू?"

"कंदाहारमध्ये एकोणीसशे पंचाण्णवमध्ये मुल्ला ओमरला सामील झाल्यापासूनच."

मदाफा म्हणजे मशिदीमागचे एक झोपडे होते. डझनभर तरी माणसे तिथे होती. चहा आला. एक माणूस त्याच्याकडे रोखून बघतो आहे हे मार्टिनच्या ध्यानात आले. त्या माणसाने नंतर घाईघाईने इमामला बाजूला खेचून त्याच्या कानात कुजबुजायला सुरुवात केली. स्वतःहून टेलिव्हिजन बघायचे आणि त्यावरची घाणेरडी चित्रे बघायचे त्याच्या स्वप्नातसुद्धा मनात येत नाही असे तो इमामच्या कानात सांगत होता; पण येताना दुकानाच्या काचेत ठेवलेल्या टीव्हीकडे त्याची सहज नजर गेली होती.

"माझी खात्री आहे हा तोच माणूस आहे," तो पुटपुटला. "काबूलमधून तीन दिवसांपूर्वी निसटला तो."

मार्टिनला आधीच उर्दू येत नव्हते, बलुची उच्चारातले तर त्याला अजिबात कळले नसते; पण त्यांचे आपल्याबद्दल बोलणे चालले आहे एवढे त्याला कळत होते. पश्चिमी देशांकडून आलेल्या आधुनिक गोष्टींचा इमामला तिटकारा वाटत असला, तरी सेलफोन फार सोयीचा होता. अगदी ख्रिश्चन फिनलंडमधल्या नोकिया कंपनीने बनवलेला असला तरीसुद्धा. त्याने त्याच्या तीन मित्रांना या परक्या माणसाला गप्पांमध्ये गुंतवून तो बाहेर पडणार नाही याची काळजी घ्यायला सांगितले आणि तो आपल्या छोट्याशा राहण्याच्या जागेत पोहोचला. अनेक फोन केल्यावर तो थक्क होऊनच परतला.

प्रथमपासून तालिब असणे, अमेरिकन्सच्या हल्ल्यात स्वतःचे सर्व कुटुंब गमावणे, त्यांच्याशी लढताना उत्तरेकडची अर्धी आघाडी सांभाळणे, क्वाला-इ-जंगी इथले शस्त्रागार लुटणे, अमेरिकन्सच्या कुप्रसिद्ध तुरुंगात सबंध पाच वर्षे काढून जिवंत राहणे, वॉशिंग्टनप्रेमी काबूल सरकारच्या हातावर तुरी देऊन पळ काढणे – हा... हा माणूस निर्वासित नव्हता. तो एक शूर वीर होता.

इमाम हलाबी पाकिस्तानी असला, तरी अमेरिकेशी हातमिळवणी करणाऱ्या इस्लामाबादच्या सरकारबद्दल त्याला अतोनात तिरस्कार होता. त्यामुळे अल काईदाबद्दल त्याला पूर्ण सहानुभूती होती. प्रामाणिकपणे सांगायचे तर पन्नास लक्ष अफगाणींच्या बक्षीसावर तो आयुष्यभर मजेत राहू शकला असता, तरी त्याला थोडासाही मोह पडला नव्हता.

हॉलमध्ये परत येऊन त्याने त्या अनोळखी माणसाला खूण केली.

"तू कोण आहेस ते मला कळले आहे." तो अगदी हळू आवाजात पुटपुटला. "ते ज्याला अफगाण म्हणतात तोच तू आहेस. तू माझ्याबरोबर सुरक्षित आहेस; पण

ग्वादरमध्ये तुला धोका आहे. आय.एस.आय.चे एजंट सगळीकडे आहेत आणि तुला पकडून देणाऱ्यास बक्षीस जाहीर केले आहे. तू कुठे उतरला आहेस?''

''कुठेच नाही. मी आत्ताच उत्तरेकडून येतो आहे.'' मार्टिनने उत्तर दिले.

''तू कुठून आला आहेस ते मला माहीत आहे. बातम्यांमध्ये दुसरे काहीच नाही. तू सध्या इथे थांब; पण जास्त काळ नाही. काहीही करून ग्वादर सोड. इथून सुरक्षित बाहेर पडण्यासाठी तुला कागदपत्रं, नवीन ओळखपत्र यांची आवश्यकता पडेल. मला वाटतं त्यासाठी योग्य अशा माणसाला मी ओळखतो.''

त्याने आपल्या मदरशामधून एका पोराला धावत बंदरावर पाठवले. त्याला हवी होती ती बोट बंदरात नव्हती. ती चोवीस तासांनी पोहोचली. ज्या धक्क्याला ती नेहमी लागत असे त्या धक्क्यावर मुलगा शांतपणे वाट बघत थांबला होता.

फैजल बिन सलिमचा जन्म कतारमधल्या एका गावात, चिखलाने भरलेल्या खाडीलगतच्या झोपडीत राहणाऱ्या कोळ्यांच्या कुटुंबात झाला होता. त्या गावाचेच रूपांतर नंतर गजबजलेल्या, घाईगर्दीच्या दोहा या राजधानीमध्ये झाले; ते अर्थात त्या भागात तेल सापडून युनायटेड अरब एमिरेट्सची स्थापना झाल्यावर, ब्रिटिश निघून गेल्यावर आणि अमेरिकन्स आल्यावर, पण धो धो पैसा ओतायला लागण्यापूर्वीची गोष्ट आहे.

लहानपणी त्याने गरिबीचे चटके सहन केले होते. पांढऱ्या कातडीचे परकीय लोक बघितले की आपोआप आदर दाखवला होता; पण अगदी प्रथमपासून बिन सलिमने जगामध्ये वर यायचे ठरवले होते आणि त्यासाठी त्याने त्याच्या ओळखीचा मार्ग चोखाळला. सागर! प्रथम तो किनाऱ्याकिनाऱ्याने मसीराह बेट, ओमानच्या धोफार प्रांतातले सालाला, पुढे कुवैत आणि बहारिनपर्यंत जाणाऱ्या मालवाहू बोटीवर डेक हँड म्हणून लागला. त्याने अनेक गोष्टी आत्मसात केल्या.

त्याला कळले की कुठेतरी नेहमीच असा एखादा माणूस असतो, ज्याला काहीतरी विकायचे असते आणि तेही स्वस्तात आणि दुसरीकडे तशाच एका दुसऱ्या माणसाला तीच गोष्ट हवी असते आणि तो जास्ती पैसा मोजायला तयार असतो. या दोन माणसांच्या मध्ये कस्टम्स नावाचे एक प्रकरण उभे असते. फैजल बिन सलिमने चोरटा व्यापार करूनच अमाप पैसा कमावला.

त्याच्या प्रवासात उत्कृष्ट कपडे, पडद्याची कापडे, इस्लामिक कला आणि संस्कृती, प्राचीन काळामधली कुराणाची पुस्तके, मौल्यवान हस्तलिखिते आणि अप्रतिम बांधलेल्या मशिदी या गोष्टींची त्याच्यावर खूप छाप पडली आणि तो त्यांचा चाहता बनला. त्याच वेळी श्रीमंत पाश्चिमात्य, त्यांच्या छोट्या बिकिनीज घातलेल्या स्त्रिया, झिंगत पडलेले मूर्ख दारुडे, लायकी नसताना त्यांना मिळत असलेला पैसा यांचा तो द्वेष करायला लागला.

वाळवंटात सापडलेल्या तेलाच्या पैशाचा फायदा गल्फमधले राज्यकर्ते कसा उकळत आहेत, पश्चिमी रितीभाती कशा स्वीकारत आहेत, आयात केलेली उंची दारू पीत आहेत, सोनेरी कातडीच्या वेश्यांबरोबर मजा मारत आहेत हेदेखील तो बघत होता. तो त्यांचाही तिरस्कार करायला लागला.

तो चाळिशीचा असताना, म्हणजे एक छोटा बलुची पोरगा ग्वादरच्या धक्क्यावर त्याची वाट बघताना दिसण्यापूर्वी वीस वर्षे आधी, त्याच्या बाबतीत दोन गोष्टी घडल्या.

त्याने तोपर्यंत इतका पैसा मिळवला की त्याने उत्कृष्ट लाकूड वापरून स्वत:च्या मालकीचे एक डो – किनारी वाहतुकीसाठी अरब वापरतात तसे एक एका शिडाचे गलबत – ओमानमधल्या सूर या ठिकाणी सर्वोत्कृष्ट कारागिरांकडून बांधून घेतले. त्याने त्या गलबताला नाव दिले *राशा – मोती* – आणि तो वहाबी बनला.

मौदुदी आणि सय्यीद कुतुब यांची शिकवण आचरणात आणणारे नवीन प्रॉफेट्स निर्माण होऊन त्यांनी पाखंडी आणि भ्रष्ट ताकदींविरुद्ध जिहाद पुकारल्यावर तो ठामपणे जिहादींच्या मागे उभा राहिला. देवावर विश्वास न ठेवणाऱ्या अफगाणिस्तानमधल्या रशियन्सविरुद्ध लढणाऱ्या तरुणांसाठी त्याने प्रार्थना केल्या. इतरांनी पाश्चिमात्यांच्या पैशांचा देव असणाऱ्या टॉवर्सवर विमाने आदळली, तेव्हा त्याने गुडघे टेकून प्रार्थना केली की, त्यांना खरेच थेट अल्लाच्या पायाशीच जागा मिळू दे.

बाहेरच्या जगात एक सभ्य, काटकसरीने राहणारा, व्यवस्थित, धर्मपरायण आणि *राशा*चा मालक अशी त्याची प्रतिमा होती. गल्फची संपूर्ण किनारपट्टी आणि पुढे अरबी समुद्रापर्यंत त्याचा व्यापार असे. तो स्वत:हून कधीही कुठल्या भानगडीत पडायचा नाही; पण खरीखुरी, अविचल श्रद्धा बाळगणाऱ्या एखाद्या धार्मिक माणसाने दान, सुरक्षित प्रवास अशा स्वरूपात मदत मागितली, तर त्याला शक्य असेल तितकी मदत तो नक्की करायचा.

पश्चिमी देशांच्या सिक्युरिटी फोर्सेसचे एकदाच त्याच्याकडे लक्ष वळले होते.

हद्रामोट इथे पकडलेल्या एका सौदी अल काईदा सदस्याने रियाधच्या कोठडीमध्ये पूर्ण कबुलीजबाब दिला. त्यात फक्त बिन लादेनच्या कानावर घालण्याचे अत्यंत गुप्त संदेशही तो सांगून गेला. ते इतक्या गुप्त स्वरूपाचे होते की, ते निरोप्याला तोंडी दिल्यावर त्याने त्यातला शब्दन्‌शब्द लक्षात ठेवायचा होता. त्याला बोटीने सौदी अरेबिया सोडून बलुचिस्तानच्या किनाऱ्यावर सोडल्यावर वझिरीस्तानच्या अनोळखी गुहांमध्ये पोहोचून तिथे राहणाऱ्या शेखच्या कानावर संदेश घालायचे होते. कोणत्याही क्षणी पकडले जाण्याची शक्यता दिसली, तर स्वत:चा जीव घ्यायचा होता. त्याला बलुचिस्तानला घेऊन जाणारी बोट होती *राशा*. आय.एस.आय.च्या संमतीने आणि मदतीने बोट न पकडता तिच्यावर नजर ठेवली होती.

अगदी सरळपणे दुबईच्या करमुक्त बंदरातून भरलेला माल घेऊन फैजल बिन सलिम ग्वादरला पोहोचला. आणलेले रेफ्रिजरेटर्स, वॉशिंग मशीन्स, मायक्रोवेव्ह कुकर्स, टेलिव्हिजन्स त्याने नाममात्र दराने विकून टाकले.

दुबई आणि कतारबाहेर कृत्रिम बेटांवर राजेशाही प्रासाद उठवणाऱ्या श्रीमंत पाश्चिमात्यांना विकण्यासाठी, छोट्या गुलाम मुलांनी आपल्या बारीक बोटांनी गाठी मारून बनवलेले अप्रतिम पाकिस्तानी गालिचे गल्फला पोहोचवण्याची कामगिरी त्याने स्वीकारली होती.

छोट्या मुलाने दिलेला निरोप गंभीरपणे ऐकून त्याने मान डोलावली. पाकिस्तानी कस्टम्सला त्रास न देता आपला माल एकदा अंतर्भागात पोहोचवल्यावर त्याने *राशा*ची जबाबदारी एका ओमानी डेक हँडवर सोपवली आणि दोन तासांनी तो आरामात चालत ग्वादरच्या मशिदीत पोहोचला.

वर्षानुवर्षे पाकिस्तानशी व्यापार केल्याने अत्यंत सभ्यपणे वागणाऱ्या या अरबाला उर्दू अवगत होती. तो आणि इमाम त्याच भाषेत बोलत होते. गोड केक्स खात, घोटाघोटाने चहा संपवत त्याने आपली बोटे रुमालाने साफसूफ केली आणि मान डोलावत अफगाणकडे नजर वळवली. सुटकेचा वृत्तांत ऐकल्यावर त्याच्या चेहऱ्यावर खुशी उमटली. नंतर त्याने अरेबिकमध्ये म्हटले, "तुला पाकिस्तान सोडायचे आहे, बंधू?"

"ही जागा माझ्यासाठी नाही," मार्टिनने उत्तर दिले. "इमाम खरंच बोलत आहेत. गुप्त पोलिसांनी जर मला पकडलं तर ते मला काबूलमधल्या कुत्र्यांच्या ताब्यात देतील. तसं व्हायच्या आधी मलाच जीव द्यावा लागेल."

"ते मात्र वाईट होईल. आजपर्यंतचं... असं आयुष्य... आणि मी तुला गल्फ राज्यांमध्ये घेऊन गेलो तर काय करणार तू?"

"खरीखुरी अविचल श्रद्धा बाळगणाऱ्या इतरांचा शोध घेणार आणि मला जे शक्य आहे ते त्यांना देणार."

"आणि ते काय असणार आहे? तू काय करू शकतोस?"

"लढू शकतो. अल्लाच्या पवित्र युद्धात जीव गेला तरी चालेल मला."

त्या सभ्य कॅप्टनने थोडा विचार केला.

"गालिचे चढवायचं काम पहाटे सुरू होईल," तो म्हणाला. "या कामात खूप तास जातील. सागराच्या पाण्याचे शिंतोडेही त्यांच्यावर उडू नयेत म्हणून ते डेकखाली न्यावे लागतात. मग मी निघणार आहे. धक्क्याच्या अगदी जवळून जाताना एखाद्या माणसाने डेकवर उडी घेतली तर कुणाला कळणार नाही."

एकमेकांना अभिवादन करून त्यांनी निरोप घेतला. अंधारामध्ये त्या छोट्या मुलाने मार्टिनला बंदरावर पोहोचवले. त्याने *राशा* सकाळी ओळखता यावी म्हणून

नीट बघून ठेवली. अकराच्या सुमाराला *राशा* धक्क्यावरून पुढे सरकत निघाली. आठएक फुटांची फट होती. मार्टिन थोडा मागे गेला आणि धावत येऊन त्याने डेकवर उडी मारली. ओमानी डेक हँड सुकाणू सांभाळत होता. फैजल बिन सलिमने हळूच हसत मार्टिनचे स्वागत केले आणि हात धुवायला स्वच्छ पाणी देऊन आपल्या पाहुण्यापुढे मस्कतचा स्वादिष्ट खजूर ठेवला.

दुपारी वयस्कर कॅप्टनने माल ठेवण्याच्या जागेवरच्या उंच कठड्यांच्या आत दोन चटया घातल्या. दोघे जण शेजारी शेजारी गुडघे टेकून प्रार्थनेसाठी बसले. अनेक लोक प्रार्थनेला असले तर एकाचा आवाज इतरांच्या आवाजात विरून जातो. अशी एकट्याने प्रार्थना करायची मार्टिनची ही पहिली वेळ होती. एका अक्षराचीही चूक त्याने केली नाही.

जेव्हा एखादा एजंट अत्यंत धोकादायक कामगिरीवर असतो आणि त्याला कोणतीही मदत करणे, त्याच्याशी संपर्क राखणे शक्य नसते; तेव्हा मागे राहिलेले कंट्रोलर्स तो सुखरूप आहे, जिवंत आहे, अजून स्वतंत्र आहे, काम करतो आहे याचे कोणते तरी चिन्ह दिसावे याची अत्यंत आतुरतेने प्रतीक्षा करत असतात. कधी एजंटच फोन करतो, वर्तमानपत्रातल्या छोट्या जाहिरातीमधून संदेश देतो, ठरवलेल्या ठिकाणी खडूची खूण करतो, चिठ्ठी टाकतो किंवा त्याच्यावर फक्त लक्ष ठेवणाऱ्या पण त्याच्याशी अजिबात संपर्क न ठेवणाऱ्या माणसाकडून माहिती कळते. याला तो अजून 'जिवंत असल्याचे चिन्ह' हेच नाव आहे; पण बराच काळ काहीच कळले नाही, तर कंट्रोलर्सही घायकुतीला येतात.

थुमरेटमध्ये दुपारची वेळ होती, स्कॉटलंडमध्ये ब्रेकफास्टची, तर ताम्पामध्ये अगदी पहाटे पहाटेची. प्रीडेटर काय बघते आहे याची कल्पना पहिल्या आणि तिसऱ्या ठिकाणी नव्हती, कारण त्याचा अर्थ त्यांना सांगितलेला नव्हता. गरज पडली की माहिती देऊ असे त्यांना सांगितले होते; पण एडझेल विमानतळावर सर्व कळत होते.

कपाळ एकदा जमिनीला टेकवून आणि एकदा चेहरा आकाशाकडे वळवून अफगाण *राशाच्या* डेकवर प्रार्थना करत होता हे स्पष्ट चित्र दिसले. ऑपरेशन्स रूममध्ये टर्मिनल ऑपरेटर्स आनंदाने गोंधळ करायला लागले. काही सेकंदांनी स्टीव्ह हिल ब्रेकफास्ट करताना त्याला संदेश मिळाला आणि त्याने बायकोला अनपेक्षितपणे मिठीच मारली.

दोन मिनिटांनी मरेक गुमिएनीला ओल्ड अलेक्झांड्रियामध्ये फोन आला. उठून त्याने फोन घेतला आणि ऐकून हळूच हसत पुटपुटला, "हेच तर हवं होतं.'' आणि तो परत झोपून गेला. अफगाण अगदी योग्य मार्गावर होता.

∎

११

दक्षिणेकडून वारा वाहायला लागल्यावर *राशा*ने शीड फडकवले आणि इंजिन बंद केले. सर्व खडखडाट थांबला. फक्त समुद्राच्या पाण्याचेच आवाज यायला लागले. डोच्या पुढल्या भागाखाली आपटणारे पाणी, शिडामधून वाहणारा वारा, डो एका बाजूने दुसऱ्या बाजूला होताना ऐकू येणारी दोरखंडांची करकर, सर्व कसे मनाला शांतता देणारे आवाज.

जणू अदृश्यच असणारे चार मैल उंचीवरचे प्रीडेटर डोवर नजर ठेवून होते. दक्षिण इराणच्या कडेकडेने डो गल्फ ऑफ ओमानमध्ये शिरले. पुढे वळून इराण आणि अरेबियामधल्या अरुंद अशा होर्मुझच्या खाडीत शिरले. या अरुंद पट्टीमध्ये ओमानचे मुसंडम द्वीपकल्प आणि इराणचा किनारा यांच्यामध्ये केवळ आठ मैलांचे अंतर आहे. प्रचंड तेलवाहू जहाजे – टँकर्स – यांची सारखी ये-जा चालू असते. क्रूड ऑइलने भरल्याने खूप खालपर्यंत बुडलेले टँकर्स पश्चिमी देशांची ऊर्जेची गरज भागवायला निघालेले असतात. पाण्यावर खूप उंच भासणारे टँकर्स रिकामे असतात. सौदी किंवा कुवैती क्रूड ऑइल भरायला निघालेले असतात.

डोसारखी छोटी गलबते बाजूबाजूने प्रवास करत मधला खोल भाग टँकर्सना जाण्यासाठी ठेवतात. सुपरटँकर्सना वाटेत काही दिसले तरी ते थांबूच शकत नाहीत.

*राशा*ला कुठेही घाईगर्दीने पोहोचायचे नव्हते. कुमझार इथल्या ओमानी नौदल तळाजवळच्या बेटांमध्ये ते एक रात्र थांबले, तेव्हाही स्कॉटिश विमानतळावरच्या प्लाझ्मा स्क्रीनवर ते दिसत होते. चंद्रप्रकाशात मार्टिनला दोन लांबुडक्या 'सिगारेट बोटी' आपल्या प्रचंड आऊटबोर्ड इंजिनांचा आवाज करत दणक्यात ओमानपासून दक्षिण इराणकडे जाताना दिसल्या.

ज्यांच्याबद्दल तो ऐकून होता तेच हे चोरट्या मालाचे व्यापारी. त्यांना कोणत्याच देशाबद्दल प्रेम नसते. कोणत्या तरी निर्मनुष्य इराणी किंवा बलुची किनाऱ्यावर माल घेणाऱ्या दुसऱ्या चोरट्यांशी त्यांची पहाटेच्या वेळी भेट ठरलेली असते. सिगारेट्सची खोकीच्या खोकी उतरवून ते ओमानमध्ये खूप मागणी असलेल्या लांब तलम लोकरीच्या अंगोरा मेंढ्या बोटींवर चढवतात.

शांत समुद्रावरून, मध्यावर माल बांधून ठेवून २५० हॉर्स पॉवरच्या आऊट बोर्ड इंजिन्सच्या ताकदीवर पन्नास नॉटसारख्या वेगाने या ॲल्युमिनिअमच्या बोटी

ढणढणत जाताना नोकरवर्ग कसातरी धरून राहिलेला असतो. त्या वेगामुळे दुसरी कुठलीही बोट त्यांना पकडू शकत नाही. त्यांना सागराच्या या भागामधला कानाकोपरा ठाऊक असतो. दिवे न लावताच, काळ्याकुट्ट अंधारात, येणाऱ्या जाणाऱ्या टँकर्सची पर्वा न करता त्या दुसऱ्या बाजूला पोहोचून आश्रय घेतात.

फैजल बिन सलिम स्वतःशीच हसला. तो स्मगलर असला तरी त्याची वागणूक अत्यंत सौजन्यपूर्ण असे. नाहीतर ही उडाणटप्पू पोरे. लांबूनही इंजिनांचे आवाज त्याच्या कानावर पडत होते.

''आणि मी तुला अरेबियामध्ये सोडल्यावर तू काय करणार आहेस, मित्रा?'' त्याने हळूच विचारले. ओमानी डेक हँड पुढल्या बाजूला गळ टाकून ब्रेकफास्टसाठी एखादा चांगला मासा मिळवायचा प्रयत्न करत होता. शांतपणे गप्पा मारायला हीच वेळ होती.

''माहीत नाही,'' अफगाण सरळपणे म्हणाला. ''मला एकच गोष्ट माहीत आहे. माझ्या देशात माझ्यासाठी फक्त मृत्यूच आहे. अमेरिकनांच्या मागे कुत्र्याप्रमाणे धावणाऱ्या पाकिस्तानमध्येही मी पाऊल ठेवू शकत नाही. आशा आहे की मला इतर खरीखुरी अविचल श्रद्धा बाळगणारे भेटतील. मग त्यांच्याबरोबर लढण्यासाठी विचारेन मी.''

''लढणार? पण युनायटेड अरब एमिरेट्समध्ये युद्ध चालू नाही. ते पूर्णतः पश्चिमी देशांच्या मागे उभे आहेत. आतला भाग म्हणजे सौदी अरेबिया. तिथे तू तात्काळ पकडला जाशील आणि तुझी परत पाठवणी होईल. मग...''

अफगाणने खांदे उडवले.

''मला फक्त अल्लाची सेवा करायची आहे. मी माझे आयुष्य जगलो आहे. आता अल्लालाच माझी काळजी.''

''आणि तू म्हणतोस त्याच्यासाठी मरणही पत्करशील?'' सभ्य कतारीने प्रश्न केला.

माईक मार्टिनला आपले बालपण आणि बगदादमधली शाळा आठवली. बरोबरची सर्व मुले इराकी होती. उच्चभ्रू लोकांची मुले. त्यांच्या वडिलांची इच्छा असायची की, ती उत्कृष्ट इंग्रजी शिकून लंडन आणि न्यूयॉर्कशी संबंध असणाऱ्या मोठ्या मोठ्या कॉर्पोरेशन्समध्ये उच्च पदांवर चढतील. त्या शाळेचा अभ्यासक्रम इंग्रजी असे आणि त्याच्यात परंपरागत इंग्रजी कविताही शिकाव्या लागत.

एक गोष्ट मार्टिनची अत्यंत आवडती होती. तारकिनच्या सैन्याचे आक्रमण थोपवताना रोमचा होरॅशिअस शेवटच्या पुलाचे रक्षण करत असताना, त्याच्या मागेच रोमन्स तो पूल तोडून टाकतात ही कथा. त्यातले एक कडवे सर्व मुले एकदम म्हणत.

To every man upon this earth
Death cometh soon or late
And how can man die better
Than facing fearful odds,
For the ashes of his fathers
And the temples of his Gods?

"त्यांच्या जिहादमध्ये मला शहीद म्हणून मरण पत्करता आले तर," मार्टिनने उत्तर दिले.

डोच्या मास्टरने थोडा विचार केला आणि विषय बदलला.

"तू अफगाणिस्तानचा वेश चढवला आहेस, काही मिनिटांत ते लक्षात येईल. थांब जरा."

तो खाली गेला आणि लाँड्रीमधून नुकताच काढलेला दिशदॅश – खांद्यापासून पायाच्या घोट्यापर्यंत लांब असा पांढरा स्वच्छ पायघोळ झगा – घेऊन आला.

"कपडे बदल," त्याने सांगितले. "तो सलवार-कमीझ आणि तालिब फेटा उतरवून ठेव."

मार्टिनने कपडे बदलल्यावर बिन सलिमने अरब डोक्यावर घालतात तसा लाल ठिपक्यांचा किफाया त्याच्या हातात ठेवला आणि तो तसाच डोक्यावर राहावा म्हणून एक वर्तुळाकृती काळी जाड दोरी.

"हे छान झालं." त्याच्या पाहुण्याकडे बघत तो वृद्ध कॅप्टन म्हणाला. "आता तुझं बोलणं सोडलं तर तुला कुणीही गल्फ देशामधला अरबच समजेल; पण जेद्दाजवळ अफगाण लोकांची एक वस्ती आहे. पिढ्या न् पिढ्या ते सौदी अरेबियात राहत असले, तरी आजही ते तुझ्याप्रमाणेच बोलतात. तेव्हा तू तिथून आला आहेस समज. विश्वास बसेल इतरांचा. आता झोपू या. उद्या आपल्या प्रवासाचा शेवटचा दिवस आहे. पहाटे उठावे लागेल."

नांगर उचलून *राशा* बेटामागून बाहेर पडले आणि अल घनामच्या खडकाळ टोकाला वळसा घालून युनायटेड अरब एमिरेट्सच्या किनाऱ्याकिनाऱ्याने निघाले. प्रीडेटरची नजर *राशा*वरच होती.

युनायटेड अरब एमिरेट्समध्ये सात एमिरेट्स असली, तरी मोठी आणि श्रीमंत अशी तीनच नावे ताबडतोब आठवतात – दुबई, अबुधाबी आणि शारजा. इतर चार लहान आहेत, गरीब आहेत आणि त्यांची नावे जवळजवळ अज्ञात आहेत. दुबईला अगदी चिकटून दोन आहेत. अज्मान आणि उम्म अल क्वेईन. तेलामुळे दुबई फारच प्रगत बनले आहे. द्वीपकल्पाच्या दुसऱ्या बाजूला आणि गल्फ ऑफ ओमानच्या

दिशेने तोंड करून फुजेराह आहे. सातवे रास-अल-खैमा.

रास-अल-खैमा दुबईच्या किनाऱ्यावरच, पण लांब होर्मुझच्या सामुद्रधुनीजवळ आहे. फारच गरीब आणि अत्यंत रूढीप्रिय. त्यामुळेच मशिदी बांधण्यासाठी आणि शाळा सुरू करण्यासाठी सौदी अरेबियाने पुरवलेला पैसा या एमिरेटने तात्काळ स्वीकारला. अर्थात शाळांमध्ये एकाच तऱ्हेचे शिक्षण दिले जाते – वहाबिझम. कट्टर धर्मनिष्ठांचे माहेरघर. अल काईदा आणि जिहादचे पाठीराखे. हळूहळू जाणाऱ्या डोच्या डाव्या बाजूला दिवस मावळता मावळता प्रथम तेच दिसले.

"तुझ्याकडे कागदपत्रं नाहीत," कॅप्टन आपल्या पाहुण्याला म्हणाला "आणि मी त्यांची व्यवस्थाही करू शकत नाही. ती मागण्याचा उद्धटपणाही पाश्चिमात्यांचाच. कागदपत्रांहून महत्त्वाची गोष्ट आहे पैसे. हे ठेव तुझ्याकडे."

त्याने यू.ए.इ.च्या दिराम्सचे एक बंडलच मार्टिनच्या हातात कोंबले. अंधार पडता पडता ते शहरापासून मैलभर आत होते. इमारतींमध्ये लागलेले दिवे हळूहळू चमकायला लागले.

"मी तुला पुढे कुठेतरी किनाऱ्यावर उतरवतो." बिन सलिम म्हणाला. "तुला किनाऱ्याकिनाऱ्याने जाणारा रस्ता दिसला की मागे चालायला सुरुवात कर. जुन्या शहरामध्ये एक छोटं गेस्ट हाउस आहे. स्वस्त आहे, स्वच्छ आहे आणि तिथे मुद्दाम कुणी तुझ्याकडे लक्ष देणार नाही. तिथे रहा. बाहेर पडू नकोस. तू सुरक्षित राहशील आणि इन्शाल्ला, माझे असे मित्र आहेत की जे तुला मदत करू शकतील."

मार्टिनने जेव्हा हॉटेलचे दिवे बघितले तेव्हा पूर्ण अंधार पडला होता. *राशा* किनाऱ्यावर निघाले. बिन सलिमला पूर्ण माहिती होती. हमरा फोर्टचेच हॉटेल बनवले होते. परकीय पाहुण्यांसाठी तिथे बीच क्लब होता. क्लबसाठी समुद्रात एक छोटा धक्काही बांधला होता. रात्री कुणी नसे तिथे.

"तो डो सोडून निघाला आहे," एडझेलच्या विमानतळावरच्या ऑपरेशन्स रूममध्ये आवाज आला. अंधार असूनही वीस हजार फूट उंचीवरून उडणाऱ्या प्रीडेटरच्या थर्मल इमेजरने डोमधून धक्क्यावर उडी मारणारी चपळ आकृती, मागे जाऊन खोल पाण्यातून समुद्राकडे निघालेले डो, बरोबर पकडले.

"डोकडे दुर्लक्ष करा, त्या हलणाऱ्या आकृतीबरोबर रहा." कन्सोल ऑपरेटरच्या खांद्यावरून वाकून गॉर्डन फिलिप्स म्हणाला. थुमरेटला तशी माहिती दिल्यावर प्रीडेटरला रस्त्यावरून मागे चालत रास-अल-खैमाच्या दिशेने निघालेल्या माणसाच्या थर्मल इमेजवरच लक्ष ठेवण्याच्या सूचना गेल्या.

पाच एक मैलांची तंगडतोड करत मार्टिन मध्यरात्रीच्या सुमाराला शहराच्या जुन्या भागात पोहोचला. दोन वेळेला चौकशी करून गेस्ट हाउसवर पोहोचला. अल शेही कुटुंबाच्या घरापासून गेस्ट हाउस पाचशे यार्डांवर होते. याच कुटुंबातल्या

मारवान अल शेहीने ११ सप्टेंबरला वर्ल्ड ट्रेड सेंटरच्या साउथ टॉवरवर दुसरे विमान आदळले होते. आजही इथल्या लोकांच्या दृष्टीने तो शूर योद्धाच होता.

मध्यरात्री उठवल्याने चिडलेला प्रोप्रायटर मार्टिनकडे संशयाने बघत होता. फैजल बिन सलिमचे नाव सांगितल्यावर आणि त्याच्या हातातले दिरामचे पुडके बघितल्यावर त्याची नजर बदलली. त्याने त्याला आत बोलावले आणि एक साधी खोली दाखवली. पैसे देऊन जागा घेतलेले दुसरे दोनच पाहुणे होते आणि ते झोपायला गेले होते.

बहुधा स्वत:चेच नियम मोडून झोपायला जाण्यापूर्वी त्याने मार्टिनला चहा प्यायला बोलावले. मार्टिनला सांगावे लागले की तो जेद्दाहून आला होता; पण मूळचा पश्तून होता.

त्याचा वर्ण, काळी लांब दाढी, तोंडातून सारखे सहजपणे येणारे अल्लाचे नाव यांमुळे मार्टिनने त्याची खात्री पटवली की, तो फारच धार्मिक आहे म्हणून.

डोचा मास्टर रात्रभर पुढे जात होता. त्याला दुबईमधल्या क्रीक या बंदरामध्ये जायचे होते. खरोखर एके काळी तिथे क्रीक हे नाव सार्थ ठरवणारा चिखलाने भरलेला एक ओढा होता. आसमंतात मेलेल्या माशांचा वास दरवळत असे आणि भयंकर गरम हवेमध्ये तिथे जाळी दुरुस्त करत लोक बसलेले असत. आता राजधानीतल्या सुवर्ण बाजारासमोरची, आकाशाशी स्पर्धा करणाऱ्या टॉवर्सच्या मोठ-मोठ्या खिडक्यांमधून दिसणारी, ती एक चित्रे काढण्यासारखी मनोवेधक जागा झालेली आहे. व्यापारी डो एकामागोमाग एक धक्क्याला लागलेले असतात. जुन्या अरेबियातल्या या शेवटच्या खुणांकडे प्रवासी टक लावून बघत राहतात.

बिन सलिमने टॅक्सी बोलावली. ड्रायव्हरला तीन मैलांवर असणाऱ्या अज्मानला घेऊन जायला सांगितले. सर्वांत लहान आणि तसे दरिद्री एमिरेट. टॅक्सी सोडून तो मार्केटच्या गल्ल्या आणि छोट्या छोट्या स्टॉल्सच्या चक्रव्यूहात घुसला. समजा कुणी त्याच्या पाठलागावर असले तर तोच गोंधळून हरवून जायचा.

पण कोणीही पाठलाग करत नव्हते. प्रीडेटरचे लक्षही रास-अल-खैमाच्या एका गेस्ट हाउसवरच खिळलेले होते. डोचा मास्टर मार्केटमधून एका मशिदीत घुसला आणि तिथल्या इमामला त्याने काही तरी विनंती केली. एक पोरगा शहरातून धावत सुटला आणि तिथल्या टेक्निकल कॉलेजात खरोखरच विद्यार्थी असणाऱ्या तरुणाला घेऊन परत आला. २००१ पर्यंत जलालाबादबाहेर अल काईदा दारुन्ता ट्रेनिंग कॅम्प चालवत होती. तो तिथलाही पदवीधर होता.

वृद्ध माणसाने त्या तरुणाच्या कानात काही सांगितल्यावर त्याने मान हलवली, आभार मानले. डोचा कॅप्टन पुन्हा मार्केटमधून चालत गेला, त्याने एक टॅक्सी पकडली आणि आपले जहाज गाठले. त्याने त्याच्याकडून होईल तितके सर्व केले

होते. आता तरुण माणसे पुढले बघून घेतील. इन्शाल्ला!

त्याच दिवशी सकाळी, अर्थात वेळेमधल्या फरकाने तिकडे सकाळ उशिरा उजाडली असली तरी, *काऊन्टेस ऑफ रिचमंड* आयरिश सीमध्ये पोहोचली. कॅप्टन मॅक्‌केन्ड्रिकने ती दक्षिण दिशेने न्यायला सुरुवात केली. नंतर डाव्या बाजूला वेल्स ठेवून ती आयरिश समुद्र पार करून चॅनेलमध्ये घुसली असती आणि तिथून अटलांटिक महासागरात. पुढे पोर्तुगाल, भूमध्य समुद्र, सुएझ कालवा, हिंदी महासागर असा तिचा प्रवास ठरला होता.

मार्च महिना होता. पुढल्या बाजूवरून थंडगार लाटा आदळत होत्या. डेकखाली सुरक्षिततेची पूर्ण काळजी घेऊन मोठमोठ्या पेटाऱ्यांमध्ये पॅक केलेल्या जॅग्वार सलून्स या गाड्या होत्या. शेवटी सिंगापूरच्या शोरूम्समध्ये त्या पोहोचणार होत्या.

रास-अल-खैमामध्ये आश्रय घेतलेल्या अफगाणला भेटायला चार दिवसांनी कुणीतरी आले. त्याला दिलेल्या सूचनांप्रमाणे तो चार दिवस बाहेर गेला नव्हता, म्हणजे रस्त्यावर गेला नव्हता; पण घरामागे आठ आठ फूट उंचीच्या दोन गेट्समागे मोकळी बंद जागा होती. रस्त्यावरून तिथले काही दिसायचे नाही. तिथे तो जरा मोकळी हवा खायला जायचा. तिथेच काहीबाही घेऊन डिलिव्हरी व्हॅन्स येत आणि परत जात.

कोर्टयार्डमध्ये असतानाच प्रीडेटरने त्याला बघितले. त्याचा बदललेला पेहराव स्कॉटलंडमध्ये कंट्रोलर्सच्या लक्षात आला.

त्याला भेटायला आलेल्यांनी अन्न, पैसे, लाँड्री वगैरे काही पोहोचवले नाही. ते काहीतरी घेऊन जायला आले होते. त्यांनी व्हॅन फिरवून मागे मागे घेत गेस्ट हाउसच्या मागच्या दाराला टेकवून उभी केली. ड्रायव्हर जागेवरच राहिला. उरलेले तिघे घरात शिरले.

गेस्ट हाउसमधले दुसरे दोन पाहुणे आपल्या कामाला गेले होते. रूम-कीपर ठरवल्याप्रमाणे पुढे दुकानात होता. त्या तिघांना स्पष्ट सूचना मिळाल्या होत्या.

योग्य त्या दरवाज्याजवळ पोहोचून त्यांनी टकटक न करता सरळ दरवाजा उघडला. कुराण वाचत बसलेली व्यक्ती मान वर करून उठत होती, तर तिला आपल्यावर रोखलेले पिस्तूलच दिसले. त्या माणसाने अफगाणिस्तानमध्ये ट्रेनिंग घेतले होते. तिघांच्याही डोक्यावर बुरखे होते.

त्यांनी युद्धाचे पद्धतशीर शिक्षण घेतले आहे हे मार्टिनच्या लक्षात आले. काय करायचे आहे ते त्यांना बरोबर माहीत आहे आणि ते तज्ज्ञ आहेत म्हणूनच शांतपणे सर्व करत आहेत, याची त्याला जाणीव झाली. त्याच्या डोक्यावरून खांद्यापर्यंत

बुरखा खेचून त्यांनी त्याचे हात मागे बांधले आणि दोन बाजूंनी धरून दरवाज्यातून बाहेर काढले. कॉरिडॉरमधून नेऊन व्हॅनमध्ये घातले. दाणकन दरवाजा बंद झाला. गेटमधून बाहेर येऊन व्हॅन रस्त्याला लागली.

प्रीडेटरने व्हॅन येताना-जाताना बघितली; पण कंट्रोलर्सना वाटले की लाँड्रीचे कपडे वगैरे देण्या-घेण्यासाठी व्हॅन आली असेल. काही मिनिटांत व्हॅन नाहीशी झाली. हेरगिरीची अत्याधुनिक साधने अक्षरश: चमत्कार घडवून आणत असली, तरी माणसे आणि मशिन्सची फसवणूक होऊ शकते. या अपहरणकर्त्यांना आकाशामधल्या प्रीडेटर्सबद्दल काहीच कल्पना नसली तरी, मध्यरात्रीच्या ऐवजी मुद्दामच सकाळची वेळ निवडून त्यांनी एडझेल इथून लक्ष ठेवत असणाऱ्यांना नक्कीच बनवले.

आपला माणूस गेस्ट हाउसमागच्या मोकळ्या जागेमध्ये येऊन स्वत:च्या अस्तित्वाची जाणीवही देत नाही, याची प्रकर्षाने जाणीव होईपर्यंत तीन दिवस उलटून गेले. थोडक्यात तो नाहीसा झाला होता. ते रिकाम्या घरावर नजर ठेवत वेळ घालवत होते. इतक्या व्हॅन्स जात-येत असत की, त्यांतल्या कुठल्या व्हॅनमधून त्याला नेले याची कल्पनाच करता येत नव्हती.

खरे तर ती व्हॅन जास्त दूर गेली नव्हती. रास-अल-खैमा या बंदराच्या आणि शहराच्या बाहेरचा भाग म्हणजे खडकाळ आणि उजाड वाळवंट आहे. बकऱ्या आणि सरड्यासारख्या प्राण्यांव्यतिरिक्त तिथल्या भयानक उष्णतेत कोण राहणार?

आपण पळवत असलेल्या माणसावर कुणाची नजर आहे, याची कल्पना नसली तरी कुठलाही धोका पत्करायची त्या लोकांची तयारी नव्हती. मागच्या टेकड्यांवर चढणारे ट्रॅक्स होते. त्यांनी व्हॅन वळवली. सपाट रस्ता सोडून व्हॅन कच्च्या रस्त्यावर वळल्याचे मार्टिनला कळले. दुसरी एखादी गाडी पाठलाग करूच शकली नसती. दृष्टीआड राहिली असती तरी उडणाऱ्या धुळीने लक्षात आली असती आणि हेलिकॉप्टरसारखी गोष्ट तर उघडच लक्षात आली असती.

पाचएक मैलांनी व्हॅन थांबली. त्यांच्या मुख्याने, हातात पिस्तूल पकडणाऱ्या माणसाने, शक्तिमान दुर्बिणीतून डोंगरदऱ्या, किनारा, जिथून ते आले होते तो शहराचा जुना भाग काळजीपूर्वक बघितला. त्यांच्या दिशेने कुणीही येत नव्हते.

त्याचे समाधान झाले. व्हॅन वळली आणि पुन्हा आलेल्या रस्त्यावरूनच परत निघाली. शहराबाहेर, उपनगरातल्या, चारी बाजूंनी कंपाऊंड असलेल्या एका व्हिलामध्ये ते पोहोचले. गेट्स बंद झाल्यावर व्हॅन उलटी मागे येत येत उघड्या दरवाज्यात थांबली. मार्टिनला पुन्हा एका कॉरिडॉरमधून चालवत खाली नेले. त्याला बंधमुक्त करून धातूचे पट्टे मनगटांवर चढले. त्यांना साखळ्या जोडल्या असणार हे त्याला ठाऊक होते. भिंतीमध्ये बोल्ट होता. तो बाहेर खेचता येणे शक्य नव्हते. फक्त त्याच्या डोक्यावरचा बुरखा निघाला. एक एक पाऊल मागे घेऊन ते दरवाज्यातून

बाहेर पडले आणि तो दाणकन बंद झाला. कड्याकोयंड्यांचे आवाज कानांवर पडले.

त्याचा कैदखाना म्हणजे कोठडी नव्हती. मजबूत बनवलेली तळमजल्यावरची मोठी खोली होती. खिडकी विटांनी बंद केली होती. मार्टिनला कळणे शक्य नसले तरी बाहेरून खिडकीचा भास निर्माण करणारे उत्कृष्ट चित्र रंगवले होते. कंपाऊंडच्या भिंतीबाहेरून कुणी दुर्बिणीतून बघितले असते तरी फसवणूक झाली असती.

सर्व तऱ्हेच्या उलटतपासणीला कसे तोंड द्यायचे, ते कित्येक वर्षांपूर्वी एका ट्रेनिंग प्रोग्रॅममध्ये त्याला शिकवले होते; पण ही खोली त्याला आरामदायकच वाटत होती. छतामध्ये एकच दिवा होता. दिव्यावर काहीही फेकले तरी ते अडवण्यासाठी जाळी होती. प्रकाश पुरेसा होता.

एक कॅम्प बेड होता. त्यावर झोपता येईल एवढ्या साखळ्या मोठ्या होत्या. एक खुर्ची, एक केमिकल टॉयलेट. वेगवेगळ्या दिशांना; पण त्यांचा वापर करता आला असता.

डाव्या हाताचा धातूचा पट्टा स्टेनलेस स्टीलचा होता. त्याच्यात अडकवलेली साखळी भिंतीमधल्या ब्रॅकेटमध्ये अडकवली होती. त्याची चौकशी करण्यासाठी येणारे – एखादे वेळी अन्नपाणी घेऊनही येतील म्हणा – ज्या दरवाज्यामधून आले असते, तिथपर्यंत तो पोहोचू शकला नसता; पण दरवाज्याला त्याच्यावर लक्ष ठेवण्यासाठी एक स्पायहोल – भोक होते. त्याच्या नकळत रात्रंदिवस ते त्याच्यावर लक्ष ठेवू शकणार होते. तो त्यांना बघू शकत नव्हता की त्यांचे बोलणे ऐकू शकत नव्हता.

कॅसल फोर्ब्सला एका प्रश्नाबाबत खूप चर्चा झाल्या होत्या. वाद झाले होते. त्याचा माग ठेवता येईल असे एखादे उपकरण – ट्रॅकिंग डिव्हाइस – वापरावे का न वापरावे?

हल्लीचे ट्रॅकर ट्रान्समीटर्स इतके छोटे असतात की, इन्जेक्शनच्या सुईने त्वचेखाली सरकवता येतात. काही कळू शकत नाही. टाचणीच्या जाड टोकाएवढ्या आकाराचे असतात. रक्तानेच गरम होतात. ऊर्जेसाठी दुसरी काही शक्ती लागत नाही; पण ठरावीक अंतरापर्यंतच त्यांचा उपयोग होतो आणि धोक्याची गोष्ट म्हणजे अल्ट्रा सेन्सिटिव्ह डिटेक्टर्स त्यांचा शोध लावू शकतात.

"ती माणसं मूर्ख नाहीत," फिलिप्सने पुन:पुन्हा सांगितले. सी.आय.ए.च्या घातपातविरोधी गटामधला सहकारी सहमत होता.

"त्यांच्यामधल्या उच्चशिक्षितांची अत्याधुनिक तंत्रज्ञानावरची पकड थक्क करणारी आहे. कॉम्प्युटर सायन्सचे तंत्रज्ञानही त्यांनी आत्मसात केले आहे." मॅक्डोनाल्ड म्हणाला होता.

मार्टिनची तशी तपासणी झाली आणि कुठलेही ट्रॅकिंग डिव्हाइस सापडले तर

तो काही मिनिटांचाच सोबती असेल यावर सर्वांचे एकमत झाले. तसल्या कुठल्याही साधनाची कल्पना सोडून देण्यात आली.

तासाभराने अपहरणकर्त्यांनी पुन्हा मार्टिनला भेट दिली. डोक्यावरून बुरखे घातलेले होतेच. शरीराची अगदी कसून आणि बारकाईने बराच वेळ तपासणी झाली. काढलेल्या कपड्यांची तपासणी दुसऱ्या खोलीमध्ये होत होती. स्कॅनर्सच्या मदतीने पूर्ण शोध झाला. घशात बोटे घाल, आणखी कुठे घाल असला प्रकार नव्हता. इंचाइंचाने स्कॅनर फिरवत कुठे ब्लीप आवाज येत नाही याची त्यांनी खात्री करून घेतली. तोंडामध्ये तसा आवाज आल्यावर त्यांनी सर्व दात तपासले एवढेच. बाकी कुठे आवाज झाला नाही.

त्याचे कपडे परत करून ते निघण्याच्या तयारीत असताना मार्टिन म्हणाला, ''माझे कुराण मी गेस्ट हाउसमध्येच ठेवले आहे. माझ्याकडे घड्याळ नाही, चटईही नाही; पण मला वाटते, प्रार्थनेची वेळ झाली आहे.''

त्यांच्या मुख्याने बुरख्याच्या भोकांमधून जरा रोखूनच त्याच्याकडे बघितले. तो काही न बोलता वळला आणि दोन मिनिटांनी कुराण आणि चटई घेऊन परतला. मार्टिनने गंभीरपणे त्याचे आभार मानले.

अन्न-पाणी ठरावीक वेळेला दिले जात होते. प्रत्येक वेळी ट्रे ठेवला जात असताना पिस्तूल धरलेला हात त्याला मागे व्हायची खूण करायचा. तो ट्रे घेऊ शकत होता. केमिकल टॉयलेटही अशाच तऱ्हेने दररोज बदलले जायचे.

तीन दिवस असेच गेल्यावर त्याने खिडक्यांमधून बाहेर बघू नये म्हणून पुन्हा त्याच्या डोक्यावर बुरखा घालून, ते त्याला दोन मजले खाली घेऊन गेले. आता चौकशी सुरू होणार होती. त्याच्या डोक्यावरचा बुरखा काढल्यावर त्याला आश्चर्याचा धक्काच बसला. कलाकुसर केलेल्या टेबलामागे शांतपणे बसलेला तरुण अत्यंत सभ्य आणि सुसंस्कृत वाटत होता. नोकरीसाठी अर्जदाराची मुलाखत घेणारा मालकच जणू काही. त्याच्या डोक्यावर बुरखा वगैरे काही नव्हता.

उत्कृष्ट अरेबिकमध्ये तो म्हणाला, ''बुरखे, भलतीसलती नावं यात मला काही अर्थ वाटत नाही. आता नावाचाच उल्लेख केला तेव्हा ओघानेच सांगून टाकतो की, माझं नाव डॉ. अल खताब आहे. यात गूढ काहीच नाही. तू जो कोणी आहेस असं तू म्हणतो आहेस, तोच तू खरोखर आहेस अशी माझी खात्री पटली, तर आनंदाने आम्ही तुझं आमच्यामध्ये स्वागत करू. तू आमचा विश्वासघात करणारच नाहीस. तसं नसलं तर... तर मात्र माझा नाइलाज होईल आणि तुला तात्काळ ठार करण्यात येईल. तर माझी इच्छा आहे की, आपण अगदी सरळपणे बोलू या, मिस्टर इझमत खान. ते जो अफगाण म्हणतात तो खरोखर तूच आहेस?''

फोर्ब्स कॅसल इथल्या अनेक चर्चांच्या काळात गॉर्डन फिलिप्सने त्याला

पुन:पुन्हा एका बाबतीत धोक्याची सूचना दिली होती. "त्यांना दोनच गोष्टींची काळजी असेल. एक म्हणजे, तू खरोखर इझमत खान आहेस का आणि दुसरी म्हणजे क्वाला-इ-जंगी इथे लढलेला इझमत खान तूच आहेस का? का ग्वाटेनामो इथे पाच वर्षं काढल्यावर तू पार बदलून गेला आहेस?"

हसऱ्या चेहऱ्याने प्रश्न विचारणाऱ्या अरबाकडे त्याने रोखून बघितले. तामिअन गॉडफ्रे काय म्हणाली होती? दाढ्या वाढवलेल्या आणि किंचाळत बोलणाऱ्या लोकांची धास्ती नाही. गुळगुळीत दाढी करणाऱ्या, सिगरेट ओढणाऱ्या, दारू पिणाऱ्या, स्त्रियांबरोबर रममाण होणाऱ्या आणि पूर्णपणे पाश्चात्त्य भासणाऱ्या लोकांपासून सावध रहा. रंग पालटणाऱ्या सरड्यांप्रमाणे आपला द्वेष लपवून ठेवून आपल्या निष्ठाच बदलल्या आहेत असे दर्शवणारे लोकच घातकी असतील. भयानक घातकी! काहीतरी शब्द वापरला होता तिने... *ताकफिर.*

"अफगाण अनेक आहेत. मला कोण अफगाण म्हणते?"

"अरे हो, पाच वर्षं तुझा कुणाशी संबंधच आलेला नाही. क्वाला-इ-जंगीनंतर तुझ्याबद्दल सर्वत्र बोललं जाऊ लागलं. तुला माझ्याबद्दल काही माहिती नसली तरी मला तुझ्याबद्दल बरीच माहिती आहे. काही लोकांची कॅम्प डेल्टामधून सुटका झाली. ते तुझ्याबद्दल फार आदराने बोलतात. तू कधीही त्यांना दाद लागू दिली नाहीस. बरोबर?"

"त्यांनी माझ्याबद्दल विचारल्यावर मी सर्व सांगितलं होतं त्यांना."

"पण तू इतर कोणाची नावं घेतली नाहीस, इतर कोणाला गोत्यात आणलं नाहीस. इतर जण तरी तुझ्याबद्दल असं बोलतात."

"त्यांनी माझ्या संपूर्ण कुटुंबाची हत्या केली. त्याच वेळी माझ्यामधल्या अनेक गोष्टी मृतप्राय झाल्या. जो माणूस मेल्यातच जमा आहे त्याला कोण काय शिक्षा देणार?"

"चांगलं उत्तर दिलंस, मित्रा. तर मग ग्वाटेनामोबद्दलच बोलू या. सांग मला."

क्यूबन द्वीपकल्पात काय घडले होते ते मार्टिनकडून तासन्तास घोटवून घेतले होते. भूक लागलेली, तहान लागलेली, स्वत:च्याच लघवीने कपडे घाणेरडे झालेले, डोळ्यावर पट्टी, बेड्या इतक्या घट्ट की कित्येक आठवडे हात बधिर पडलेले अशा स्थितीत १४ जानेवारी २००२ ला तो तिथे पोहोचला. दाढ्या, केस वस्तऱ्याने उडवले, नारिंगी रंगाचा सैल झगा घालायला दिला, डोक्यावरून बुरखा चढवल्याने दिसत नसल्याने होणारी धडपड...

डॉ. अल खताब पिवळ्या कागदांच्या पॅड्सवर सारखा लिहून घेत होता. जुन्या तऱ्हेचे फाऊन्टन पेन वापरत होता. सर्व उत्तरे त्याला माहिती आहेत अशा ठिकाणी मार्टिन पोहोचला की, तो लिहिणे थांबवायचा. हसऱ्या चेहऱ्याने मार्टिनच्या चेहऱ्याकडे

निरखून बघत बसायचा.

"या माणसाला ओळखतोस? कधी बघितलं आहेस त्याला?" दुपार उलटता उलटता मार्टिनसमोर एक फोटो टाकत त्याने विचारले.

मार्टिनने नकारार्थी मान हलवली. जनरल रिक बाक्कसनंतर कॅम्प कमान्डन्ट बनलेल्या जनरल जॉफ्रे मिलरचा फोटो होता तो. चौकशीच्या काळात जनरल रिक बाक्कस स्वत: हजर राहत असे. जनरल जॉफ्रे मिलरने ते काम आपल्या सी.आय.ए. टीमवर सोपवले होते.

"बरोबर आहे," अल खताब म्हणाला. "सुटका झालेल्या तुझ्या एका मित्राच्या म्हणण्याप्रमाणे त्याने तुला बघितले आहे; पण असहकाराची शिक्षा म्हणून तुझ्या डोक्यावर नेहमी बुरखा घातलेला असे आणि मग परिस्थितीत सुधारणा कधी व्हायला लागली?"

सूर्य मावळेपर्यंत ते बोलत होते. नंतर अरब उठला.

"मला बऱ्याच गोष्टी पडताळून बघाव्या लागतील," तो म्हणाला. "तू सत्य बोलतो आहेस असं आढळलं, तर काही दिवसांनी पुन्हा बोलू आपण आणि तसं नसेल तर... सुलेमानला योग्य त्या सूचना द्याव्या लागतील मला."

मार्टिनची पुन्हा कोठडीत रवानगी झाली. गार्ड्सना भराभर आज्ञा देऊन तो निघाला. तो एक साधी भाड्याने घेतलेली गाडी वापरत होता.

रास-अल-खैमा शहरातल्या अल साक्र बंदराजवळच्या हिल्टन हॉटेलमध्ये तो परतला. दुसऱ्या दिवशी उत्कृष्ट शिवलेला सूट घालून दुबई आंतरराष्ट्रीय विमानतळावर ब्रिटिश एअरवेजच्या डेस्कजवळ पोहोचला. अप्रतिम इंग्लिश बोलायचा तो.

खरे तर अली अझिझ अल खताब जन्माने कुवैती होता. एका वरिष्ठ बँक अधिकाऱ्याचा मुलगा. गल्फ राज्यांच्या दृष्टीने विचार केला तर श्रीमंत वर्गामधला. बालपण लाडातले, कष्ट नाहीत. १९८९ मध्ये त्याच्या वडिलांची लंडनमधल्या बँक ऑफ कुवैतमध्ये डेप्युटी मॅनेजर म्हणून नेमणूक झाली. सर्व कुटुंब त्यांच्याबरोबर लंडनमध्ये गेल्याने १९९० मध्ये सद्दाम हुसेनने त्याच्या मातृभूमीवर केलेल्या हल्ल्यामधून सर्वच बचावले.

अली अझिझला प्रथमपासूनच इंग्लिश भाषा चांगली बोलता येत होती. पंधराव्या वर्षी ब्रिटिश शाळेत घातल्यावर तीन वर्षांनी उत्कृष्ट ग्रेड्स मिळवून तो बाहेर पडला. इंग्लिश बोलण्यात परकीय ढब शिल्लक राहिली नव्हती. कुटुंब परत कुवैतमध्ये आले; पण त्याने लॉफबरो टेक्निकल कॉलेजात नाव घातले. चार वर्षांनी केमिकल इंजिनिअरिंगची डिग्री घेतल्यावर डॉक्टरेटकडे वळला.

अरेबियन गल्फमध्ये नाही, तर लंडनमध्ये एका जहाल प्रीचरने चालवलेल्या आणि पश्चिमी द्वेषाचे गरळ ओकणाऱ्या मशिदीमध्ये तो जायला लागला. प्रसिद्धीमाध्यमे

म्हणतात तसा कट्टर धर्मवेडा झाला. खरे तर एकविसाव्या वर्षापर्यंत त्याचे माथे पार बिघडले आणि तो अल काईदाचा कट्टर समर्थक बनला.

त्याची उपजत बुद्धी लक्षात घेऊन 'टॅलन्ट स्पॉटर'ने सुचविले की, त्याला एखादे वेळी पाकिस्तानची भेट आवडेल. तो खैबर घाट ओलांडून पाकिस्तानमध्ये पोहोचला आणि सहा महिने अल काईदाच्या एका ट्रेनिंग कॅम्पमध्ये त्याने शिक्षण घेतले. त्याच्याकडे 'स्लीपर' म्हणूनच अल काईदा बघत होते. इंग्लंडमध्ये कुणाचेही लक्ष वेधून न घेता राहण्याचे आदेश त्याला देण्यात आले.

लंडनमध्ये परत आल्यावर इतर जण करतात तेच त्याने केले. आपल्या वकिलातीत जाऊन त्याने आपला पासपोर्ट हरवल्याचे सांगून नवीन पासपोर्ट मिळवला. त्याच्यावर त्याने पाकिस्तानला दिलेल्या भेटीचा स्टॅम्प नव्हता. कुणी विचारले तर गल्फमध्ये आपल्या घरी जाऊन आलो सांगायला तो मोकळा होता. तो कधीच पाकिस्तानमध्ये गेला नव्हता, अफगाणिस्तानमध्ये तर अजिबात नाही. बर्मिंगहॅम इथल्या ॲस्टन विद्यापीठात त्याने १९९९ मध्ये लेक्चरर म्हणून नोकरी मिळवली. दोन वर्षांनीच अँग्लो-अमेरिकन फौजांनी अफगाणिस्तानवर हल्ला चढवला.

त्याचा माग लागेल असे काही टेरर कॅम्पसमध्ये सापडणार तर नाही ना या भीतीच्या दडपणाखाली किती तरी आठवडे त्याचा जीव थाऱ्यावर नव्हता, पण निदान त्याच्या बाबतीत अल काईदाचा स्टाफप्रमुख अबू झुबैदा याने चोख काम केले होते. अल खताब नावाचा कोणी माणूस तिथे कधी होता हे कुणाला कळले नाही, तेव्हा त्याचा शोध लागला नाही आणि तो इंग्लंडमधला अल काईदाचा कमांडिंग एजंट बनला.

ज्या वेळेला डॉ. अल खताबला लंडनला घेऊन जाणारे विमान धावपट्टी सोडून आकाशात झेप घेत होते, त्याच वेळेला *जावा स्टार* हे जहाज इन्डोनेशियाच्या नॉर्थ बोर्निओ इथल्या ब्रुनेई या सलतनतचा धक्का सोडून समुद्राच्या दिशेने निघाले होते. ते नेहमीप्रमाणेच पश्चिम ऑस्ट्रेलियातील फ्रीमॅन्टल या बंदराला जाणार होते. तिचा नॉर्वेजिअन कॅप्टन न्यूट हर्मन याला ही सफर नेहमीपेक्षा वेगळी ठरेल याची कल्पना नव्हती.

त्या भागातला सागर जगातला फार धोकादायक भाग असू शकतो हे त्याला ठाऊक होते. त्याला समुद्राखालचा उथळ भाग, खडक, वादळे, पाण्याखाली बुडालेले खडक, त्सुनामी यांची भीती नव्हती, तर चाच्यांची होती. मालवाहू जहाजांवर वर्षातून पाचएकशे वेळा तरी हल्ले व्हायचे, शंभरएक जणांचे अपहरण केले जायचे. कधी कधी जहाजाच्या मालकांकडून खंडणी वसूल करून नोकरवर्गाची सुटका होतही असे. कधी त्यांची कत्तलच उडायची आणि माल काळ्या बाजारात विकला जायचा.

पण आज कॅप्टनच्या मनाला शांतता होती. त्याच्या जहाजामध्ये भरलेल्या मालाचा चाच्यांना काही उपयोग होण्यासारखा नव्हता; पण या सफरीवर त्याच्या विचारात चूक होत होती.

प्रवासाचा पहिला टप्पा फ्रीमॅन्टलहून दूर नेणारा. सहा तासांनी जहाज बोर्निओला वळसा घालून सुलु आर्किपेलेगोला – अनेक लहान लहान बेटे – निघाले. या कोरल आणि जंगलांच्या बेटांमधून सेलेबिस समुद्रातून दक्षिणेला आणि नंतर ऑस्ट्रेलियाला पोहोचायचा त्याचा विचार होता.

तो ब्रुनेई सोडून निघाला तेव्हापासूनच जहाजावर लक्ष होते. सेलफोनवरून संदेश गेला. तो कुणी ऐकला असला तरी काही बिघडणार नव्हते. कोणता तरी काका बारा दिवस हॉस्पिटलमध्ये काढून निघाला होता वगैरे वगैरे. खरा अर्थ होता बारा तासांनी अटकाव करणे.

जोलो बेटावरच्या एका खाडीवर ज्या माणसाने तो फोन घेतला होता, त्याला लंडनमधल्या मिस्टर अलेक्स सीबार्ट यांनी नक्की ओळखले असते. तो माणूस होता मिस्टर लॅम्पॉन्ग. आता तो सुमात्रामधला व्यापारी असल्याची बतावणी करत नव्हता.

त्याच्या हाताखालची बारा माणसे क्रूर खुनी होती. त्यांना खूप पैसे दिले होते आणि त्यांनी आज्ञा पाळल्या असत्या. कारण ते फक्त खुनीच नव्हते, मुस्लीम अतिरेकीपण होते. दक्षिण फिलिपाइन्समधल्या अबू सैयाफच्या चळवळीचे शेवटचे केंद्र सुलु समुद्रात इन्डोनेशियापासून फक्त काही मैलांवर आहे. कट्टर इस्लामिक अतिरेकी आणि सरळसरळ भाडोत्री खुनी त्याच्याबरोबर आहेत. मिस्टर लॅम्पॉन्ग यांनी अंगिकारलेल्या कार्यामध्ये दोन्ही कामे होणार होती.

त्यांच्या दोन स्पीड बोटी पहाटेपासून दोन बेटांमध्ये जागा पकडून वाट पाहत होत्या. तासाभराने सुलु समुद्रातून सेलेबिस समुद्रात प्रवेश करायला सज्ज असलेली *जावा स्टार* तिथे पोहोचली. ती ताब्यात घेणे तर साधे काम होते. सर्व ठगांना सवयीचे होते.

रात्रभर कॅप्टन हर्मन सुकाणूचे चाक धरून बसला होता. डावीकडे असणाऱ्या पॅसिफिकवर पहाट होता होता त्याने बोट आपल्या इन्डोनेशिअन फर्स्ट ऑफिसरच्या ताब्यात दिली आणि तो खाली गेला. दहा लास्कर्सचा त्याचा नोकरवर्ग पुढल्या भागामधल्या फोरकॅसलमध्ये होता.

मागून दोन बाजूंनी एक एक स्पीडबोट *जावा स्टार*च्या दिशेने भरधाव आली. काळ्या, अनवाणी चपळ माणसांनी स्पीडबोटीवरून सहज डेकवर उड्या मारून मागे ब्रिजवर तो उभा होता त्या दिशेने धाव घेतली. दरवाजा धाडकन उघडून ते घुसेपर्यंत त्याला कॅप्टनच्या केबिनचा इमर्जन्सी बझर दाबायला वेळ मिळाला तेवढाच. दुसऱ्या क्षणी त्याच्या गळ्याखाली सुरा टेकला होता आणि ''कापितान,

कापितान...'' म्हणून कोणी तरी किंचाळत होते.

ओरडण्याची आवश्यकता नव्हती. थकलेला कॅप्टन हर्मन काय झाले आहे बघायला वर पोहोचत होता. तो व मिस्टर लॅम्पॉन्ग एकाच वेळी ब्रिजवर पोहोचले. लॅम्पॉन्गच्या हातात एक मिनी-उझी होती. प्रतिकार करायचा विचारही डोक्यात न आणण्याएवढी समज त्या नॉर्वेजिअनला होती. खंडणीबद्दल हे चाचे आणि फ्रीमॅन्टल इथले आपल्या कंपनीचे मुख्यालय बघून घेतील, असा काहीतरी विचार त्याच्या मनात येत होता.

''कॅप्टन हर्मन...''

नाव माहीत आहे हरामखोरांना. पूर्ण तयारीनिशी आले आहेत.

''तुझ्या फर्स्ट ऑफिसरला विचार की, गेल्या पाच मिनिटांमध्ये त्याने कुठलेही रेडिओ ट्रान्समिशन केले आहे का?''

तसे विचारायची काही आवश्यकता नव्हती. लॅम्पॉन्ग इंग्लिशमध्ये बोलत होता. नॉर्वेजिअन कॅप्टन आणि इन्डोनेशिअन फर्स्ट ऑफिसर यांच्यामध्ये ती एकच तर समान भाषा होती. फर्स्ट ऑफिसरने ओरडूनच त्या बटणाला स्पर्शसुद्धा केला नसल्याचे सांगितले.

''छान!'' लॅम्पॉन्ग म्हणाला आणि त्याने तिथल्या भाषेत भराभर काही हुकूम सोडले. फर्स्ट ऑफिसरच्या सर्व लक्षात आले आणि त्याने किंकाळी फोडण्यासाठी तोंड उघडले. नॉर्वेजिअनला लॅम्पॉन्गच्या बोलण्यामधले एक अक्षरही कळले नव्हते तरी एका खुन्याने त्याच्या फर्स्ट ऑफिसरचे डोके खाडकन मागे करून त्याचा गळा कापताच अर्थ लक्षात आला. त्याने एकदा पाय झटकला आणि तो मरून खाली पडला. चाळीस वर्षांच्या सागरी सफरीत जी गोष्ट कॅप्टन हर्मनने केली नव्हती, ती आज आपोआप घडली. तो सुकाणूचे चाक धरून भडाभडा ओकला.

''दोन ठिकाणची घाण आता साफ करावी लागणार.'' लॅम्पॉन्ग म्हणाला. ''आणि कॅप्टन, माझ्या आज्ञा तात्काळ पाळल्या नाहीस, तर प्रत्येक मिनिटाला तुझ्या एकेका माणसाचा असाच बळी जाईल. लक्षात येतं आहे मी काय म्हणतो आहे ते?''

नॉर्वेजिअन कॅप्टनच्या बकोटीला धरूनच त्यांनी त्याला ब्रिजमागच्या छोट्या रेडिओ केबिनमध्ये नेले. इंटरनॅशनल डिस्ट्रेस फ्रिक्वेन्सीचा चॅनेल १६ निवडला. लॅम्पॉन्गने त्याच्या हातामध्ये एक कागद ठेवला.

''हा शांत आवाजात वाचण्यासाठी दिलेला नाही. मी 'ट्रान्समिट' बटण दाबून खूण केली की, घाबरल्यासारख्या आवाजात हा संदेश मोठ्याने ओरडायचा. नाहीतर एकेक करत तुझी माणसे मरतील. तयार?''

कॅप्टन न्यूट हर्मनने मान डोलावली. तो आधीच इतका घाबरला होता की

त्याला अभिनय वगैरे करायची आवश्यकता नव्हती.

"मे-डे, मे-डे, मे-डे – *जावा स्टार, जावा स्टार* – इंजिनरूममध्ये भयानक आग – मी जहाज वाचवू शकत नाही – माझी जागा..."

वाचतानाही त्याला कळत होते की, जागा चुकीची आहे. दक्षिणेला शंभर मैलांवर सेलेबिस समुद्रामधली जागा; पण तो वाद काय घालणार? लॅम्पॉन्गने ट्रान्समिशन थांबवले. गळ्याशी उझी टेकवूनच त्याला ब्रिजवर परत आणले.

त्याचेच दोन खलाशी ब्रिज साफ करण्यात गुंतले होते. उरलेले आठ जण थरथरत एका हॅच कव्हरवर उभे होते. सहा खुनी त्यांच्यावर नजर ठेवून होते.

आणखी दोघे ब्रिजवर होते. उरलेले चौघे लाइफ रॅफ्ट्स, लाइफ बेल्ट्स, इनफ्लेटेबल जॅकेट्स एका स्पीडबोटीत फेकत होते. तिच्यावर इंधनाच्या जादा टाक्या बसवलेल्या होत्या.

त्यांची तयारी झाल्यावर ती स्पीड बोट दक्षिणेकडे निघाली. समुद्र शांत होता. पंधरा नॉट वेगानेसुद्धा सात तासांत ते शंभर मैलांवर पोहोचले असते. नंतर दहा तासांत त्यांच्या अड्ड्यावर पोहोचले असते.

"नवीन दिशा, कॅप्टन," लॅम्पॉन्ग सभ्यपणे म्हणाला. फक्त आवाजच मृदू होता. नॉर्वेजिअनकडे बघणाऱ्या डोळ्यांत मात्र अतोनात द्वेष होता.

सुलु आर्किपेलेगोच्या बेटांमधून मागे जात पुन्हा फिलिपाइन्सच्या सागरी हद्दीत जायचे होते.

मिदनाद बेटाच्या दक्षिणेला झांबोआंगा आहे आणि तिथल्या काही भागांमध्ये सरकारी फौजा पाऊलच ठेवू शकत नाहीत. हा अबू सैयाफचा भाग आहे. इथे ते त्यांची लूट आणतात, घातपाती शिक्षण देतात, नवीन रिक्रूट्स गोळा करतात. विकण्यासारखी नसली तरी *जावा स्टार* ही लूटच होती. आपल्या चाच्यांमधल्या जरा वरिष्ठ अशा माणसाशी लॅम्पॉन्ग हळूहळू बोलत होता. त्या माणसाने पुढे जंगलामध्ये नाहीशा होणाऱ्या एका अरुंद खाडीकडे बोट दाखवले.

लॅम्पॉन्ग त्याला विचारत होता की, तू ही बोट इथून पुढे नेऊ शकशील का? त्याने मान डोलावताच लॅम्पॉन्गने पुढे लास्कर्सवर नजर ठेवणाऱ्या गटाला भराभर काहीतरी आज्ञा दिल्या आणि उत्तर द्यायचीही तसदी न घेता त्यांनी सर्व खलाशांना कठड्याच्या दिशेने लोटत त्यांच्यावर गोळ्यांचा वर्षाव केला. जिवाच्या आकांताने ओरडत असतानाच एक एक करत ते मागच्या मागे समुद्रात कोसळले. खाली समुद्रात रक्ताच्या वासाने एका शार्कने आपली दिशा बदलली.

कॅप्टन हर्मनला इतका धक्का बसला की, काही करायचे मनात आले असते तरी धक्क्यातून सावरायलाच त्याला दोन-तीन सेकंद लागले असते. ते त्याला मिळाले नाहीत. लॅम्पॉन्गने मारलेली गोळी धाडकन त्याच्या छातीत घुसली आणि

तोही उलटापालटा होत समुद्रात कोसळला. अर्ध्या तासाने आठवड्यापूर्वी चोरलेल्या दोन टग बोटींनी *जावा स्टार* खेचत टीकच्या लाकडी ओंडक्यांनी बनवलेल्या एका दणकट जेटीवर पोहोचवले.

अवतीभोवती आणि वरपर्यंत घनदाट जंगल होते. *जावा स्टार* कुणालाही दिसणार नव्हते. तिथेच पत्र्याच्या छपराखाली पोलादी पट्ट्या, कटर्स, वेल्डर्स, जनरेटर, रंग वगैरे साठवून ठेवलेली दोन वर्कशॉप्स होती.

निराश मनाने ओरडत चॅनेल १६ वरून *जावा स्टार*ने पाठवलेला संदेश डझनभर जहाजांनी ऐकला; पण त्यांनी सांगितलेल्या जागेपासून जवळ असे एकच जहाज होते. ताज्या आणि नाशवंत फळांनी भरलेले ते जहाज पॅसिफिक पार करून अमेरिकेला निघाले होते. तरीही त्या फिनिश कॅप्टनने आपले जहाज वळवले आणि तो त्या ठिकाणी पोहोचला. त्याला वरखाली होणाऱ्या लाइफ रॅफ्ट्स, लाइफ बेल्ट्स, फुगवलेली लाइफ जॅकेट्स दिसली. सगळ्यांवर नाव होते एम.व्ही. *जावा स्टार*. त्याने जहाज थांबवून एक छोटी होडी उतरवली, तंबूसारख्या रॅफ्ट्सच्या आत नजर टाकली आणि रिकाम्या दिसणाऱ्या रॅफ्ट्स बुडवून टाकल्या. ज्या सागरी कायद्यांबद्दल त्याला आदर होता, त्याच कायद्यांप्रमाणे तो वागला होता. त्याने त्या शोधामध्ये खूप तास गमावले होते. त्याला जास्त वेळ घालवणे शक्य नव्हते आणि त्यात अर्थही वाटत नव्हता.

त्याने दुःखद मनाने रेडिओवरून जाहीर केले की, *जावा स्टार* तिच्यावरच्या सर्व नोकरवर्गासह बुडाले आहे. दूर लंडनमध्ये जहाजाचा विमा उतरवणाऱ्या लॉइड्स इंटरनॅशनलने आणि इस्पविच येथील *लॉइड्स रजिस्टर ऑफ शिपिंग*ने या गोष्टीची नोंद घेतली. जगाच्या दृष्टीने *जावा स्टार*चे अस्तित्व संपले होते.

∎

१२

डॉ. अल खताब आठवडाभर परत आला नाही. कोठडीमध्ये मार्टिन आणि त्याचे कुराण या दोनच गोष्टी होत्या. ज्यांच्याबद्दल इतरांना नितांत आदर वाटतो अशा, कुराणाची ६६६६ कडवी तोंडपाठ असणाऱ्या गटामध्ये आपला लवकरच समावेश होणार आहे याबद्दल मार्टिनची खात्री पटत चालली होती; पण स्पेशल फोर्सेसमध्ये काढलेल्या वर्षांनी त्याला एक वेगळी देणगी प्राप्त झाली होती. फार कमी माणसांना ती अवगत असते. थोडीशीही हालचाल न करता, न कंटाळता, अनंत काळपर्यंत विलक्षण स्तब्धपणे वेळ काढण्याची कला. ही एकच गोष्ट एकांतवासाची शिक्षा भोगणाऱ्या माणसाला वेड लागण्यापासून वाचवू शकते. त्याने तोच मार्ग चोखाळला.

पण एडझेल इथल्या तळावरच्या ऑपरेशन्स रूममध्ये वातावरण अत्यंत गंभीर बनले होते. त्यांना त्यांच्या माणसाचा ठावठिकाणा लागत नव्हता आणि लँग्लेहून मरेक गुमिएनी आणि लंडनहून स्टीव्ह हिल सारख्या चौकशा करत होते. प्रीडेटरवर आता त्यांनी दुसरीही जबाबदारी टाकली. चुकून क्रोबार परत आला तर, म्हणून रास-अल-खैमावर नजर ठेवत राहायचे आणि *राशा* हे गलबत पुन्हा युनायटेड अरब एमिरेट्समध्ये कुठल्याही धक्क्यावर पोहोचले तर ते दृष्टिआड होऊ द्यायचे नाही.

ग्वाटेनामो बे बाबतचा शब्द न् शब्द खरा होता याची खात्री पटवून घेतल्यावरच डॉ. अल खताब परत आला आणि ते अजिबात सोपे नव्हते. परत घरी पाठवलेल्या चार ब्रिटिश कैद्यांजवळ आपले खरे स्वरूप उघड करणे त्याला शक्यच नव्हते. त्यांनी पुन:पुन्हा ते कधीच अतिरेकी नव्हते आणि चुकूनच अमेरिकेच्या हातात पडले होते असे सांगितले होते. अमेरिकन्सचा किती विश्वास बसला होता सांगणे कठीण होते; पण अल काईदा ते खरेच बोलत आहेत समजणार होती.

आणि सहकार्य दिले नाही म्हणून इझमत खानने इतका काळ एकट्यानेच कोठडीत काढला होता की, दुसऱ्या कुठल्याही कैद्याशी त्याची ओळखच झाली नव्हती. त्याला थोडेफार इंग्लिश कळायला लागले होते हे त्याने कबूल केले होते. त्याचे कारण सी.आय.ए.कडून सारखीच त्याची कसून चौकशी होत असे आणि पुश्तू बोलणारा दुभाष्या पुन:पुन्हा भाषांतर करून सांगत असे.

पण अल खताबने जे काही शोधून काढले होते, त्याप्रमाणे त्याच्या कैद्याने

कुठलीच खोटी गोष्ट सांगितली नव्हती. अफगाणिस्तानातून मिळालेल्या थोड्याफार माहितीनुसार बगराम ते पुला-इ-चरखी या मार्गावर त्याने प्रिझन व्हॅनमधून सुटका करून घेतली होती हे सत्य होते; पण हा सर्व बनाव ब्रिटिश वकिलातीमधल्या एस.आय.एस.च्या स्टेशन हेडच्या संगनमतानेच पार पाडला होता हे त्याला कळू शकणार नव्हते. ब्रिगेडिअर युसूफने संतापाने केलेल्या थयथयाटाने, पुन्हा डोके वर काढणाऱ्या तालिबानच्या एजंट्सचीही फसवणूक झाली होती आणि अल काईदाला त्यांनी तशीच माहिती पुरवली होती.

''तू तोरा बोरा इथे काढलेल्या काळाबद्दल सांग.'' पुन्हा प्रश्नांना सुरुवात करताना अल खताबने सुचवले, ''तुझ्या बालपणाबद्दल बोल.''

अल खताब हुशार असला आणि त्याच्या समोरचा माणूस बनावट असला, तरी त्याला एका गोष्टीची कल्पना असणे शक्य नव्हते. मार्टिनला अफगाणिस्तानच्या डोंगरदऱ्यांबद्दल अल खताबहून जास्त माहिती होती. त्या कुवैतीने सहा महिन्यांचे घातपाताचे ट्रेनिंग इतर अरबांबरोबर घेतले होते, पर्वतांवर राहणाऱ्या पश्तून लोकांबरोबर नाही. तो इतक्या नोट्स काढत होता की, मालोको झाईमध्ये कुठल्या फळबागा असत हेदेखील लिहीत होता.

तिसऱ्या दिवशी इझमत खानच्या आयुष्यात बदल घडवून आणणाऱ्या दिवसाबाबत ते बोलायला लागले. २० ऑगस्ट १९९८. ज्या दिवशी टोमाहॉक क्रूझ मिसाइल पर्वतावर आदळले.

''खरोखरच दुःखी आणि दुर्दैवी घटना,'' तो पुटपुटला. ''आणि चमत्कारिकही. तू असा एकच अफगाण असावास की, ज्याच्या कुटुंबातला एकही माणूस तुझी ओळख पटवायला जिवंत नाही. असामान्य योगायोग आणि माझ्यासारख्या शास्त्रज्ञाला असे योगायोग आवडत नाहीत. या घटनेचा काय परिणाम झाला तुझ्यावर?''

ग्वाटेनामोमध्ये असताना इझमत खानने तो अमेरिकन्सचा इतका भयंकर द्वेष का करतो हे कधीही सांगितले नव्हते. क्वाला-इ-जंगी इथल्या उठावातून वाचलेल्या आणि कॅम्प डेल्टाला पोहोचलेल्या इतर लढवय्यांकडूनच त्यांना त्याबद्दल कळले होते. तालिबान सैन्यात इझमत खानची एक आगळी प्रतिमा निर्माण झाली होती आणि भीतीचा लवलेश नसलेल्या या वीराची कथा शेकोट्यांभोवती अत्यंत आदराने, कुजबुजत सांगितली जात होती. वाचलेल्या इतरांनीच चौकशीच्या काळात इझमत खानने एका क्षणात आपले सबंध कुटुंबच्या कुटुंब कसे गमावले ते सांगितले होते.

अल खताब थांबून आपल्या कैद्याकडे बघत बसला. त्याच्या मनामधले संशय पूर्णपणे फिटत नसले, तरी समोरचा माणूस इझमत खानच आहे याबद्दल त्याची खात्री पटली होती; पण त्याच्या मनात दुसरा विचार ठाण मांडून बसला होता. अमेरिकन्सनीच याला 'फितवले' नसेल ना?

"मग तू म्हणे स्वत:चेच खासगी युद्ध सुरू केलेस? वैयक्तिक जिहाद? आणि त्या निर्णयापासून कधी पाऊल मागे टाकले नाहीस? पण म्हणजे नक्की काय केलेस?"

"अमेरिकन्सना पाठिंबा देणाऱ्या नॉर्दर्न अलायन्सविरुद्ध मी लढलो."

"पण २००१ च्या ऑक्टोबर-नोव्हेंबरपर्यंत नाही."

"पण अमेरिकन्स प्रथम दोन हजार एकच्या ऑटममध्येच आले."

"खरे आहे. तेव्हा तू अफगाणिस्तानसाठी लढलास आणि हरलास आणि आता अल्लासाठी लढायचे म्हणतोस."

मार्टिनने मान डोलावली.

"शेखनी भाकित केलंच होतं तसं."

हे ऐकताच प्रथमच डॉ. अल खताब चमकला. त्याची वागणूकच बदलली. त्याच्या टेबलासमोर बसलेल्या काळ्या दाढीवाल्याकडे तो तीसएक सेकंद तरी नुसता बघत राहिला. आ वासून, थक्क होऊन नुसता बघत राहिला. लिहायचेही विसरला. शेवटी कसेबसे त्याच्या तोंडातून हळूच शब्द उमटले. "तू... तू... खरोखर शेखना भेटला आहेस?"

कॅम्पमध्ये काढलेल्या अनेक आठवड्यांच्या काळात अल खताबची एकदाही ओसामा बिन लादेनशी भेट झाली नव्हती. एकदा, फक्त एकदाच, त्याने काळ्या काचा असलेली लॅन्ड क्रूझर जाताना बघितली होती; पण ती थांबली नाही. बोलणे सोडा, पण शेखशी भेट होणार असेल तर खाटकाच्या सुऱ्याने आपला हात तोडून द्यायला तो तयार झाला असता. त्याच्यासारखी आदरणीय व्यक्ती या पृथ्वीतलावर दुसरी नव्हती. मार्टिनने अगदी नजरेला नजर भिडवत मान डोलावली. अल खताब भानावर आला.

"मला अगदी पहिल्यापासून सविस्तरपणे या भेटीबद्दल सांग. अगदी छोट्यात छोटा तपशीलसुद्धा गाळू नकोस."

आणि मार्टिनने त्याला सांगितले. पेशावरमधल्या मदरशातून लहान वयात परत आल्यावर पित्याच्या लष्करामधली त्याची भरती, इतरांबरोबरच्या गस्तीच्या फेऱ्या, एका वेळी पर्वतउतारावर केवळ खडकांचा आधार असताना ते कसे पकडले गेले ते.

त्याने ब्रिटिश अधिकारी, ब्लो-पाइप क्षेपणास्त्र, हाईंड हेलिकॉप्टरचा नाश याबद्दल अवाक्षर काढले नाही. फक्त हेलिकॉप्टरमधून झालेला भडिमार, मांडीत घुसलेला तुकडा, अल्लाच्या दयेने दारूगोळाच संपल्याने हेलिकॉप्टरने घेतलेली माघार या गोष्टींबद्दल सांगितले.

कोणीतरी हातोड्याने हाणावे तसा मांडीवर दणका कसा बसला, ज्याच्याकडले

खेचर घेता येईल असा माणूस भेटेपर्यंत सहकाऱ्यांनी दऱ्याखोऱ्यांतून त्याला कसे नेले याचीही माहिती दिली.

जाजी इथल्या गुहांमध्ये वस्ती करणाऱ्या आणि तिथेच काम करणाऱ्या सौदींकडे नेल्याचे सांगितले.

"पण शेख... शेखबद्दल सांग मला." अल खताबला या एकाच गोष्टीची उत्सुकता होती. तेव्हा मार्टिनने सांगितले. त्यांच्यामधले संभाषण तर त्याने शब्दश: लिहून घेतले.

"प्लीज, पुन्हा सांग ते."

"ते मला म्हणाले की एक दिवस असा उजाडेल की, अफगाणिस्तानला तुझी गरज भासणार नाही, पण परम दयाळू अल्लाला तुझ्यासारख्या लढवय्याची नेहमीच गरज भासणार आहे."

"मग काय झालं?"

"मग त्यांनी माझ्या पायावरचं ड्रेसिंग बदललं."

"शेखनी केलं ते काम?"

"नाही. त्यांच्याबरोबरच्या डॉक्टरने. इजिप्शियन."

डॉ. अल खताब मागे रेलून बसला आणि त्याने एक सुस्कारा सोडला. इजिप्शियन! अर्थातच. डॉ. अयमान अल जवाहिरी. शेखचा उजवा हात, विश्वासू सहकारी. शेखबरोबर अल काईदा निर्माण करण्यासाठी ज्याने इजिप्शियन इस्लामिक जिहादची ताकद त्यांच्या मागे उभी केली. त्याने समोरचे कागदपत्र गोळा केले.

"मला पुन्हा तुला सोडून जावं लागणार आहे. आठवडाभर किंवा थोडं जास्तच. तू इथेच राहशील. सॉरी, साखळदंडही राहतीलच; पण तू खरंच अविचल श्रद्धा बाळगणारा असशील, खरोखरचा अफगाण असशील, तर तू आमचा सन्माननीय सदस्य बनशील. आणि तसं नसेल, तर...."

कुवैती निघाला आणि मार्टिनची पुन्हा कोठडीत रवानगी झाली.

या वेळी अल खताब सरळ लंडनला गेला नाही. हिल्टनमध्ये परतल्यावर दिवसभर आणि रात्रीसुद्धा त्याने अत्यंत काळजीपूर्वक पानेच्या पाने लिहून काढली. एका नव्याकोऱ्या सेलफोनवरून अनेक फोन करून तो फोन खोल पाण्यात भिरकावून दिला. तसे कुणीच त्याचे संभाषण ऐकत नव्हते आणि ऐकले असते तरी संशयास्पद वाटलेही नसते; पण डॉ. अल खताब आजपर्यंत पकडला गेला नव्हता; कारण तो फार काळजी घेऊन वागणारा होता.

फोन कॉल्स करून त्याने दुबईमध्ये नांगरून पडलेल्या *राशा*च्या कॅप्टनची भेट पक्की केली होती. दुपारी आपल्या भाड्याच्या साध्या गाडीमधून तो दुबईला पोहोचला. त्या वृद्ध कॅप्टनने बराच वेळ बातचीत झाल्यावर एक मोठे वैयक्तिक पत्र

स्वीकारले आणि आपल्या पायघोळ झग्याच्या एका खोल खिशात दडवून ठेवले. प्रीडेटर वीस हजार फूट उंचीवर घिरट्या घालत होते.

खूप काळजी घेऊनसुद्धा इस्लामिक दहशतवादी गटांनी आपले इतके वरिष्ठ ऑपरेटिव्हज् गमावले आहेत की, सेलफोन्स आणि सॅटफोन्सवरून केलेले फोन अत्यंत धोकादायक ठरतात हे त्यांच्या ध्यानात आले आहे. फोन कॉल्स पकडण्यात आणि चोरून ऐकण्यात, सांकेतिक लिपीचे अर्थ लावण्यात पाश्चिमात्य वापरतात ती अत्याधुनिक साधने अजोड आहेत आणि दुसरा कच्चा दुवा म्हणजे नेहमीच्या बँकांमधून मोठमोठ्या रकमा इतरत्र पाठवणे.

आता बँकांऐवजी ते खलिफांच्या पहिल्या राज्यापासून चालत आलेली जुनी हुंडी पद्धत वापरायला लागले आहेत. संपूर्ण विश्वासावर आधारित असल्यानेच एकही वकील ती वापरायचा सल्ला देणार नाही; पण ती दहशतवादी गट वापरू शकतात. कारण फसवणूक करणाऱ्याचा एक तर धंदा बुडेल, नाहीतर एखादेवेळी त्याहून वाईटही काही घडेल.

पैसे देणाऱ्याने 'अ' या ठिकाणी हुंडी देणाऱ्याला रोख पैसे दिले की 'ब' या ठिकाणी योग्य ते कमिशन कापून घेऊन त्याच्या माणसाच्या हातात ते पैसे पडतात. त्यासाठी आधी ठरवल्याप्रमाणेच 'ब' या ठिकाणचा माणूस स्वत:ची ओळख पटवतो.

आता जगभरातून लाखो मुस्लीम आपापल्या घरी पैसे पाठवत असतात. संगणकांचा वापर नसतो, कागदपत्रे नसतात आणि सर्व काही रोख स्वरूपात असते. याशिवाय पैसे पाठवणारा आणि पैसे मिळणारा माणूसही टोपणनावे वापरू शकतात. हे पैसे कोण पाठवते ते नक्की कळत नाही. कुठून कसे नक्की पोहोचतात याचा पत्ता लागत नाही.

संदेश पाठवताना दहशतवादी तीन आकडी कोडचा वापर करून ई-मेलने वगैरे पाठवतात. ज्याला ते पाठवतात त्याच्याकडे अशा तीन आकडी तीनशे संख्यांची यादी आणि त्यांचा अर्थ असतो. त्यालाच त्या संदेशाचा अर्थ लागू शकतो.

छोट्या सूचना, आज्ञा, धोक्याचे इशारे यासाठी त्यांचा वापर ठीक असतो; पण क्वचित प्रसंगी ज्यामधला प्रत्येक शब्द महत्त्वाचा आहे, असा संदेशही अर्धे जग पार करून कुठेतरी पाठवायलाच लागतो. पश्चिमेकडल्या देशातील लोकांना कायमच घाई असते. पौर्वात्य लोकांकडे चिकाटी असते, धीर असतो. एखाद्या गोष्टीला अमुक एक वेळ लागत असेल तर तेवढा वेळ थांबायची त्यांची तयारी असते. *राशा*ने त्या रात्री बंदर सोडले आणि ती परत ग्वादरला निघाली. तिथे कराचीहून एक विश्वासातला माणूस मोटार सायकलवरून पोहोचला. त्याने पत्र घेतले. पाकिस्तानच्या उत्तरेकडल्या मिराम शाह या कट्टर इस्लामिक शहरात तो गेला.

एका ठरावीक चाई-खानामध्ये दक्षिण वझिरीस्तानच्या उंच डोंगराळ प्रदेशात जाण्यासाठी तसाच एक इमानी दूत वाट बघत होता. ते पत्र त्याच्या हातात गेले. उत्तर तशाच तऱ्हेने मिळाले. त्यासाठी दहा दिवस लागले.

त्या काळात डॉ. अल खताब अरेबियन गल्फमधून कैरोला आणि तिथून मोरोक्कोला पोहोचला. तिथे मुलाखती घेऊन त्याने चार नॉर्थ आफ्रिकन निवडले. त्याच्याकडे अजूनही कुणाचे लक्ष वेधले गेले नसल्याने त्याचा हा प्रवासही कुणाच्या लक्षात आला नाही.

जेव्हा देखणेपणाचे वाटप होत होते तेव्हा मिस्टर वेई विंग ली याने बहुधा भलतेच दोन पत्ते खेचले. तो ठेंगणा, जाडा होता. दणकट आणि खांद्यांवर फुटबॉलसारखे डोके. चेहऱ्यावर देवीचे व्रण; पण आपल्या कामात तो अत्यंत निष्णात होता.

जावा स्टार पोहोचायच्या दोन दिवस आधीच तो आणि त्याचे साथीदार गुप्त जागी पोहोचले. चीनच्या गुआंग डाँगमधल्या गुन्हेगारी क्षेत्रात दबदबा असल्याने इथे पोहोचण्यासाठी पासपोर्ट्स, व्हिसा असल्या फालतू गोष्टींची गरज त्यांना भासत नव्हती. कॅप्टनला भरपूर पैसे चारून ते सरळ एका मालवाहू जहाजावर चढले. जोलो बेटांवर त्यांच्यासाठी दोन स्पीडबोटी तयार होत्या.

मिस्टर वेई यांनी मिस्टर लॅम्पॉन्ग आणि अबू सैयाफचा तिथला स्थानिक प्रमुख यांना अभिवादन केले. त्या प्रमुखानेच तर मिस्टर वेईची शिफारस केली होती. त्याने स्वत:साठी आणि त्याच्या साथीदारांसाठी असलेल्या राहण्याच्या जागांवर नजर टाकली, ठरलेल्या फीमधली पन्नास टक्के रक्कम खिशात टाकली आणि वर्कशॉप्स कुठे आहेत याची चौकशी केली. त्याने खूप वेळ ती नीट बघितली, ऑक्सिजनचे टँक मोजले, ॲसिटिलिन कटर्स बघितले आणि समाधान व्यक्त केले. मग त्याने लिव्हरपूल या ठिकाणी घेतलेले अनेक फोटो बघितले, त्यांचा नीट अभ्यास केला. *जावा स्टार* पोहोचल्यावर आपल्याला नक्की काय काय करावे लागणार आहे याचा त्याला अंदाज होता. त्याने कामाला सुरुवात केली.

जहाजांचे बाह्यरूप पालटवून टाकणे यामध्ये तो निष्णात होता. मिस्टर वेई याच्या कर्तृत्वाने दक्षिण पूर्व आशियामधल्या सागरांवर पन्नासहून अधिक मालवाहू जहाजे खोट्या नावांनी, खोट्या कागदपत्रांनी, आपले स्वरूप पालटून आणि खोटे आकार धारण करून फिरत आहेत. त्याने कामासाठी दोन आठवडे सांगितल्यावर त्याला तीन आठवड्यांची मुदत दिली होती; पण त्याहून एक ताससुद्धा जास्त मिळणार नाही असे स्पष्टपणे बजावले होते. त्या कालावधीत *जावा स्टार* हे जहाज *काऊन्टेस ऑफ रिचमंड* बनणार होते. अर्थात मिस्टर वेईला ते माहीत नव्हते,

माहीत करून घ्यायची गरजही नव्हती.

फोटो बघताना त्या जहाजावरचे नाव काढून टाकलेले त्याला दिसले. नावे किंवा कागदपत्रे अशा क्षुल्लक गोष्टींकडे लक्ष द्यायला त्याला वेळ नव्हता. फोटोंचा नीट अभ्यास करताना तो एकाच गोष्टीवर लक्ष केंद्रित करत होता– त्या जहाजाचा आकार.

*जावा स्टार*चे काही भाग उडवायलाच लागणार होते. थोडेफार कापावे लागणार होते. स्टीलचे पत्रे वेल्डिंग करून काही विशिष्ट आकार बनवावे लागणार होते. सर्वांत महत्त्वाचे काम म्हणजे ब्रिजखालून पुढल्या भागाच्या डेकपर्यंत तो जोडीजोडीने पोलादाचे सहा कन्टेनर्स बनवणार होता. सरळ सरळ फसवे कन्टेनर्स. ते खरे नव्हते; पण सर्व बाजूंनी आणि वरून पाहिले तरी कन्टेनर्सचा आभास निर्माण झाला असता. काही फुटांवरूनही ते तसेच दिसले असते. कुणालाही संशय आला नसता. वरच्या बाजूला बिजागरींच्या साहाय्याने बंद करण्यासारखे झाकण. ब्रिजखालच्या सामान ठेवण्याच्या जागेमधून आत शिरायला एक दरवाजा. बेमालूमपणे लपवलेला. तिथे दरवाजा आहे हेदेखील सर्वांना कळणार नाही.

रंगवण्याचे काम मात्र मिस्टर वेई आणि त्याचे साथीदार करणार नव्हते. ते फिलिपिनो दहशतवादी करणार होते. जहाजाचे नवीन नाव देखील मिस्टर वेई गेल्यानंतरच रंगवले जाणार होते.

ज्या दिवशी त्याने आपले ऑक्सि-ॲसिटिलिन कटर्स वापरायला सुरुवात केली त्या दिवशी *काऊन्टेस ऑफ रिचमंड* सुएझ कालव्यातून जात होती.

अली अझिझ अल खताब व्हिलामध्ये परतला तेव्हा त्याच्या वृत्तीत आमूलाग्र बदल झाला होता. त्याने आल्या आल्या प्रथम कैद्याचे साखळदंड आणि बेड्या काढायची आज्ञा दिली. आपल्याबरोबर जेवायचे आमंत्रण दिले. त्याच्या मनात उडालेली खळबळ त्याच्या चमकणाऱ्या डोळ्यांमध्ये दिसत होती.

"मी शेखशीच संपर्क साधला." त्याच्या आवाजातला आनंद लपत नव्हता. काय सन्मान होता तो! मिळालेले उत्तर लेखी नव्हते. त्या पर्वतराजींमध्ये एका विश्वासू दूताच्या कानात ते शब्द बोलल्यावर त्याने ते पाठ केले होते. अल काईदाच्या उच्चपदस्थांच्या बाबतीमध्ये हीच रीत आहे.

तिथून त्या दूताला अरेबियन गल्फमध्ये आणण्यात आले. *राशा* धक्क्याला लागल्यावर ते उत्तर शब्दशः डॉ. अल खताबच्या कानावर घातले गेले.

"शेवटची एकच औपचारिक गोष्ट करायची आहे," डॉ. अल खताब मार्टिनला म्हणाला. "प्लीज, तुझ्या दिशदॅशची कडा मांडीपर्यंत वर घे."

मार्टिनने त्याप्रमाणे केले. अल खताबला डॉक्टरेट पदवी असली तरी ती

शास्त्राच्या कुठल्या शाखेमधली आहे याची त्याला कल्पना नव्हती. हा त्वचाशास्त्रज्ञ नसू दे अशी तो मनातल्या मनात प्रार्थना करत होता. त्या कुवैतीने मांडीवरचा व्रण नीट बघितला. तो जिथे असेल असे सांगितले होते तिथेच तो होता. एकोणीस वर्षांपूर्वी जाजी नामक ठिकाणाच्या एका गुहेमध्ये, ज्याच्यावर त्याची अपार भक्ती होती अशा माणसाने, सहा टाके घालून शिवलेली जखम.

"आभारी आहे, मित्रा. शेखने स्वत: तुला शुभेच्छा दिल्या आहेत. अविश्वसनीय वाटावा असा सन्मान. शेख आणि डॉक्टर या दोघांना आजसुद्धा तो तरुण शूर वीर आणि त्याच्याशी झालेले संभाषण याची पूर्ण आठवण आहे.

"वर्ल्ड ट्रेड सेंटरच्या टॉवर्सचा विध्वंसही किरकोळ घटना ठरावी, असा दणका ग्रेट सतानला – अमेरिकेला – देण्याच्या योजनेमध्ये तुझा समावेश करण्याचा अधिकार मला दिलेला आहे.

"अल्लासाठी तू तुझा जीव द्यायची तयारी दाखवली होतीस. आम्ही तिचा स्वीकार करतो आहोत. तुझं मरण संस्मरणीय ठरेल. तू शहीद बनशील. तू आणि तुझ्याबरोबर हौतात्म्य स्वीकारणाऱ्यांची नावं पुढील हजार वर्षं तरी आदराने उच्चारली जातील."

तीन आठवड्यांचा काळ जणू काही वाया गेला होता, अशा घाईने डॉ. अल खताब कामाला लागला. अल काईदाची आसपासची सर्व साधने त्याने हाताशी घेतली. प्रथम एक न्हावी आला. केसांचे जंगल उडाले, पण त्याने दाढीही उडवायची तयारी केल्यावर मार्टिन अडून बसला. तो मुस्लीम होता आणि त्यात अफगाण. दाढी हवीच. शेवटी हनुवटीखाली थोडीशी दाढी राखायला अल खताबने मान्यता दिली; पण थोडीशीच.

सुलेमानने स्वत: फोटो काढून घेतले. चोवीस तासांत उत्कृष्ट आणि खराखुरा पासपोर्ट घेऊन तो हजर झाला. त्यानुसार तो बहारीनचा मरीन इंजिनिअर होता. बहारीनची निवड विचार करून केलेली. पाश्चिमात्य देशांच्या मागे उभा राहणारा सुलतान.

शिंप्याने येऊन नाना मापे घेतली. थोड्याच वेळात एका प्रवासी बॅगेत शूज, मोजे, शर्ट, टाय, ग्रे रंगाचा सूट घालून तो परत आला.

दुसऱ्या दिवशी निघायचे ठरले होते. सुलेमान अबूधाबीला निघाला. तो अफगाणबरोबर शेवटपर्यंत राहणार होता. संरक्षणासाठी तिथलीच दोन माणसे होती. व्हिलाचे काम संपले होते. तो कुठलाच पुरावा मागे न ठेवता साफसफाई करून सोडून द्यायचा होता.

सर्वांआधी निघताना अल खताब मार्टिनकडे वळला. "अफगाण, मला खरं तर तुझा हेवा वाटतो आहे. तू अल्लासाठी लढला आहेस, रक्तही सांडलं आहेस,

यातना सहन केल्या आहेस, दुष्ट काफिरांकडून छळ करून घेतला आहेस आणि आता अल्लासाठी मरणही पत्करणार आहेस. खरंच मला तुझ्याबरोबर राहता आलं असतं तर...''

त्याने चुकून इंग्लिश पद्धतीने हस्तांदोलनासाठी आपला हात पुढे केला आणि... मागे घेतला. तो अरब आहे याची त्याला आठवण झाली होती. त्याने त्याला मिठी मारली. दरवाज्यामध्ये शेवटच्या क्षणी तो वळला, ''तू माझ्याआधीच स्वर्गामध्ये असणार, अफगाण. माझ्यासाठीही जागा राखून ठेव. इन्शाल्ला.''

आणि तो गेला. तो नेहमी आपली गाडी दोन वळणे पलीकडे शेकडो यार्ड अंतरावर उभी करत असे. व्हिलाच्या बाहेर पडताच शूज नीट करण्यासाठी वाकून रस्त्याच्या दोन्ही बाजूंना एकदा नजर टाकायची त्याची सवय होती. तसे संशयास्पद काही नव्हते; पण लांब एक मुलगी स्वत:ची स्कूटर सुरू करायच्या प्रयत्नात गुंतली होती, तिथलीच असावी. जिलबाबने केस आणि अर्धा चेहरा झाकलेला; पण तरी त्याला संताप आला. स्त्रीला स्वत:च्या वाहनाची गरजच का असावी?

तो वळला आणि आपल्या गाडीच्या दिशेने निघाला. स्कूटरवरची मुलगी पुढल्या मडगार्डवरती जोडलेल्या बास्केटच्या दिशेने वळली आणि काही तरी बोलली. चेल्टनहॅम लेडीज कॉलेजची विद्यार्थिनी असावी असे तिच्या इंग्लिश बोलण्याच्या ढबीवरून कोणीही ओळखले असते.

''मुंगूस एक निघाला आहे.''

किपलिंग ज्याला ग्रेट गेम – चलाखीचा महान खेळ – म्हणत असे किंवा जेम्स जिझस ॲन्गल्टन द वर्ल्ड ऑफ स्मोक ॲन्ड मिरर्स – धुराचे पडदे, आरशांमधल्या प्रतिमांचे फसवे जग – म्हणे त्या खेळामध्ये भाग घेणाऱ्या प्रत्येकाला जाणीव असते की त्याचा सर्वांत मोठा शत्रू, अवचित निर्माण होणारी अनपेक्षित घटना असते.

विश्वासघात किंवा विरुद्ध पक्षाच्या इन्टेलिजन्स एजंसीज्च्या हुशारीने जितक्या गुप्त योजनांचा पत्ता लागला असेल, त्याहून जास्ती योजना अवचित निर्माण होणाऱ्या अनपेक्षित घटनांनी बारगळल्या आहेत. ऑपरेशन क्रोबारवर तीच परिस्थिती ओढवली. सुरुवातच मुळी प्रत्येकजण सहकार्याने आणि मनापासून मदत करण्यास उत्सुक असल्याने झाली.

युनायटेड अरब एमिरेट्स आणि अरेबियन समुद्रावर घिरट्या घालणारी दोन प्रीडेटर्स घेत असलेली चित्रे थुमरेटहून एडझेल विमानतळावर पोहोचत होती आणि तिथून ताम्पा, फ्लॉरिडा येथे. एडझेल विमानतळावरच्या ऑपरेटर्सना ती का पाठवली जात आहेत याची पूर्ण कल्पना होती. याउलट फ्लॉरिडामध्ये समजूत होती की, ब्रिटिशांनी विनंती केली म्हणून आपले हे टेहळणीचे फोटो धाडण्यात येत आहेत.

मार्टिनने प्रथमच क्रोबारची माहिती बारा जणांपेक्षा जास्ती जणांना असता कामा नये अशी अट घातली होती. अजून तरी तो आकडा दहावरच थांबलेला होता आणि त्यापैकी ताम्पामध्ये कोणीही नव्हते.

प्रीडेटर्स जेव्हा एमिरेट्सवर चक्कर मारत असत तेव्हा अरब, इतर लोक, गाड्या, बंदरे, धक्के, घरे यांची त्यांनी काढलेल्या चित्रांमध्ये गर्दी दाटलेली असे. प्रत्येक माणसाची शहानिशा करणे शक्यच नव्हते; पण *राशा* हा डो आणि त्याचा वृद्ध कॅप्टन यांच्यावर आधीपासून नजर होती. तेव्हा धक्क्यावर असताना डोवर जाणाऱ्या प्रत्येक माणसाबद्दल माहिती काढली जात होती.

आणि अशी माणसेही कमी नव्हती. माल भरला जाई, उतरवला जाई, इंधन भरले जाई, अन्न-खाद्यपदार्थ-पेये यांचा साठा केला जाई. सागवानी लाकडाचा, पारंपरिक पद्धतीने बांधलेला आणि वापरात असलेला खराखुरा डो बघण्यासाठी टुरिस्ट धक्क्यावर येत. कॅप्टनचे मित्र, त्याचे एजंट यांची *राशा*वर ये-जा चालू असे. तेव्हा गुळगुळीत दाढी, दिशदेंश आणि नक्षीकाम केलेली घट्ट टोपी घातलेला एक माणूस फैजल बिन सलिमशी चर्चा करायला पोहोचला तेव्हा तो अनेक जणांपैकी एक जण होता एवढेच. त्याच्याकडे खास लक्ष द्यावे असे कुणाला वाटले नाही.

एडझेल ऑपरेशन्स रूममध्ये अल काईदाचे निश्चित सदस्य असलेल्या, तसा संशय असणाऱ्या, त्यांच्याबद्दल सहानुभूती बाळगणाऱ्या हजारो लोकांचे फोटो होते. प्रीडेटरकडून येणारा प्रत्येक फोटो या फोटोंशी संगणकावर पडताळून पाहिला जात होता; पण डॉ. अल खताबच्या फोटोमुळे काही गडबड उडाली नाही, धोक्याची सूचना मिळाली नाही. तो माहीतच नव्हता कुणाला. अशा गोष्टी मधून मधून घडतातच.

ताम्पामध्येही काही वेगळे घडले नाही; पण सैन्यदलाने शिष्टाचार म्हणून ते फोटो फोर्ट मीड इथे नॅशनल सिक्युरिटी एजंसीला आणि वॉशिंग्टनमध्ये नॅशनल रिकॉनिसन्स ऑफिसला (स्पाय सॅटेलाइट्स - टेहळणी करणारे उपग्रह) पाठवले. एन.एस.ए.कडून ते चेल्टनहॅमला आले. त्यांनाही अल खताबमध्ये काही विशेष वाटले नाही. तिथून ते पार्लमेंट हाउसजवळच थेम्सच्या किनाऱ्यावरच्या थेम्स हाउसमधल्या ब्रिटिश सिक्युरिटी सर्व्हिस (काऊन्टर इन्टेलिजन्स) किंवा सर्वसाधारणपणे एम.आय.-५ म्हणून ओळखल्या जाणाऱ्या इन्टेलिजन्स एजंसीकडे पोहोचले.

आणि या ठिकाणी एक तरुण आपला उमेदवारीचा काळ काढत होता. उत्साही होता. काही तरी चांगले काम दाखवून वरिष्ठांवर छाप पाडायची इच्छा तर होतीच. त्याच्याकडे असलेल्या चेहरे ओळखण्याच्या डेटाबेसमधून त्याने *राशा*ला भेट दिलेल्या प्रत्येक माणसाचा चेहरा पडताळून बघायला सुरुवात केली.

अर्धवट प्रकाशामध्ये, हातामध्ये भिंग घेऊन, एखाद्या चेहऱ्याचा अभ्यास करत

गढून जाऊन त्यांची ओळख पटवण्याचा प्रयत्न करणाऱ्या बुद्धिमान एजंट्सचा काळ तसा हल्ली हल्लीच मागे पडला आहे. त्या एजंट्सना दोनच प्रश्नांची उत्तरे हवी असत. फोटोमधली स्त्री किंवा पुरुष कोण आहे आणि पूर्वी कधी तो एजंट आपल्या नजरेत आला होता का? फार एकाकी शोध असायचा हा. वर्षानुवर्षे अत्यंत चिकाटीने आणि निष्ठेने काम केल्यावर काही जणांचे अंतर्ज्ञान इतके प्रगत व्हायचे की, समोर टाकलेल्या फोटोकडे काही काळ रोखून बघताच त्यांची स्मृतिचक्रे गरागरा फिरायला लागायची आणि त्यांच्या तोंडून उद्‌गार निघायचे की, अरे हा माणूस तर पाच वर्षांपूर्वी दिल्लीला व्हिएतनामच्या डिप्लोमॅटिक कॉकटेल पार्टीला हजर होता आणि त्याचे एकच कारण असू शकते. तो के.जी.बी.चा माणूस असणार.

मग संगणक आले. असे सॉफ्टवेअर बनवण्यात आले की, ते प्रत्येक माणसाच्या चेहऱ्याचे छोटे छोटे सहाशे भाग करून ते साठवून ठेवायला लागले. प्रत्येक मानवी चेहऱ्याची मोजमापे असतात, मग ते डोळ्यांच्या बाहुल्यांमधले मायक्रॉन्समधले अंतर असेल, भुवया आणि नाकाचे टोक यांच्यामधल्या सात ठिकाणची नाकाची रुंदी असेल, ओठांचे, कानांचे.

होय, कानसुद्धा– चेहऱ्यांचा अभ्यास करणाऱ्यांचा आवडता अवयव. प्रत्येक कानाची पाळी, दुमड, घडी, सुरकुती वेगळी असते. अगदी बोटांच्या ठशांप्रमाणे. प्लॅस्टिक सर्जन दुर्लक्ष करत असले तरी माणसाचे दोन कानसुद्धा सारखे नसतात; पण चेहऱ्यांचा अभ्यास करणाऱ्या तंत्रज्ञाच्या हातामध्ये नुसते दोन कान व्यवस्थित आले तरी त्यांचा अभ्यास करून तो त्या माणसाचा शोध लावू शकेल.

एडझेल विमानतळावर काही हजार फोटो होते; पण संगणकाच्या सॉफ्टवेअरची मेमरी बँक फारच प्रचंड होती. कोणत्याही राजकीय पक्षांशी संबंध नसलेले पण शिक्षा झालेले गुन्हेगार होते. कारण पैशासाठी कुठल्याही दहशतवादी संघटनेसाठी काम करायची त्यांची तयारी असते. परदेशातून कायदेशीर-बेकायदेशीरपणे राहायला आलेले लोक होते. फक्त मुस्लीमच असे नाही. घोषणा देत आणि हातामधले फलक हलवत वेगवेगळ्या निदर्शनात भाग घेतलेल्या हजारो लोकांचे लपवलेल्या कॅमेऱ्यांनी काढलेले फोटो होते आणि हे सर्व फक्त ब्रिटनमधले नव्हते. खरे तर सर्व जगामधले मिळून तीसएक लक्ष चेहरे या मेमरी बँकेत होते.

*राशा*च्या कॅप्टनशी बोलताना अबूधाबीच्या धावपट्टीवरून उडणाऱ्या जेटकडे त्या माणसाने मान वर करून बघितले. त्या फोटोचे सहाशे भाग करत संगणकाने तो मेमरी बँकेमध्ये असणाऱ्या फोटोंशी पडताळून बघायला सुरुवात केली. खूप वेगात काम करत असूनही संगणकाने एक तास घेतला; पण शेवटी तो माणूस सापडला.

११ सप्टेंबरच्या हल्ल्यानंतर एका मशिदीबाहेर भाषण ऐकताना आनंदाने आरडाओरडा करत असणाऱ्या जमावातला एक चेहरा. भाषण करत होता अबू कतादा. अल काईदाचा ब्रिटनमधला एक कडवा पाठीराखा. जमाव होता अल मुहाजिरोम या जिहादला पाठिंबा देणाऱ्या अतिरेकी संघटनेच्या सदस्यांचा.

त्याने तो फोटो आपल्या वरिष्ठांकडे नेला. तिथून तो एम.आय.-५ च्या प्रमुख असणाऱ्या एलायझा मॅनिंगहॅम-बुलर या महिलेकडे गेला. तिने या माणसाचा शोध करायची आज्ञा दिली. या उमेदवारी करणाऱ्या तरुणाने अल काईदाच्या ब्रिटनमधल्या प्रमुखाचा शोध लावला आहे, हे त्या वेळी कुणाला ठाऊक नव्हते.

जरा वेळ लागला, पण आणखी एक फोटो हातात आला. डॉक्टरेटची पदवी घेतानाचा. त्याचे नाव होते अली अझिझ अल खताब. ब्रिटिशच भासणाऱ्या आणि बर्मिंगहममधल्या ॲस्टन विद्यापीठात मोठ्या हुद्द्यावर काम करणारा माणूस.

त्यांच्या हातात असलेल्या माहितीप्रमाणे तो एक दडून राहिलेला (स्लीपर) अत्यंत हुशार माणूस तरी होता, नाहीतर विद्यार्थिदशेमध्ये अतिरेकी राजकारणात गुंतलेला मूर्ख माणूस होता. दुसऱ्या तऱ्हेच्या प्रत्येक माणसाला अटक केली तर त्यांची संख्याच पोलिसांपेक्षा जास्त व्हायची.

मशिदीबाहेरच्या त्या दिवसानंतर तो कुठल्याही अतिरेकी गटाच्या सान्निध्यात आलेला दिसला नव्हता. सुधारला म्हणावे तर अबूधाबीच्या बंदरामध्ये *राशा*च्या कॅप्टनशी त्याची कसली चर्चा चालू होती? तेव्हा तो गप्प राहिलेला अल काईदाचाच सदस्य असण्याची जास्त शक्यता दिसायला लागली.

लांबून लांबून चौकशी केल्यावर तो ब्रिटनला परत येऊन आपल्या ॲस्टन विद्यापीठातील प्रयोगशाळेत संशोधनाला लागल्याचे आढळले. त्याच्यावर नजर ठेवायची का त्याला अटक करायची हा प्रश्नच होता. अटक केली तर पुरावा म्हणून तो फोटो देता आला नसता. मग तो गुन्हेगार आहे हे सिद्ध कसे करायचे? खर्चिक असले तरी त्याच्यावर बारीक लक्ष द्यायचे ठरले.

पण आठवडाभराने डॉ. अल खताब याने पुन्हा अरेबियन गल्फसाठी विमान पकडण्याचे ठरवल्यावर प्रश्नच मिटला. स्पेशल रिकॉनिसन्स रेजिमेंटची मदत घ्यायचे ठरले.

संशयितांवर नजर ठेवण्यासाठी ब्रिटनकडे कित्येक वर्षे जगामधले सर्वोत्कृष्ट असे ट्रॅकर युनिट आहे. चौदावी इन्टेलिजन्स कंपनी किंवा डिटॅचमेंट किंवा डिट. अत्यंत गुप्तपणे काम करणारे. त्यात काम करणारे हाणामारीत तरबेज नसतील; पण गुप्तपणे वावरणे, ऐकण्यासाठी इलेक्ट्रॉनिक्सची छोटी उपकरणे – बग्ज – बसविणे, दूर अंतरावरून फोटो काढणे, पाठलाग करणे, माग काढणे या गोष्टीत त्या युनिटमधला प्रत्येकजण निष्णात असतो. उत्तर आयर्लंडमध्ये आयरिश रिपाब्लिकन

आर्मीविरुद्ध त्यांनी चांगले काम केले आहे.

अनेक वेळा 'डिट'ने दिलेल्या माहितीमुळेच एस.ए.एस.ला सापळे रचायला वेळ मिळाला आणि त्यांनी दहशतवादी हल्ले करणारे गट पार उडवून टाकले. 'डिट'वर सोपवलेल्या कामगिऱ्या लक्षात घेऊन ते सर्रास स्त्रियांचा वापर करतात. त्या माग काढताना त्यांच्याकडून काही भीती नाही या खात्रीने त्यांच्याकडे दुर्लक्ष करण्याचीच नैसर्गिक प्रवृत्ती असते; पण त्या जी माहिती काढतात तीच खरी धोकादायक ठरते.

२००५ मध्ये या युनिटकडे जास्त लक्ष द्यायला, अत्याधुनिक साधने पुरवायला सुरुवात झाली. युनिटचे नावही बदलले. स्पेशल रिकॉनिसन्स रेजिमेंट. त्यांचे मुख्यालय गुप्त ठिकाणी आहे. ते युनिटही जसे काही अदृश्यपणे वावरते; पण एलायझाने त्यांची मदत मागितली आणि तिला ती मिळालीही.

हीथ्रोहून दुबईला जाण्यासाठी डॉ. अल खताब विमानामध्ये चढला तेव्हा विमानामध्ये एस.आर.आर.चे सहा जण इतर तीनशे प्रवाशांमध्ये नाहीसे झाले. कुवैतीच्या मागच्याच रांगेमध्ये एक तरुण अकाउन्टंट बसलेला होता.

फक्त पाळतच ठेवायची कामगिरी असल्याने युनायटेड अरब एमिरेट्सच्या स्पेशल फोर्सेसचे सहकार्य मागायला हरकत नव्हती. वर्ल्ड ट्रेड सेंटरवर हल्ला चढवणारा एक आत्मघातकी हल्लेखोर मारवान अल शेही यु.ए.ई.मधून आल्याचे कळल्यावर आणि अल जझिराच्या कतारमधल्या टीव्ही स्टेशनवर हल्ला करायची अमेरिकेची तयारी होती ही बातमी मुद्दाम हळूच फोडल्यापासून युनायटेड अरब एमिरेट्स इस्लामिक दहशतवाद्यांबद्दल फारच जागरूक बनले होते. दुबई हे तर स्पेशल फोर्सेसचे हेडक्वार्टर्स. तेव्हा दुबईबद्दल ते फारच संवेदनशील होते.

तेव्हा विमान उतरल्यावर एस.आर.आर.साठी दोन भाड्याच्या स्कूटर्स आणि गाड्या तयार होत्या. डॉ. अल खताबला पकडायचेच ठरवले तर गाडीही हवीच. त्याने उतरताच एक छोटी जपानी गाडी भाड्याने घेतली. त्यामुळे जागा पकडून धरायला त्यांना वेळ मिळाला.

विमानतळापासून तो धक्क्यावर असलेल्या *राशा*वर पोहोचला; पण या वेळी तो डोवर गेला नाही. शंभर यार्ड अंतरावर गाडी उभी करून गाडीजवळच उभा राहिला. बिन सलिमने त्याला बघितल्यावर काही मिनिटांतच एक आजपर्यंत न बघितलेला तरुण *राशा*मधून बाहेर पडला, धक्क्यावरच्या गर्दीतून कुवैतीजवळ पोहोचून त्याच्या कानात कुजबुजला. वझिरीस्तानमधल्या पर्वतराजींमधल्या माणसाकडून आलेले उत्तर ऐकताच अल खताबच्या चेहऱ्यावर आश्चर्याचे भाव उमटले.

मग किनाऱ्यावरच्या खूप वाहतुकीच्या रस्त्याने तो अज्मान, उम्म-अल-क्वेईनमधून रास-अल-खैमाला गेला. हिल्टन हॉटेलमध्ये त्याने कपडे बदलले. ही

त्याने फार चांगली गोष्ट केली असावी. एस.आर.आर.च्या स्त्रियांच्या टीमला सर्व अंग झाकून घेणारा जिलबाब घालून आपापल्या वाहनांकडे जाण्यास पुरेसा वेळ मिळाला.

आपल्या पांढऱ्या पायघोळ दिशदॅशमध्ये तो बाहेर आला, गाडीत बसला आणि गाडी शहरामधून निघाली. आपल्या पाठलागावर कुणी असले तर त्यांना झुकांडी देण्यासाठी त्याने बरेच डावपेच लढवले. अर्थात त्याने काहीच साध्य झाले नाही ती बाब वेगळी. एकाच तऱ्हेच्या वाटणाऱ्या पोशाखात इतक्या स्त्रिया आणि आणि पुरुष गल्फमध्ये स्कूटर्स चालवतात की, सर्व एकसारखेच दिसतात. ही कामगिरी हातात घेतल्यावर सर्व एमिरेट्सच्या रस्त्यांच्या नकाशांचा अभ्यास करून एस.आर.आर.च्या लोकांनी रस्ते पाठच केले होते. म्हणून ते व्हिलापर्यंत त्याचा पाठलाग करू शकले.

कोणी पाठलाग करत असेल तर त्याच्यापासून निसटण्यासाठी त्याने ज्या तऱ्हेने गाडी चालवली होती, त्यामुळे सर्वांच्या मनामध्ये असलेला थोडाफार संशयही फिटला. साधी सरळ माणसे असले उपद्व्याप करत नाहीत. त्याने व्हिलामध्ये कधीही रात्र काढली नव्हती. एस.आर.आर.च्या स्त्रिया तो हिल्टनला परत पोहोचेपर्यंत त्याच्या मागे होत्या. तीन पुरुषांनी एका छोट्या टेकडीवरून रात्रभर व्हिलावर नजर ठेवली. कोणीही आले नाही किंवा गेले नाही.

दुसरा दिवस वेगळा उजाडला. त्या दिवशी व्हिलामध्ये कोण कोण आले हे टेहळणी करणाऱ्यांना माहीत नव्हते; पण ज्यांनी नवीन पासपोर्ट, नवीन कपडे आतमध्ये नेले होते, त्यांच्या गाड्यांचे नंबर टिपून घेतले होते. त्यांपैकी एकाचा पत्ता लावून त्याला पकडण्यात आले. न्हाव्याचा पत्ताही लावला गेला.

या दुसऱ्या दिवसाच्या अखेरीला डॉ. अल खताब व्हिलामधून शेवटच्या वेळी बाहेर आल्यावरच केटी सेक्स्टनने, त्या स्कूटरवरच्या मुलीने, सूचना दिली होती.

तो हिल्टन हॉटेलमध्ये नसताना त्याच्या खोलीमध्ये चोरून ऐकण्याची इलेक्ट्रॉनिक्सची उपकरणे बसवली होती. हिल्टनमध्ये परतल्यावर फोनवरून त्याने दुसऱ्या दिवशी सकाळचे दुबई-लंडनचे तिकिट काढले. पार बर्मिंगहॅमला पोहोचेपर्यंत त्याला 'सोबत' होती आणि त्याला काहीही कळले नाही.

एम.आय.-५ ने उत्कृष्ट काम केले होते. *फक्त तुमच्याच डोळ्यांसाठी* असे शब्द लिहून चौघांनाच सर्व माहिती पुरवण्यात आली. त्यांच्यापैकी एक होता स्टीव्ह हिल. त्याला अत्यानंद झाला.

एका प्रीडेटरला व्हिलावर टेहळणी करायच्या सूचना मिळाल्या. लंडनमध्ये दुपार होती. गल्फमध्ये संध्याकाळ. साफसफाई करणारे लोक आणि छापा घालणारी टीमच प्रीडेटरने बघितली.

पूर्वीचा ब्रिटिश सैन्याधिकारी डेव्ह डी फॉरेस्ट याच्या हाताखालच्या एमिरेट्सच्या

स्पेशल फोर्सेसनी व्हिलाकडे मोर्चा वळवल्यावर त्यांना थांबवायला उशीरच झाला. दुबईमधल्या एस.आय.एस.च्या स्टेशन हेडला, शेवटी तो डेव्हचा मित्रच होता म्हणा, काय घडते आहे याचा बरोबर अंदाज आला. त्याने योग्य माणसांमध्ये अफवा पसरवून दिली की, व्हिलाशेजारच्या कुणीतरी गुप्त माहिती दिली, म्हणून स्पेशल फोर्सेस व्हिलामध्ये घुसले आहेत.

दोन्ही क्लीनर्सना खरंच काही माहिती नव्हती. ते एका एजंसीमार्फत आले होते. त्यांना त्यांच्या कामाचा आगाऊ मोबदला आणि व्हिलाच्या किल्ल्या हातामध्ये दिल्या होत्या; पण त्यांचे साफसफाईचे काम पुरे झाले नव्हते. गोळा होणाऱ्या कचऱ्यामध्ये डोक्यावरचे, दाढीचे कापलेले केस होते. दोन्हींमध्ये फरक असतो. ओळखता येतात ते. तिथे राहणाऱ्या माणसांचा मागमूस नव्हता.

शेजाऱ्यांनी एक बंद व्हॅन आलेली बघितली होती; पण तिचा नंबर कुणाला आठवत नव्हता. ती सोडून दिलेली सापडली. चोरलेलीच होती. काही कळले नाही.

टेलर आणि न्हावी यांनी खडान्‌खडा माहिती दिली; पण ते फक्त व्हिलामध्ये राहणाऱ्या पाच माणसांबद्दल सांगू शकले. अल खताबची माहिती होतीच. सुलेमानच्या वर्णनावरून स्थानिक संशयितांचे फोटो दाखवल्यावर त्याचा चेहरा कळला. दुसऱ्या दोघांबद्दल काही पत्ता लागला नाही.

डी फॉरेस्टने उत्कृष्ट अरेबिक बोलणाऱ्या पाचव्या माणसाबद्दल विचार करायला सुरुवात केली. एस.आय.एस.चा स्टेशन हेड बरोबर होताच. टेलर आणि न्हावी हे केवळ आपला व्यवसाय करणारे गल्फमधले अरब होते.

अफगाणबद्दल कुणालाच माहिती नव्हती. त्यांनी त्याचे वर्णन मिळवले आणि लंडनला पाठवले. पासपोर्टबद्दलही काही कळत नव्हते. ते सर्व काम सुलेमानने एकट्याने केले होते.

डोक्यावर केसांचे जंगल, वाढलेली दाढी असणाऱ्या दणकट माणसाबद्दल लंडनहून वेड्यासारखी खोदून खोदून का चौकशी होते आहे, याचा कुणाला उलगडा होत नव्हता. त्यांना एवढेच सांगता येत होते की, त्याचे केस आता व्यवस्थित कापले होते, छोटी दाढी ठेवली होती आणि त्याने तलम लोकरी सूट चढवला होता.

पण टेलर आणि न्हावी यांनी सांगितलेल्या एका छोट्या गोष्टीनेच स्टिव्ह हिल, मरेक गुमिएनी आणि एडझेलची टीम खुशीत आली. गल्फमधले सर्व अरब त्या माणसाला अत्यंत मानाने वागवत होते. तो निघण्याच्या तयारीत होता. अरेबियन गल्फमध्ये टाइल्स लावलेल्या जमिनीवर मरून पडलेला नव्हता.

एडझेल इथे मायकेल मॅक्‌डोनाल्ड आणि गॉर्डन फिलिप्स खूप आनंदात दिसले तरी कोड्यात पडले होते. सर्व कसोट्या पार करून त्यांच्या एजंटचा खराखुरा

जिहादी म्हणून स्वीकार झाला होता, कित्येक आठवडे काळजीत काढल्यावर तो जिवंत आहे कळले होते; पण स्टिंग-रेबद्दल त्याला काही कळले होते का? हा सर्व खटाटोप त्या शोधासाठी होता. आणि तो गेला तरी कुठे? तो कोणत्या तऱ्हेने त्यांच्याशी संपर्क साधणार होता?

ते त्याच्याशी आता बोलू शकले असते तरी काही उपयोग होणार नव्हता. त्याला स्वत:ला देखील काही माहिती नव्हती.

काऊन्टेस ऑफ रिचमंड सिंगापूरमध्ये जॅग्वार्स उतरवत होती याची तर कुणालाच कल्पना नव्हती.

■

१३

त्यांच्या पाठलागावर असणारी माणसे फक्त काही तास मागे आहेत हे गाडीतल्या माणसांना माहीत नव्हते. ते नशिबानेच त्यांच्या तावडीतून सुटले.

सहा एमिरेट्स असणाऱ्या किनाऱ्यावर ते वळले असते तर पकडले गेले असते; पण ते गल्फ ऑफ ओमानवरच्या सातव्या एमिरेट्सकडे, फुजेराहकडे वळले.

लवकरच चांगला रस्ता सोडून ते मातीच्या रस्त्याला लागले आणि जबल हफीझ हिल्सच्या टेकड्यांमध्ये नाहीसे झाले. टेकड्यांमधून डिब्बा या छोट्या बंदराच्या दिशेने उतरले. त्याच किनाऱ्यावरल्या दक्षिणेकडच्या फुजेराह शहरातल्या पोलिसांना दुबईहून काही व्यक्तींचे पूर्ण वर्णन कळवले होते आणि त्यांना अडकवण्याची सूचना केली होती. डोंगरांमधून शहरात शिरणाऱ्या रस्त्यांवर त्यांनी अडथळे उभारले, अनेक व्हॅन्स थांबवल्या; पण कोणत्याही व्हॅनमध्ये ते चार दहशतवादी मिळाले नाहीत.

काही पांढरी घरे, हिरव्या घुमटाची एक मशीद, मासेमारीसाठी एक छोटे बंदर एवढाच डिब्बाचा पसारा होता. कधी कधी स्कूबा डायव्हर्सना घेऊन एखादी चार्टर केलेली बोट यायची. दोन छोट्या खाड्यांपलीकडे किनाऱ्यावरच्या छोट्या दगडांवर एक ॲल्युमिनिअमची बोट खेचली होती. तिची दोन मोठी आऊटबोर्ड इंजिने पाण्याबाहेर होती. सामान ठेवायच्या ठिकाणी इंधनाचे जादा टँक साखळ्यांनी बांधून ठेवले होते. काम करणारे दोघे दूर एका झाडाच्या सावलीत होते.

त्या दोघांचे काम संपले होते. चोरलेली व्हॅन उंच टेकड्यांवर कुठेतरी सोडून देऊन ज्या रस्त्यांवर मारवान अल शेही, सुलेमान आणि अफगाण जन्माला आले होते त्याच रस्त्यांवर ते नाहीसे होणार होते.

पॅसेंजर आणि नोकरवर्ग बोटीत चढल्यावर ती हळूहळू किनाऱ्याने निघाली. सूर्य मावळल्यावर वीसएक मिनिटांनी हेल्म्समनने सूचना दिली आणि प्रचंड वेगाने दणदणत स्पीडबोट अरेबिया सोडून इराणच्या दिशेने निघाली. पाचशे अश्वशक्तीच्या इंजिनांच्या ताकदीने तिचे नाक वर झाले. पाण्याला थोडाफार स्पर्श करतच ती चालली होती. पन्नास नॉट तरी वेग असावा असा मार्टिनने अंदाज केला. सागराच्या पृष्ठभागावरच्या छोट्याशा लाटेचा स्पर्शही एखाद्या लाकडाच्या ओंडक्याला धडक दिल्यासारखा भासत होता. आधी उन्हापासून रक्षण करण्यासाठी चेहऱ्याभोवती

गुंडाळलेले किफाया आता पाण्याच्या फटकाऱ्यांपासून रक्षण करत होते.

अर्ध्या तासात पर्शियन किनाऱ्यावरचे दिवे दिसायला लागले आणि स्पीड बोट ग्वादर आणि पाकिस्तानच्या दिशेने वळली. महिन्यापूर्वी मार्टिनने *राशा*मधून याच मार्गाने प्रवास केला होता. आता दहापट वेगाने पुन्हा त्याच मार्गाने तो निघाला होता.

ग्वादरचे दिवे दिसायला लागल्यावर स्पीड बोट वेग कमी करून थांबली. सर्वांना एकदम शांत वाटले. जास्त आणलेल्या इंधनाच्या ड्रम्सनी त्यांनी इंजिनांमध्ये काठोकाठ तेल भरले. परतीच्या प्रवासासाठी ते कुठून इंधन मिळवणार होते ते त्यांचे त्यांनाच ठाऊक.

फैजल बिन सलिमने मार्टिनला सांगितले होते की, हे तस्कर एका रात्रीत ओमानहून ग्वादरला जातात आणि माल भरून पहाटेला परतही येतात; पण या वेळी ते आणखी पुढे जात असणार, म्हणजे दिवसाचा प्रवास असणार.

पहाटे ते पाकिस्तानच्या सागरी हद्दीत होते. मासेमारी करणाऱ्या इतर बोटींसारखी ही एक बोट; पण खरे तर कोणताच मासा इतक्या वेगाने पोहत नसतो. कोणत्याही तऱ्हेच्या सरकारी जहाजांचा आसपास वावर नव्हता. दुपार झाली तेव्हा मार्टिनच्या मनात आले की ते बहुधा कराचीला जात असावेत; पण का याची त्याला कल्पना येत नव्हती.

आणखी एकदा इंजिनांमध्ये तेल भरून सूर्य मावळता मावळता पाकिस्तानच्या सर्वांत मोठ्या बंदराबाहेरच्या एका खेड्यात त्यांना उतरवण्यात आले. सगळीकडे मासळीचा वास दरवळत होता.

सुलेमान पूर्वी इथे आलेला नसेलही, पण पूर्ण पाहणी करून परतलेल्या कुणीतरी त्याला स्पष्ट सूचना दिल्या असाव्यात. कितीही वेळ गेला, पैसा खर्च झाला तरी अल काईदा पूर्ण शोध करूनच प्रत्येक गोष्ट करते. या बाबतीत तरी मार्टिनला त्यांचे कौतुक वाटे.

गावात भाड्याने उपलब्ध असणारे एकुलते एक वाहन सुलेमानने घासाघीस करून घेतले. दोन अनोळखी माणसे बेकायदेशीरपणे तस्करी करणाऱ्या स्पीड बोटीतून इथे पोहोचली आहेत याचे कुणालाच आश्चर्य वाटले नाही. शेवटी हा बलुचिस्तानचा भाग होता. कराचीचे नियम मूर्खांनी पाळण्यासाठी असतात.

रस्ते खराब होते. गाडीही त्या रस्त्यांना शोभेल अशी. चाळीस मैलांहून जास्त वेगाने जात नव्हती; पण भरपूर वेळ असताना ते विमानतळावर पोहोचले खरे.

अफगाण पार गोंधळला होता. आजपर्यंत फक्त दोन वेळा तो विमानात बसला होता. दोन्ही वेळेला अमेरिकन सी-१३० हर्क्युलीस विमानात व बेड्या आणि साखळदंड बांधलेल्या स्थितीमध्ये. त्याला चेक-इन डेस्कस्, फ्लाइटची तिकिटे, पासपोर्ट कंट्रोल्स असल्या गोष्टींची अजिबात माहिती नव्हती. उपहासाने हसतच

सुलेमान त्याला सर्व करायला सांगत होता. कराची इंटरनॅशनल एअरपोर्टच्या त्या विशाल जागेतल्या अनंत माणसांना धक्काबुक्की करत त्या गल्फमधल्या अरबाने मलेशिअन एअरलाइन्सचे डेस्क शोधून काढले. इकॉनॉमी क्लासची क्वालालंपूरची दोन तिकिटे घेतली. व्हिसासाठी लांबलचक फॉर्म्स भरायचे होते. सुलेमानने दोघांचे फॉर्म्स इंग्लिशमध्ये भरले. अमेरिकन डॉलर्समध्ये पैसे भरले.

युरोपिअन एअरबस-३३० चे उड्डाण सहा तासांचे होते. त्यांनी तीन टाइम झोन्स पार केले. ब्रेकफास्ट करून साडेनऊ वाजता ते उतरले. मार्टिनने बिचकत दुसऱ्यांदा आपला बहरीनचा पासपोर्ट पुढे केला. कसलाच संशय नाही. काही भानगड नाही.

आंतरराष्ट्रीय विमानतळावरून ते देशांतर्गत सुटणाऱ्या विमानोड्डाणांच्या डेस्कजवळ पोहोचले. दोन तिकिटे घेतली. बोर्डिंग पास देताना आपण निघालो तरी कुठे आहोत हे त्याने हळूच बघितले. लाबुआन बेट.

हे नाव कधीतरी त्याच्या कानावर पडले होते. बोर्निओच्या उत्तर किनाऱ्यावर कुठेतरी असलेले हे बेट मलेशियाचा भाग आहे. प्रवाशांना आकर्षित करण्यासाठी मलेशिया त्याचे वर्णन अनेक देशांमधल्या नागरिकांची वस्ती असलेले, गजबजलेले, आसपासच्या समुद्रात प्रवाळांचे खडक – कोरल – असलेले वगैरे करत असले तरी, गुन्हेगारी जगताची दुसरी काळी बाजूही या बेटाला लाभलेली आहे.

बोर्निओच्या किनाऱ्यापासून वीस मैल अंतरावर असलेले हे बेट ब्रुनेईच्या सुलतानाच्या हातामध्ये होते. ब्रिटिशांनी ते १८४६ मध्ये ताब्यात घेतले. दुसऱ्या महायुद्धात ते जपानच्या ताब्यात असण्याचा काळ सोडला तर, ११७ वर्षे आपल्या आधिपत्याखाली ठेवले. आपल्या कॉलनीजूवरचा हक्क सोडताना १९६३ मध्ये त्यांनी ते साबा या राज्याच्या ताब्यात दिले आणि १९८४ मध्ये मलेशियाच्या स्वाधीन करण्यात आले.

पन्नास चौरस मैलांच्या अंडाकृती बेटात आर्थिक फायदा करून देणारी एकही गोष्ट नव्हती. तेव्हा या बेटाने आपणच आपली अर्थव्यवस्था उभी केली. इंटरनॅशनल ऑफ-शोअर फायनान्शिअल सेंटर, फ्री पोर्ट आणि चोरट्या मालाच्या वाहतुकीचे केंद्र. लाबुआन बेटाने संशयास्पद व्यवहार करणारी माणसेच आकर्षित केली.

अपहरण, खंडणी, चाचेगिरी, जहाजांची लूट, त्यांच्यावरल्या नोकरवर्गाचे खून हाच उद्योग असणाऱ्या भागाच्या मध्यवर्ती ठिकाणी आपल्याला नेण्यात येत आहे याची मार्टिनला जाणीव झाली. आपण जिवंत आहोत कळवायलाच हवे आणि त्यासाठी मार्ग शोधायला हवा, अगदी तातडीने.

बोर्निओमधल्या कुचिंग इथे थोडा वेळ विमान थांबले. ज्यांना तिथे उतरायचे नव्हते ते उतारू विमानातच बसून राहिले.

चाळीस मिनिटांनी ते पुढे निघाले. सागरावर एक वळसा घालून लाबुआनच्या दिशेने वळले. वळणाऱ्या विमानाच्या खाली *काऊन्टेस ऑफ रिचमंड* आधीचा माल खाली केल्याने वजन भरून कोटा किनाबालूला लाकूडसामान घेण्यासाठी निघाले होते.

उड्डाण करताच स्ट्युअर्डेसने लँडिंग कार्ड्स वाटली. सुलेमानने दोघांची कार्ड्स घेऊन ती भरायला सुरुवात केली. त्याला इंग्लिश कळत नाही, लिहिता येत नाही आणि थोडेफार अडखळत बोलता येते ही बतावणी चालू ठेवणे मार्टिनला आवश्यक होते. आजूबाजूला सारखी तीच भाषा कानांवर पडत होती. त्याने आणि सुलेमानने क्वालालंपूरला पोशाख बदलून शर्ट घातले असले, सूट चढवले असले तरी तो पेन मागू शकत नव्हता. तो बहरीनचा इंजिनिअर होता आणि सुलेमान ओमानचा अकाऊन्टंट. ते नैसर्गिक वायूच्या कॉन्ट्रॅक्टच्या संदर्भात लाबुआनला निघाले होते. सुलेमान तेच लिहीत होता.

मार्टिन टॉयलेटला जायची खूण करत मागे गेला. तिथे दोन लॅव्हेटरीज होत्या. एक रिकामी होती. दोन्ही रिकाम्या नाहीत असे दाखवत तो पुढे निघाला. बोईंग-७३७ मध्ये इकॉनॉमी आणि बिझनेस असे दोन वर्ग होते. दोघांच्या मध्ये एक पडदा होता. त्याला त्या पडद्यापलीकडे जायचे होते.

बिझनेस क्लासच्या टॉयलेटबाहेर उभे राहून तो लँडिंग कार्ड्स वाटणाऱ्या स्ट्यूअर्डेसकडे बघून हळूच हसला आणि तिच्या वरच्या खिशातले एक लँडिंग कार्ड आणि पेन त्याने काढले. त्या कार्डामागे घाईघाईने काहीतरी लिहून ते त्याने आपल्या खिशात सरकवले आणि पेन परत केले. आपल्या जागेवर जाऊन बसला.

अफगाणवर विश्वास ठेवायला हरकत नाही असे सुलेमानला सांगितले असले तरी तो त्याला दृष्टिआड झालेला नको होता. शक्य आहे की त्याच्या हातून भाबडेपणाने किंवा अनुभव नसल्याने कुठली चूक व्हावी असे त्याला वाटत नव्हते किंवा अल काईदामध्ये वर्षानुवर्षे काम केल्याचा परिणाम असेल; पण तो सतत अफगाणवर लक्ष ठेवून होता. अगदी प्रार्थना म्हणताना सुद्धा.

लाबुआनचा विमानतळ कराचीपेक्षा फार वेगळा होता. छोटा आणि नीटस. अजूनही मार्टिनला ते नक्की कुठे निघाले आहेत याची कल्पना नव्हती; पण या विमानतळावरच निरोप धाडण्याची शेवटची संधी आहे असे त्याला वाटत होते; पण ती साधणार कशी?

त्याला बाहेर रस्त्यावर तो क्षण उपलब्ध झाला. सुलेमानने लक्षात ठेवलेल्या सूचना नक्कीच अगदी तपशीलवार होत्या. त्याने अर्धे जग पार करून त्याला इथपर्यंत आणले होते. त्याला अशा दूरदूरच्या प्रवासाची सवय होती. मार्टिनला माहीत नव्हते की, हा अरब दहा वर्षे अल काईदाबरोबर काम करत होता. इराक

आणि अति पूर्वेतल्या, मुख्यत: इन्डोनेशियामधल्या चळवळींशीही त्याचा संबंध होता. तो कोणत्या गोष्टीमध्ये निष्णात आहे याचाही मार्टिनला अंदाज नव्हता.

विमानतळाच्या इमारतीबाहेर एकाच ठिकाणी जाणारे आणि येणारे प्रवासी ये-जा करत होते. सुलेमान टॅक्सीच्या शोधात असताना येणारी एक टॅक्सी मार्टिनला दिसली. रिकामी नसली तरी त्यातली माणसे उतरणार होती.

उतरणारी दोन माणसे बोलताना ऐकताच त्यांच्या बोलण्याच्या ढबीवरून ती इंग्लिश आहेत हे मार्टिनच्या लक्षात आले. दोघेही चांगले उंच आणि दणकट होते. खाकी अर्ध्या पॅन्ट्स आणि फुलाफुलांचे शर्ट्स घातलेले. दोघेही घामेजलेले. एकाने ड्रायव्हरला पैसे देण्यासाठी खिशात हात घातला, तर दुसरा ट्रंकमधून सामान उतरवायला लागला. दोन मोठ्या सूटकेसेस आणि दोन स्कूबा डायव्हिंगच्या साधनांच्या किटबॅग्ज. *स्पोर्ट डायव्हर* या ब्रिटिश मासिकासाठी ते दोघे किनाऱ्याजवळच्या खडकांमध्ये डायव्हिंग करून आले होते.

सामान बाहेर काढणाऱ्याला चारी बॅगा उतरवता येत नव्हत्या. सुलेमान काही बोलू शकायच्या आत मार्टिन पुढे झाला आणि त्याने रस्त्यावरची एक किटबॅग उचलून फुटपाथवर ठेवली. त्या किटबॅगला खूप कप्पे असतात. त्या काही क्षणांत संदेश लिहिलेले आणि खिशात घडी करून ठेवलेले लँडिंग कार्ड मार्टिनने एका कप्प्यात सरकवून टाकले.

"थँक्स," ड्रायव्हर म्हणाला आणि ते दोघे पुढे क्वालालंपूर आणि लंडनला जाण्यासाठी आत शिरले.

सुलेमानने मलाय ड्रायव्हरला इंग्लिशमध्ये जाण्याचे ठिकाण सांगितले. बंदरावरची एक शिपिंग एजंसी. तिथे शेवटी कोणीतरी या दोघांची वाट बघत होते. तो त्यांच्यासारखाच माणूस होता. *ताकफिर.* मिस्टर लॅम्पॉन्ग अशी स्वत:ची ओळख करून देत त्याने त्यांना एका पन्नास फुटी केबिन क्रूझरमध्ये नेले. काही मिनिटांत ती बंदर सोडून निघालीही. कुदात या ठिकाणाहून ते सुलु समुद्रात प्रवेश करणार होते आणि तिथून पुढे फिलिपाइन्सच्या झांबोआंगा प्रांतातल्या आपल्या गुप्त दहशतवादी तळावर.

अधूनमधून डुलक्या घेत त्यांनी विमानाने फार मोठा प्रवास केला होता. दहा नॉट वेगाने जाताना हळूहळू डोलणारा समुद्र आणि येणाऱ्या वाऱ्याच्या झुळका यांच्यामुळे ते झोपूनच गेले. हेल्म्समन अबू सैयाफच्या दहशतवादी गटातला होता. त्याला कुठे जायचे माहीत होते. तो आपल्या घरीच निघाला होता. रात्रभर प्रवास करता करता कुदातचे चमचमणारे दिवे त्यांनी मागे सोडले, बालाबाकची सामुद्रधुनी पार केली आणि ते फिलिपाइन्सच्या सागरी सीमेमध्ये शिरले.

आपल्यावर सोपवलेले काम वेळेआधीच संपवून मिस्टर वेई आपल्या घरी –

चीनला – परत निघाला. ते आधीच पुरे करणे जमले असते तरी त्याला आवडले असते. ते समुद्री चाचे कसले घाणेरडे जेवण कॅम्पमध्ये खायला घालत होते.

आपण मागे नक्की काय सोडून आलो आहोत, सर्व खटाटोप कशासाठी होता हे त्याला ठाऊक नव्हते. त्याची पर्वाही नव्हती. अबू सैयाफचे खुनी किंवा दोघे-तिघे कट्टर इस्लामिक इन्डोनेशिअन्स दिवसातून पाच वेळा गुडघ्यावर बसून, जमिनीवर कपाळ टेकून प्रार्थना करत असले, तरी त्याला कुणाचीच प्रार्थना करायची नसायची. तो स्नेक-हेड ट्रायडचा सदस्य होता.

तो मागे सोडून आला होता ती *काऊन्टेस ऑफ रिचमंड*ची प्रतिकृती. अगदी शेवटच्या खिळ्यापर्यंत आणि रिबिटपर्यंत साम्य असलेली आणि ती प्रतिकृती निर्माण करण्यासाठी त्याच आकाराचे, टनेजचे, मोजमापाचे जहाज वापरले होते. या जहाजाचे मूळ नाव काय होते, नवीन नाव काय असणार होते याचीही त्याला कल्पना नव्हती. लाबुआन बेटावरच्या बँकेमधून मिळालेल्या मोठ्या आकड्याच्या डॉलर्सच्या गठ्ठ्याशीच फक्त त्याचा संबंध होता. प्रथम कैरो, मग पेशावर आणि शेवटी शवागारात पोहोचलेल्या मिस्टर तौफिक अल कूर याने ही सर्व व्यवस्था आधीच करून ठेवली होती.

पण कॅप्टन मॅक्केन्ड्रिक प्रार्थना करायचा. जितक्या वेळा करायला हवी तितक्या वेळा आपण प्रार्थना करत नाही याची त्याला स्वतःलाच जाणीव होती; पण तरी तो लिव्हरपूलचा चांगला आयरिश कॅथलिक होता. जहाजाच्या ब्रिजवर, चाकासमोर, मेरी मातेची एक छोटी मूर्ती होती आणि त्याच्या केबिनमधल्या भिंतीवर एक क्रॉसही होता. जहाजावरून निघताना प्रवास निर्विघ्नपणे घडावा यासाठी तो प्रार्थना करे आणि सुखरूप परत आल्यावरही तो देवाचे आभार मानत असे.

पायलटने उथळ पाण्याचे भाग टाळून कोटा किनाबालू बंदराजवळच्या धक्क्यावर बोट आणून उभी केली. जेव्हा अन्न टिकवण्यासाठी रेफ्रिजरेशनची सोय नव्हती तेव्हाच्या ब्रिटिश व्यापाऱ्यांच्या काळापासून असलेले हे एक बंदर. लोणी भांड्यामधून ओतून पावाला लावण्याचे दिवस होते ते.

कॅप्टन मॅक्केन्ड्रिकने रुमालाने मानेवरचा घाम पुसत पायलटचे आभार मानले. आता तरी सर्व दरवाजे, खिडक्या बंद करून एअर कंडिशनिंग चालू करता येईल. एक थंडगार बिअरही घेता येईल. माल नसल्याने बोटीत मुद्दाम भरलेले पाणी सकाळी काढून बंदरावर दिसणारे लाकूडसामान भरता येईल आणि संध्याकाळपर्यंत बंदर सोडता येईल.

क्वालालंपूरला विमान बदलून ते दोन तरुण डायव्हर्स त्यांना लंडनला नेणाऱ्या ब्रिटिश एअरवेजच्या विमानात बसले. आता निदान त्यांना भरपूर बिअर पिता आली

होती आणि ते झोपले होते. बारा तासांचे उड्डाण. टाइम झोन्स पार करताना मिळणारा आठ तासांचा वेळ लक्षात घेता ते पहाटे हीथ्रो विमानतळावर पोहोचले असते. सूटकेसेस जवळ नसल्या तरी डाइव्ह बॅग्ज त्यांच्या डोक्यावरच्या खणात होत्या.

डाइव्ह बॅग्जमध्ये मुखवटे, वेटसूट्स, रेग्युलेटर्स, बॉइअन्सि कंट्रोल जॅकेट्स या डायव्हिंगच्या साधनांबरोबर एका बॅगेमध्ये त्यांना माहीत नसलेले एक मलेशियन लँडिंग कार्डही होते.

झांबोआंगाच्या एका खाडीत जहाजाच्या मागच्या बाजूला वरून साखळदंड लावून सोडलेल्या प्लॅटफॉर्मवर उभे राहून एक पेंटर फ्लडलाइट्सच्या प्रकाशात जहाजाच्या नावाचा शेवटचा 'डी' रंगवत होता. वरती रेड एन्साईन – ब्रिटिश व्यापारी ध्वज – फडकत होता. जहाजाच्या पुढल्या भागाच्या दोन्ही बाजूंवर आणि मागच्या वर्तुळाकृती जागेवर *काऊन्टेस ऑफ रिचमंड* हे नाव रंगवले होते. फक्त मागच्या बाजूच्या नावाखाली लिव्हरपूल हा शब्द रंगवला होता. पेंटर निघाला. फ्लडलाइट्स बंद झाले. जहाजाचे पूर्ण परिवर्तन झाले होते.

पहाटे पहाटे एक मासेमारीची बोटच वाटेल अशी छोटी क्रूझर खाडीमधून पुढे सरकली. तिच्यामधून पूर्वीच्या *जावा स्टार*वर चढण्यासाठी दोघेजण आले होते. त्या जहाजाची आणि त्यांची स्वत:चीही शेवटची सफर ठरणाऱ्या प्रवासाला तेच तर जहाज घेऊन निघणार होते.

पहाटेच्या वेळीच हवा थोडी चांगली असते, म्हणून *काऊन्टेस ऑफ रिचमंड*मध्ये माल भरायला सुरुवात झाली. तीनएक तासांनी भट्टीसारखी हवा गरम झाली असती. क्रेन्स अत्याधुनिक नसल्या तरी स्टीव्हडोर्सना आपले काम बरोबर ठाऊक होते. साखळदंडांनी बांधलेले लाकडांचे ओंडके नीट रचून ठेवण्यास जहाजाचा नोकरवर्ग घाम गाळत होता.

दुपारचे ऊन इतके कडक असते की, मधल्या चार तासांत स्थानिक माणसेही काम करू शकत नाहीत. बंदरामधले सर्वजण मिळेल त्या सावलीत स्वत:ला झोकून देतात. पावसाळा महिन्यावर आला होता. नेहमीच नव्वद टक्क्यांच्या आसपास असलेली हवेतली आर्द्रता शंभर टक्क्यांपर्यंत पोहोचायला लागली होती.

जहाज सागरावर असते तर कॅप्टन मॅककेन्ड्रिकला आनंद झाला असता; पण माल भरणे, डेकवरची कव्हर्स चढवणे ही कामे होईतो सूर्य मावळायला आला. या मालवाहू जहाजाला पुन्हा समुद्रावर पोहोचवण्यासाठी पायलट सकाळी जहाजावर येणार होता. तेव्हा आणखी एक रात्र या ठिकाणी काढणे आले. एक सुस्कारा सोडत कॅप्टन मॅक्केन्ड्रिक पुन्हा डेकखालच्या एअर कंडिशन्ड भागात पोहोचला.

एजंट सकाळी सहा वाजता बडबड करत पायलटसह वर आला. शेवटच्या कागदपत्रांवर सह्या झाल्या. *काऊन्टेस ऑफ रिचमंड* हळूहळू साऊथ चायना सीमध्ये पोहोचले.

*जावा स्टार*प्रमाणेच बोर्निओच्या टोकाला वळसा घेऊन सुलु आर्किपेलॅगोमधून ती जावाच्या दिशेने निघाली. कॅप्टनची समजूत होती की, सुरबाया इथे रेशमी कापडांनी भरलेले सहा कंटेनर्स त्याच्यासाठी तयार आहेत. त्याला माहीत नव्हते की, असे काही कंटेनर्स तिथे तयार नव्हते, कधीच नव्हते.

क्रूझरने एका मोडक्या-तोडक्या जेटीवर तिघांना उतरवल्यावर मिस्टर लॅम्पॉन्ग त्यांना घेऊन पाण्याच्या पातळीपेक्षा उंच असणाऱ्या खांबांवर बांधलेल्या एका लॉन्गहाउसमध्ये पोहोचला. इथेच झोपायची, जेवायची सोय केलेली होती. याच ठिकाणची माणसे, मार्टिन ज्या योजनेला स्टिंग-रे नावाने ओळखत होता आणि मिस्टर लॅम्पॉन्ग अल इस्र या नावाने, त्या कामगिरीवर निघणार होती. बाकी माणसे लॉन्गहाउसमध्येच राहणार होती. त्यांच्याच कष्टांनी अपहरण करून आणलेले *जावा स्टार* हे जहाज सागरप्रवासाला पुन्हा सज्ज झाले होते.

काही इन्डोनेशिअन्स होते, बालीमध्ये बॉम्बस्फोट घडवून आणणाऱ्या जमात इस्लामिया या गटाचे सदस्य. काही फिलिपिनो– अबू सैयाफचे पाठीराखे, अनेक भाषा बोलत होते. एक एक करत मार्टिनने त्यांच्यावर कोणकोणती कामे सोपवली आहेत ते शोधून काढले.

इंजिनिअर, नॅव्हिगेटर आणि रेडिओ ऑपरेटर इन्डोनेशिअन्स होते. सुलेमानने एकदा सांगितले की, तो उत्कृष्ट फोटोग्राफर आहे. हुतात्मा म्हणून मरण्यापूर्वी, जी काही कामगिरी असेल तिचा अत्युच्च कळस गाठणारी घटना डिजिटल रेडिओ कॅमेऱ्यावर चित्रित करून लॅपटॉप आणि सॅटफोन यांच्या साहाय्याने सर्व चित्रीकरण त्याला अल् जझ्झीरा टीव्ही नेटवर्क्सला पाठवायचे होते.

एक लहान मुलगा होता. पाकिस्तानी; पण लॅम्पॉन्ग त्याच्याशी इंग्लिशमध्ये बोलत असे. त्याने उत्तर देताच कळे की, तो ब्रिटनमध्ये जन्माला आलेला आणि तिथेच लहानाचा मोठा झालेला असणार. मार्टिनने त्या मुलाच्या बोलण्याच्या ढबीवरून ठरवून टाकले की, तो बहुधा लीड्स/ब्रॅडफोर्ड भागातून आला आहे. त्याचा काय सहभाग आहे हे मार्टिनला कळत नव्हते. कुकही असेल.

राहिले तीन. मार्टिन स्वत:, ओसामा बिन लादेनने दिलेली भेट. एक खराखुरा केमिकल इंजिनिअर आणि बहुधा स्फोटकांमधला तज्ज्ञ. मिशन कमांडर हजर नव्हता. सर्वच जण त्याला नंतर भेटणार होते.

सकाळी लॅम्पॉन्गला सॅटफोनवर एक फोन आला. अगदी थोडा काळ हळू

आवाजात बोलणे झाले. *काऊन्टेस ऑफ रिचमंड* कोटा किनाबालूहून निघाली होती. सूर्यास्तापर्यंत तावितावि आणि जोलो बेटांमधून पुढे झाली असती. स्पीड बोटींवरून इतरही येणार होते. त्यांना निघायला अजून चार तास होते. सुलेमान आणि मार्टिन यांनी पाश्चिमात्य पोशाख काढून पॅन्ट्स, फुलाफुलांचे शर्ट्स आणि सॅन्डल्स चढवले. पायऱ्या उतरून प्रार्थनेपूर्वी उथळ पाण्यात हातपाय धुण्याची त्यांना परवानगी मिळाली. नंतर भात आणि मासे यांचे जेवण.

मार्टिनला नक्की काय चालले आहे ते कळत नव्हते. तो नुसता पाहत होता, वाट बघत होता.

दोन्ही डायव्हर्स नशीबवान होते. त्यांच्या बरोबरचे बहुतेक सर्व प्रवासी मलेशिअन्स असल्याने युनायटेड किंगडम सोडून इतर देशांच्या पासपोर्टधारकांच्या ओळीत त्यांना पाठवण्यात आले. हे ब्रिटिश भराभरा इमिग्रेशन कंट्रोलकडे पोहोचले. बॅग्जच्या पट्ट्यांजवळही ते लवकर गेले आणि त्यांनी आपल्या बॅग्ज उचलल्या. कस्टम्सकडे जाहीर करण्यासारखे त्यांच्याकडे काही नव्हते. ज्यांना काही जकात भरायची नव्हती अशांच्या रांगेत ते पोहोचले.

डोक्याचा केलेला गोटा, थोडीफार वाढलेली दाढी, फुलाफुलांच्या रंगीबेरंगी तोकड्या हातांच्या शर्ट्समधून बाहेर दिसणारे भरदार दंड, यांपैकी नक्की कशाचा परिणाम मार्च महिन्याच्या त्या भल्या सकाळी झाला असेल ते माहीत नाही; पण एका कस्टम ऑफिसरने त्यांना एक्झॅमिनेशन बेंचजवळ बोलावले.

"पासपोर्ट्स प्लीज."

शिष्टाचार केवळ. पासपोर्ट्सबद्दल प्रश्नच नव्हता.

"आता कुठून आलात?"

"मलेशिया."

"मलेशियाला जाण्याचे कारण?"

एकाने आपल्या डाइव्ह बॅगकडे बोट दाखवले. काय गाढवासारखा प्रश्न असा त्याच्या चेहऱ्यावर भाव होता. एका सुप्रसिद्ध स्कूबा एक्विपमेंट कंपनीचा लोगोसुद्धा बॅगवर होता; पण एखाद्या कस्टम ऑफिसरकडे उपहासाने बघण्यासारखी दुसरी चूक नाही. त्याच्या चेहऱ्यावर कुठलीच भावना दिसली नाही. सिगारेटसारख्या ओढता येणाऱ्या, इंजेक्शननी टोचता येणाऱ्या अतिपूर्वेच्या देशांमधल्या विलक्षण आणि अनोख्या पदार्थांबाबत त्याचा अनुभव दांडगा होता. त्याने फक्त एका डाइव्ह बॅगकडे बोट दाखवले.

स्कूबा डायव्हिंगच्या नेहमीच्या उपकरणांपेक्षा वेगळे काहीच आत नव्हते. चेन खेचता खेचता त्याने बाजूचे कप्पे बघायला सुरुवात केली. एका कप्प्यातून त्याने

घडी केलेले लँडिंग कार्ड बाहेर काढले, उघडले आणि वाचले.

"हे कुठे मिळाले आपल्याला, सर?"

डायव्हर खराखुरा कोड्यात पडला.

"माहीत नाही. मी पूर्वी बघितलेले नाही."

जरा जास्तच सभ्यपणे चाललेले बोलणे आणि निर्माण होत असलेला तणाव, बहुधा काही यार्ड अंतरावर उभ्या असलेल्या कस्टम्सच्या दुसऱ्या माणसाच्या लक्षात आला आणि तो जवळ आला.

"तुम्ही इथेच थांबाल का प्लीज?" असे म्हणत पहिला कस्टम ऑफिसर आपल्या मागचे दार उघडून आत शिरला. कस्टम हॉलमध्ये आढळणारे असंख्य आरसे काही तुम्ही तुमचा चेहरा सारखा बघावा यासाठी लावलेले नसतात. त्यांच्या मागच्या बाजूने या बाजूला बघता येते. तिथून इंटर्नल सिक्युरिटीची – ब्रिटनच्या बाबतीत एम.आय.-५ ची माणसे नजर ठेवून असतात.

काही मिनिटांतच आपापले सामान घेऊन दोन्ही डायव्हर्स दोन वेगवेगळ्या खोल्यांमध्ये पोहोचले. त्यांच्या सामानाची कडक तपासणी सुरू झाली. आक्षेपार्ह अशी कुठलीही गोष्ट आढळली नाही.

साध्या वेशातील माणूस ते कार्ड बघत होता.

"कोणी तरी दुसऱ्याने ते बॅगेच्या पॉकेटमध्ये ठेवले असणार. मी नक्की नाही." डायव्हर पुन्हा सांगत होता.

तोपर्यंत साडेनऊ वाजत आले होते. स्टीव्ह हिल आपल्या टेबलाशी बसलेला असताना त्याचा खासगी, कुठल्याही यादीत नसलेला फोन खणखणला.

"कुणाशी बोलतो आहे मी?" फोनवरून कोणीतरी विचारणा केली. हिलचे डोके तापले.

"खरे तर मीच हा प्रश्न विचारायला हवा. तुम्हाला बहुधा चुकीचा नंबर लागला आहे."

एम.आय.-५ च्या अधिकाऱ्याने किटबॅगमध्ये ठेवलेल्या लँडिंग कार्डवर लिहिलेला मजकूर वाचलेला होता. तो डायव्हर खरे बोलतो आहे असे त्याला वाटत होते. तसे असेल तर...

"मी हीथ्रोच्या टर्मिनल-३ वरून बोलतो आहे. इन्टर्नल सिक्युरिटी. आम्ही अतिपूर्वेकडल्या एका देशामधून आलेल्या एका प्रवाशाला अडकवले आहे. त्याच्या डाइव्ह बॅगच्या पॉकेटमध्ये एक छोटा, कुणाच्या तरी हस्ताक्षरातला संदेश आम्हाला मिळाला आहे. क्रोबार या शब्दाने काही उलगडा होतो आपल्याला?"

स्टीव्ह हिलला आपल्या पोटात कुणीतरी गुद्दा हाणल्यासारखे वाटले. हा चुकीचा नंबर नव्हता की चुकीने लावलेला नव्हता. त्याने स्वत:ची स्पष्ट ओळख

करून देत त्या दोन्ही डायव्हर्सना थांबवून ठेवायला सांगितले. तो तिथे यायला निघत होता. पाच मिनिटांच्या आतमध्ये त्याची गाडी अंडरग्राऊंड कार पार्कमधून बाहेर येऊन ब्रिज क्रॉस करून क्रॉमवेल रोडवरून हीथ्रोला निघालीही होती.

त्या डायव्हर्सची सर्व सकाळच फुकट गेली होती; पण तासभर चौकशी केल्यावर त्यांची खात्री पटली की, ही निरपराध माणसे चुकूनच यात अडकली आहेत. स्टाफ कॅन्टीनमधून त्याने त्यांच्यासाठी भरपेट ब्रेकफास्ट मागवला आणि हा संदेश कधी त्यांच्या डाइव्ह बॅगमध्ये ठेवला गेला असेल त्याचा विचार करायला सांगितले.

बॅग्ज भरल्या क्षणापासून त्यांना कोण कोण भेटले याचा विचार करता करता एक जण उद्गारला, "मार्क, आपल्याला बॅग उतरवायला मदत करणारा विमानतळावरचा अरबासारखा दिसणारा माणूस आठवतो?"

"कुठला अरबासारखा दिसणारा माणूस?" हिलने विचारले.

त्यांनी जमेल तेवढे त्याचे वर्णन केले. काळे केस, काळी छोटी दाढी, काळे डोळे. साधारण पंचेचाळीस वर्षांचा दणकट माणूस. रास-अल-खैमाचा शिंपी आणि न्हावी यांच्याकडून मिळालेल्या वर्णनाशी तंतोतंत मिळते-जुळते वर्णन. तो क्रोबारच होता. हिलने अगदी मनापासून त्यांचे आभार मानले आणि त्यांच्या एसेक्स हॉल इथल्या घरी पोहोचवण्यासाठी ड्रायव्हर आणि गाडी देण्याची व्यवस्थाही केली.

एडझेल इथे गॉर्डन फिलिप्सला आणि वॉशिंग्टन इथे गुमिएनीला त्याने जेव्हा फोन केला तेव्हाच त्याने त्याच्या हातामध्ये असलेला संदेश वाचला. अगदी साधा होता, 'तू तुझ्या देशावर प्रेम करत असशील तर घरी जा आणि ******* या नंबरवर फोन करून एवढेच सांग की, क्रोबार म्हणतो ते कुठले तरी जहाज आहे.'

"सर्व जग धुंडाळा आणि कुठले जहाज नाहीसे झाले ते शोधा," त्याने एडझेलला सूचना दिली.

*जावा स्टार*च्या कॅप्टन न्यूट हर्मनप्रमाणेच वेगवेगळ्या भूशीर प्रदेशांना वळसे घेत जाताना लियाम मॅक्केन्ड्रिकने सुकाणू स्वतःच्याच हातात ठेवले होते. तावितावि आणि जोलो या बेटांमधल्या अरुंद सामुद्रधुनीतून जहाज नेल्यावरच त्याने ते दुसऱ्याच्या ताब्यात दिले. पुढे सेलेबिस सागर आणि दक्षिण दिशेने मकासर सामुद्रधुनीपर्यंत सरळ जहाज न्यायचे होते.

त्याच्याकडे सहा जणांचा नोकरवर्ग होता. पाच जण भारतातल्या केरळमधून आलेले, सर्व ख्रिश्चन. इमानी आणि कामात तरबेज. फर्स्ट ऑफिसर जिब्राल्टरचा होता. सुकाणू त्याच्या ताब्यात देऊन तो खाली गेला असेल, तेवढ्यात मागच्या बाजूने दोन स्पीड बोट्स पुढे आल्या. *जावा स्टार*प्रमाणेच या जहाजावरच्या नोकरवर्गालाही कुठलीच संधी मिळाली नाही. दहा खुनी काही सेकंदांत जहाजावर चढले आणि

ब्रिजकडे धावले. अपहरणकर्त्यांचा प्रमुख लॅम्पॉन्ग शांतपणे आला.

या वेळी नोकरवर्गाला कुठल्या धमक्या देण्याची गरज नव्हती. *काऊन्टेस ऑफ रिचमंड*ला एकच गोष्ट करायची होती– नाहीसे व्हायचे होते, नोकरवर्गासकट, अगदी कायमचे. ज्या मौल्यवान मालाच्या आशेने ते इथे पोहोचले होते, तो नष्ट होणार होता; पण त्याला इलाज नव्हता.

नोकरवर्गाला रेलिंगशेजारी उभे करून त्यांच्यावर मशिनगनमधून गोळ्यांच्या फैरी झाडण्यात आल्या आणि ते समुद्रात कोसळले. त्यांना तळाशी पोहोचवायला वजने बांधायची आवश्यकता नव्हती. लॅम्पॉन्ग तिथल्या शार्क्सना चांगला ओळखत होता.

लियाम मॅक्केन्ड्रिक शेवटचा. तो संतापाने खुन्यांना शिव्या हाणत होता. त्याने लॅम्पॉन्गचीही डुक्कर म्हणून संभावना केली. त्या कट्टर धर्मवेड्या मुस्लिमाला डुक्कर म्हटल्याचा फार राग आला. त्याची गोळ्यांनी चाळण उडवताना तो जिवंत राहूनच पाण्यात कोसळेल एवढी लॅम्पॉन्गने काळजी घेतली.

अबू सैयाफचे चाचे बोटी बुडवण्यात तरबेज होते. त्यांना सी-कॉक्स शोधायला वेळ लागला नाही. मालाच्या जागेखालच्या विस्तृत तळभागात पाणी भरायला लागल्यावर चाच्यांनी जहाज सोडले. स्पीड बोट्स तरंगत ठेवून बघत राहिले. काही वेळाने *काऊन्टेस ऑफ रिचमंड*चा पुढला भाग पाण्यातून वर उचलला गेला आणि मग ते पाण्याखाली सरकत सेलेबिस समुद्रात नाहीसे झाले. ते बुडाल्याची खात्री पटल्यावर खुन्यांनी स्पीड बोटींमधून घर गाठले.

लॅम्पॉन्गने सॅटफोनवरून एक फोन केला आणि फिलिपिनो खाडीतील लॉन्गहाउसमध्ये वाट बघणे संपले. निघायची वेळ झाली होती. पायऱ्या उतरून ते बांधून ठेवलेल्या क्रूझरकडे निघाले. निघताना मार्टिनच्या लक्षात आले की, मागे राहणाऱ्यांच्या चेहऱ्यावर सुटकेचे भाव नव्हते. त्यांना यांचा हेवा वाटत होता.

स्पेशल फोर्सेसमध्ये काढलेल्या काळात कामगिरीवर निघण्याच्या तयारीत असलेल्या आत्मघातकी हल्लेखोरांशी त्याची कधी गाठ पडली नव्हती. आज त्याच्या अवतीभोवती आत्मघातकी हल्लेखोरांचा गराडा पडला होता. तो त्यांच्यापैकी एक बनला होता.

फोर्ब्स कॅसल इथे अशा दहशतवाद्यांची मन:स्थिती, आपण महान पवित्र कार्य हातात घेतले आहे अशी दृढ श्रद्धा, अल्लाचा या कार्याला पूर्ण आशीर्वाद आहे आणि मृत्यूनंतर खात्रीपूर्वक सरळ स्वर्गातच प्रवेश मिळणार आहे याबद्दलचा त्यांचा विश्वास वगैरे गोष्टींबद्दल त्याने बरेच वाचले होते. मनाच्या या धारणेने उरल्यासुरल्या आयुष्याबद्दलचे त्यांचे प्रेमच संपूर्ण नष्ट होत असे.

पण अल्लाबद्दलचे इतके दृढ प्रेम निर्माण करत असताना इतरांबद्दल पराकोटीचा

द्वेषही शहीदांच्या मनावर बिंबवणे आवश्यक होते. यांपैकी फक्त एकानेच काम भागणार नव्हते.

उत्साहानेच पाश्चिमात्यांची कत्तल उडवण्याची संधी शोधत राहणाऱ्या अबू सैयाफच्या लुटारू खुनींच्या चेहऱ्यावर; ख्रिश्चन, ज्यू तसेच त्यांच्यामधलेच उदारमतवादी मुस्लीम ठार करणाऱ्या अरबांच्या हृदयात; लॅम्पॉन्ग आणि अल खताब यासारख्यांच्या नजरेमध्ये मार्टिनने द्वेषाचा विखार नेहमीच बघितला होता. त्यात शत्रूला आपली ओळख पटू नये म्हणून त्यांच्यासारखे दिसणे, वागणे भाग पडल्याने तर त्यांची माथी पार भडकलेलीच असायची.

बोट खाडीमधून हळूहळू पुढे सरकायला लागली तसे ते जंगलात गडप व्हायला लागले. आकाशसुद्धा दिसेनासे झाले. मार्टिनने आपल्या सहकाऱ्यांवर नजर टाकायला सुरुवात केली. कट्टर धर्मवेड आणि पराकाष्ठेचा द्वेष तर त्या सर्वांमध्ये भिनलेला होताच. इतरांपेक्षा त्यांच्यावर अल्लाची जादा मेहेरनजर आहे याबद्दलही त्यांच्या मनात काडीमात्र संशय नव्हता.

मार्टिनला खात्री होती की, त्याच्याप्रमाणेच इतरांनाही त्यांचा स्वार्थत्याग कशासाठी आहे याची कल्पना नव्हती. ते कुठे जात आहेत, त्यांचे लक्ष्य काय असणार आहे, हल्ला कुठल्या साधनांनी करायचा आहे याची माहिती नव्हती.

त्यांना एवढेच कळत होते की, अल्लासाठी मरण पत्करायची तयारी दर्शवल्यावर फार काळजीपूर्वक त्यांची निवड झाली होती. ते ग्रेट सतानला असा काही दणका देणार होते की, पुढली शंभर वर्षे तरी तीच कथा सांगितली जाणार होती. शेकडो वर्षांपूर्वी प्रॉफेट ज्या तऱ्हेने प्रवास करत स्वर्गाला पोहोचला होता, त्याच तऱ्हेने ते त्या प्रवासावर निघत होते. अल इस्र नावाचा प्रवास.

खाडी दोन भागात विभागल्यावर रुंद भागातून क्रूझर पुढे झाली. एका वळणावरून पुढे गेल्यावर सागरामध्ये शिरायच्या तयारीत असलेले एक जहाज नांगरून पडलेले दिसले. डेकवरचा माल पुढल्या भागात दिसणाऱ्या सहा कन्टेनर्समध्ये भरून ठेवलेला असावा. जहाजाचे नाव होते *काऊन्टेस ऑफ रिचमंड.*

आसपासच्या जंगलामध्ये नाहीसे होण्याचा विचार क्षणभर तरी मार्टिनच्या मनात डोकावून गेला. बेलीझ इथल्या ट्रॉपिकल ट्रेनिंग स्कूलमध्ये त्याने कित्येक आठवडे जंगल ट्रेनिंग घेतले होते; पण दुसऱ्या क्षणी या विचारात अर्थ नाही हे त्याच्या ध्यानात आले. होकायंत्र आणि कुऱ्हाडीसारख्या गोष्टींशिवाय मैलभर अंतर तो कापू शकला नसता. तासाभरात त्याला पकडले असते. तो इथे कुठल्या कामगिरीवर आला आहे हे शोधण्यासाठी कित्येक दिवस त्याचे न सांगण्यासारखे हाल केले असते. त्याला चांगल्या संधीची वाट बघायला हवी आणि ती मिळेल याची खात्री दिसत नव्हती.

एक एक करत सर्वजण त्या मालवाहू जहाजावर चढले. इंजिनिअर, नॅव्हिगेटर, रेडिओमन, तिघेही इन्डोनेशिअन होते. केमिस्ट आणि फोटोग्राफर हे अरब होते. जहाजाबरोबर रेडिओवरून बोलण्याचा कुणी आग्रह धरला तर त्यासाठीच तो पाकिस्तानी पोरगा घेतला होता. शेवटचा अफगाण. सुकाणूचे चाक धरून सांगितलेल्या मार्गाने जहाज नेण्याचे शिक्षण त्याला मिळणार होते. फोर्ब्समध्ये त्याने शिक्षण घेतले होते. संशयित गुन्हेगारांचे असंख्य फोटो त्याने पाहिले होते. त्यासाठी तासन्तास वेळ घालवला होता; पण यांच्यापैकी कुणाचाही चेहरा त्याने कधी बघितला नव्हता. दिगंत कीर्ती देणाऱ्या कामगिरीवर, ज्याच्या हाताखाली सर्वांना काम करायचे होते तो डेकवर त्यांच्या स्वागताला हजर होता. पूर्वी एस.ए.एस.मध्ये काम केलेल्या मार्टिनने त्याला मात्र तात्काळ ओळखले. अत्यंत खुनशी प्रवृत्तीचा युसूफ इब्राहिम. अल झरकावीचा उजवा हात, जॉर्डेनिअन.

कॅसल फोर्ब्समध्ये ज्ञात गुन्हेगारांच्या फर्स्ट डिव्हिजनमधल्या छायाचित्रांचा संग्रह मार्टिनला दाखवला होता. त्यात त्याच्या फोटोचा समावेश होता. थोडासा बुटका, सशक्त. अफगाणिस्तानमध्ये रशियन सैन्याविरुद्ध लढताना हवाई हल्ल्यात त्याच्या दंडामध्ये शार्पनेलचे असंख्य तुकडे घुसले. कोपरापासून व्यवस्थित हात कापून घेण्याऐवजी त्याने तो निरुपयोगी हात तसाच लोंबकळत राहू दिला – त्या हल्ल्यात तो मेल्याची अफवा होती. ती अफवाच ठरली. गुहांमध्ये थोडेफार उपचार करून त्याला चांगल्या सर्जरीसाठी चोरून पाकिस्तानमध्ये नेले होते. रशियन्स परत गेल्यावर तो नाहीसा झाला होता.

२००३ मध्ये संयुक्त फौजांनी इराकवर आक्रमण केल्यानंतरच तो पुन्हा दिसला. मधल्या काळात तालिबानच्या एका अल काईदा कॅम्पमध्ये सिक्युरिटी चीफ म्हणून तो काम बघत होता. इझमत खानला ओळखून अफगाणिस्तानमधल्या युद्धकाळातल्या आठवणींबद्दल तो काही बोलतो की काय, या भीतीने क्षणभर माईकच्या हृदयाचे ठोके बंद पडायची पाळी आली; पण मिशन कमांडर आपल्या काळ्या, दगडासारख्या भावनारहित डोळ्यांनी त्याच्याकडे रोखून बघत राहिला.

वीस वर्षे तो माणूस सारखा कुणालातरी ठार मारत होता. अत्यंत आनंदाने, मजेने जीव घेत होता. इराकमध्ये मुसाब अल झरकावीचा मदतनीस असताना कुऱ्हाडीने मुंडकी उडवत होता आणि फिल्मवर त्याचे चित्रण करून घेत होता. इतरांना दयेची याचना करत किंचाळ्या फोडताना बघताना त्याला आनंदाच्या उकळ्या फुटत असत.

मार्टिनने त्याच्या काळ्या, खोल, झपाटलेल्या नजरेकडे बघत नेहमीसारखे अभिवादन केले. तुझ्या मनाला शांती लाभो युसूफ इब्राहिम – करबलाचा खाटिक.

■

१४

काऊन्टेस ऑफ रिचमंड बुडवल्यानंतर बारा तासांनी पूर्वीचे *जावा स्टार* फिलिपाइन्सच्या खाडीतून बाहेर पडले आणि मोरो गल्फ पार करून सेलेबिस आणि नंतर मकासर समुद्रामधून ज्या मार्गावर *काऊन्टेस* पोहोचले असते, त्याच मार्गावर आले.

इन्डोनेशिअन हेल्म्समनच्या हातात चाक होते आणि शेजारी ब्रिटिश/पाकिस्तानी मुलगा आणि अफगाण उभे होते. योग्य त्या मार्गाने जहाज कसे न्यायचे, याच्या सूचना इन्डोनेशिअन देत होता.

या दोन्ही विद्यार्थ्यांना माहीत नसले, तरी जगभरच्या व्यापारी जहाजांशी संबंधित घातपातविरोधी एजंसीज्ना कित्येक वर्षे माहीत होते की, या भागात प्रवास करणारी जहाजे चाचे लोक पळवतात, कित्येक तास त्यांच्यावरच्या नोकरवर्गाला डांबून ठेवून गोल गोल फिरवतात आणि पुन्हा ती तशीच सोडून देऊन निघून जातात. सर्व प्रकारच चमत्कारिक आणि मनात गोंधळ निर्माण करणारा होता.

पण त्याला कारण साधे होते. ११ सप्टेंबरच्या विमान अपहरणकर्त्यांनी ज्याप्रमाणे अमेरिकेतल्या फ्लाइंग स्कूल्समध्ये विमाने उडवण्याचा सराव केला होता, त्याचप्रमाणे मोठी जहाजे चालवण्याचे शिक्षण भर समुद्रावरच जहाजे ताब्यात घेऊन अशा तऱ्हेने घेतले जात होते. या नवीन *काऊन्टेस*वरचा सुकाणू हातात धरलेला इन्डोनेशिअन, त्यांच्यापैकीच एक जण होता.

इंजिनरूममध्ये असलेला इंजिनिअर तो ज्या जहाजावर काम करत होता, ते अबू सैयाफच्या चाच्यांनी पळवेपर्यंत त्यावर खरोखरच मरीन इंजिनिअर म्हणूनच काम करत होता. मरण पत्करण्याऐवजी तो त्यांनाच सामील झाला.

कट्टर इस्लामिक शिक्षणाचा त्याच्या मनावर पगडा बसेपर्यंत तिसरा इन्डोनेशिअन नॉर्थ बोर्निओमधल्या एका बंदरात हार्बर मास्टरच्या कार्यालयात रेडिओमनचे काम करत होता. नंतर तो जमात इस्लामियाचा सदस्य बनला. बालीमध्ये बॉम्बस्फोट घडवून आणण्यातही त्याने मदत केली.

आठ जणांपैकी या तिघांनाच जहाजाबद्दलच्या तांत्रिक बाबींच्या शिक्षणाची गरज होती. अरब केमिस्टने शेवटी स्फोट घडवून आणला असता. एमिरेट्सचा सुलेमान जगभर खळबळ उडवून देईल असे चित्रण करून पाठवणार होता. आवश्यक पडले तर पाकिस्तानी पोरगा कॅप्टन मॅक्केन्ड्रिकच्या आवाजात आणि ढबीत बोलणार

होता. अफगाणवर अधूनमधून जहाज योग्य मार्गावर ठेवायची जबाबदारी होती.

मार्च संपत आला तरी कास्केड पर्वतराजींमध्ये वसंत ऋतू काही येत नव्हता. फारच थंडी होती. केबिनबाहेरच्या जंगलामध्ये बर्फाचे थर होते.

केबिनमधली हवा मात्र उबदार होती. रात्रंदिवस टीव्ही, संगीत आणि चित्रपटांच्या डी.व्ही.डी.ज्, बोर्ड गेम्स या सर्व गोष्टी असूनही वेळ भयंकर कंटाळवाणा जात होता. गार्ड्स मधूनमधून स्कीज किंवा स्नो शूज घालून जंगलामधले बर्फ तुडवत दूरवर जाऊन येत. तेवढाच व्यायाम होई. बन्क हाउस आणि गेम्स रूमच्या बाहेर पडता येई; पण कैदी एकटाच असे. कुणाबरोबर मैत्री करण्याचा प्रश्नच नव्हता. त्याच्या मनावर पडणारा ताण नक्कीच जास्त होता.

ग्वाटेनामो इथल्या लष्करी कोर्टाने आपल्याला परत जायची मुभा दिल्याचे त्याने ऐकले होते. पुला-इ-चरखीसारख्या तुरुंगातून तो वर्षभरात बाहेर पडला असता. या एकाकी जागी, बहुतेक कायमच अडकवून ठेवण्यासाठी म्हणून, त्याला आणले गेल्यावर मनामध्ये उफाळलेला राग काबूत ठेवणे त्याला जड जात होते.

तेव्हा तो आपले जाकीट घालून चारी बाजूंनी भिंती उभारलेल्या छोट्या जागेत जाई. दहा पावले लांब, पाच पावले रुंद. तो डोळे बंद करून, काँक्रीटच्या भिंतींवर एकदाही धडक न देता फेऱ्या घालू शकत असे. थोडीशी वेगळी गोष्ट म्हणजे वर दिसणारे आकाश.

बहुतेक वेळा ते ढगाळ असे. बर्फ पडत असे; पण त्याआधी, म्हणजे जेव्हा ख्रिश्चन झाडे सजवत आणि गाणी गात, त्या काळात हाडापर्यंत गोठवणारी थंडी असली, तरी आकाश निळेभोर होते.

मग त्याने घिरट्या घालणारे गरुड बघितले आणि गिधाडेही. छोटे छोटे पक्षी पंख फडफडवत भिंतींवर बसून त्याच्याकडे बघत. तो बाहेर येऊन त्यांच्यासारखा खुलेपणाने का वावरत नाही याचाही विचार ते करत असतील; पण त्याला डोक्यावरून उडणारी विमाने बघायला फारच आवडे.

त्याने कधी कास्केड रेंजबद्दल, पश्चिमेला पन्नास मैल अंतरावर असणाऱ्या मॅक्कॉर्ड एअर फोर्स बेसबद्दल ऐकले नसले तरी त्यांतली काही युद्धाची विमाने आहेत हे त्याला कळत होते. तशी विमाने बॉम्बफेक करताना त्याने अफगाणिस्तानमध्ये बघितली होती.

प्रवासी विमाने दिसत– वेगवेगळ्या रंगांमधली, शेपट्यांवर रंगीबेरंगी चित्रे असणारी. ती देशांची चिन्हे नाहीत; पण कंपन्यांची आहेत हे त्याला ठाऊक होते. काही काहींच्या शेपटीवर पान रंगवलेले असायचे. ती विमाने नेहमी आकाशात चढत असायची आणि उत्तरेकडूनच यायची.

उत्तर दिशा समजणे कठीण नव्हते. सूर्य पश्चिमेला मावळताना दिसे, तेव्हा तो विरुद्ध दिशेला, पूर्वेला खूप लांबवर असलेल्या मक्केकडे तोंड करून प्रार्थना म्हणे. तो अमेरिकेत आहे असा त्याला संशय होता. गार्ड्सचे बोलणे तसे वाटे. मग वेगळे चिन्ह असलेली विमाने उत्तर दिशेने का येत होती? म्हणजे तिथे दुसरी वेगळी भूमी असली पाहिजे, जिथले लोक पांढऱ्या जमिनीवरच्या लाल फुलाची प्रार्थना करत होते. तो फेऱ्या घालत असे. या लाल पानाच्या भूमीबद्दल विचार करत असे. तो खरे तर व्हॅन्कुव्हरहून उड्डाण करणाऱ्या एअर कॅनडाच्या विमानांना बघत होता.

त्रिनिदादमधल्या पोर्ट ऑफ स्पेन या बंदरावरच्या एका कुप्रसिद्ध बारमध्ये काही गुंडांनी काही खलाशांवर हल्ला चढवला आणि सुरे खुपसून त्यांचे खून पाडले.

पोलीस येईपर्यंत सर्व साक्षीदारांना बहुधा स्मृतिभ्रंशाचाच झटका आला. त्यांना एवढेच आठवत होते की, गुंडांचे पाच जणांचे टोळके होते. सर्व जण या बेटावरचेच असावेत. त्यांनी बारमध्ये त्या खलाशांबरोबर मुद्दामच भांडण उकरून काढले होते. बस्स! पोलिसांना याहून जास्त माहिती मिळाली नाही. कुणाला अटक झाली नाही.

इथल्याच खालच्या वर्गामधले खुनी होते ते. इस्लामिक दहशतवाद्यांशी त्यांचा काहीही संबंध नव्हता; पण त्यांना पैसे देणारा माणूस मात्र त्रिनिदादमधल्या अल काईदाला पाठिंबा असणाऱ्या जमात-अल-मुसलमान या गटाचा वरिष्ठ दहशतवादी होता.

अजून जरी पश्चिमी प्रसारमाध्यमांचे लक्ष वेधले गेले नसले, तरी कॅरिबिअन बेटांमध्ये या गटासारखे अनेक गट गेली कित्येक वर्षे डोके वर काढत आहेत. मध्य पूर्व, मध्य आशिया आणि भारतीय उपखंडांतून इतके मुस्लीम इथे येत आहेत की, ख्रिश्चन धर्म असणाऱ्या या भागात इस्लामचे प्राबल्य वाढत आहे.

पैशांची व्यवस्था पूर्वीच मिस्टर तौफिक अल कूर यांनी करून ठेवली आणि आज्ञा डॉ. अल खताब यांच्या दूतांकडून आल्या.

मृत खलाशांची पैशाची पाकिटे चोरण्याचा प्रयत्न झाला नसल्याने पोलिसांनी तात्काळ शोधून काढले की, ते व्हेनेझुएलाचे नागरिक आहेत आणि बंदरामध्ये उभ्या असलेल्या त्या देशाच्या जहाजावर ते काम करत होते. बातमी कळताच कॅप्टन पाब्लो मोन्टाल्बान याला मोठाच धक्का बसला आणि दु:खही झाले; पण तो जास्त काळ बंदरामध्ये घालवू शकत नव्हता.

मृत शरीरे कॅरकॅसला पाठवण्याची जबाबदारी व्हेनेझुएलाच्या वकिलातीवर पडली आणि कॅप्टनने आपल्या एजंटला त्यांची जागा घेण्यासाठी दोन माणसे बघायची विनंती केली. त्याने चौकशी केली. नशीब जोरावर होते. जगभर फिरलेले

दोन सभ्य आणि उत्सुक असे भारतामधल्या केरळमधून आलेले खलाशी त्याला आढळले. त्यांच्याकडे योग्य कागदपत्रे नसली तरी सीमेन्स तिकिटे होती.

त्यांना जहाजावर नोकरी दिल्यावर एक दिवस उशिरा *डोन्ना मारिया* निघाले.

भारत हा हिंदूंचा देश आहे असे काही तरी ऐकल्यासारखे कॅप्टनला वाटत होते; पण त्या देशात पंधरा कोटी मुस्लीमही राहतात, याची त्याला कल्पना नव्हती. काही भारतीय मुस्लीम पाकिस्तानातल्या मुस्लिमांसारखेच कडवे आहेत आणि केरळमध्ये कट्टर इस्लामिक दहशतवाद्यांच्या कारवाया वाढत आहेत हे त्याला माहीत नव्हते.

त्या दोघांनी खरोखरच वेगवेगळ्या जहाजांवर डेक हँड्स म्हणून अनुभव घेतला होता. आत्मघाताचा विचार दोघांच्याही मनात नसला, तरीही व्हेनेझुएलाच्या कॅथलिक कॅप्टनला ते दोघे जमात-अल-मुसलमानसाठी काम करतात, हे कळायचे कारण नव्हते. या दोघांची त्या जहाजावर सोय लावण्यासाठी तर ते दोन खून पाडले होते.

अतिपूर्वेकडल्या देशात काय घडते आहे कळल्यावर मरेक गुमिएनी अटलांटिक पार करून निघाला. या वेळी त्याच्याबरोबर वेगळ्याच विषयातला तज्ज्ञ माणूस होता.

"अरब तज्ज्ञांचे काम झाले आहे स्टीव्ह," निघण्यापूर्वी तो स्टीव्ह हिलला म्हणाला. "आता आपल्याला व्यापारी जहाजांबद्दल माहिती असणाऱ्या लोकांची गरज आहे."

तो माणूस अमेरिकेच्या ब्यूरो ऑफ कस्टम्स ॲन्ड बॉर्डर प्रोटेक्शन, मर्चंट मरीन डिव्हिजनमधला होता. स्टीव्ह हिलबरोबर एस.आय.एस.च्या दहशतवादविरोधी पथकात होता; पण जहाजावरच्या दहशतवादी घटनांशी संबंधित होता.

एडझेलला न्यूयॉर्कचा चक हेमिंग्वे आणि लंडनचा सॅम सिमूर या दोन तरुणांची गाठ पडली. तसे दोघांनीही एकमेकांबद्दल ऐकले होते. आत्मघातकी हल्ल्यांसाठी जहाजांचा कशा तऱ्हेने वापर होऊ शकेल आणि तो टाळण्यासाठी काय उपाययोजना करायला हवी हे समजून घेण्यासाठी त्यांना बारा तासांचा अवधी दिला गेला. नंतर जेव्हा ते गुमिएनी, हिल, फिलिप्स आणि मॅक्डोनाल्डसमोर उभे राहिले तेव्हा चक हेमिंग्वेने प्रथम बोलायला सुरुवात केली.

"ही शोधाशोध नाही. शोध करताना निदान आपण कशाचा शोध करतो आहोत ते माहीत असते, लक्ष्य ठाऊक असते. हा गवताच्या गंजीमधली सुई शोधण्याचा प्रकार आहे, चाचपडण्याची अवस्था आहे. पाण्यावर तरंगणारे काही तरी, यापेक्षा आपल्याला काहीही माहीत नाही.

"कोणत्याही क्षणी सेहेचाळीस हजार व्यापारी जहाजं माल घेऊन जगामधल्या सर्व महासागरांवर फिरत असतात. अर्ध्या जहाजांवर सोयीनुसार ध्वज उभारलेले असतात. कॅप्टनच्या इच्छेप्रमाणे ते बदलले जातात."

"जगाचा सहा सप्तमांश भाग पाण्याखाली आहे. हा प्रदेश इतका विस्तृत आहे की, कोणत्याही वेळेला हजारो जहाजे कुठल्याही भूभागापासून किंवा दुसऱ्या कोणत्याही जहाजापासून दूर असतात."

"जगामधला ऐंशी टक्के व्यापार आजसुद्धा समुद्रमार्गांनीच चालतो. म्हणजे साधारण सहा बिलियन टन. जगामध्ये चार हजार तरी वापरात येणारी बंदरं आहेत."

"आणि शेवटी तुम्हाला असं जहाज शोधायचं आहे की, ते कोणत्या प्रकारचं, आकाराचं, टनेजचं आहे, किती जुनं, कुणाच्या मालकीचं, कोणता ध्वज उभारलेलं आहे, जहाजाचं नाव काय, कॅप्टन कोण त्याची काहीही माहिती नाही. असं कोणतं जहाज शोधायची आशा करायची? घोस्ट शिप्स म्हणतो आम्ही अशा जहाजांना, भुताळी जहाजं – एकतर काहीतरी ठाम माहिती हवी, नाहीतर जोरदार नशीब तरी. तुम्ही यांपैकी काय देऊ शकता?"

"हे फारच निराशाजनक चित्र आहे." मरेक गुमिएनी म्हणाला. "सॅम, तू काही आशेचा किरण दाखवू शकतोस?"

"चकचं आणि माझं मत आहे की, दहशतवादी कुठल्या गोष्टीला लक्ष्य बनवतील याचा अंदाज बांधता आला तर लक्ष्याच्या दिशेने जाणारी जहाजं आपण बंदुका रोखून अडवू शकतो आणि जहाजांची व मालाची तपासणी करू शकतो." सॅम सिमूरने उत्तर दिले.

"ऐकतो आहोत आम्ही," हिल म्हणाला. "दहशतवादी कोणत्या लक्ष्याच्या शोधात असतील वाटतं तुम्हाला?"

"आम्हाला अनेक वर्षं त्याची चिंता आहे आणि आमची मतं आम्ही मांडलीही आहेत. खरं तर महासागरच दहशतवाद्यांची कर्मभूमी असायला हवी. पहिल्या नेत्रदीपक हल्ल्यासाठी अल काईदाने आकाशातून हल्ला चढवला, ही बाब तर्कशुद्ध नाही. त्यांनी वर्ल्ड ट्रेड सेंटर टॉवर्सचे चार मजले उडवायची आशा बाळगली होती; पण ते फार नशीबवान ठरले. त्यांना खरं तर सागरच खुणावतो आहे."

"सगळ्या बंदरांमध्ये सुरक्षिततेची चोख व्यवस्था आहे," मरेक गुमिएनी थोड्या रागानेच म्हणाला. "मला माहीत आहे. अंदाजपत्रकात तरतूद आहे."

"सॉरी सर. आमच्या मते नाही. या शतकाच्या सुरुवातीपासून इन्डोनेशियाच्या आजूबाजूच्या सर्व सागरात जहाजे पळवण्याचे प्रकार वाढत आहेत. काही निश्चितच दहशतवादी कृत्यांसाठी पैसे उभारण्यासाठी असतात; पण इतर घटनांचा अर्थ लागत नाही."

"कुठल्या घटना?"

"दहा प्रकरणांमध्ये चाच्यांनी टग्ज चोरल्या. काही टग्ज नंतर सापडल्या नाहीत. त्या विकणे शक्य नाही. तेवढी किंमतच नसते त्यांना आणि सहज लक्षात येणाऱ्या असतात. त्यांच्या चोऱ्या का होतील? आमच्या मते एखादं अपहरण केलेलं सुपरटँकर सिंगापूरसारख्या गजबजलेल्या बंदरामध्ये ओढून नेण्यासाठी त्यांचा उपयोग केला जाऊ शकेल."

"आणि मग स्फोटाने उडवून द्यायचं?"

"त्याची गरज नाही. नुसतं बुडवलं तरी सिंगापूर बंदर दहा वर्षं बंद राहील."

"अच्छा," मरेक गुमिएनी म्हणाला. "तेव्हा पहिलं लक्ष्य एखादं सुपरटँकर असू शकतं. अपहरण करून ते बुडवण्यात आणि एखादं व्यापारी बंदर बंद पाडण्यात नेत्रदीपक कामगिरी ती काय? सामान्य आहे ती – म्हणजे त्या बंदराचा विचार सोडून. आणि कुणाची हत्याही होत नाही."

"पण अशा बुडवलेल्या जहाजांनी जगाची संपूर्ण अर्थव्यवस्था धोक्यात येऊ शकते. ऑक्टोबर २००४ मध्ये प्रसारित झालेल्या व्हिडिओमध्ये बिन लादेनने म्हटलं आहे की, यापुढे तो जगामधली आर्थिक व्यवस्था नष्ट करण्यावर भर देणार आहे. मॉल्स आणि गॅस स्टेशन्सवर जाणाऱ्यांच्या लक्षातही येत नाही की, सध्याच्या व्यापाराची अशी आखणी झाली आहे की, गरज पडताक्षणी नवीन माल पुरवला जातो. कोणी साठे करून ठेवत नाही."

"चीनमध्ये बनवलेले टी-शर्ट्स जेव्हा सोमवारी डल्लासमध्ये विकले जातात तेव्हा ते आधीच्या शुक्रवारी बंदरात उतरलेले असतात. तेच पेट्रोलच्या बाबतीत खरं आहे.

"पनामा किंवा सुएझ कालव्यांमधली वाहतूक बंद पाडली, तर जगभर होणाऱ्या नुकसानीचा आकडाही सांगता येणार नाही. जगातल्या इतर दहा तरी सामुद्रधुनीसुद्धा इतक्या महत्त्वाच्या आणि अरुंद आहेत की, मोठं व्यापारी जहाज किंवा टँकर तिथली वाहतूक बंद पाडतील."

"ठीक आहे," मरेक गुमिएनीने म्हटले. "लक्षात घ्या की, मला अध्यक्ष आणि इतर पाच जणांना तोंड द्यायचं आहे. या स्टीव्हला पंतप्रधानांच्या कानांवर सर्व घालावं लागणार आहे. आपण क्रोबारच्या संदेशावर गप्प राहून चालणार नाही की, हातपाय गाळूनही चालणार नाही. काय करणार आहोत ते त्यांना स्पष्टपणे सांगावं लागेल. आपण काही तरी करतो आहोत असंही दिसायला हवं. तेव्हा काय काय घडू शकेल आणि ते घडू नये म्हणून काय करायला हवं याची यादी करा. आपल्याकडे स्वसंरक्षणाच्या साधनांची कमतरता नक्कीच नाही."

दोघांनी आधीच विचार करून लिहून काढलेला एक कागद चक हेमिंग्वेने पुढे

सरकवला.

"सर, पहिली शक्यता एक प्रचंड व्यापारी जहाज – टँकर – अपहरण करून कुठल्या तरी अरुंद सागरी मार्गावर बुडवण्याची आहे. अशा सर्व ठिकाणांची यादी करून त्या मार्गाच्या दोन्ही टोकांना युद्धनौका उभ्या कराव्यात. प्रवास करताना प्रत्येक जहाजावर मरीन्स चढवावे."

"अरे देवा! काय गोंधळ उडेल? आपणच चाच्यांसारखे वागतो आहोत अशी बोंब होईल आणि ज्यांच्या सागरी हद्दीत आपण काम करणार त्यांना स्वत:चं असं मत असणारच."

"दहशतवादी असा घातपात घडवण्यात यशस्वी ठरले, तर इतर जहाजं आणि त्या देशांचं अपरिमित नुकसान होईल. जहाजं हळू वेगाने चालवायचीही आवश्यकता नाही. मरीन्स चालत्या जहाजावर उतरू शकतात आणि ज्या जहाजावर दहशतवादी असतील, त्या जहाजावर ते मरीन्सना उतरू देणार नाहीत. ते गोळीबार करणारच. एखादे वेळी ठरवलेल्या ठिकाणाच्या आधीच ते जहाज बुडवतील. मला वाटत नाही की, जहाज मालक मरीन्स उतरवण्याच्या कल्पनेला विरोध करतील."

"दुसरी शक्यता?"

"स्फोटकांनी भरलेलं जहाज ज्या बेटावर तेलवाहिनी, ऑइल रिग्ज वगैरे असतील तिथे आदळायचे. पार विध्वंस उडवायचा. पर्यावरणावर होणारे परिणाम आणि आर्थिक नुकसानीचा अंदाज बांधताच येणार नाही. सद्दाम हुसेनने कुवैतमधून माघार घेताना तेलाच्या सर्व विहिरी पेटवून दिल्या. कुवैतींना जाळपोळ झालेल्या भूमीवर राहणे भाग पडले. हे घडू नये त्यासाठी उपाययोजना तीच. दहा मैल अंतरावरच जहाजाची ओळख पटवून घ्यायची."

"प्रत्येक बेट, सागरकिनाऱ्यावरील तेलशुद्धीकरण कारखाने, किनाऱ्यापासून दूर असणाऱ्या ऑइल रिग्ज या सर्वांना संरक्षण देता येईल इतक्या युद्धनौका आपल्याकडे नाहीत." स्टीव्हने अडचण सांगितली.

"त्या त्या देशाकडून खर्चाचा वाटा वसूल करा. ज्या अज्ञात जहाजावरून विरोध होईल ते आकाशातून मारा करून बुडवता येईल."

"आणखी काय?"

"तिसरी शक्यता," सिमूर म्हणाला. "भयानक स्फोटकं वापरून लोकांचीच कत्तल उडवायची. ज्या ठिकाणी मजा करण्यासाठी प्रवासी गर्दी करतात अशा किनारपट्टीवरच्या जागा स्फोटांनी नष्ट करायच्या. तो भीषण प्रकार ठरेल. १९१७ मध्ये नोव्हा स्कोशियामधील हॅलिफॅक्स बंदरामध्ये दारूगोळ्याने भरलेल्या जहाजाचा स्फोट झाला आणि ते शहरच त्या वेळी नकाशावरून पुसलं गेलं. अणुशक्तीचे स्फोट सोडले तर आजमितीपर्यंत इतिहासात तसा स्फोट घडलेला नाही."

"हे सर्व मला वरिष्ठांना सांगणं भाग आहे स्टीव्ह आणि त्यांना ते आवडणार नाही.'' गुमिएनी विमानतळाच्या धावपट्टीवर स्टीव्हचा निरोप घेत असताना त्याला म्हणाला. "आणि या घटना टाळण्यासाठी पावलं उचलली तर प्रसिद्धीमाध्यमांना कळल्याशिवाय राहणार नाही. नको त्या लोकांचं कर्नल मार्टिनकडे लक्ष वेधलं जाऊ नये म्हणून पुन्हा एकदा काही तरी सांगणं भाग आहे. कर्नल मार्टिनने कमाल केली आहे. त्याचं कौतुक करावं तेवढं थोडंच आहे. पण... पण सत्याचा स्वीकार करणं आपल्याला आवश्यक आहे. शक्यता अशी आहे की, तो आता इतिहासजमा झाला आहे.''

मेजर लॅरी डुवाल याने आपल्या एफ-१५ स्ट्राईक ईगल या विमानावर नजर टाकली. त्याला आश्चर्य वाटल्याशिवाय राहिले नाही. दहा वर्षे तो एफ-१५इ या जातीचे विमान उडवत होता. त्या विमानाच्या प्रेमात पडला होता.

आपल्या कारकिर्दीत त्याने एफ-१११ आर्दवार्क विमाने उडवली होती आणि एफ-४जी वाइल्ड वीझलही. ही विमाने उडवायला मिळणे हा सन्मान होता; पण वीस वर्षे विमानदलात वैमानिक म्हणून काढल्यावर स्ट्राइक ईगल हे त्यांच्यापैकी सर्वोत्कृष्ट विमान जणू फक्त त्याच्यासाठी बनवले होते.

त्या दिवशी ते लढाऊ विमान घेऊन तो ल्यूक एअर फोर्स बेसवरून वॉशिंग्टन स्टेटपर्यंत जाणार होता. ओव्हरॉल्स घातलेले स्त्रीपुरुष तंत्रज्ञ उड्डाणासाठी ते सज्ज करत होते. असंख्य भाग असूनही विमानाला प्रेम, आसक्ती, द्वेष, भीती यासारख्या भावना नव्हत्या. कुठलीच जाणीव नाही म्हणून भीती नाही. त्याला क्षणभर त्या विमानाचाच हेवा वाटला.

अनेक मूलभूत दुरुस्त्या, तपासण्या, सर्व्हिसिंग या गोष्टींसाठी बराच काळ एखादे विमान वर्कशॉपमध्ये राहिले असेल, तर नियमांप्रमाणे सर्व दुरुस्त्या व्यवस्थित झाल्या आहेत याची खात्री पटवून घेण्यासाठी टेस्ट फ्लाइट – चाचणी उड्डाण – आवश्यक असते.

६३ फूट लांब, १८ फूट उंच आणि ४२ फूट रुंदीचे इंधन वगैरे काहीही भरलेले नसताना साधारण ४०,००० पौंड वजन असणारे आणि उड्डाणाच्या तयारीत ८१,००० पौंडांपर्यंत कमाल वजन दाखवणारे ते विमान ॲरिझोनामध्ये वसंत ऋतूतल्या स्वच्छ सूर्यप्रकाशात उभे होते. वेपन्स सिस्टिम्स ऑफिसर – विझ्झो – कॅप्टन निकी जॉन्स आपल्या शस्त्रास्त्रांच्या तपासण्या करून चालत येताना दिसल्यावर कॅप्टन लॅरी डुवाल त्याच्याकडे वळला. कोट्यवधी डॉलर्सची वेगवेगळी यंत्रणा असणाऱ्या या विमानात वैमानिक आणि वेपन्स सिस्टिम ऑफिसर हे दोघे एकापाठीमागे एक असे बसतात. मॅक्कॉर्ड एअर फोर्स तळापर्यंतच्या उड्डाणामध्ये

प्रत्येक यंत्रणा निर्दोष काम करते ना हे त्यांनी बघितलेले असते.

एका उघड्या गाडीतून अर्धा मैल लांब अंतरावर उभ्या असलेल्या विमानाकडे ते पोहोचले. दहा मिनिटे त्यांनी प्री-फ्लाइट चेक्समध्ये (उड्डाणापूर्वीच्या तपासण्या) घालवली. तंत्रज्ञ सर्वच गोष्टींची तपासणी करत असल्याने एखादी गोष्ट विसरली असण्याची शक्यता सहसा नसते.

त्यांनी आपापल्या जागांवर बसून पट्टे बांधून घेतले. तंत्रज्ञांना हात केल्यावर ते सर्वजण विमानावरून खाली उतरले आणि परतले.

लॅरी डुवालने एफ-१०० ही दोन शक्तिमान इंजिने सुरू केली. डोक्यावरची कॅनपि खाली येऊन पक्की बंद झाली आणि विमान आपल्या चाकांवरून पुढे सरकायला लागले. धावपट्टीच्या एका टोकाला जाऊन उभे राहिले. उड्डाणाची परवानगी मिळाल्यावर वैमानिकाने शेवटची चाचणी केली – ब्रेक्स तपासले. मागच्या आफ्टरबर्नर्समधून तीस फुटी ज्वाळा उफाळल्या आणि डुवालने इंजिने पूर्ण शक्तीने चालू केली.

धावपट्टीवरून एक मैल जाईतो विमानाने १८५ नॉट वेग पकडला, चाकांनी धावपट्टी सोडली आणि विमानाने आकाशात झेप घेतली. चाके आत घेत आणि थ्रॉटल्स मागे घेत डुवालने मिनिटाला पाच हजार फूट याप्रमाणे उंची गाठायला सुरुवात केली. मागून वेपन्स सिस्टिम ऑफिसरने मॅक्कॉर्ड तळावर पोहोचायचा मार्ग सांगितला. तीस हजार फूट उंची गाठल्यावर विमान त्याच उंचीवरून निळ्याभोर आकाशातून सिॲटलच्या दिशेने निघाले. बर्फ पडलेली रॉकीजची पर्वतशिखरे जमिनीवरून शेवटपर्यंत त्यांना साथ देणार होती.

एप्रिलमध्ये होणाऱ्या जी-८ देशांच्या बैठकीला ब्रिटिश प्रतिनिधी मंडळ पाठवण्याची तयारी ब्रिटिश फॉरिन ऑफिसमध्ये जवळजवळ पूर्ण होत आली होती. एक एअरलायनर चार्टर करूनच सर्व जण हीथ्रोपासून न्यूयॉर्कला जाणार होते. जे.एफ.के. विमानतळावर अमेरिकेचा सेक्रेटरी ऑफ स्टेट त्यांच्या स्वागताला हजर राहणार होता.

इतर सहा देशांची प्रतिनिधी मंडळे अशीच सहा राजधान्यांच्या शहरांमधून त्याच केनेडी इंटरनॅशनल विमानतळावर पोहोचणार होती.

विमानतळापासून मैलभर अंतरावर संरक्षक कडे उभे केले होते. त्या बाहेर निदर्शने करणाऱ्या आणि विरोध दर्शवणाऱ्या जमावापासून दूर, विमानतळावरच्या जागेमध्येच, सर्व प्रतिनिधी मंडळे राहणार होती. या सन्माननीय पाहुण्यांचा अपमान करण्याची, त्यांना कुठलाही त्रास देण्याची संधी या वेळी तरी कुणाला मिळू द्यायची अमेरिकेच्या अध्यक्षांची इच्छा नव्हती. जिनीव्हा आणि सिॲटल इथे घडलेल्या

प्रकारांची पुनरुक्ती टाळायची होती.

जे.एफ.के. विमानतळावरून हेलिकॉप्टर्सची फौजच सर्वांना घेऊन दुसऱ्या अशाच बंदोबस्ताखालच्या जागी पोहोचवणार होती. तिथून काही पावले टाकून सर्व जण पाच दिवस चालू राहणाऱ्या बैठकीच्या जागी पोहोचले असते. अत्यंत ऐषआरामी आणि खासगी जागा. साधी सरळ योजना. दोष काढायला जागा नाही.

"कुणालाच कशी ही कल्पना पूर्वी सुचली नाही?" एक ब्रिटिश मुत्सद्दी म्हणाला. "विचार केला की पटतं, किती उत्कृष्ट योजना आहे ही. मला वाटतं, आम्हीही एक दिवस असाच विचार करू."

पण त्याचा वृद्ध आणि अनुभवी सहकारी उद्गारला, "याच्याहून चांगली गोष्ट अशी आहे की, ग्लेनईगल्सनंतर पुन्हा आपली पाळी कित्येक वर्षं येणार नाही. सुरक्षाव्यवस्थेची डोकेदुखी काही वर्षं तरी इतरांनाच सहन करावी लागणार आहे."

त्याच्या एजंसीचा डायरेक्टरच मरेक गुमिएनीला घेऊन व्हाइट हाउसमध्ये पोहोचला. आपल्या सहा वरिष्ठ अधिकाऱ्यांना गुमिएनीने कधी कुणाच्या कानावर न पडलेल्या लाबुआन बेटावरून गूढपणे मिळालेल्या संदेशाची आणि त्यावरून निघणाऱ्या संभाव्य निष्कर्षांची माहिती दिली. वेळ न दवडता त्याने पुन्हा स्टीव्ह हिलशी संपर्क साधला.

"त्यांनी मागच्या वेळेप्रमाणेच आजही सांगितले आहे," मरेक गुमिएनी म्हणाला. "ते जे असेल, जिथे असेल तिथून शोधून काढा आणि नाश करा."

"आमच्या सरकारचंही तेच मत आहे. दिसताक्षणी उडवा. बाकी कसली काळजी करू नका आणि आपण एकत्र काम करावं अशीही सूचना आहेच."

"ते सांगायची आवश्यकता नाही; पण आमच्या लोकांची खात्री आहे की, लक्ष्य अमेरिकाच आहे. तेव्हा आमच्या किनारपट्टीचं संरक्षण सर्वांत महत्त्वाचं – मध्यपूर्व, आशिया, युरोप यांचा विचार नंतर. आमचे उपग्रह, युद्धनौका, आवश्यक भासणारी प्रत्येक गोष्ट आपल्यासाठी उपलब्ध आहे. आमच्या किनाऱ्यापासून दूर कुठेही ते भुताळी जहाज आढळले तरी आमची सर्व शक्ती त्या जहाजाच्या विनाशासाठी सज्ज असेल."

डायरेक्टर ऑफ नॅशनल इन्टेलिजन्स जॉन नेग्रोपोन्टे याने आकाशातून पाहणी करून प्रत्येक जहाजाची ओळख पटवून घ्यायचे ठरवले होते. सरळ उत्तर मिळाले नाही, जहाजाने मार्ग बदललेला आढळला, तर जहाज जबरदस्तीने अडवायचे. विरोध झाला, तर जहाजाला सागरतळच दाखवायचा.

या शोधाची सागरी सीमा ठरवण्यासाठी लाबुआन बेटापासून तीनशे मैल त्रिज्येचे वर्तुळ आखले गेले. या वर्तुळाच्या उत्तरेकडल्या टोकापासून पॅसिफिकमधून

अलास्काच्या दक्षिणेकडील ॲन्करेजपर्यंत आणि दक्षिणेकडल्या टोकापासून इक्वेडोरच्या किनाऱ्यापर्यंत दुसरी रेषा आखली.

या दोन रेषांमधल्या पॅसिफिक महासागराच्या भागामध्ये कॅनडा, युनायटेड स्टेट्स ऑफ अमेरिका, मेक्सिको, इक्वेडोरपर्यंत, पनामा कालव्यासह सर्व पश्चिम किनारपट्टीचा समावेश होता.

या त्रिकोणामधून युनायटेड स्टेट्सच्या दिशेने निघालेल्या प्रत्येक जहाजावर लक्ष देण्याचे आणि त्रिकोणातून बाहेर पडणाऱ्या आणि आशियाई देशांकडे जाणाऱ्या जहाजांकडे दुर्लक्ष करण्याचे व्हाइट हाउसने ठरवले. आताच या निर्णयाची जाहिरात केली जाणार नव्हती.

चक्रम समजल्या जाणाऱ्या काही संघटनांच्या दबावामुळे अमलात आलेली एक कार्यपद्धती या वेळी खूप पथ्यावर पडणार होती. उड्डाणापूर्वी आपला फ्लाइट प्लॅन देण्याची पद्धत विमानांच्या अंगवळणी पडली होती. आता प्रमुख व्यापारी जहाज वाहतूक कंपन्यांनीही आपले प्रत्येक जहाज कोणत्या बंदरांवर जाणार आहे, ही माहिती जहाज निघण्यापूर्वी द्यायला सुरुवात केली. पॅसिफिकमधल्या त्या त्रिकोणातल्या सत्तर टक्के जहाजांच्या कॅप्टन्सशी जहाजकंपन्या संपर्क साधू शकत होत्या. नवीन नियमांप्रमाणे प्रत्येक कॅप्टनने आपल्या मालकांशी बोलताना एक विवक्षित शब्द वापरायचे ठरवले होते. तो फक्त जहाजमालकांना ठाऊक असे. बोलताना कॅप्टनने तो शब्द वापरला तर सर्व आलबेल आहे समजायचे, नाहीतर कॅप्टन स्वखुशीने बोलू शकत नाही असे समजायचे.

व्हाइट हाउसमध्ये झालेल्या कॉन्फरन्सनंतर बहात्तर तासांनी पहिला के.एच. ११-कीहोल उपग्रह इन्डोनेशियाच्या समुद्रांवर फिरत फोटो घ्यायला लागला. लाबुआन बेटापासून तीनशे मैलांपर्यंतच्या कुठल्याही दिशेने निघालेल्या सर्व जहाजांचे फोटो काढायची आज्ञा संगणकाला होती. त्या वेळी *काऊन्टेस ऑफ रिचमंड* हे जहाज लाबुआन बेटापासून दक्षिणेला ३१० मैलांवर असलेल्या मकासर सामुद्रधुनीतून जात असल्याने उपग्रहाने त्या जहाजाचा फोटो घेतला नाही. संगणक फक्त दिलेल्या आज्ञाच पाळतो.

अर्थात लंडन आणि व्हाइट हाउसला फक्त पॅसिफिकमधल्या हल्ल्याचीच डोकेदुखी नव्हती. एडझेल कॉन्फरन्सचा पूर्ण अहवाल युनायटेड किंगडम आणि युनायटेड स्टेट्स ऑफ अमेरिका यांच्याकडे पोहोचला होता आणि निष्कर्षही मान्य होते.

डाऊनिंग स्ट्रीट आणि व्हाइट हॉलमधल्या हॉट लाइनवर बराच काळ चर्चा झाल्यावर माल्टाच्या पूर्वेकडील अत्यंत महत्त्वाच्या अशा दोन अरुंद सागरी मार्गांवर

देखरेख ठेवण्याबद्दल एकमत झाले.

इजिप्शियन सरकारच्या साहाय्याने रॉयल नेव्हीने आशियामधून येणारी अगदी छोटी जहाजे सोडून इतर सर्व जहाजांना सुएझच्या दक्षिणेला अटकाव करायचा.

पर्शियन गल्फ, अरबी समुद्र आणि हिंदी महासागरांमधल्या आपल्या युद्धनौकांच्या साहाय्याने अमेरिकेने होर्मुझच्या सामुद्रधुनीमध्ये गस्त ठेवायची. प्रचंड जहाजे सामुद्रधुनीच्या मधल्या खोल भागामध्ये बुडवली गेली तर धोका होता. सुपरटँकर्सची ये-जा इथे जास्त होती. दक्षिणेकडून रिकामे टँकर्स येत. इराण, एमिरेट्स, कतार, बहरीन, सौदी अरेबिया, कुवैत, आसपासच्या डझनावारी बेटांवर क्रूड तेल भरत आणि परत जात.

सुपर टँकर्स मालकीच्या असणाऱ्या कंपन्या तशा थोड्या आहेत आणि कुणालाच इथली वाहतूक ठप्प करणारा घातपात परवडणारा नाही. या सर्व कंपन्या अमेरिकेला पूर्ण साहाय्य करायला कबूल होत्या, ही अमेरिकेच्या दृष्टीने चांगली गोष्ट होती. होर्मुझच्या सामुद्रधुनीकडे निघालेल्या सुपरटँकर्सच्या डेकवर, ते टँकर तीनएकशे मैल अंतरावर असताना सी स्टॅलिअन हेलिकॉप्टर्समधून मरीन्स उतरवून ब्रिजपर्यंत शोध घ्यायला विशेष वेळ लागला नसता. टँकर्सचा वेगसुद्धा कमी करायची आवश्यकता नव्हती.

मोठे बंदर असणाऱ्या युरोपमधल्या प्रत्येक देशाच्या सरकारलाही घातपात्यांनी ताब्यात घेतलेल्या अज्ञात जहाजाकडून निर्माण झालेल्या धोक्याची सूचना गेली. आता कोपनहेगनचे संरक्षण करण्याची जबाबदारी डेन्मार्कची होती, स्वीडनने स्टॉकहोमचे रक्षण केले असते. हॅम्बुर्ग आणि कील बंदरात कुठली जहाजे येतील यावर जर्मनीने लक्ष दिले असते. ब्रेस्ट आणि मार्सेलीसबद्दल फ्रान्सला सावधान राहायला सांगितले गेले. अटलांटिकमधून येणाऱ्या जहाजांवर लक्ष ठेवण्यासाठी जिब्राल्टरच्या तळावरील रॉयल नेव्हीच्या विमानांनी पिलर्स ऑफ हरक्युलीसमधल्या अरुंद सागरावर आणि जिब्राल्टर ते मोरोक्कोपर्यंत उड्डाणे करायला सुरुवात केली.

मेजर डुवालने रॉकीजवरून उडताना ईगल अनेक तऱ्हांनी उडवून बघितले. प्रत्येक वेळी विमान व्यवस्थित उडत होते. हवामान मात्र पालटायला लागले.

ॲरिझोनाच्या निरभ्र निळ्याभोर आकाशात प्रथमच कुठे तरी ढग नजरेत यायला लागले. स्ट्राइक ईगल नेवाडा मागे टाकून ओरेगॉनमध्ये शिरताना ढगांची दाटी व्हायला लागली. कोलंबिया नदी ओलांडून वॉशिंग्टन राज्यात शिरेपर्यंत झाडांच्या शेंड्यांपासून वीस हजार फूट उंचीपर्यंत ढगांशिवाय काही दिसत नव्हते. कॅनडामधून ढग येतच होते. तो अजूनही तीस हजार फुटांवर असल्याने त्याला निळे आकाशच दिसत होते; पण उतरताना खाली यायला लागल्यावर कठीण प्रसंग ओढवणार

होता. मॅक्कॉर्ड तळापासून दोनशे मैल अंतरावर असताना त्याने विमान खाली उतरवण्यासाठी सूचना करायला सांगितले.

मॅक्कॉर्डने त्याने पूर्वेकडून स्पोकानेच्या दिशेने यावे असे सुचविले. मग उतरण्यासाठी पुढल्या सूचना दिल्या जाणार होत्या.

मॅक्कॉर्डच्या दिशेने निघण्यासाठी विमान डाव्या बाजूला वळत असताना, अमेरिकन विमानदलाच्या इतिहासामध्ये सर्वांत खर्चिक ठरणारा पाना, जो उजव्या बाजूच्या इंजिनांच्या दोन हायड्रॉलिक लाइन्समध्ये अडकून बसला होता, तो विमान सरळ उड्डाण करायला लागताच सटकला आणि टर्बो फॅनच्या ब्लेड्समध्ये घुसला.

जवळजवळ ध्वनीच्या वेगाने फिरणारी ही धारदार कॉम्प्रेसर ब्लेड्स कापली जायला लागली आणि एफ-१०० च्या अंतर्भागातून एक प्रचंड स्फोटासारखा आवाज आला. कापलेला प्रत्येक तुकडा इतर तुकड्यांमध्ये अडकत असताना दोन्ही कॉकपिट्समध्ये लाल दिवे चमकायला लागले आणि निकी जॉन्स ओरडला, ''काय झालं तरी काय?''

लॅरी डुवालला डोक्यामध्ये कोणी तरी ओरडत आहे असा भास झाला. ''बंद कर ते इंजिन!''

वर्षानुवर्षांच्या उड्डाणाच्या अनुभवाने डुवालची बोटे आपोआपच एक एक स्विच बंद करायला लागली होती. इंधन – इलेक्ट्रिक सर्किट्स – हायड्रॉलिक लाइन्स; पण उजवीकडल्या इंजिनामध्ये भडका उडाला होता. त्या इंजिनाचे तुकडे उडायला सुरुवात झाली होती.

डुवालच्या मागे विझ्झो – निकी जॉन्स – मॅक्कॉर्डला संदेश देत होता. ''मे-डे, मे-डे, मे-डे - उजवीकडल्या इंजिनामध्ये आग......''

मागून कुठले तरी आवाज यायला लागल्याने त्याचे बोलणे थांबले. इंजिन बंद न होता आगीमधूनच इंजिनांचे तुकडे उडून डाव्या बाजूला आदळत होते. आणखी लाल दिवे चमकायला लागले. डावीकडल्या इंजिनाने पेट घेतला. एकच इंजिन चालू राहिले असते तरी कमी इंधन वापरत लॅरी डुवालने विमान खाली उतरवले असते; पण दोन्ही इंजिने निकामी झाल्यावर आधुनिक लढाऊ विमान हवेतून तरंगत जाऊ शकत नाही. ते दगडासारखे खाली कोसळायला लागते.

कॅप्टन जॉन्सने नंतर चौकशीच्या वेळी सांगितले की, वैमानिकाचा आवाज बोलताना अगदी शांत होता. मॅक्कॉर्ड एअर ट्रॅफिक कंट्रोलरला मुद्दाम कळवायची पाळी येऊ नये म्हणून रेडिओचे 'ट्रान्समीट' बटण दाबून तो म्हणाला होता, ''माझी दोन्ही इंजिने निकामी झाली आहेत. बाहेर पडायला तयार रहा.'' एअर ट्रॅफिक कंट्रोलरने हे शब्द जसेच्या तसे ऐकले होते.

विझ्झोने आपल्या उपकरणांवर एक शेवटची नजर फिरवली. उंची २४०००

फूट, डायव्हिंग – सरळ खाली जायला सुरुवात. बाहेर सूर्य चमकताना दिसत असला तरी ते खाली ढगांच्या दिशेने निघाले होते. त्याने खांद्यावरून मागे वळून बघितले. ईगल एका टोकापासून दुसऱ्या टोकापर्यंत पेटलेले होते.

त्याच शांतपणे पुढल्या बाजूने शब्द आले, "इजेक्ट! इजेक्ट!!"

दोघांनीही खाली वाकून आपापल्या सीटशेजारचे हॅन्डल वर खेचले. हल्ली त्याच्याहून जास्त काही करावे लागत नाही. आधुनिक इजेक्टर सीट इतक्या स्वयंचलित असतात की, माणूस बेशुद्ध झालेला असला तरी त्याच्यासाठी सर्व गोष्टी त्या करतात.

लॅरी डुवाल किंवा निकी जॉन्स यांच्यापैकी कुणीही आपल्या विमानाचे मरण स्वत:च्या डोळ्यांनी बघितले नाही. काही सेकंद असताना फुटलेल्या कॅनपिमधून ते दोघे बाहेरच्या भयानक थंड हवेमध्ये फेकले गेले. त्यांचे दंड आणि पाय सीटला बांधलेलेच राहिले. तसे झाले नाही तर हाडे मोडली असती. सीटमुळे चेहऱ्याचेही संरक्षण होत होते.

छोट्या पॅरॅशूट्समुळे हेलकावे न खाता सीट्स सरळ जमिनीच्या दिशेने कोसळायला लागल्या, क्षणात ढगांमध्ये नाहीशा झाल्या. हेलमेट्सच्या व्हाईजरमधून काळे ढग भराभर सरकताना दोघांना दिसत होते.

जमीन जवळ येते आहे याची जाणीव झाल्यावर सीट्समधून त्यांची आपोआप सुटका झाली. सीट्स सरळ खाली जाऊन कोसळल्या. भरकटणाऱ्या माणसांना जरा स्थिर करण्यासाठी पुन्हा दोन छोटे पॅराशूट उघडले आणि मगच खाडकन मोठे पॅराशूट उघडले. ताशी १२० मैल वेगाने खाली पडत असताना एका क्षणात तो वेग चौदा मैलांच्या आसपास येताच दोघांनाही धाडकन आपल्याला थांबवल्यासारखे वाटले. त्यांच्या हलक्या नायलॉन फ्लाइट सूट्स आणि जी-सूट्समधून त्यांना भयंकर गारठा जाणवायला लागला. करड्या ढगाळ, ओलसर वातावरणामध्ये स्वर्ग आणि नरक यांच्यामधल्या कुठल्या तरी भयानक जागेमध्ये आपण अडकलो आहोत की काय असे वाटेपर्यंत ते खालच्या पाइन आणि स्प्रूस वृक्षांच्या वरच्या फांद्यांवर कोसळले.

ढगांखालच्या, झाडांखालच्या अर्धवट काळोखात दणके खात खात मेजर खाली एका मोकळ्या जागेत येऊन कोसळला. तो गोंधळला होता, त्याचा श्वास कोंडला होता; पण काही सेकंदांत भानावर येऊन त्याने कंबरेजवळचे पॅराशूटचे बक्कल काढले आणि तो उभा राहिला. त्याचा शोध घेणे सोपे जावे, तो कुठे आहे ते इतरांना कळावे म्हणून त्याने ट्रान्समीटर काढून संदेश पाठवायला सुरुवात केली.

निकी जॉन्सही झाडांमध्येच कोसळला असला तरी जमिनीवर पोहोचलाच नाही. झाडांच्या फांद्यांवरून दणके घेताना त्याच्यावर बर्फ कोसळायला लागला; पण

शेवटचा दणका घेताना पॅराशूट झाडांमध्ये अडकून बसले. खाली पंधरा फुटांवर जमीन दिसत होती. पाइन नीडल्स आणि बर्फ पडलेला असणार. त्याने एक मोठा श्वास घेतला आणि बक्कल काढले.

खरं म्हणजे जमिनीवर पडल्यावर तो सरळ उठून उभा राहिला असता; पण बर्फाखाली गाडल्या गेलेल्या दोन दणकट फांद्यांनी त्याच्या डाव्या पायाच्या नडगीचे हाड मोडले. त्याच्या लक्षात आले की, या शॉकमुळे आणि भयानक गारठ्याने त्याची परिस्थिती बघता बघता बिकट होणार आहे. त्यानेही ट्रान्समीटर काढून त्याचे बटण दाबले.

वैमानिक बाहेर पडल्यावर ईगलने काही सेकंद तरी स्वतःहून उडत राहण्याचा प्रयत्न केला. ईगलचे नाक वर झाले, ते अडखळल्यासारखे तिरके झाले आणि खालच्या दिशेने दगडासारखे कोसळायला लागले. खाली ढगात असतानाच आगीच्या ज्वाळा इंधनाच्या टाक्यांपर्यंत पोहोचल्या आणि प्रचंड स्फोटात ते नाहीसे झाले.

तुकडे उडताना इंजिने वेगळी झाली. पाच पाच टनांची ज्वाळांनी वेढलेली इंजिने पाचशे मैल वेगाने कास्केडसच्या जंगलांमध्ये जाऊन आदळली. एका इंजिनाने वीसएक झाडे भुईसपाट केली.

दुसऱ्या इंजिनाने बरेच काही घडवून आणले.

केबिनच्या संरक्षणाची तुकडी सी.आय.ए.च्या ज्या स्पेशल ऑपरेशन्स ऑफिसरच्या हाताखाली होती त्याला शुद्ध यायला दोन मिनिटे तरी लागली. कँटीनच्या जमिनीवरून उठून तो कसाबसा उभा राहिला. त्याला जबरदस्त धक्का बसला होता. सगळीकडे धूळच धूळ उडत होती. तो जेवत असताना नक्की काय झाले हे त्याच्या लक्षात येत नव्हते. भिंतीला टेकून त्याने इतरांच्या नावाने हाका मारायला सुरुवात केली. कण्हण्याचे आवाज त्याच्या कानावर पडायला लागले. वीसएक मिनिटांनी बऱ्याच गोष्टी त्याच्या लक्षात आल्या. गेम्स रूममध्ये पूल खेळणारे दोघे जण ठार झाले होते. तिघे जण जखमी झाले होते. हायकिंगसाठी गेलेले नशीबवान ठरले. शंभरएक यार्ड अंतरावरून एक उल्का, म्हणजे त्यांची तरी तशी समजूत झाली होती, त्यांना केबिनवर कोसळताना दिसली होती. त्यांनी प्रथम आपल्या सहकाऱ्यांकडे लक्ष दिले. सी.आय.ए.चे ते एकूण बारा जण होते. दोघांचा मृत्यू ओढवला होता, तिघांना तातडीने हॉस्पिटलात पोहोचवावे लागणार होते, पाच जणांना धक्का बसला होता आणि दोघे सुखरूप होते. मग त्यांनी त्यांच्या कैद्याचा विचार केला.

कैद्याचा विचार त्यांच्या प्रथम डोक्यात यायला हवा होता असे नंतर अनेकांच्या मनात आले होते. चौकशीच्या वेळी मात्र त्यांनी प्रथम स्वतःच्या लोकांकडे बघितले ते योग्यच होते, असे मत पडले. पोलादी दरवाज्याच्या भोकातून आत बघताना त्यांना वाटले की, कैद्याच्या खोलीमध्ये जरा जास्तच प्रकाश वाटतो आहे. ते आत

घुसल्यावर त्यांना मागच्या मोकळ्या जागी घेऊन जाणारा दरवाजा उघडा दिसला. कैद्याची खोली मजबूत काँक्रीटची बनवली असल्याने तिथे कुठे तडासुद्धा गेला नव्हता.

पण कैद्याच्या व्यायामाच्या जागेच्या भोवतालच्या भिंतीवर कोसळलेल्या जेट इंजिनाने भिंतीचा पाच फुटांचा भाग पार उद्ध्वस्त केला होता आणि नंतरच ते इंजिन गॅरिसनच्या क्वार्टर्समध्ये घुसले होते.

आणि अफगाण नाहीसा झाला होता.

■

१५

फिलिपाइन्स, बोर्निओ, पूर्व इन्डोनेशियापासून पॅसिफिक पार करून थेट अमेरिकेच्या किनाऱ्यापर्यंत अमेरिकेने आपला सागरी विळखा घट्ट करायला सुरुवात केली असतानाच *काऊन्टेस ऑफ रिचमंड* फ्लॉरिस समुद्रातून बाहेर पडली, बाली आणि लुबोक बेटांमधल्या आखातातून हिंदी महासागरात शिरली आणि पश्चिमेला वळून आफ्रिकेच्या दिशेने निघाली.

कोसळणाऱ्या ईगलने मारलेली मदतीची हाक निदान तिघांनी तरी ऐकली होती. मॅक्कॉर्ड एअर फोर्स बेसवरून तर त्या वेळी वैमानिकांशी बोलणेच चालू होते आणि सर्व संभाषण टेप झाले होते.

मॅक्कॉर्डच्या उत्तरेकडील व्हीडबी बेटावरील नेव्हल एअर स्टेशन आणि बेलिंगहॅम येथील कोस्टगार्ड युनिट हे चॅनेल १६ वर लक्ष ठेवून असत. काही सेकंदांमध्ये त्यांनी एकमेकांशी संपर्क साधला आणि ते वैमानिकांची जागा शोधायला लागले.

एखाद्या जंगलात किंवा वरखाली होणाऱ्या छोट्या लाइफ-रॅफ्टवर आपल्याला कोणी शोधून काढेल का याची असहायपणे वाट बघत बसण्याचे दिवस आता इतिहासजमा झाले आहेत.

हल्ली विमानातल्या नोकरवर्गाकडे जी लाइफ जॅकेट्स असतात, त्यांमध्ये एक छोटा आणि शक्तिमान स्टेट-ऑफ-दि-आर्ट बीकन आणि एक ट्रान्समीटरही असतो. बीकन्सचे संदेश तर तात्काळ मिळाले आणि तीन लिसनिंग पोस्ट्सवरून दोन्ही वैमानिकांच्या जागा शोधल्या गेल्या. फार तर काही यार्ड्सएवढी चूक जागा शोधण्यात झाली असेल, नसेल. मेजर डुवाल स्टेट पार्कच्या अंतर्भागात, तर कॅप्टन जॉन्स लॉगिंग फॉरेस्टमध्ये कोसळला होता. हिवाळा असल्याने तिथे पोहोचण्याचे मार्ग बंद होते.

भरून आलेले ढग झाडांच्या शेंड्यांपर्यंत खाली उतरलेले असल्याने सर्वांत वेगवान आणि खात्रीचा, पसंतीचा, हेलिकॉप्टरने वर उचलण्याचा पर्याय उपलब्ध नव्हता. त्यांना बाहेर काढण्यासाठी जुन्या पद्धतीचा अवलंब करण्याशिवाय गत्यंतर नव्हते.

हाफ ट्रॅक्ड वाहने वापरून बचाव पथके ट्रॅक्सवरून वैमानिकांच्या जास्तीत

जास्त जवळ जातील आणि तिथून बर्फामधून चालत, घाम गाळत त्यांच्यापर्यंत पोहोचतील.

कडाक्याची थंडी आणि जॉन्सच्या पायाचे हाड मोडल्याने त्याला बसलेला धक्का, हेच त्यांचे या क्षणी खरे शत्रू होते. व्हॉटकॉम काऊन्टीच्या शेरीफने रेडिओवरून कळवले की, त्याचे डेप्युटी निघायच्या तयारीत आहेत आणि जंगलाबाहेर असलेल्या ग्लेसियर गावाजवळ अर्ध्या तासात त्यांना भेटतील. विझ्झो निकी जॉन्स तिथून जवळ होता. ग्लेसियर गावाजवळ अनेक लॉगर्स राहत होते. त्यांना जंगलामधले सर्व रस्ते ठाऊक होते. जॉन्स नक्की कुठे आहे याची माहिती देऊन त्यांनी शेरीफला त्याच्या सुटकेसाठी धाडले.

निकी जॉन्सची परिस्थिती कठीण होती, कारण तो जखमी झालेला होता. त्याला धीर देत राहणे आवश्यक होते. ते जवळ पोहोचत असताना त्याच्याशी बोलत राहण्यासाठी मॅक्कॉर्ड एअर बेसने शेरीफला रेडिओवरून जॉन्सशी बोलत राहता येईल अशी व्यवस्था केली.

नॅशनल पार्क सर्व्हिसचा अशा बाबतींमधला अनुभव दांडगा होता. दर वर्षी कॅम्पिंगला आलेला कुणी तरी घसरायचा आणि त्याला बाहेर काढणे भाग पडायचे. त्यांनी मेजर डुवालच्या मागावर जाण्याचे ठरवून स्नो मोबाइल्स आणि क्वॉड बाईक्स घेऊन ते निघाले. मेजर डुवाल जखमी झालेला नव्हता, तेव्हा स्ट्रेचर सर्व्हिसची गरज पडणार नाही अशी त्यांना आशा होती.

पण एक एक मिनिट जायला लागले तसे वैमानिकांच्या शरीराचे तापमान खाली यायला लागले. जॉन्सला हालचाल करता येत नसल्याने डुवालपेक्षा त्याचे तापमान भराभरा खाली येत होते. त्यांच्यासाठी ग्लोव्ह्ज, बूट, स्पेस ब्लॅंकेट्स, गरम सूप घेऊन जाण्यासाठी वेळेबरोबर शर्यतच सुरू झाली.

त्या ओसाड जंगलामध्ये आणखी एक माणूस, अत्यंत धोकादायक असा माणूस, भटकत आहे हे बचाव पथकांना कुणी सांगितले नाही. कारण ते कुणालाच ठाऊक नव्हते.

उद्ध्वस्त झालेल्या केबिनमधल्या गॅरिसनच्या नशिबाने त्यांची दळणवळण यंत्रणा शाबूत राहिली होती. कमांडरला एकाच ठिकाणी फोन करायचा असला तरी व्यक्ती महत्त्वाची होती. पूर्वेकडले तीन टाइम झोन्स पार करून लॅंग्ले इथे असणाऱ्या मरेक गुमिएनी याने आपल्या टेबलावरचा सुरक्षित – दुसरे कुणी ऐकू शकणार नाही असा – फोन उचलला, तेव्हा दुपारचे चार वाजून गेले होते.

ऐकता ऐकताच तो गार पडत होता. मोठाच अनर्थ ओढवला असला तरी त्याचा आवाज चढला नाही की त्याने आरडाओरडाही केला नाही. कास्केडस विल्डरनेसमधल्या आपल्या कनिष्ठ सहकाऱ्याचे बोलणे पुरे व्हायच्या आधीच तो या

अनिष्ट संकटाला कसे तोंड द्यायचे याचा विचार करत होता. गोठवणारी थंडी होती. दोन मृतांची काळजी नंतर करता आली असती. जखमी झालेल्या तिघांना तिथून बाहेर काढणे सर्वांत महत्त्वाचे होते आणि कैद्याचा माग तर तात्काळ काढायला हवा होता.

"हेलिकॉप्टर पोहोचू शकेल तुमच्याकडे?" त्याने विचारले.

"नाही सर. इथे झाडांच्या शेंड्यांपर्यंत ढगांची दाटी आहे. भयंकर बर्फही पडणार असल्याचं वृत्त आहे."

"पायवाटेने पोहोचण्यासारखं जवळात जवळचं गाव कुठलं?"

"माझामा म्हणून गाव आहे सर. जंगलाच्या बाहेर गावापासून हार्ट्स पास ला जाणारा रस्ता माझामा गावापासून एक मैलांवरून जातो. मात्र तिथून गावात पोहोचणारी वाट नाही."

"केबिन म्हणजे एक अत्यंत गुप्त असं संशोधन केंद्र आहे. लक्षात येतं आहे ना मला काय म्हणायचं आहे? तिथे मोठा अपघात झाला आहे. तातडीने मदतीची गरज आहे. माझामा इथल्या शेरीफशी बोल. त्याच्याकडे जी साधने उपलब्ध असतील ती घेऊन मदतीला बोलव. हाफ-ट्रॅक्स, स्नो-मोबाइल्स घेऊन जास्तीत जास्त जवळ या म्हणावे. शेवटच्या एक मैल अंतरासाठी स्कीज, स्नो-शूज, स्लेड्स वापरायला सांग. जखमींना प्रथम हॉस्पिटलमध्ये पोहोचवा. तुम्ही तिथे उबदार वातावरणात राहू शकाल का?"

"हो सर. दोन खोल्या उद्‌ध्वस्त झाल्या आहेत. त्या आम्ही सील केल्या आहेत. सेंट्रल हीटिंग चालत नाही; पण आम्ही शेकोटी पेटती ठेवणार आहोत."

"ठीक आहे. बचाव पथक पोहोचले की सर्व बंद करा. दळणवळणाची गुप्त साधने नष्ट करा. सर्व कोड्स आणि जखमींना घेऊन बाहेर पडा."

"सर?"

"काय?"

"त्या अफगाणचं काय करायचं, सर?"

"ते मी बघतो."

ऑपरेशन क्रोबार सुरू करताना जॉन नेग्रोपोन्टे याने दिलेल्या पत्राची मरेक गुमिएनीला आठवण झाली. त्याच्याकडे अनिर्बंध अशी सत्ता होती आणि वापरण्याची साधनेही. सैन्यदल सज्ज ठेवण्यासाठी करदात्यांचा बराच पैसा खर्च होत असतो. त्यांचा उपयोग करायची वेळ आली होती. त्याने पेन्टॅगॉनला फोन लावला.

अनेक वर्षे सी.आय.ए.मध्ये काढल्यावर, सर्व माहिती एकमेकांना पुरवण्याच्या सध्याच्या दिवसांत डिफेन्स इन्टेलिजन्स एजंसीज्‌मधल्या महत्त्वाच्या अधिकाऱ्यांशी त्याचे चांगले संबंध प्रस्थापित झाले होते. स्पेशल फोर्सेसशी त्यांचे तसेच संबंध

होते. वीस मिनिटांनी त्याला वाटले की आजच्या या वाईट दिवसात प्रथमच काही तरी चांगली बातमी मिळते आहे.

मॅक्कॉर्ड एअर फोर्स बेसपासून केवळ चार एक मैलांवर सैन्य दलाचा फोर्ट ल्युईस हा प्रचंड तळ आहे; पण त्याच्या कोपऱ्यामधल्या एका भागात सर्वांना प्रवेश करता येत नाही. तिथे आहे फर्स्ट स्पेशल फोर्सेस ग्रुपचे घर. काही मित्र त्याला ऑपरेशनल डिटॅचमेंट ग्रुप (ओ.डी.) अल्फा १४३ म्हणतात. टर्मिनल ३ म्हणजे माऊन्टन कंपनी किंवा ए टीम. ऑपरेशन्स कमांडर होता सीनिअर कॅप्टन मायकेल लिनेट.

पेन्टॅगॉनचा फोन ॲडजटन्टने घेतला. तो दोन स्टार धारण करणाऱ्या जनरलशी बोलत असला तरी त्याला मदत करता येत नसावी.

"सर, आता ते तळावर नाहीत; पण माऊंट रेनरवर लढाईच्या डावपेचांचे शिक्षण घेत आहेत."

वॉशिंग्टनमधल्या जनरलने टॅकोमाच्या दक्षिणेकडल्या पीअर्स काऊन्टीमध्ये असणाऱ्या या भयाण पर्वताबद्दल ऐकलेही नव्हते.

"लेफ्टनंट, हेलिकॉप्टरने तू त्यांना तळावर परत आणू शकतोस?"

"हो सर. बहुतेक आणता येईल. ढग थोडे उंचावर आहेत आत्ता."

"आणि जंगली भागाच्या काठावरच्या हार्ट्स पासजवळच्या माझामा गावामध्ये नेऊ शकतोस?"

"बघून सांगतो, सर."

तीन मिनिटांत तो परत आला. जनरलने फोन खाली ठेवलेला नव्हता.

"जमेल असे वाटत नाही, सर. त्या ठिकाणी ढगांचे आच्छादन झाडाच्या शेंड्यांपर्यंत खाली आहे आणि आणखी बर्फवृष्टीचीही शक्यता आहे. तिथे जायचे तर ट्रक्सनी जावे लागेल."

"ठीक आहे. कसेही करून त्यांना लवकरात लवकर तिथे पोहोचव. तू ते टॅक्टिकल एक्झरसाइजसाठी गेले आहेत म्हणालास ना?"

"हो, सर."

"तेव्हा त्यांच्याकडे सर्व साधने असणारच."

"शून्याखालच्या तापमानात कुठल्याही तऱ्हेच्या भूभागात उपयोगी पडतील अशी सर्व साधने त्यांच्याकडे आहेत, जनरल."

"दारूगोळा?"

"हो. रेनर नॅशनल पार्कमध्ये दहशतवादी घुसले तर काय करायचे याचा सराव करत आहेत ते."

"आता तो फक्त सराव राहिलेला नाही, लेफ्टनंट. सर्व युनिट माझामा इथल्या

शेरीफच्या ऑफिसमध्ये घेऊन जा. सी.आय.ए.च्या ओल्सेनला गाठ. सारखा अल्फा युनिटच्या संपर्कात राहून मला प्रगती कळवत जा.''

माऊंट रेनरवरून कॅप्टन लिनेट उतरत असतानाच काही तरी आणीबाणी निर्माण झाल्याचे त्याला कळवण्यात आले. त्यानेही वेळ वाचविण्यासाठी आकाशमार्गाने जावे असे सुचवले. फोर्ट ल्युईसकडे सैनिकी वाहतुकीसाठी स्वत:ची चिनूक ट्रुप कॅरिअर हेलिकॉप्टर्स होती. तीस मिनिटांत ती अल्फा टीमला घेऊन व्हिजिटर्स कार पार्कवरून निघाली.

चिनूकनी त्यांना बर्लिंग्टनजवळच्या एका छोट्या विमानतळावर पोहोचवले. खराब हवेमुळे ती त्यापुढे जाऊ शकत नव्हती. तिथे जाण्यासाठी तासाभरापूर्वी निघालेले ट्रक्स जवळजवळ त्याच वेळी तिथे पोहोचले.

बर्लिंग्टनहून इंटरस्टेट-२० महामार्ग स्कागिट नदीजवळून कास्केडसमध्ये पोहोचत होता. हिवाळ्यात तो मार्ग फक्त अधिकृत आणि खास तऱ्हेच्या वाहनांशिवाय इतर वाहनांसाठी बंद असतो. ते ट्रक्स कुठल्याही तऱ्हेच्या भूभागावरून जाऊ शकतील अशा साधनांनी जुळवलेले होते; पण तरीही मार्ग काढणे कठीणच होते. ते चार तासांनी कसेबसे माझामाला पोहोचेपर्यंत ड्रायव्हर्सची पार दमछाक झाली होती.

सी.आय.ए.ची टीमही थकलेली होती; पण त्यांचे जखमी सहकारी एकदा खऱ्याखुऱ्या ॲम्ब्युलन्सेसमधून निघाले होते. मॉर्फिन वापरून त्यांच्या वेदना तात्पुरत्या कमी झाल्या होत्या. नंतर हेलिकॉप्टर्समधून त्यांना टॅकोमा मेमोरिअल हॉस्पिटलमध्ये नेण्यात येणार होते.

ओल्सेनने त्याच्या दृष्टीने आवश्यक ती माहिती कॅप्टन लिनेटला दिल्यावर तो संतापला. त्याला ती पुरेशी वाटत नव्हती. त्यालाही सिक्युरिटी क्लिअरन्स होता. त्याला हवी होती ती माहिती त्याने खोदून खोदून विचारायला सुरुवात केली.

''हा फरारी कैदी. त्याच्याकडे आर्क्टिकमध्ये घालण्यासारखे कपडे आहेत? बूट?''

''नाहीत. हायकिंग बूट. गरम पँट, साधारण उबदार जॅकेट.''

''स्कीज? स्नो शूज? शस्त्रे?''

''तसले काही नाही.''

''आताच अंधार पडला आहे. त्याच्याकडे रात्री स्पष्ट दिसण्यास उपयोगी नाइट-व्हिजन ग्लासेस आहेत? जलद हालचाली करण्यास उपयोगी असे काहीही?''

''नाही. नक्की नाही. कैदी होता तो.''

''कमाल आहे. या तापमानात, मीटरभर उंचीच्या बर्फातून, कम्पासशिवाय तो कसा कुठे पोहोचणार? पकडू आम्ही त्याला.''

"एकच गोष्ट. तो डोंगराळ भागात जन्मलेला, वाढलेला माणूस आहे."

"इथेच जवळपास?"

"नाही. तोरा बोरामध्ये. अफगाण आहे तो."

लिनेट थक्क होऊन ऐकत राहिला. तो तोरा बोरा भागात लढला होता. अमेरिकन आणि ब्रिटिश कोएलिशन स्पेशल फोर्सेस स्पिन घर पार करून पळालेल्या सौदी अरबांच्या मागे लागले होते, तेव्हा त्यांच्यामध्ये एक सहा फूट आणि चार इंच उंचीचा दणकट माणूस होता. ऑपरेशन ॲनाकोन्डाच्या वेळीही तो होता. तेही हवे तसे यशस्वी झाले नव्हते. अनेक चांगली माणसे गमावली होती. लिनेटला तोरा बोराच्या पश्तूनबरोबर हिशेब चुकता करायचा होता.

त्याने ओरडून सूचना दिली. तो ट्रकमध्ये चढला आणि ते निघाले. हा ट्रॅक त्यांना हार्ट पासपर्यंत घेऊन गेला असता. मग तीन हजार वर्षांपासून चालत आलेल्या गोष्टींचा वापर करावा लागणार होता. स्कीज आणि स्नो-शूज.

ते निघाले तेव्हा शेरीफच्या रेडिओवरून कळले की दोन्ही वैमानिक सापडले होते, जिवंत होते आणि सिॲटलमधल्या हॉस्पिटलमध्ये होते. चांगली बातमी असली तरी लेम्युएल विल्सन नावाच्या माणसाला मात्र ती कळायला उशीरच झाला होता.

ऑपरेशन क्रोबार आता अमेरिकन आणि ब्रिटिश इन्व्हेस्टिगेटर्सच्या ताब्यात गेले होते. बोट बुडवून एखाद्या अरुंद खाडीतील किंवा कालव्यातील वाहतूक अल काईदा बंद पाडणार हाच विचार अजूनही त्यांच्या मनातून जात नव्हता.

हे घडवून आणण्यासाठी जहाजाचा फक्त आकार महत्त्वाचा होता. त्यातला माल नव्हे. प्रचंड टनेजच्या प्रत्येक जहाजाच्या चौकशीसाठी जगभर संदेशांची देवाणघेवाण चालू होती.

पण जहाजे जितकी मोठी तितकी त्यांची संख्या कमी. त्यांची मालकी फार मोठ्या कंपन्यांकडेच असू शकत होती.

महाकाय अशा पाचएकशे सुपर टँकर्सची चौकशी झाली. सर्व व्यवस्थित होत्या. आपापल्या मार्गांवर होत्या. मग माल भरलेला असतानाच दहा दहा हजार टन वजन कमी करत त्या जहाजांची चौकशी झाली. पन्नास हजार टनांवरच्या सर्व जहाजांचा तपास केल्यावर भीती जरा कमी व्हायला लागली.

व्यापारी जहाजांची इत्थंभूत माहिती आजही लॉइड्स रजिस्टरमध्येच मिळते. एडझेलने लॉइड्सबरोबर डायरेक्ट लाइनच प्रस्थापित केली आणि ती सारखी वापरात होती. लॉइड्सच्या सूचनेनुसार त्यांनी सोयीप्रमाणे कुठल्याही देशाचा ध्वज उभारणाऱ्या, कुप्रसिद्ध बंदरांमध्ये रजिस्टर केलेल्या, संशयित प्रोप्रायटर्सच्या मालकीच्या

असणाऱ्या जहाजांची चौकशी केली. लॉइड्स, सीक्रेट इन्टेलिजन्स सर्व्हिसचे ॲन्टि टेररिस्ट (मरीन) पथक, अमेरिकन सी.आय.ए., कोस्ट गार्ड यांनी दोनएकशे जहाजांच्या कॅप्टन्सना, त्यांच्या मालकांना काही कल्पना न देता त्यांना किनाऱ्याजवळ येऊ न देण्याचे ठरवले.

या बाबतीत निर्माण झालेली भीती हळूहळू कमी व्हायला लागली.

कॅप्टन लिनेटला कास्केड माऊन्टन्सची पूर्ण माहिती होती. बर्फामधून चालण्यासाठीच तयार केलेले बूट न घालता, बर्फाच्छादित झाडे, मुळे, खड्डे, नाले, ओढे पार करणे किती जिकिरीचे आहे याची त्याला पुरेपूर कल्पना होती. तासाला अर्धा मैल अंतर पार करता आले तरी नशीब चांगले आहे म्हणायची पाळी असते.

तसे बूट न घातलेला माणूस बर्फामध्ये धडपडतच पाऊल पुढे टाकू शकतो. त्याचे पाय वरच्या बर्फातून खालपर्यंत जाऊन पाण्यात भिजतात. एकदा का पाय भिजले की, शरीराचे तापमान धोकादायकपणे खाली खाली यायला लागते. परिणाम अटळ असतो. पायांचा रक्तपुरवठा थांबतो, बोटे काळीनिळी पडायला लागतात, बधिर व्हायला लागतात आणि शेवटी कापायचीही पाळी येते.

ओल्सेन याने लँग्लेहून पाठवलेला संदेश अगदी स्वच्छ होता. संशयाला जागा ठेवली नव्हती. कोणत्याही परिस्थितीत फरारी कैदी कॅनडाला पोहोचता कामा नये. त्याला टेलिफोन करता येता कामा नये.

लिनेटला खात्री होती की, होकायंत्राशिवाय तो सरळ एका दिशेने जाऊ शकत नाही. गरागरा फिरत राहील. प्रत्येक पावलाला धडपडेल. खाली कोसळेल. वीस हजार फूट उंचीपर्यंत गर्दी केलेल्या ढगांमधून चंद्रप्रकाशसुद्धा खाली पोहोचू शकत नव्हता. झाडांखालच्या अंधारात त्याला नीट बघता येणार नव्हते.

पळ काढून त्याला पाच तास झाले असले आणि अगदी सरळ रेषेत तो चालू शकला असता, तरी तीन मैलांहून जास्त अंतर कापणे त्याला शक्य नव्हते. स्कीज चढवून स्पेशल फोर्सेसचे सैनिक त्याच्या तिप्पट वेगाने जाऊ शकले असते. खडक आणि झाडांमुळे त्यांना स्नो-शूज वापरणे भाग पडले, तरी त्या फरारी कैद्याच्या दुप्पट वेगाने ते गेलेच असते.

स्कीजमुळे ट्रॅकपासून उद्ध्वस्त केबिनपर्यंत ते तासातच पोहोचले. चांगली साधने उचलण्यासाठी तो परत आला नव्हता याची त्यांनी खात्री करून घेतली. दोघा मृतांची शरीरे, कोणत्याही तऱ्हेचे प्राणी त्यांच्यापर्यंत पोहोचू शकणार नाहीत याची काळजी घेऊन, आता पार थंड पडलेल्या कॅन्टीनमध्ये त्यांचे हात छातीवरती घेऊन ठेवून दिली.

ढग नाहीसे झाल्याशिवाय त्यांच्यासाठी हेलिकॉप्टर उतरू शकत नव्हते.

'ए' टीम मध्ये बारा माणसे. लिनेट हा एकच अधिकारी. त्याच्या हाताखाली एक चीफ वॉरंट ऑफिसर. बाकी दहा अनुभवी सैनिक. स्टाफ सार्जंट या पदाखालचा कोणीच नाही. दोन इंजिनिअर्स (स्फोटकांमधले तज्ज्ञ), दोन रेडिओ ऑपरेटर्स, दोन मेडिक्स, टीम सार्जन्ट (दोन विषयातला तज्ज्ञ), इन्टेलिजन्स सार्जन्ट आणि दोन स्नायपस. लिनेट उद्‌ध्वस्त केबिनमध्ये शिरला होता, तेव्हा टीम सार्जंट बाहेर फिरत पाहणी करत होता, तो माग काढण्यातलाही तज्ज्ञ होता – ट्रॅकर.

अपेक्षा होती तेवढा हिमवर्षाव झाला नव्हता. हेलिपॅड आणि पुढल्या दरवाज्या-जवळ स्नोशूजच्या अनेक खुणा होत्या. माझामा इथले बचावपथक तसेच तर आले होते; पण उद्‌ध्वस्त झालेल्या कम्पाऊंडच्या भिंतीपासून उत्तर दिशेने निघालेले ठसे एकाच माणसाचे होते.

केवळ योगायोग? लिनेटच्या मनात विचार येऊन गेला. त्या कैद्याने तीच दिशा पकडायला नको होती. कॅनडा फक्त बावीस मैलांवर असला, तरी अफगाणच्या दृष्टीने ती चव्वेचाळीस तासांची तंगडतोड होती. अगदी सरळ रेषेत जाऊ शकला तरी कॅनडाला पोहोचणे शक्य नव्हते. अल्फा टीमने अर्ध्या रस्त्यावर त्याला गाठले असते.

स्नो-शूज चढवून निघाल्यावर तासाभराने त्यांना दुसरी केबिन दिसली. केबिन्स बांधण्याची परवानगी बंद होण्याच्या आधी पसायटेनच्या जंगलात इतर दोन-तीन केबिन्स उभारल्या गेल्या होत्या, हे त्यांना कुणी सांगितले नव्हते. या केबिनमध्ये कोणीतरी घुसल्याची चिन्हे दिसत होती.

कार्बाइन हातात धरून कॅप्टन लिनेट आत शिरला. फुटलेल्या काचेभोवती दोघे सज्ज राहिले. आत कोणीही नाही कळायला मिनिट पुरले. केबिनमध्ये, गॅरेजमध्ये कुठेच कोणी नव्हते; पण कुणीतरी सगळीकडे फिरले होते. मालक राहत असे तेव्हाच फक्त जनरेटर चालू असे. वीज नव्हती. गॅरेजमागे बंद असलेला जनरेटर दिसत होता.

बसण्याच्या जागेत फायरप्लेस होती. लाकडाचे ढलपे, काड्यापेटी दिसत होती. जनरेटर बंद पडला तर वापरण्यासाठी मेणबत्त्या होत्या.

"काऊन्टी शेरीफला विचार की या जागेचा मालक कोण आहे?" लिनेटने आपल्या सार्जंटला सांगितले. त्याने केबिनची पाहणी सुरू केली. काही मोडतोड झाली नसली तरी केबिन धुंडाळलेली दिसत होती.

"सिॲटलमधला कोणता तरी सर्जन या केबिनचा मालक आहे. उन्हाळ्यातली सुटी घालवतो म्हणे इथे. फॉलनंतर बंदच असते."

"शेरीफच्या ऑफिसात त्याचे नाव आणि फोननंबर असणार, विचार त्याला," नंबर मिळाल्यावर लिनेटने फोर्ट ल्युईसला सिॲटलमधल्या सर्जनशी बोलून यांना

त्याच्याशी रेडिओवरून बोलता यावे म्हणून परस्पर पॅच-अप करायला सांगितले. सर्जन होता म्हणून ठीक होते. आपद्कालात वापरण्यासाठी त्यांच्याकडे पेजर्स असतात.

भुताळी जहाज कधीच सुरबायाला गेले नाही. फार मौल्यवान रेशमाचे गठ्ठे तिथे कधी नव्हतेच आणि *काऊन्टेस ऑफ रिचमंड*च्या फोरडेकवर सी-कन्टेनर्स तयार होते.

ख्रिसमस आयलंड मागे टाकून *काऊन्टेस* हिंदी महासागरात शिरले. माईक मार्टिनचे आयुष्य त्याच त्याच गोष्टी त्या त्या वेळी करण्यात जात होते.

विकृत मनोवृत्तीचा इब्राहिम बहुतेक काळ आपल्या केबिनमध्ये काढत असे. त्याला बोटीचा प्रवास बहुधा सहन होत नसल्याने त्याची परिस्थिती कायम वाईट असे. हीच एक चांगली बाब मार्टिनला दिसत होती. उरलेल्या सात जणांपैकी इंजिनिअर जहाज कायम कमाल वेगाने नेण्यात दंग असे. इंधन कितीही जळू दे. नाही तरी *काऊन्टेस* जिथे निघाली होती तिथून ती परत येणारच नव्हती.

मार्टिनच्या मनात दोन रहस्यमय प्रश्नांचा सारखा विचार चालू होता. *काऊन्टेस* कुठे जाणार आहे आणि डेकखाली कुठल्या तऱ्हेची स्फोटक शक्ती दडवली आहे? इतर कुणाला या प्रश्नांची उत्तरे ठाऊक नसली, तरी केमिकल इंजिनिअरला माहीत असण्याची शक्यता होती. तो कधीच बोलत नसे. हा विषयही कधी निघत नसे.

रेडिओ एक्स्पर्टला पॅसिफिकभर, होर्मुझची सामुद्रधुनी, सुएझ कालवा या ठिकाणी चाललेल्या शोधाची माहिती कळलीच असणार. इतरांना त्याने हे सांगितले नसले तरी इब्राहिमला नक्कीच सांगितले असणार.

इतर पाचजण सारखे गॅलीमधून जेवण आणत होते आणि आळीपाळीने सुकाणूचे चाक सांभाळत होते. नॅव्हिगेटर कायम पश्चिम दिशा पकडून होता, मग केप ऑफ गुडहोप.

दिवसातून पाच वेळा प्रार्थना म्हणणे चालू होते. कुराणाचे वाचनही. काहीच नाही तर समुद्राकडे बघत बसायचे.

जहाज ताब्यात घ्यायचा विचार एकदा मार्टिनच्या मनात येऊन गेला. फार तर किचनमधला सुरा तो चोरू शकला असता. त्याच्याकडे दुसरे कुठले शस्त्र नव्हते; पण सात माणसांना तो कसा ठार मारणार? इब्राहिमकडे जास्ती शस्त्रे असण्याची शक्यता होती. पुन्हा सर्वजण इंजिन रूम, रेडिओ रूम, फोरकॅसल अशा सर्व ठिकाणी विखुरलेले असत. जेव्हा ते किनाऱ्यावर स्वच्छ दिसणाऱ्या लक्ष्याजवळ पोहोचायला लागतील तेव्हा त्याला हालचाल करावी लागणार होती. हिंदी महासागरामधून जाताना तो वाट बघत राहिला.

डाइव्ह बॅगमध्ये खुपसलेला त्याचा संदेश सापडला तरी होता का, सापडल्यावर न वाचता कोणी तो फेकून दिला नसेल ना, याची त्याला काहीच माहिती नव्हती. त्याच्या संदेशाने जगभर एका जहाजाचा शोध सुरू झाला होता हे त्याला ठाऊक नव्हते.

''मी डॉ. बर्नसन. कुणाशी बोलतो आहे मी?''

मायकेल लिनेटने सार्जंटच्या पाठीवरल्या सेटवरून स्पीकर उचलत सरळ सरळ थाप मारली. ''मी माझामा इथल्या शेरीफच्या ऑफिसमध्ये असतो. या क्षणी मी पसायटेन विल्डरनेसमधल्या तुमच्या केबिनमध्ये आहे. सॉरी, पण तुमची केबिन फोडली गेली आहे.''

''अरे देवा! बरंच नुकसान झालं आहे का?''

''पुढली मोठी खिडकी दगडाने फोडलेली दिसते. तेवढंच नुकसान झाल्यासारखं वाटतंय. मला फक्त काय चोरीस गेलं असावं याचा अंदाज हवा आहे. केबिनमध्ये कुठल्याही तऱ्हेची बंदूक वगैरे होती का?''

''अजिबात नाही. माझ्याकडे दोन हन्टिंग रायफल्स आणि एक स्कॅटर गन असली तरी फॉलमध्ये केबिन बंद करून निघाल्यावर मी त्या माझ्याबरोबर परत आणतो.''

''ठीक आहे. कपडे? हिवाळ्यात वापरण्यायोग्य उबदार कपडे आहेत?''

''अर्थातच. बेडरूमच्या दरवाज्याजवळच आत शिरण्यासारखं कपाट आहे.''

कॅप्टन लिनेट याने खूण करताच टीम सार्जंट फ्लॅशलाइट घेऊन पुढे झाला. मोठं कपाट होतं. खूप कपडे होते.

''आर्क्टि क स्नो-बूट, गरम पॅन्ट, डोक्यावर टोपी लावलेला परका वगैरे गोष्टी कपाटात असतील.''

आता नव्हत्या.

''स्कीज आणि स्नो-शूज?''

''दोन्ही. त्याच कपाटात.''

त्याही नव्हत्या.

''काही शस्त्रं? होकायंत्र?''

''कपाटाच्या दरवाज्याच्या आतल्या बाजूला भलामोठा सुरा – बोवी नाइफ – आणि टेबलाच्या ड्रॉवरमध्ये होकायंत्र आणि फ्लॅशलाइट.'' या गोष्टीसुद्धा जाग्यावर नव्हत्या. कैद्याने किचन धुंडाळले असले तरी खाण्याचे पदार्थ त्याला मिळाले नव्हते. बेक्ड बीन्सचा एक टिन आणि सोड्याचे दोन रिकामे टिन्स मात्र आढळले. खरे तर लोणच्याच्या एका रिकाम्या जारमध्ये क्वार्टर्स भरलेले होते. ते कुणाला कळले नाही.

"थँक्स डॉक. हवा बदलली की मी टीम आणून नवीन खिडकी बसवण्याची आणि सर्वच गोष्टींसाठी क्लेम टाकण्याची व्यवस्था करेन.''

अल्फा लीडरने कनेक्शन तोडून सर्वांकडे बघितले. ''चला, निघू या.'' एवढेच तो बोलला.

फरारी कैद्याने या केबिनमध्ये निदान तासभर वेळ घालवला होता आणि उपयोगी पडणाऱ्या बऱ्याच वस्तूही उचलल्या होत्या. लिनेट फार तर अर्धा तास इथे होता. अफगाणच्या परिस्थितीत बराच फरक पडला होता. तो अजूनही दोन ते तीन तास पुढे होता आणि आता वेगाने निघाला होता.

आपला सर्व अभिमान बाजूला सारून त्याने कुमक मागवायचे ठरवले. थांबून फोर्ट ल्युईसला कळवले. ''मॅक्कॉर्डला सांगा की मला एका स्पेक्टरची गरज आहे. ताबडतोब हवे. सर्व अधिकार वापरा. पेन्टॅगॉनशीही हवे तर बोला. स्पेक्टर कास्केडसवर फिरत माझ्याशी बोलत राहायला हवे.''

स्पेक्टरची वाट बघत अल्फा १४३ ची बारा माणसे झपाट्याने निघाली. सार्जंट ट्रॅकर, फ्लॅशलाइटच्या प्रकाशात, गोठलेल्या बर्फावरच्या स्नो-शूजच्या ठशांमागे सर्वांत पुढे निघाला होता; पण पुढे पळणाऱ्या माणसाच्या मानाने त्यांच्याकडे इतरही बऱ्याच गोष्टी होत्या. लिनेट विचारात होता. ते नक्की त्याच्या वेगाने प्रवास करत आहेत, पण त्यांच्यामधले अंतर कमी होते आहे की नाही? आता हिमवर्षावाला सुरुवात झाली. शाप आणि वरदानही. हळूहळू पडणाऱ्या बर्फाने दगडधोंडे आणि झाडांचे बुंधे झाकून टाकले आणि सर्वांनी शूज काढून पटकन स्कीज चढवल्या. आता जास्ती वेगाने जाता आले असते, तरी ठसे नाहीसे झाले. ट्रेलच दिसेनासा झाला.

लिनेटला आकाशातूनच मार्गदर्शन हवे होते. तसा मदतीचा हात मध्यरात्रीनंतर पोहोचलेल्या, वीस हजार फूट उंचीवरून फिरणाऱ्या, पण ढगांच्या आच्छादनातूनही सरळ खाली बघू शकणाऱ्या, लॉकहीड मार्टिन ए.सी. १३० हरक्युलीस गनशिपने दिला.

स्पेशल फोर्सेसना अत्याधुनिक अशी अनेक खेळणी पुरवली जातात. त्यांतलेच एक स्पेक्टर गनशिप. भूमीवरल्या शत्रूच्या दृष्टीने अत्यंत धोकादायक.

वाहतुकीसाठी वापरण्यात येणाऱ्या या विमानांमधल्या कॉकपिटपासून शेपटीपर्यंतच्या भागामधल्या सर्व गोष्टी काढून टाकून, तिथे जमिनीवरच्या लक्ष्यांचा शोध लावून, नेम धरून ती उडवण्यासाठी अत्यंत प्रगत तंत्रज्ञान वापरून बनवलेल्या अत्याधुनिक यंत्रणा खच्चून भरल्या आहेत. शत्रूच्या दृष्टीने बहात्तर मिलियन डॉलर्सएवढी वाईट बातमी असते ही.

शत्रूचा शोध लावण्यासाठी या विमानाला दिवस-रात्र, पाऊस-वारा, गारा-

हिमवर्षाव कशाचाही अडथळा नाही. मिस्टर रेथिऑन यांच्या कृपेने पुरवण्यात आलेल्या सिन्थेटिक ॲपर्चर रडार आणि थर्मल इमेजर यांच्यामुळे शरीरामधली उष्णता बाहेर फेकणारी जमिनीवरची कुठलीही आकृती टिपता येते. चित्रही इतके स्पष्ट की चार पायांच्या श्वापदांमधला आणि दोन पायांच्या प्राण्यांमधला फरक लक्षात येतो. तरी सुद्धा मिस्टर लेम्युएल विल्सन यांच्या बाबतीत विचित्र प्रकार घडलाच.

पसायटेन विल्डरनेसबाहेर माऊन्ट रॉबिन्सनच्या उतारावर त्याचीही केबिन होती. थंडीमध्येसुद्धा आपण या केबिनमध्ये दिवस काढू शकतो याचा त्याला अभिमान होता. अर्थात दुसऱ्या कुठल्या शहरात जाऊन राहू म्हणायला त्याच्याकडे घरही नव्हतेच म्हणा.

तेव्हा वीज नाही म्हणून लाकडे जाळून आणि रॉकेलचे दिवे लावून तो दिवस काढत असे. उन्हाळ्यात तो शिकार करायचा आणि सुकवलेल्या मांसाचे तुकडे हिवाळ्यासाठी ठेवून द्यायचा. स्वत:साठी लाकडे तोडायचा. डोंगराळ भागात राहू शकणाऱ्या आपल्या तट्टूसाठी चंदी, वैरण शोधून आणायचा; पण त्याला दुसरा एक छंदही होता.

त्याच्याकडे छोट्याशा जनरेटरवर चालणारी सिटीझन बॅन्ड रेडिओची भरपूर साधने होती. हिवाळ्यामध्ये तासन्‌तास तो शेरीफचे वेव्हबॅन्डस, इमर्जन्सी सर्व्हिसेस, पब्लिक युटिलिटीज यांच्यावरचे बोलणे ऐकत बसे. त्यामुळे त्याला दोन वैमानिक कोसळले आहेत आणि बचावपथके त्यांच्यापर्यंत पोहोचण्याच्या खटपटीत आहेत हे कळले होते.

तो स्वत:ला जबाबदार नागरिक समजत असला, तरी अधिकृत सूत्रांना तो नको तिथे नाक खुपसणारा प्राणी वाटत असे. दोन वैमानिकांनी त्यांची परिस्थिती ब्रॉडकास्ट करताच इतरांनी तात्काळ त्यांच्या जागा शोधूनही काढल्या; पण लेम्युएल विल्सन एकटाच आपल्या तट्टूवर बसून निघाला. जंगलाचा दक्षिण भाग ओलांडून मेजर डुवालची सुटका करण्याचे त्याच्या मनाने घेतले होते.

बॅन्ड-स्कॅनिंगची त्याची सामग्री त्याला बरोबर घेता येणे शक्य नव्हते. तेव्हा वैमानिकांची सुटका झाल्याचे त्याला कळले नाही; पण त्याची दुसऱ्याच कुणाशी तरी गाठ पडली.

तो माणूस त्याच्या दिशेने येतो आहे हे त्याला कळलेच नाही. एका क्षणी तो बर्फाच्या खोल दलदलीतून घोड्याला पुढे नेत असताना समोरच त्याला गोठलेल्या बर्फाचा दगड दिसल्यासारखा भास झाला. तो चांदीसारखा चमकदार स्पेस-एज-मटेरिअलचा सूट चढवलेला माणूस होता.

त्याच्या हातामधल्या बोवी नाइफचा अंतराळ युगाशी काही संबंध नव्हता. अलॅमोच्या वेढ्याच्या काळात शोध लागलेला हा प्रचंड सुरा आजही तशाच

कार्यक्षमतेने काम करायचा. त्याच्या गळ्याशी विळखा घालूनच त्या माणसाने त्याला घोड्यावरून खाली खेचले आणि तो कोसळत असतानाच मागून तो सुरा पार त्याच्या हृदयापर्यंत घुसवला.

शरीरामधली उष्णता थर्मल इमेजर शोधत असेलही; पण लेम्युएल विल्सन, मेलेल्या जागेपासून दहा यार्डांवरच्या खड्ड्यात फेकला जाताच गार पडायला लागला. ए.सी.-१३० स्पेक्टरने अर्ध्या तासाने कास्केडवर घिरट्या घालायला सुरुवात केली तेव्हा लेम्युएल विल्सन लक्षात आला नाही. दिसलाही नाही.

"टीम अल्फा, टीम अल्फा – मी स्पेक्टर एको फॉक्सट्रॉट. ऐकू येते आहे?"

"आम्ही बारा जण खाली स्कीजवर आहोत. दिसतो आहोत?"

"छानपैकी हसा, फोटो घेतो." चार मैल उंचावरचा इन्फ्रा-रेड ऑपरेटर म्हणाला,

"नाटकं नंतर," लिनेट म्हणाला, "उत्तरेला आमच्यापासून साधारण तीन मैलांवर फरारी कैदी आहे. एकटाच. स्कीजवरून जाणारा, खात्री पटव."

उत्तर नाही. बराच वेळ उत्तर नाही आले.

"नाही दिसत असं कुणी." आकाशातल्या आवाजाने शेवटी एकदा उत्तर दिले.

"असायलाच हवा. आमच्यापुढेच कुठेतरी आहे तो."

ते जंगलाबाहेर आले. खडकाळ चढ उत्तर दिशेने जात होता. हिमवर्षाव सरळ अंगावर येत होता. मागे दूर अंतरावर लेक माऊन्टन आणि मॉन्युमेन्ट पीक. त्याची माणसे म्हणजे पांढऱ्या भूमीवरची पांढरी भुते वाटत होती. त्यांना जर त्रास होत होता तर त्या अफगाणलाही होत असणार; पण तो दिसत नसेल तर एकच कारण असणार. त्याने कुठल्या तरी गुहेत आश्रय घेतला असणार. तसे असेल तर हे त्याच्या जवळ पोहोचत होते. पुढे पुन्हा जंगल दिसत होते.

स्पेक्टरने काही यार्ड अंतरापर्यंत लिनेट अचूकपणे कुठे बघितले आहे? कॅनडाची सरहद्द बारा मैल अंतरावर होती. पहाट व्हायला पाच तासांचा अवधी होता. बर्फात, डोंगरशिखरांत, दगड-धोंड्यात, जंगलात जशी उजाडत असेल तशी पहाट.

एक तास झाला. स्पेक्टर घिरट्या घालत होते; पण कळवण्यासारखे काही दिसत नव्हते.

"पुन्हा नीट बघ." कॅप्टन लिनेटने सांगितले. नक्की काही तरी चूक घडली आहे, असे त्याच्या मनात यायला लागले होते. मेला तर नाही ना तो? शक्य होते. मग शरीरातली उष्णता कळली नसती. गुहेत दडून बसला आहे? तीही शक्यता होती. तो तिथे मरेल तरी नाहीतर बाहेर पडून धावत सुटेल. आणि नंतर...

इझमत खानने आपल्या थकलेल्या घोड्याला जंगलामध्ये घातले. पाठलाग

करणाऱ्यांमधले आणि त्याच्यामधले अंतर खरे तर वाढलेच होते. होकायंत्रानुसार तो अजून उत्तर दिशेलाच जात होता. चढ लागला आहे हे त्याला कळत होते.

"तुम्हाला मधे ठेवून मी नव्वद अंशाच्या कोनामध्ये सरहद्दीपर्यंत बघतो आहे. मला आठ प्राणी दिसत आहेत. चार हरणे, दोन अस्वले, एक भक्ष्याच्या शोधात निघालेला सिंह असावा आणि एक उत्तर दिशेलाच निघालेला मूज. तुमच्यापुढे चार मैलांवर आहे तो."

सर्जनचे हिवाळ्यात वापरायचे कपडे उत्कृष्ट होते. घोड्याची पुरी दमछाक झाली होती. घोडा दिसत होता; पण पाठीवर बसून त्याच्या मानेवर वाकून त्याला पुढे चालवत असलेला माणूस घोड्याबरोबर एकरूप झाला होता.

"सर, मी मिनेसोटामधला आहे." एक इंजिनिअर सार्जंट मधेच म्हणाला.

"तुझे प्रश्न तुझ्या धर्मगुरूसाठी राखून ठेव." लिनेट तडकूनच उत्तरला.

"मला एवढेच सुचवायचे आहे सर की, अशा हवेमध्ये मूज डोंगरबिंगर चढत नाहीत. ते अन्नाच्या शोधासाठी दऱ्यांमध्ये उतरतात. पुढे असणारा प्राणी मूज नसणार." त्याच्या शेजारचा पांढरा चेहरा खात्रीने बोलत होता.

लिनेटने सर्वांना थांबवल्यावर त्यांना बरेच वाटले. तो पुढे बघत होता. तो माणूस नाहीसा कसा झाला हे त्याच्या अजिबात लक्षात येत नव्हते. दुसरी एखादी केबिन? हिवाळ्यात इथेच राहणारा एखादा मूर्ख? घोडेही? काही तरी करून त्या अफगाणने एखादा घोडा मिळवला असणार आणि तो पुढे गेला असणार.

चार मैल पुढे इझमत खान जंगलात शिरला. त्याने दबा धरून लेम्युएल विल्सनवर हल्ला केला होता. आता त्याच्यावरच ती पाळी आली. सिंह म्हातारा होता. हरण पकडायची चपळाई त्याच्यात राहिली नव्हती; पण तो कावेबाज होता आणि खूप भुकेलेला होता. झाडांच्या दोन रांगांमधून तो पुढे झाला, तेव्हा तट्टूलाच त्याचा वास यायला हवा होता; पण ते अतिशय थकलेले होते.

वेगात येणाऱ्या तपकिरी पिवळसर अशा कशाने तरी घोड्याला धडक देऊन तो दुसऱ्या बाजूला कोसळायला लागेपर्यंत अफगाणलाही काही कळले नाही. त्याने कशीबशी रायफल खेचली आणि मागच्या मागे उडी मारली. तो तात्काळ वळला आणि नेम धरून त्याने गोळी झाडली.

इझमत खानचे नशीब चांगले होते. सिंहाने घोड्यावरच झडप घेतली होती, त्याच्यावर नाही. घोडा अजून जिवंत असला तरी त्याच्या डोक्याभोवती, खांद्यावर १३५ पौंड वजनाच्या भुकेलेल्या सिंहाने फराटे काढले होते. तो उठू शकणार नव्हता. त्याने दुसरी गोळी झाडून घोड्याची सर्व वेदनांमधून मुक्तता केली. घोडा कोलमडला आणि सिंहावरच कोसळला. सिंहाचे धड आणि दोन पाय त्याने झाकून टाकले.

इझमत खानने खोगीराच्या मागच्या बाजूला अडकवलेले स्नो-शूज काढून बुटांवर बांधले. रायफल खांद्यावर टाकली आणि होकायंत्र बघत तो निघाला. शंभरएक यार्ड अंतरावर एक कडा डोंगरामधून पुढे आला होता. तो क्षणभर त्याखाली उभा राहिला. त्याला माहीत नव्हते; पण त्यामुळे त्याच्या शरीरातली उष्णता स्पेक्टरच्या लक्षात आली नाही.

''त्या मूजला उडव.'' कॅप्टन लिनेट म्हणाला. ''मला वाटते तो घोडा आहे आणि त्याच्यावर तो फरारी कैदी बसला आहे.''

ऑपरेटरने प्रतिमा बघितली.

''बरोबर. मला सहा पाय दिसत आहेत. तो विश्रांतीसाठी थांबला असावा. पुढल्या फेरीला उडवतो त्यांना.''

स्पेक्टरवरची शस्त्रास्त्रेही तशीच शक्तिमान आहेत. तीन सिस्टिम्स आहेत. एम-१०२ ही १०५ एम.एम.ची एक छोटी तोफ. तिचा मारा असा जबरदस्त असतो की एका माणसासाठी तिचा वापर हास्यास्पद ठरला असता.

एक चाळीस एम.एम.ची बोफोर्स कॅनन. स्वीडिश विमानविरोधी तोफेचा अवतार. झपाट्याने गोळे सोडत इमारती किंवा रणगाड्याचाही चक्काचूर उडवू शकते. आपले लक्ष्य घोड्यावर बसलेला एक माणूस आहे, हे कळल्यावर स्पेक्टरच्या नोकरवर्गाने गॅटलिंग चेन गन वापरायचे ठरवले. ही मिनिटाला अठराशे गोळ्या मारू शकते आणि प्रत्येक गोळी २५ एम.एम. किंवा एक इंच व्यासाची असते. भयानकच प्रकार. माणसाच्या शरीरात घुसणारी एकच गोळी त्याचे तुकडे तुकडे करून टाकेल. फिरणाऱ्या पाच बॅरल्सची चेन गन भीषण मारा करते. तीस सेकंद जर फुटबॉलच्या मैदानावर फिरवली तर रानउंदरापेक्षा मोठ्या आकाराचा एकही प्राणी जिवंत राहणार नाही. रानउंदीर नुसत्या धक्क्यानेच मरेल.

चेन गन जास्तीत जास्ती बारा हजार फूट उंचीपर्यंत वापरता येत असल्याने पुढल्या फेरीला वळताना स्पेक्टर दहा हजार फूट उंचीपर्यंत खाली आले. लक्ष्यावर लॉक करून दहा सेकंदांत तीनशे गोळ्या घोड्यावर झाडल्या गेल्यावर इमेज ऑपरेटर उद्गारला, ''माणूस आणि प्राणी दोघेही नाहीसे झाले आहेत.'' ''थँक यू फॉक्सट्रॉट,'' लिनेटने उत्तर दिले.

''पुढचे काम बघतो आम्ही.'' कामगिरी पार पाडून स्पेक्टर तळावर परतले.

हिमवर्षाव थांबला होता. अल्फा टीम घोड्याजवळ पोहोचली. मांसाचे काही तुकडे माणसाच्या दंडांहून मोठे असले तरी नक्की घोड्याचेच असणार. माणसाचे नाहीत; पण तुकडे तपकिरी पिवळसर रंगाचे होते.

लिनेटने पुढली दहा मिनिटे आर्क्टि कवर वापरण्यासारखे कपडे, बूट, बोवी नाइफ, स्नो-शूज, मांडीची हाडे, कवटी वगैरेपैकी कशाचे तुकडे मिळतात का ते

शोधायचा प्रयत्न केला.

स्कीज पडलेल्या होत्या; पण एक मोडली होती. कोसळलेल्या घोड्यामुळेच ती मोडली होती. मेंढीच्या कातड्याच्या कोटाची एक बाही होती; पण रायफल नाही, स्नो-शूज नाहीत आणि अफगाणही नाही.

पहाट उजाडायला दोन तास राहिले होते आणि आता शर्यत सुरू झाली. स्नो-शूज घातलेला एक माणूस आणि स्कीज चढवलेले बारा जण. सर्वच थकलेले आणि जिवावर उदार झालेले. अल्फा टीमकडे स्वत:ची जी.पी.एस.– ग्लोबल पोझिशनिंग सिस्टिम होती. आकाशात अगदी थोडा प्रकाश झाला असेल-नसेल आणि टीम सार्जंट पुटपुटला, ''सरहद्द अर्धा मैल.''

वीस मिनिटांनी ते एका उभ्या कड्यावर पोहोचले. डावीकडे पुढे जाणारी दरी. खाली लॉगिंग रोड. बरोबर समोर कॅनडाची हद्द. अशीच उंच जागा. साफसूफ केलेली. काही लॉग केबिन्स. बर्फ पडण्याचे संपले की कॅनेडिअन लम्बरजॅक्ससाठी सुविधा पुरवणाऱ्या केबिन्स.

लिनेट आडवा झाला आणि त्याने दुर्बिणीतून बघायला सुरुवात केली. कुठे हालचाल नाही. प्रकाश हळूहळू वाढत होता.

त्याने काही सांगितले नव्हते तरी नेमबाजांनी आपली शस्त्रे खांद्यावरून खाली घेतली. कुठल्याही कामगिरीवर त्यांना ती गरजेची होती. स्कोप्स बसवले. एक एकच गोळी घातली. आडवे होऊन प्रत्येकाने आपापल्या टेलिस्कोपमधून रोखून बघायला सुरुवात केली.

हे नेमबाज म्हणजे सैन्यदलामधली फार वेगळीच जमात असते. ज्यांना ठार मारायचे असते त्यांच्याजवळ ते कधीच जात नाहीत; पण तरीही इतरांपेक्षा त्यांना आपला बळी अगदी स्पष्टपणे दिसत असतो. युद्धामध्ये हातघाईची लढाई हा प्रकार आता जवळजवळ बाद झाला आहे. माणसे शत्रूच्या हातांनी मरत नाहीत, त्याच्या संगणकामुळे मरतात. दुसऱ्याच कुठल्या तरी खंडामधून नाहीतर समुद्रावरून सोडलेले क्षेपणास्त्र त्यांचे तुकडे उडवते. स्मार्ट बॉम्बमुळे त्यांचा नाश होतो आणि ते इतक्या उंचीवरच्या विमानातून सोडले जातात की ते विमान दिसत नाही की, त्याचा आवाज त्यांना ऐकू येत नाही. ते मरतात कारण दोन काऊन्टी पलीकडून एखादा गोळा त्यांच्यावर येऊन आदळतो. जवळात जवळ येऊन त्यांचे खुनी त्यांना ठार करतात तेव्हा ते एखाद्या खाली खाली येणाऱ्या हेलिकॉप्टरमधल्या मशिनगनमागे वाकून बसलेले असतात. त्यांना सैरावैरा धावणाऱ्या, मधेच कशाच्या आड लपणाऱ्या, त्यांच्यावरच गोळ्या झाडण्याचा प्रयत्न करणाऱ्या धूसर आणि अस्पष्ट आकृत्या दिसत असतात. त्यांना कुणीही खऱ्याखऱ्या माणसांसारखे वाटत नसतात.

पण नेमबाजांना माणूस दिसत असतो. अत्यंत स्तब्ध राहून, थोडीही हालचाल

न करता ते त्यांच्या लक्ष्याकडे बघत असतात. तीन दिवस दाढी न केल्याने दाढीचे खुंट दिसणारा माणूस, जांभया देणारा, हातपाय ताठ करून आळस झटकणारा, डब्यामधून बीन्स खाणारा, पॅन्टची चेन खेचणारा, नुसता उभा राहून मैलभर अंतरावरच्या त्याला न दिसणाऱ्या लेन्सकडे बघणारा माणूस.

आणि मग तो मरतो.

त्यांच्या डोक्यामध्ये काय चालत असते बघितले, तर हे नेमबाज खरेच वेगळे असतात. अगदी व्यक्तिगत जगामध्ये वावरतात. अचूकपणाचा त्यांचा ध्यास पराकोटीचा असतो. त्यांच्या बंदुकीतल्या गोळ्यांचे वजन, त्यांची माणसाच्या शरीरात घुसण्याची क्षमता, झाडलेल्या गोळीच्या दिशेवर वाऱ्यामुळे होणारे किंचितसे परिणाम, लांब लांब अंतरांवरच्या लक्ष्यांचा वेध घेता घेता गोळी कशी आणि किती खाली येईल, याहून अचूक लक्ष्यवेधासाठी रायफलमध्ये सूक्ष्म बदल करता येईल का, अशासारख्या विचारांमध्ये गुरफटून ते तोंडातून शब्द उच्चारायचे विसरतात.

आणि त्या त्या विषयांमधल्या तज्ज्ञांप्रमाणे त्यांना तऱ्हेतऱ्हेच्या बंदुकांची विलक्षण आवड असते आणि अफाट अभ्यास असतो.

काही जणांना एम-७०० सारखी, रेमिंग्टन ०.३०८ मध्ये घालण्याची, अत्यंत छोटी गोळी प्रिय असते. इतकी छोटी की, ती नळीत घालण्यासाठी वेगळी तजवीज करावी लागते.

इतरजण एम-१४ या सैन्यदलाच्या पसंतीच्या उत्कृष्ट रायफलचा खास नेमबाजांसाठी बनवलेला अवतार एम-२१ या रायफलीचा उपयोग करतात. सर्वांमध्ये वजनदार असते बॅरट लाइट फिफ्टी. हाताच्या तर्जनीसारखी दणदणीत गोळी मैलभर अंतरावरून झाडूनसुद्धा, जेव्हा शरीरात घुसते तेव्हा शरीर स्फोट झाल्यासारखे उद्ध्वस्त होते.

कॅप्टन लिनेटच्या पायाशी त्याचा नेमबाज पीटर बेअरपॉ पोटावर आडवा झाला होता, डेट्रॉईटमधल्या झोपडपट्टीत वाढलेला. सैन्य हेच त्याचे आयुष्य होते. ग्रीन बिरेट्समधला सर्वोत्कृष्ट नेमबाज.

तो आपल्या हातामधल्या चेनी ०.४०८ च्या लेन्समधून समोर बघत होता. तशी नवीन रायफल. रायफल रेन्जवर तीन हजार गोळ्या झाडल्यावर ती त्याच्या पसंतीला उतरली होती. त्याने रायफलमध्ये एकच गोळी घातली होती.

"दिसला तो मला कॅप्टन." तो कुजबुजला.

दुर्बिणीतून तो दिसला नसला, तरी टेलिस्कोपिक लेन्सने त्याला बरोबर शोधले होते. दरीपलीकडच्या केबिन्समध्ये, तीन बाजूला लाकडी भिंती आणि एका बाजूला काच असलेला दरवाजा असणारा फोन बूथ होता.

"उंच, लांब जाडसर केस, भरगच्च काळी दाढी?"

"बरोबर. काय करतो आहे तो?"

"फोनबूथमध्ये आहे, सर."

ग्वाटेनामो इथल्या इतर कुठल्याही कैद्यांशी इझमत खानचा काही संबंध आला नव्हता. ज्या एकाबरोबर त्याचा तुरुंगातल्या एकांतवासातल्या शिक्षेच्या इमारतीमध्ये संबंध आला होता तो जॉर्डेनिअन होता. ट्रेनर म्हणून अल काईदाच्या कॅम्प्समध्ये जाण्यापूर्वी बोस्नियात लढलेला, कट्टर इस्लामिक.

ख्रिसमसच्या काळात सुरक्षाव्यवस्थेत नकळत ढिलाई आल्यावर त्यांच्या लक्षात आले की, एका कोठडीतून दुसऱ्या कोठडीतल्या माणसाशी ते हळूहळू बोलू शकत होते. "तू कधी इथून सुटलास तर माझा एक मित्र आहे. आम्ही कॅम्पमध्ये बरोबर होतो. तो खरीखुरी अविचल श्रद्धा बाळगणाऱ्याला नक्की मदत करेल. माझे नाव सांग त्याला." जॉर्डेनिअन त्याला म्हणाला होता.

एक नाव आणि एक फोननंबर इझमत खानकडे होता. तो नंबर कुठला आहे याची इझमत खानला कल्पना नव्हती. फोन करण्यासाठी त्याच्याकडे खूप क्वार्टर्स मात्र होते. सबस्क्रायबर डायल सिस्टिम, कॅनडाबाहेर फोन करायचा तर कुठला डायल कोड वापरायचा, या गोष्टी त्याला अजिबात माहिती नव्हत्या. तेव्हा त्याने एक क्वार्टर घालून ऑपरेटरला गाठले.

"तुम्ही कुठल्या नंबरसाठी प्रयत्न करता आहात?" त्या न दिसणाऱ्या कॅनेडिअन टेलिफोनिस्टने विचारले. हळूहळू, कष्टानेच खरे तर, त्याने इंग्लिशमध्ये फोननंबर सांगितला. खूप परिश्रम करून त्याने तो पाठ केला होता आणि आजपर्यंत लक्षात ठेवला होता.

"तो इंग्लंडमधला नंबर आहे. तुम्ही अमेरिकन क्वार्टर्सची नाणी वापरता आहात का?"

"हो."

"चालतील ती. ती आठ नाणी टाका. मी तुम्हाला नंबर जोडून देते. बोलताना मध्येच पिप् पिप् आवाज यायला लागले आणि तुम्हाला बोलणे चालू ठेवायचे असले तर जास्ती नाणी टाकत रहा."

"तुला लक्ष्य दिसते आहे?" लिनेटने विचारले.

"हो, सर."

"मार गोळी मग."

"सर, तो कॅनडाच्या हद्दीत आहे, सर."

"सार्जंट, तू गोळी मार."

पीटर बेअरपॉने दीर्घ श्वास घेतला आणि शांतपणे चाप ओढला. २१०० यार्ड तरी अंतर होते. मैलाहून लांबच.

इझमत खान खाचेमध्ये क्वार्टर्स टाकत होता. वर बघत नव्हता. बूथच्या

दरवाज्यावरच्या काचेचे असंख्य तुकडे उडाले आणि मागोमाग त्याच्या डोक्याच्या मागच्या बाजूचेही.

ऑपरेटर शक्य तितका वेळ शांतपणे वाट बघत राहिली. लॉगिंग कॅम्पमधल्या माणसाने दोनच क्वार्टर्स टाकले होते आणि हॅन्डसेट सोडून तो बहुधा बूथ सोडून गेला होता. शेवटी तिचा नाइलाज झाला. तिने तिचा फोन ठेवून दिला. फोन कॅन्सल केला.

सरहद्दी या फार संवेदनाशील गोष्टी असतात. सरहद्द पार करून गोळी मारली होती. अधिकृतपणे काहीच सांगितले गेले नाही.

लिनेटने आपल्या कमान्डिंग ऑफिसरला कळवले आणि त्याने वॉशिंग्टनमध्ये मरेक गुमिएनीला सांगितले. नंतर कुठे काही उल्लेख आला नाही.

लम्बरजॅक्स हिवाळ्यानंतर परत आले, तेव्हा तो मृत माणूस सापडला. फोन तोडूनच टाकला गेला. कॉरोनरलाही विशेष काही निर्णय देता आला नाही. मृत माणसाने अमेरिकन कपडे चढवले होते; पण सरहद्दीजवळ राहत असताना ही काही विशेष बाब नसते. त्याच्याकडे ओळखपत्र सापडले नाही. आसपास राहणाऱ्या कुणालाही त्याची ओळख पटली नाही.

कॉरोनरच्या ऑफिसमधल्या सर्वांना तो एक दुर्दैवी अपघात वाटत होता. हरणाच्या शिकारीच्या वेळी चुकून बसलेली गोळी. कुणाचा तरी निष्काळजीपणा त्याला भोवला होता किंवा दुसरीकडे कुठेतरी प्रथम आदळून, दिशा बदलून गोळी त्याच्या डोक्यात घुसली होती. त्याला तसेच पुरून टाकण्यात आले. वरती नावाचा दगडसुद्धा बसला नाही.

अमेरिकेमध्ये कुणालाच भानगड निर्माण करायची नव्हती. त्याने कुठला फोननंबर ऑपरेटरला जोडून द्यायला सांगितले होते हे विचारावे असेही कुणाला वाटले नाही. चौकशी केली असती तर मग गोळी कुठून आली होती ते उघडकीला आले असते. सगळ्यांनीच तोंड बंद ठेवले.

तो फोननंबर बर्मिंगहॅममधल्या ॲस्टन युनिव्हर्सिटीजवळच्या एका अपार्टमेंटचा होता. डॉ. अझिझ अल खताब याचे घर आणि ब्रिटनच्या एम.आय.-५ चे या फोनवर लक्षही होते. छापा घालून त्याला अटक करण्यापूर्वी ते फक्त पुरावा मिळण्याची वाट बघत होते. तो पुरावा त्यांना महिनाभराने मिळणार होता; पण त्या सकाळी, सुएझच्या पश्चिमेच्या, ज्या एकाच माणसाला जगभर शोध चाललेल्या भुताळी जहाजाचे नाव ठाऊक होते, त्याच माणसाला फोन करायचा इझमत खान प्रयत्न करत होता.

■

१६

अस्तित्वातच आहे की नाही अशी शंका निर्माण झालेल्या भुताळी जहाजाचा शोध करायचा उत्साह दोन आठवड्यांनंतर वॉशिंग्टनमध्येच मावळायला लागला.

कधी नाव ऐकले नव्हते अशा बेटावर डाइव्हबॅगमध्ये घुसवलेल्या लॅन्डिंग कार्डवर खरडलेल्या एका संदेशावर अवलंबून किती काळ, किती पैसा आणि किती श्रम तरी वाया घालवायचे?

मरेक गुमिएनी विमानाने स्टीव्ह हिलला लंडनमध्ये भेटायला गेला, तेव्हाच सॅम सिमूर याने *लॉइड्स रजिस्टर*च्या इप्सविच मुख्यालयातून फोन केला आणि सर्वांच्या मनात पूर्ण गोंधळ माजवला. त्याचे मत म्हणे बदलले होते. स्टीव्ह हिलने त्याला ताबडतोब लंडनमध्ये येऊन सविस्तर बोलायला सांगितले.

''अल काईदा एखादे महाकाय जहाज सागराच्या तळाशी पोहोचवून अत्यंत महत्त्वाचा सागरी मार्गच बंद करेल ही अगदी संभाव्य कल्पना असली, तरी हा काही एकच पर्याय नाही.''

''पण हे तुला आत्ताच का एकाएकी वाटायला लागले?'' मरेक गुमिएनीने विचारले.

''कारण अशा तऱ्हेने वापर करता येण्यासारख्या जगामधल्या प्रत्येक जहाजाची आतापर्यंत चौकशी झाली आहे आणि ती सर्व जहाजं सुरक्षित आहेत. तेव्हा आता दुसऱ्या आणि तिसऱ्या पर्यायांचा विचार करायला हवा. लक्ष्य सोडले तर त्यांच्यात तसा फरक नाही. कुठल्या तरी किनाऱ्यावरच्या एखाद्या शहरामधल्या सर्व जनतेची कत्तल उडवायची या तिसऱ्या पर्यायाचाही आता विचार करायला हवा. आर्थिक केंद्रांवरील हल्ले वगैरेंबद्दल बिन लादेन याने केलेली बडबड म्हणजे शुद्ध दिशाभूल असेल किंवा त्याचाही विचार बदलला असेल.''

''ठीक आहे, सॅम. खात्री पटव आमची. आमचे राजकीय नेते आमच्या दोघांच्या डोक्यावर बसले आहेत. त्यांना फक्त यशच हवं आहे. मग कुठल्या तऱ्हेच्या जहाजांबद्दल बोलतो आहेस तू आता?''

''ते खूप घातक ठरण्यासाठी त्याचा आकार महत्त्वाचा नाही. जहाजापेक्षा जहाजावर चढवलेल्या मालावर लक्ष ठेवायला हवे. लॉइड्समध्ये हॅझर्डस कारगो डिव्हिजन आहे. असणारच तशी. विम्याच्या हप्त्याचा प्रश्न येतो ना.''

"दारूगोळा वाहून नेणारे जहाज? पुन्हा हॅलिफॅक्सची पुनरावृत्ती?"

"लष्कराच्या शास्त्रज्ञांच्या मताप्रमाणे नाही. हल्लीच्या दारूगोळ्याचा पूर्वीप्रमाणे स्फोट होत नाही. फटाके बनवण्याच्या कारखान्यातले स्फोटच जास्ती भयानक ठरतील; पण तरीही अकरा सप्टेंबरसारखे ते नेत्रदीपक ठरणार नाहीत, भोपाळची वायुगळती त्याहून भयानक होती. आणि कशामुळे झाली ती? डायॉक्झिनमुळे. रानटी झुडपांचा नाश करणारे औषध."

"पार्क अव्हेन्यूमध्ये तसा एखादा ट्रक नेऊन सेम टेक्सने उडवता येईल?" हिलने विचारले.

"पण ते बनवणारे कारखाने, ते साठवतात ती गोडाऊन्स यांच्यावर फार पहारा असतो." गुमिएनीला ही कल्पनाच मान्य होत नव्हती. "कोणाच्याही लक्षात न येता डायॉक्झिन पळवता येणार नाही."

"आणि आपल्याला मुद्दाम जहाजांवरच लक्ष ठेवायला सांगितले आहे. असा काही माल पळवला गेला तरी प्रतिहल्ला चढवला जाईल."

"जिथे कायद्याचे अस्तित्वच संपले आहे अशा तिसऱ्या जगाच्या काही भागात हे घडू शकेल."

"पण सर, ही जीवघेणी टॉक्सिन्स हल्ली अगदी कमी पैशात करून मिळतात आणि म्हणून देशांमध्येही तयार करून घेतली जात नाहीत."

"तेव्हा पुन्हा जहाजच." स्टीव्ह हिल म्हणाला. "स्फोट होणारा ऑईल टॅन्कर?"

"क्रूड तेलाचा स्फोट होत नाही." सिमूरने स्पष्ट केले. "जेव्हा *तोरे कॅनिअन*चा तळ फ्रेंच किनाऱ्याजवळ फाटून निघाला तेव्हा तेल पेटवून जाळून टाकण्यासाठी फॉस्फरस बॉम्ब्जचा उपयोग करावा लागला. पसरलेल्या तेलामुळे पर्यावरणाचा नाश होतो. माणसे मरत नाहीत; पण छोटासा गॅस टॅन्कर असा उत्पात घडवून आणू शकेल. द्रवरूपात उच्च दाबाखाली दाबून भरलेला गॅस."

"नैसर्गिक वायू – द्रवरूप?" गुमिएनीने विचारले. औद्योगिक वापरासाठी इंधन म्हणून अमेरिकेतल्या किती बंदरांमध्ये अशा तऱ्हेचा वायू आयात केला जातो याचा तो विचार करायला लागला आणि त्याच्या डोक्यातले आकडे त्याची मन:स्थिती बिघडवायला लागले; पण ज्या ठिकाणी तो उतरवून घेतात त्या गोद्या लोकवस्तीपासून कित्येक मैल अंतरावर असतात.

"द्रवरूप नैसर्गिक वायू – एल.एन.जी. – सहजासहजी पेट घेत नाही." सिमूर म्हणाला, "तो उणे दोनशे छपन्न फॅरनहाईट तापमानात दोन दोन तळ असणाऱ्या जहाजांमध्ये साठवला जातो. तो वातावरणात मिसळायला लागला तरी ज्वालाग्राही बनण्यासाठी कित्येक तास जावे लागतात; पण एकाच तऱ्हेचा वायू शास्त्रज्ञांची झोप

उडवतो. एल. पी. जी. – लिक्विड पेट्रोलियम गॅस.''

"तो इतका भयानक असतो की, भलतीच उलथापालथ झाली आणि अगदी छोटासा टॅन्करही पेटवून दिला, तर हिरोशिमावर टाकलेल्या अणुबॉम्बच्या तीसपट विध्वंसक शक्ती मुक्त होईल. या ग्रहावरचा, अणुशक्ती न वापरता घडवलेला तो महाभयंकर स्फोट ठरेल.''

थेम्स नदीवरच्या त्या खोलीत भीषण शांतता पसरली. स्टीव्ह हिल उठला आणि खिडकीतून एप्रिल महिन्याच्या सूर्यप्रकाशात वाहणाऱ्या नदीकडे बघत बसला.

"अगदी साध्या भाषेत बोल सॅम. तू इथे काय सांगायला आला आहेस?"

"मला वाटतं की, आपण चुकीच्या जहाजाचा, चुकीच्या सागरावर शोध घेतो आहोत. एकच म्हणता येईल. एल.पी.जी.चं मार्केट तसं छोटं आहे; पण आयात करणारा सर्वांत मोठा देश अमेरिका आहे. मला कल्पना आहे की, वॉशिंग्टनला हा सर्वच शोध मूर्खपणाचा वाटतो आहे; पण इतके दिवस तपास केल्यावर मला तरी वाटतं की, एक शेवटचा प्रयत्न करावा म्हणून. अमेरिकन सागरी हद्दीत अपेक्षित असणाऱ्या प्रत्येक एल.पी.जी. टॅन्करची तपासणी अमेरिका करू शकते, तो कुठूनही येत असला तरी. तो अतिपूर्वेकडून येत असेल तरच तपास करायचा असं नाही. त्यावर चढून चौकशी होईपर्यंत तो थांबवून ठेवायचा. लॉइड्सकडून जगामधल्या सागरांमधील कुठल्याही कोपऱ्यात असणाऱ्या टॅन्कर्सची मी मधल्या काळात माहिती करून घेतो.''

मरेक गुमिएनी पुढली फ्लाइट पकडून वॉशिंग्टनला परतला. त्याला कॉन्फरन्सेसना हजर राहायचे होते, खूप काम उरकायचे होते. त्याचे विमान हीथ्रोहून निघायच्या वेळी *काऊन्टेस ऑफ रिचमन्ड* दक्षिण आफ्रिकेच्या केप आगूल्हासला वळसा घेऊन अटलांटिक महासागरात शिरत होते.

जहाजाने वेगाने मार्ग कापला होता. तीन इन्डोनेशिअन्समधल्या नॅव्हिगेटरने गणित मांडले. आगूल्हास आणि बेंग्यूला प्रवाहांमध्ये तो एखादा दिवस वाचवणार होता. ठरवलेल्या विवक्षित ठिकाणी पोहोचायला भरपूर वेळ शिल्लक होता. हिंदी महासागरामधून पुढे युरोप किंवा उत्तर अमेरिकेला जाणारी अनेक जहाजे होती. काही प्रचंड जहाजे अशुद्ध स्वरूपातला धातू असणारे दगडमातीचे ढिगारे घेऊन निघाली होती. कमी खर्चामध्ये उत्पादन करून घेण्यासाठी पूर्वेकडल्या देशांमध्ये कारखाने उभे करून उत्पादन करवून घेणारे अनेक देश होते. तो तयार माल अनेक जहाजे युरोप आणि अमेरिका खंडांमध्ये पोहोचवत होते.

सुएझ कालव्याचा उपयोग करू न शकणारे सुपर टॅन्कर्स शंभर फॅदम खोलीच्या भागातून संगणकाच्या आज्ञेनुसार जात असताना त्यांचा नोकरवर्ग तर पत्तेच खेळत

बसलेला असे. प्रत्येक जहाजाची नोंद होत होती. न दिसणारे, मनात विचारच न येणारे उपग्रह फोटो खेचत, प्रत्येक जहाजाची प्रतिमा, त्याचे नाव वॉशिंग्टनला कळवत होते. हल्लीच अमलात आलेल्या कायद्यानुसार प्रत्येक जहाजावर ट्रान्सपॉन्डर बसवला होता. प्रत्येक जहाजाची वैयक्तिक कॉल साइन जगामधल्या लिसनिंग पोस्ट्सवर ऐकू येत होती. प्रत्येक जहाजाची तपासणी झाली. लिव्हरपूलमध्ये रजिस्टर झालेले *काऊन्टेस ऑफ रिचमंड* आखलेल्या मार्गानेच सुरबायाहून बाल्टिमोरला माल घेऊन येत आहे याची खात्री लॉइड्स आणि सीबार्ट अ‍ॅन्ड अ‍ॅबरक्रॉम्बी यांनी पटवल्यावर, अमेरिकेला त्या जहाजाबद्दल खोलात जाऊन चौकशी करायची आवश्यकता भासली नाही. शिवाय ते अमेरिकेच्या किनाऱ्यापासून हजारो मैल दूर अंतरावर होते.

मरेक गुमिएनी वॉशिंग्टनला परत आल्यावर पॅसिफिकमधल्या प्रत्येक जहाजावर चढून तपासणी करण्याची कक्षा किनाऱ्यापासून हजार मैल अंतरावर पोहोचली. अटलांटिकमध्ये लॅब्राडोर ते पोर्टोरिको, कॅरिबिअन समुद्र, युकॅटन, मेक्सिकोपर्यंत तसेच संरक्षक कडे उभारण्यात आले.

आतापर्यंत प्रचंड टॅन्कर्स आणि मोठमोठी जहाजे यांची चौकशी झालेली होती. गडबड-गोंधळ न उडवता आता व्हेनेझुएला ते सेन्ट लॉरेन्स नदीपर्यंतच्या छोट्या टॅन्कर्सवर जास्त लक्ष द्यायला सुरुवात झाली. उपलब्ध असणारे प्रत्येक इपी-३ ओरायन किनाऱ्यावर गस्त घालायला लागले. हजारो चौरस मैलांच्या सागरावर उड्डाणे करत त्यांनी छोट्या टॅन्कर्सकडे, प्रामुख्याने एल.पी.जी. वाहून नेणाऱ्या टॅन्कर्सकडे नजर वळवली.

अमेरिकन उद्योगांनी पूर्ण सहकार्य देत आयात होणाऱ्या मालांचे पूर्ण तपशील, माल कधी आणि कुठे अपेक्षित आहे ही माहिती पुरवल्यावर, त्यानुसार सागरावरच्या प्रत्येक जहाजाची तपासणी होत होती. दोनशे मैलांपासून अमेरिकन नौदल, मरीन्स, कोस्ट गार्ड यांच्या संरक्षणाखाली गॅस टॅन्कर्स धक्क्यांवर जाऊन लागत होते.

डोन्ना मारिया पोर्ट ऑफ स्पेनला परत आल्यावर तिच्यावरच्या दोन दहशतवाद्यांना, त्यांना अपेक्षित संदेश मिळाला.

रिपब्लिक ऑफ त्रिनिदाद अ‍ॅन्ड टोबॅगोमधून अमेरिकेच्या अनेक बंदरांमध्ये पेट्रोकेमिकल प्रॉडक्ट्स पोहोचवले जातात. आसपासच्या निरनिराळ्या बेटांवर सर्व तऱ्हेचे लहान-मोठे टॅन्कर्स उभे राहतात, माल भरतात आणि कुठल्याही मोठ्या शहराच्या जवळ न जाता निघतात. *डोन्ना मारिया* हे लहान टॅन्कर होते. व्हेनेझुएलामधून क्रूड तेल घेऊन येणारे मोठे टॅन्कर्स रिफायनरीजवर पोहोचल्यावर निरनिराळ्या ग्रेड्सप्रमाणे क्रूडचे शुद्धीकरण करून पाइप्समधून ते वेगवेगळ्या बेटांवर पोहोचते आणि छोट्या-मोठ्या जहाजांवर भरले जाते. अशा बेटांना टॅन्क फार्म्स म्हणतात.

सर्वच बेटांवर सर्व आकारांची जहाजे धक्क्याला लागू शकत नाहीत आणि तशी गरजही नसते.

दुसऱ्या दोन छोट्या टॅन्कर्सबरोबर *डोन्ना मारिया*ही एका एकाकी टॅन्क फार्मवर उभे होते. एल.पी.जी. भरण्याचे काम चालू असताना कोणालाही जवळपास असायची इच्छा नसते. दुपार संपेपर्यंत काम संपले. कॅप्टन मोन्टाल्बान याने समुद्रावर निघायची तयारी केली.

अंधार पडायला दोन तास होते तेव्हा जेटीला बांधलेले दोर सोडून ते निघाले. किनाऱ्यापासून मैलभर अंतरावर असताना चार जण एका हवेने फुगवलेल्या लाँचमध्ये गळ टाकून बसलेले आढळले. तीच खूण होती. संदेश मिळाला होता.

दोघा भारतीयांनी आपल्या जागा सोडून खाली धाव घेतली आणि पिस्तुले घेऊनच ते वर आले. एक जण जहाजाच्या मध्यभागी गेला. डेकवरील पाणी समुद्रात पडावे म्हणून तिथे जहाजाच्या कडेला भोके पाडलेली असतात आणि त्यांच्या आधाराने जहाजावर चढणे सोपे असते. दुसरा सरळ ब्रिजवर पोहोचला आणि त्याने आपले पिस्तूल कॅप्टनच्या कानशिलावर टेकवले.

"प्लीज कॅप्टन, भलतेसलते काही करू नका. काही मिनिटांत माझे मित्र जहाजावर चढतील. कुठलाही संदेश पाठवायचा प्रयत्न करू नका. नाहीतर नाइलाजाने गोळी घालावी लागेल."

कॅप्टनला इतका धक्का बसला की, काही करायचा विचार त्याच्या मनातच आला नाही. तो भानावर आल्यावर त्याची नजर अभावितपणे ब्रिजच्या कोपऱ्यातल्या रेडिओकडे वळली. त्या भारतीयाने नकारार्थी मान हलवली आणि त्याची कुठल्याही तऱ्हेच्या प्रतिकाराची इच्छा संपली. काही मिनिटांतच चौघे दहशतवादी जहाजावर चढले. आता तर कुठलाच विचार मनात आणणेही व्यर्थ होते.

चढण्यापूर्वी शेवटच्या माणसाने आपली तरंगती बोट सुऱ्याने फाडून काढताच ती समुद्रात बुडाली. काही सेकंदांत चौघे ब्रिजवर पोहोचले. महिन्यापूर्वी डॉ. अल खताबने पाठवलेले दोन अल्जेरिअन्स आणि दोन मोरोक्कन्स. ते फक्त मूरिश अरेबिक बोलत होते आणि ते भारतीय अजूनही सभ्यपणे वागत भाषांतर करून सांगत होते. दक्षिण अमेरिकेच्या नोकरवर्गाला फोरडेकवर बोलवून तिथेच थांबवायला सांगा. नवीन मार्ग आखतो आहोत, त्याप्रमाणेच जहाज मार्गक्रमण करेल.

अंधार पडल्यावर तासाभराने त्या चारी नोकरवर्गाचे खून पाडून, प्रत्येकाच्या शरीराभोवती साखळ्या गुंडाळून त्यांना सरळ समुद्रात फेकले गेले. कॅप्टन मोन्टाल्बानच्या अंगातली सर्व शक्तीच गेली. दोघे अल्जेरिअन्स आपल्या देशात आर्म्ड इस्लामिक ग्रुपचे सदस्य होते. अल्जेरिअन सरकारला धडा शिकवण्यासाठी पुरुष, स्त्रिया, मुले, आजारी, वृद्ध अशा सर्व तऱ्हेच्या शेकडो जणांची त्यांनी कत्तल उडवली होती.

जहाजावरच्या चार खलाशांचा त्यांनी यांत्रिकपणे जीव घेतला होता. अंगवळणी पडलेली गोष्ट.

डोन्ना मारिया उत्तरेलाच निघाली असली, तरी ठरल्याप्रमाणे पोर्टोरिकोला जाणार नव्हती. डाव्या बाजूला थेट मेक्सिकोपर्यंत कॅरिबिअन समुद्र होता. उजव्या बाजूला जवळच विंडवर्ड आणि लीवर्ड बेटे. या उष्ण समुद्रात असंख्य टुरिस्ट येत असतात. शेकडो छोट्या बोटी आणि टॅन्कर्स सर्व तऱ्हेचा माल आणून बेटांवर पोहोचवत असतात. या सर्व जहाजांच्या गर्दीमध्ये *डोन्ना मारिया* नाहीशी होणार होती आणि पोर्टोरिकोला वेळेत न पोहोचल्याने, तशी नोंद होईपर्यंत कुणाला सापडणार नव्हती.

वारा पडला, जहाज कमी हलायला लागले, तसा युसूफ इब्राहिम केबिनमधून बाहेर पडला. जरा पांढरा पडला असला आणि पोटात गडबड वाटत असली, तरी आज्ञा देताना काळ्याभोर डोळ्यांमध्ये दिसणारा द्वेष कमी नव्हता. इंजिनरूममधून नोकरवर्गाने फुगवण्यासारखी स्पीडबोट वर आणली. हवा भरून ती ताठ झाल्यावर मागच्या बाजूला अडकवून ठेवली.

१०० हॉर्स पॉवरचे आऊटबोर्ड इंजिन वर आणताना सहा जणांचीसुद्धा दमछाक झाली. ते त्यांनी स्पीडबोटीच्या मागच्या बाजूला जोडून टाकले. स्पीडबोट हळूहळू पाण्यावर उतरवली.

इंधनाच्या टाक्याही जोडून टाकल्या. इंजिन सुरू व्हायला थोडासा वेळच लागला; पण ते एकदाचे चालू झाल्यावर इंडोनेशिअन नॅव्हिगेटरने वेगामध्ये *काऊन्टेस*भोवती फेरी घातली. शेवटी इतर सहा जण शिड्यांवरून उतरून स्पीडबोटीवर चढले. फक्त तो खुनी जहाजाच्या सुकाणूवर होता. नक्की रंगीत तालीम सुरू झाली होती.

आज कॅमेरामन सुलेमान तीनशे यार्डांवरून आपल्या डिजिटल साधनांनी *काऊन्टेस*चे फोटो घेणार होता. लॅपटॉपमधून मिनी एम-सॅटफोनला जोडल्यावर त्याचे फोटो जगाच्या दुसऱ्या बाजूच्या एका वेबसाईटवर रेकॉर्डिंग आणि ब्रॉडकास्टिंगसाठी पोहोचणार होते.

आपण नक्की काय बघत आहोत हे मार्टिनला व्यवस्थित कळत होते. इंटरनेट आणि सायबरस्पेस ही आधुनिक दहशतवादाची प्रचाराची महत्त्वाची अस्त्रे आहेत. कोणतीही क्रूर घटना वाचायला मिळणे चांगलेच; पण सत्तर देशांमधल्या कोट्यवधी मुस्लिमांना ती बघता आली, तर ती सोन्याची खाण ठरते. त्याच देशांमधून नवीन रिक्रूट्सचा ओघ सुरू होतो. तशीच काही भीषण कृती करण्याची प्रबळ इच्छा निर्माण होते.

फोर्ब्स कॅसलमध्ये मार्टिनने इराकमधली व्हिडिओ रेकॉर्डिंग्ज बघितली होती.

कॅमेऱ्याच्या लेन्सकडे बघत खदाखदा हसणारे आत्मघातकी बॉम्बर्स त्यानंतर कॅमेऱ्यासमोर मरण्यासाठी गाड्या उडवत निघताना त्याने पाहिले होते. अशा वेळी कॅमेरामन जिवंतच राहतो. फिरणारी स्पीड बोट बघताना त्याच्या ध्यानात आले की, लक्ष्यसुद्धा कॅमेऱ्यामध्ये येणे आवश्यक आहे. स्पीडबोट आणि तिच्यावरचा प्रत्येकजण मरेपर्यंत फिल्म घेतली जाणार आहे. फक्त इब्राहिमच सुकाणूजवळ राहणार आहे.

पण हे सर्व कुठे आणि केव्हा घडणार आहे आणि कन्टेनर्समध्ये कुठली भयानक गोष्ट दडवली आहे हे त्याला कळत नव्हते. त्याने एका शक्यतेचा विचार केला. स्पीडबोट समुद्रावर तरंगत सोडून *काऊन्टेस*वर एकटेच परत यायचे, इब्राहिमला ठार करायचे आणि जहाज ताब्यात घ्यायचे; पण तशी संधी मिळणे अशक्य होते. स्पीडबोट इतकी वेगवान होती की, काही सेकंदांत सर्वजण रेलिंगवरून उड्या घेऊन वर पोहोचले असते.

रंगीत तालीम संपली. स्पीडबोट पुन्हा जहाजाच्या मागच्या बाजूला टांगली गेली. एकदा टांगल्यावर ती इतर जहाजांवरच्या डिंगीसारखीच भासत होती. इंजिनिअरने जहाजाचा वेग वाढवला. सेनेगलचा किनारा मागे सोडत ते पुढे निघाले.

युसूफ इब्राहिमची प्रकृती सुधारली आणि तो जास्त वेळ ब्रिजवर किंवा इतर सर्वजण जेवत असत त्या वॉर्डरूममध्ये काढायला लागला. सगळ्यांच्याच मनावर ताण पडायला लागला होता आणि त्याच्या अस्तित्वामुळे तर त्यात भरच पडली होती.

शहीद म्हणून मृत्यू पत्करायचे आठही जणांनी ठरवले असले, तरी नुसती वाट बघत राहण्याचा काळ मनावर फार ताण पाडतो. सारख्या प्रार्थना म्हणून आणि कुराणाचे वाचन करत ते मन शांत ठेवत होते, ते जे काही करणार होते त्यावरची श्रद्धा अढळपणे राखत होते.

स्फोटकांचा तज्ज्ञ असणारा केमिकल इंजिनिअर आणि इब्राहिम यांनाच फोरडेक खालच्या कन्टेनर्समध्ये काय दडवले आहे हे ठाऊक होते; पण ते कुठे निघाले आहेत आणि त्यांचे लक्ष्य काय आहे हे फक्त इब्राहिमलाच माहीत असावे. इतर सात जणांना फक्त शब्दच दिला होता की, त्यांनी हातामध्ये घेतलेल्या नेत्रदीपक कामगिरीने त्यांचे नाव इतिहासात अजरामर होणार आहे. त्यावर विश्वास ठेवण्याशिवाय त्यांना गत्यंतर नव्हते.

मिशन कमान्डर त्यांना येऊन मिळाल्यापासून काही तासांमध्ये मार्टिनच्या लक्षात आले की, इब्राहिमची वेडसर झाक असलेली जहरी नजर कायम त्याच्यावर खिळलेली असे. या चमत्कारिक प्रकाराने मार्टिनची मन:शांती बिघडली असली तर त्यात नवल नव्हते. शेवटी तोही माणूसच होता.

त्याच्या मनात नाना प्रश्न फेर धरायला लागले. इब्राहिमने इझमत खानला

अफगाणिस्तानमध्ये बघितले होते का? उत्तरे माहीत नाहीत असे भलतेच प्रश्न इब्राहिम त्याला विचारणार आहे का? पुन:पुन्हा प्रार्थना म्हणताना काही शब्दांत त्याने चूक तर केली नव्हती ना? त्याने अभ्यास न केलेले भाग मुद्दामच त्याला म्हणायला सांगून त्याची तो परीक्षा तर घेणार नाही ना?

त्याचे विचार थोडे बरोबर होते आणि थोडे चूक. त्या भडक माथ्याच्या इब्राहिमने इझमत खान या तालिबान लढवय्याबद्दल अनेक आख्यायिका ऐकल्या असल्या, तरी इझमत खानची आणि या जॉर्डेनिअनची कधीही गाठ झालेली नव्हती. प्रार्थना म्हणताना मार्टिनने काहीही चुका केल्या नव्हत्या. या पश्तूनने युद्धात जशी ख्याती मिळवली होती, तशी इब्राहिमने कधीच मिळवली नव्हती आणि म्हणून तो इझमत खानचा अतोनात द्वेष करत होता. या द्वेषातून त्याच्या मनात इच्छा निर्माण होत होती की, हा अफगाण विश्वासघातकी ठरावा. म्हणजे त्याने चढवलेला खोटा मुखवटा फाडून त्याला ठार करता येईल.

त्याने आपला खदखदणारा संताप एकाच कारणाने काबूत ठेवला होता. कारण तसे प्राचीनच आहे. डोंगराळ प्रदेशात वाढलेल्या या माणसाची इब्राहिमला भीती वाटत होती. त्याच्या झग्याखाली एक दडवलेले पिस्तूल असले, तरी या तोरा बोराच्या माणसाचा त्याने धसका घेतला होता. तो कुढत त्याच्याकडे रोखून बघत वाट पाहत राहिला होता.

दुसऱ्या वेळेलाही पश्चिमी देशांच्या पदरात निराशाच पडली. भुताळी जहाजाचा, समजा अस्तित्वात असले तरीही, पत्ता लागला नाही. स्टीव्ह हिलवर प्रश्नांचा भडिमार होत होता. डाऊनिंग स्ट्रीटवरही आता परिणाम व्हायला लागला.

ब्रिटिश पंतप्रधान आणि अमेरिकन अध्यक्ष, कन्ट्रोलर मिडल ईस्टला चारच प्रश्न पुन:पुन्हा विचारत होते. असे जहाज खरोखर अस्तित्वात तरी आहे का, असले तर कशा तऱ्हेचे आहे, कुठे आहे आणि त्या जहाजाचे लक्ष्य तरी काय आहे? दररोजच्या बैठकींचा काळ त्याच्या दृष्टीने दु:खद ठरायला लागला.

एस.आय.एस.चा चीफ गप्प होता. पेशावर प्रकरणानंतर सर्व उच्चपदस्थांची खात्री पटली होती की, दहशतवादी कुठली तरी भयानक योजना आखत आहेत; पण ज्यांना आपल्या राजकीय वरिष्ठ नेत्यांचे समाधान करता येत नाही, त्यांना जगात क्षमा नाही.

घड्या घातलेल्या लॅन्डिंग कार्डवर लिहिलेल्या संदेशानंतर क्रोबार जिवंत आहे याचीसुद्धा कुठली खूण मिळाली नव्हती. तो मेला आहे का जिवंत आहे? चार आठवडे उलटत आले, तसा तो इतिहासजमा झाला आहे अशी भावना बळावत चालली.

त्याने त्याचे काम केले आहे, असे काहीजण पुटपुटत होते; पण नंतर तो पकडला गेला आणि मारला गेला. त्यामुळे त्यांची योजना त्यांनी सोडून दिली आहे. फक्त स्टीव्ह हिलच नक्की कुठून धोका आहे कळत नसले तरी शोध चालू ठेवण्याचा आग्रह सोडत नव्हता.

निराश मन:स्थितीतच तो मोटरने इप्सविच इथे *लॉइड्स रजिस्टर*च्या हॅझर्डस कार्गो ऑफिसमध्ये बसलेल्या सॅम सिमूरशी आणि दुसऱ्या दोन तज्ज्ञांशी बोलण्यासाठी गेला. कितीही चमत्कारिक वाटणारी शक्यताही ते पडताळून बघत होते.

"सॅम, तू लंडनमध्ये फार भयंकर शब्द वापरले होतेस. हिरोशिमावर टाकलेल्या अणुबॉम्बच्या तीसपट शक्तिमान. एक छोटासा टॅन्कर पूर्ण मॅनहॅटन प्रोजेक्टपेक्षा कसा काय विध्वंसक ठरतो?"

सॅम सिमूर थकला होता. वयाच्या केवळ बत्तीसाव्या वर्षी ब्रिटिश इन्टेलिजन्समधली त्याची आशादायक कारकीर्द संपुष्टात येण्याची चिन्हे त्याला दिसत होती. त्याच्यावर सोपवलेली कामगिरी पार पाडता येईल असे त्यालाच वाटेनासे झाले. आपली रवानगी कुठल्या तरी प्राचीन सरकारी दप्तरखान्यात होणार याबद्दल त्याच्या मनात संशय राहिला नाही.

"अणुबॉम्बमुळे चार टप्प्यांत भयानक विध्वंस होतो. स्फोटाचा चकचकाट इतका प्रखर असतो की, काळ्या लेन्सेसचे संरक्षण नसेल तर डोळेच भाजून काढले जातात. नंतरची उष्णता तिच्या मार्गामधली प्रत्येक गोष्ट जाळून खाक करते. शॉक वेव्हज्मुळे कित्येक मैल अंतरापर्यंतच्या इमारती भुईसपाट होतात. गॅमा किरणांच्या उत्सर्जनाने निर्माण होणारे परिणाम दूरगामी असतात. फक्त जिवंत राहणाऱ्यांना ते भोगावे लागतात असे नाही, तर पुढल्या पिढीसाठीही ते भयानक ठरतात. एल.पी.जी.च्या स्फोटात एकच गोष्ट निर्माण होते. फक्त एकच. भयानक उष्णता. बाकीच्या तीन गोष्टी सोडून दे स्टीव्ह."

"पण ती उष्णता महाभयंकर असते. पोलाद वितळवणारी. काँक्रीटची धूळ बनवणारी. फ्युएल-एअर बॉम्बबद्दल ऐकले आहेस? तो इतका ताकदवान असतो की, नेपाम बॉम्बसुद्धा नगण्य ठरावा आणि दोन्ही एकाच गोष्टीपासून निर्माण होतात– पेट्रोलियम.

"एल.पी.जी. हवेपेक्षा जड असतो. वाहून नेताना तो प्रचंड दाबाखाली असतो. म्हणून तर एल.पी.जी. टॅन्कर्सना दोन दोन तळ असतात. फुटून बाहेर पडायला लागला तर दिसणार नाही. हवेमध्ये मिसळत राहील. तिथेच गरगरा फिरत राहील. परिणाम? तिथे एक प्रचंड फ्युएल-एअर बॉम्ब तयार होईल. तो पेटवून दिला तर संपूर्ण टॅन्करवर ज्वाळा उफाळतील. भयानक आगडोंब उसळेल. पाच हजार डिग्री सेन्टीग्रेडपर्यंत तापमान वाढेल. स्वत:चेच वारे निर्माण करत सर्व बाजूंनी त्या ज्वाळा

लाटांसारख्या पसरत जातील. त्यांच्या मार्गात येणारी प्रत्येक गोष्ट जळून खाक होईल. शेवटी स्वत:च त्या ज्वाळा विझतील.''

''आणि हा आगीचा लोळ किती लांबपर्यंत पोहोचेल?''

''माझ्या नवीन शास्त्रज्ञ मित्रांच्या म्हणण्याप्रमाणे आठ हजार टनी छोट्या टॅन्करच्या बाबतीत हे घडले, तर पाच किलोमीटरच्या त्रिज्येमधली प्रत्येक गोष्ट नष्ट होईल आणि प्रत्येक माणसाचा जीव जाईल.''

''आणि एक गोष्ट. मी तुला म्हटले की, हा आगडोंब स्वत:चे वारे निर्माण करेल. त्या वेळी आजूबाजूची सर्व हवा मध्यावर खेचली जाईल. आगीने न मरणारी माणसे गुदमरून मरतील.''

बंदर, आसपासचे शहर – स्टीव्ह हिलच्या मनासमोर भयंकर चित्रे सरकायला लागली. उपनगरांमधले लोकही जिवंत राहू शकले नसते.

''या सर्व टॅन्कर्सची चौकशी होते आहे ना?''

''अगदी प्रत्येक. लहान-मोठे, अगदी छोटे टॅन्कर्ससुद्धा. हॅझर्डस कार्गो टीममध्ये हे दोघेच असले तरी हुशार आहेत ते. आता अगदी थोड्या टॅन्कर्सची चौकशी करायची बाकी आहे.''

''इतर जहाजांची संख्या इतकी प्रचंड आहे की, दहा हजार टनांहून कमी वजनांच्या जहाजांची चौकशी आम्ही केली नाही; पण शेवटी अमेरिकेने बंदी घातलेल्या झोनमध्ये कुठलेही जहाज येणार असले, तर त्याची तपासणी होणारच आहे.''

''जगातल्या प्रत्येक बंदरात कळवले आहे की, आमच्या माहितीप्रमाणे अपहरण केलेले एक अज्ञात जहाज सागरावरून कुठल्या तरी बंदराच्या दिशेने निघाले आहे. आता त्यांची काळजी त्यांनीच घ्यायला हवी; पण अल काईदाने कत्तल उडवण्यासाठीच एखाद्या बंदराची निवड केली असेल, तर ते विकसित, पश्चिमी देशांमधलेच बंदर असणार. लेगॉस किंवा डाकर नसणार किंवा हिंदू, मुस्लीम, बौद्ध धर्मीयांच्या देशातलेही नसणार. अमेरिकन नसलेली अशी बंदरे तीनएकशे पेक्षा कमीच असतील.''

दारावर टकटक झाली. एक डोके दिसले. गोबऱ्या गालांचा एक तरुण आत आला. कोनराड फिप्स.

''शेवटचा टॅन्कर मिळाला, सॅम. *विल्हेमिना सॅन्टोस.* कॅरकॅसहून गॅल्व्हस्टनला एल.पी.जी. पोहोचवतो आहे. ठीक आहे सर्व. अमेरिकन्स चढत आहेत त्या टॅन्करवर.''

''झाले? जगामधल्या प्रत्येक एल.पी.जी. टॅन्करचा पत्ता लागला?'' स्टीव्हने विचारले.

''त्यांची संख्या खूप मोठी नसते, स्टीव्ह.'' सिमूर म्हणाला.

"म्हणजे ही वाटही बंद झाली तर." स्टीव्ह मनातून पार निराश झाला होता. तो उठला. लंडनला परत निघाला.

"मला एका गोष्टीची काळजी वाटते, मिस्टर हिल." कार्गो टीममधला एकजण म्हणाला.

"स्टीव्ह, स्टीव्ह म्हण." एस.आय.एस. मध्ये पहिले नाव वापरायची परंपरा आहे. अगदी उच्च पदापासून शेवटच्या माणसापर्यंत. अपवाद फक्त चीफचा. अनौपचारिक वागणूक हीच या टीमची मुद्दाम जपलेली संस्कृती होती.

"तीन महिन्यांपूर्वी एक एल.पी.जी. टॅन्कर सर्व नोकरवर्गासह बुडाला."

"मग?"

"प्रत्यक्ष बुडताना कुणी पाहिले नाही. त्यांचा कॅप्टन दु:खानेच रेडिओवर म्हणाला की, इंजिन रूममध्ये भयंकर आग भडकली आहे आणि जहाज वाचवता येईल असे त्याला वाटत नाही. आणि... नंतर... काहीच नाही. त्या टॅन्करचे नाव होते *जावा स्टार.*"

"काही खाणाखुणा?"

"म्हणता येईल तसे. रेडिओ बंद होण्यापूर्वी त्याने जहाजाची जागा कळवली. त्या जागी पहिल्याने एक रेफ्रिजरेटर शिप पोहोचले. स्वत:हून फुगणाऱ्या डिंगी, लाइफ बेल्ट्स वगैरे गोष्टी आढळल्या. कोणी जिवंत असल्याच्या खुणा आढळल्या नाहीत. कॅप्टन आणि नोकरवर्गाबद्दलही नंतर काही कळले नाही."

"दु:खद घटना; पण पुढे काय?"

"तो प्रकार घडला ती जागा सर... स्टीव्ह. सेलिबिस समुद्र. लाबुआन नावाच्या बेटापासून दोनएकशे मैल अंतरावर."

एक शिवी हासडून स्टीव्ह हिल लंडनला जाण्यासाठी निघाला.

मार्टिन सुकाणूचे चाक धरून असताना *काऊन्टेस ऑफ रिचमंड*ने विषुववृत्त ओलांडले. ती उत्तर, उत्तर-पश्चिम दिशा पकडून होती. आपल्याला नक्की कुठल्या जागी पोहोचायचे आहे ते नॅव्हिगेटरला ठाऊक होते. अझूरेसपासून पश्चिमेला आठशे मैल आणि अमेरिकेच्या किनाऱ्यापासून पूर्वेला बाराशे मैल अशा ठिकाणी त्याला पोहोचायचे होते. ती रेषा तशीच पश्चिमेला वाढवली असती तर बाल्टिमोरपर्यंत पोहोचली असती.

*काऊन्टेस*वरच्या काही जणांनी आपली स्वर्गाला जाण्याची तयारी सुरू केली. अंगावरचे सर्व केस भादरून टाकले. मृत्युपत्रे बनवली. आपल्या अढळ श्रद्धेबद्दल लिहिले. कॅमेऱ्यावर फोटो घेऊन प्रत्येकाने ती स्वत:च्या आवाजात वाचली.

अफगाणनेही तेच केले; पण तो पश्तून भाषेमध्ये बोलला. अफगाणिस्तानमध्ये

काही काळ काढल्याने युसूफ इब्राहिमला पश्तून भाषेतले काही शब्द कळत होते. हा काय बोलतो आहे ते समजून घेण्याचा तो प्रयत्न करत होता. तो पश्तून उत्कृष्ट बोलू शकला असता, तरी त्याला थोडीही चूक काढता आली नसती.

तोरा बोराच्या या माणसाने अमेरिकन रॉकेटमुळे त्याच्या संपूर्ण कुटुंबाच्या झालेल्या नाशाबद्दल सांगितले. आता अमेरिकन्सना त्यांच्या कृत्याची शिक्षा देण्याची संधी मिळाल्याने आणि स्वर्गामध्ये त्याच्या कुटुंबाशी पुन्हा भेट होणार असल्याने तो आनंदात होता.

बोलता बोलता त्याच्या लक्षात आले की, यांपैकी कुठलीच गोष्ट मूळ स्वरूपात जशीच्या तशी जगामधल्या कुठल्याही किनाऱ्याला लागणार नव्हती. त्याचे मरण ओढवेपर्यंत आणि त्याच्या साधनसामग्रीचा नाश होईपर्यंत सुलेमानच सर्व गोष्टी ट्रान्समिट करणार आहे. आपण कसे मरणार आहोत आणि कोणत्या तऱ्हेने अमेरिकेचा न्याय होणार आहे, हे कुणालाच कळत नव्हते. दोन अपवाद होते म्हणा. स्फोटकांचा तज्ज्ञ आणि स्वत: इब्राहिम; पण ते काहीच उघड बोलत नव्हते.

जहाजावरले सर्व जण डबाबंद अन्नच खात होते. गॅलीमधला सात इंचाचे पाते असणारा एक मोठा सुरा नाहीसा झाला आहे, हे कुणाच्या लक्षात आले नाही. कुणी बघत नसेल तेव्हा मार्टिन ड्रॉअरमधल्या व्हेटस्टोनवर त्याला धार लावत बसे. रात्रीच्या अंधारात मागच्या बाजूने उतरून डिंगी फाडून टाकायचा मनात आलेला विचार मात्र त्याने सोडून दिला.

जहाजाच्या पुढल्या भागातल्या फोरकॅसलवर चार जणांसह तो बन्कवर झोपत असे. सुकाणूचे चाक धरून नेहमीच कुणीतरी उभे असे. मागच्या दोरीवरून उतरायचे तर तिथून जावे लागे. रेडिओमन ब्रिजमागची आपली कम्युनिकेशन शॅक सोडून बाहेरही पडत नव्हता. इंजिनिअर इंजिनरूम सोडत नव्हता. यांपैकी कुणीही डोके जरी बाहेर काढले असते, तर त्यांनी मार्टिनला बघितले असते आणि डिंगी निरुपयोगी झाली आहे हे ताबडतोब ध्यानात आले असते. विश्वासघात कुणी केला तेही कळले असते आणि डिंगी नसली तरी मुख्य कामगिरीवर परिणाम होणार नव्हता. शक्य आहे की ती दुरुस्त करायला वेळही मिळाला असता. ती कल्पना मार्टिनने सोडून दिली, तरी चाकू मात्र कपड्यात गुंडाळून तो पाठीवर बाळगायला लागला. सुकाणू धरून असताना तो सारखा आपण कुठल्या बंदराकडे निघालो आहोत, त्या कन्टेनर्समध्ये काय आहे आणि आपण काही घातपात घडवून आणू शकतो का, याचा विचार करे. काहीही उत्तरे मिळत नव्हती. काऊन्टेस उत्तर, उत्तर-पश्चिम दिशेने न थांबता जातच होती.

सर्व सुपर टॅन्कर्स, टॅन्कर्स, गॅस टॅन्कर्स यांचा शोध घेऊन झाला. आय.डी.

ट्रान्सपॉन्डर्सची ट्रान्समिशन्स, प्रवासांचे आखलेले मार्ग, खरोखर जहाजे त्याच मार्गावर आहेत ना, बघून झाले. तीन हजार कॅप्टन्स आपल्या आवाजात मालकांशी, त्यांच्या एजंट्सशी बोलले. त्यांच्या डोक्याशी पिस्तूल धरून कुणी उभे असल्यास त्यांना ज्यांची उत्तरे माहीत नाहीत अशा जन्मतारखा, कुटुंब वगैरेंबद्दल मुद्दाम बोलणे झाले. कॅप्टन्स खरे बोलत आहेत की खोटे हे अपहरणकर्त्यांना कळणे शक्य नव्हते.

अमेरिकन नौदल, मरीन्स, कोस्ट गार्ड्स यांच्यावर फारच ताण पडत होता. सर्वांच्या रजा रद्द झाल्या होत्या. त्यांना मोकळा वेळही मिळत नव्हता. प्रमुख बंदरात जाऊ पाहणाऱ्या प्रत्येक मालवाहू जहाजावर ते चढत होते.

इप्सविचहून मिळालेल्या सूचनेनंतर *जावा स्टार*बद्दल इत्थंभूत चौकशी झाली. तसे लहान जहाज. एकमेकांच्या आड दडलेल्या कंपन्यांच्या नावांमधून विशेष काही हाताला लागले नाही. बोर्निओ रिफायनरीजमध्ये माल भरला असला, तरी जहाजाबद्दल त्यांना विशेष माहिती नव्हती. ती कुठे बांधली गेली ते शोधण्यात आले. आजपर्यंत सहा जणांकडे तिची मालकी गेली होती. प्लॅन्स मिळाले. तसेच बांधलेले दुसरे जहाज मिळाले. संगणकावरून प्रतिमा मिळाल्या; पण *जावा स्टार* मिळत नव्हते.

ज्या देशाचा ध्वज त्या जहाजावर फडकत होता तो देश म्हणजे पॉलिनेशिअन बेटांमधले एक छोटे बेट होते. गॅस टॅन्कर कधीही त्या बेटावर पोहोचले नव्हते याची खात्री पटली.

ते जहाज खरोखर नाहीसे झाले होते ना? तसे नसेल तर कुठे आहे ते? नवीन नाव घेतले आहे का? के.एच. ११ उपग्रहांनी *जावा स्टार*सारख्या दिसणाऱ्या जहाजांचा शोध सुरू केला.

एप्रिलच्या पहिल्या आठवड्यात एडझेल तळावरचे काम बंद करण्यात आले. इतर सर्व इन्टेलिजन्स एजंसीज् अधिकृतपणे शोधाला लागल्यावर त्यांना करण्यासारखे काही राहिले नव्हते.

मायकेल मॅक्डोनाल्ड सुटका झाल्याप्रमाणे वॉशिंग्टनला परतला. भुताळी जहाजाचा शोध तो घेत असला, तरी स्वतंत्रपणे घेत होता.

सी.आय.ए.ने अनेक ठिकाणी आपले कैदी दडवून ठेवले होते. त्यांना पकडण्यापूर्वी त्यांनी अल इस्रबद्दल काही कुजबुज ऐकली नव्हती ना, याची खात्री पटवून घेण्यासाठी त्यांची पुन:पुन्हा उलटतपासणी झाली. इस्लामिक दहशतवादाच्या अंधाऱ्या जगातल्या त्यांच्या प्रत्येक माणसाला त्यांनी गाठले. कोणी काही ऐकले नव्हते. अज्ञानाच्या अंध:कारातून ज्ञानाच्या प्रकाशाकडे नेणाऱ्या जादुई प्रवासाबद्दल वापरण्यात येणारे अल इस्र हे शब्द जसे काही त्या इजिप्शियन अर्थतज्ज्ञाबरोबर जन्माला आले आणि पेशावरमधल्या बाल्कनीमधून त्याने खाली उडी टाकल्याच्या सप्टेंबरच्या

दिवशी नाहीसे झाले.

कामगिरीवर असताना कर्नल माईक मार्टिन मृत्युमुखी पडला असावा, असा दु:खद निष्कर्षही काढण्यात आला. त्याला करण्यासारखे सर्व काही त्याने केले होते. *जावा स्टार* किंवा दुसरा कुठलाही तरंगता बॉम्ब अमेरिकेच्या दिशेने येताना आढळला, तर त्याची कामगिरी त्याने यशस्वीपणे पार पाडली होती असे म्हणायला हरकत नव्हती. लाबुआन बेटावर एका डायव्हरच्या किटबॅगमध्ये सापडलेल्या संदेशाला आता खूपच काळ लोटला होता आणि तो जिवंत आहे असे दर्शविणारे कुठलेही चिन्ह नंतर आढळले नव्हते.

जी-८ मीटिंगच्या तीन दिवस आधी, ब्रिटिशांच्या पूर्वसूचनेप्रमाणे जगभर चालवलेल्या शोधाबद्दल, उच्चपदस्थांपर्यंत सर्वांची सहनशीलता संपली. मरेक गुमिएनीने ही बातमी कळवण्यासाठी लँग्लेहून सुरक्षित फोनवरून स्टीव्ह हिलला फोन केला.

''स्टीव्ह, सॉरी. मला तुझ्याबद्दल वाईट वाटते आणि तुझ्या माईक मार्टिनबद्दल तर जास्तच दु:ख होते. तो मरण पावला आहे, अशी इथे सर्वांची खात्री आहे. जगभरची व्यापारी जहाजे तपासण्यासाठी आजपर्यंतच्या इतिहासातील सर्वांत मोठे जाळेही फेकण्याचा आपण प्रयत्न केला. त्याची काहीतरी चूकच झाली असणार.''

''आणि सॅम सिमूरने कल्पना मांडली होती ती?''

''तेच. या ग्रहावरचे जवळजवळ सर्व टॅन्कर्स आम्ही तपासले. पन्नासएक टॅन्कर्सचा पत्ता लावणे शिल्लक आहे. त्यांची ओळख एकदा पटली की संपले सर्व. अल इस्रचा संदर्भ कशाशी होता, हे एक तर आपल्याला कधीच कळणार नाही किंवा ती योजना बारगळली असेल. थांब जरा... दुसरा फोन खणखणतो आहे.''

एका क्षणात तो परत बोलला, ''एक जहाज ठरलेल्या ठिकाणी पोहोचलेले नाही. चार दिवसांपूर्वी त्रिनिदादहून पोर्टोरिकोला निघाले होते. काल पोहोचायला हवे होते. पोहोचले नाही. रेडिओवर उत्तर नाही.''

''कशा तऱ्हेचे जहाज?''

''टॅन्कर, तीन हजार टन वजनाचा. कुठेतरी बुडलाही असेल. आम्ही तपास घेत आहोत.''

''काय माल भरला होता त्या जहाजावर?''

''लिक्विफाईड पेट्रोलिअम गॅस.''

की-होल के.एच. ११ या उपग्रहाने हरवलेल्या जहाजाचा शोध लावला. पोर्टोरिकोने ह्यूस्टनमधल्या रिफायनरीच्या मुख्यालयाला तक्रार करून तेव्हा सहा तास उलटले होते. शोध लागताच ह्यूस्टनमधल्या मुख्यालयात आणीबाणीची

परिस्थिती उद्‌भवली.

कॅमेरे आणि सेन्सॉर्सच्या साहाय्याने पाचशे मैल रुंदीच्या पट्ट्यातील सागर आणि बेटे धुंडाळताना की-होलने खालून येणारा ट्रान्स्पॉन्डर सिग्नल पकडला. संगणकाने तो हरवलेल्या *डोन्ना मारिया*चा आहे याची खात्री पटवली.

ती बातमी तात्काळ वेगवेगळ्या एजंसीज्ना पोहोचली. लंडनशी बोलताना मरेक गुमिएनीला मिळालेला फोन त्याबद्दलच होता. फ्लॉरिडामधील ताम्पा, अमेरिकन नौदल, कोस्ट गार्ड्स सर्वांना त्या जहाजाची अचूक जागा कळवली गेली.

ट्रान्सपॉन्डर बंद न करण्यात अपहरणकर्त्यांनी एक तर फार मोठा मूर्खपणा केला होता, नाहीतर काही बिघडणार नाही अशी त्यांना आशा असावी. खरे तर ते त्यांच्या आज्ञा पाळत होते. ट्रान्सपॉन्डर सिग्नल देत असताना जहाजाचे नाव आणि पत्ता कळवल्यासारखे असते. तो बंद केला असता तर तात्काळ या जहाजाकडे सर्वांचे लक्ष वेधले गेले असते.

हा एल.पी.जी. टॅन्कर अजूनसुद्धा कॅप्टन मोन्टाल्बान चालवत होता. चार दिवस त्याला झोप नव्हती. डुलकी लागली की लाथा बसत होत्या. अंधारातच पोर्टोरिकोजवळून तो टर्कूस आणि काईकोज बेटांच्या पश्चिमेने बहामाच्या सात हजार बेटांमध्ये काही काळ नाहीसा झाला. की-होलने शोध लावला तेव्हा तो बिमिनी बेटाजवळ होता.

त्याच्या मार्गाने तो जात राहिला असता तर मियामी बंदरातच शिरला असता, याची ताम्पाने खात्री पटवली.

दहा मिनिटांत त्या छोट्या टॅन्करला भलत्या भलत्याच गोष्टी दिसायला लागल्या. की वेस्टहून उडालेले पी-३ ओरायन सब-हन्टर काही हजार फूट उंचीवरून घिरट्या घालत त्या जहाजाचे फोटो घ्यायला लागले. ताम्पा येथील ऑपरेशन्स रूममध्ये टॅन्कर जसा होता तसाच प्लाझ्मा स्क्रीन्सवर दिसायला लागला.

साऊथ कॅरोलायना इथल्या चार्ल्सटन इथून सीमेवर पहारा करणाऱ्या दोन कोस्टगार्ड कटर्स *मेलॉन* आणि *मॉर्गेन्थाऊ* आता सागरावरच होत्या. *मेलॉन* ही पळवलेल्या जहाजाजवळ होती. त्यांनी आपला मार्ग आखला. दीड तासांत, सूर्य मावळता मावळता ते *डोन्ना मारिया*जवळ पोहोचले असते.

*मेलॉन*च्या बाबतीत कटर हा शब्द वापरणेच योग्य नव्हते. ती एक छोटी विनाशिकाच होती. ३३०० टन वजनाची, १५० मीटर लांब. ती अटलांटिकमधून भर वेगात त्या जहाजाला अटकाव करायला निघाली, तेव्हा इतरांनी ती शस्त्रसज्ज बनवायला सुरुवात केली. ते शत्रूचे जहाज आहे ही कल्पना सर्वांच्या मनात मूळ धरायला लागली.

*मेलॉन*वरचा शस्त्रसंभार भीतिदायक आहे. सहा बॅरलवाली गॅटलिंग चेनगन

चक्क क्षेपणास्त्रविरोधक म्हणून वापरता येते. गोळ्यांचा इतका पाऊस पडतो की, येणारे रॉकेट उद्‌ध्वस्त होईल असा समज तरी आहे. अर्थात ही गन त्यासाठी वापरायची गरज नाही. लक्ष्य जवळ असले तर ही चेनगन कशाचाही विध्वंस करेल.

तिच्यावर दोन बुशमास्टर २५ एम.एम. तोफा होत्या. डेकवर ओटो मेलारा ७६ एम.एम. तोफही बसवलेली होती. *डोन्ना मारिया* क्षितिजावर दिसायला लागली तेव्हा या तीनही सिस्टिम्स तयार होत्या. नोकरवर्ग सज्ज होता. आजपर्यंत ही शस्त्रास्त्रे वापरायचे शिक्षण घेतलेल्या माणसांनी त्यांचा वापर करता यावा अशी सुप्त इच्छा मनात धरली नसती, तर त्यांना संत-महंतच म्हणावे लागले असते.

ओरायन घिरट्या घालत काढत असलेली फिल्म तशीच ताम्पाला पोहोचत होती. *मेलॉन* त्या जहाजाच्या मागून वळून तिच्या बाजूने पुढे आली. दोनशे यार्डांवरून *मेलॉन*ने लाऊड हेलरवरून *डोन्ना मारिया*ला आवाज दिला.

"अज्ञात टॅन्कर, हे अमेरिकन कोस्ट गार्ड कटर *मेलॉन* आहे. जहाज थांबवा. पुन्हा सांगतो, जहाज थांबवा. आम्ही वर येतो आहोत.''

दुर्बिणीमधून सुकाणूचे चाक धरलेला माणूस दिसत होता. त्याच्या दोन बाजूंना उभी असलेली दोन माणसेही. उत्तर मिळाले नाही. टॅन्करचा वेगही कमी झाला नाही. *मेलॉन*वरून पुन्हा तीच आज्ञा दिली गेली.

तीन वेळेला सांगितल्यावर कॅप्टनने इशारा म्हणून टॅन्करवरून एक तोफगोळा उडवायला सांगितले. जहाजाच्या पुढल्या भागावर पाणीच पाणी उडाले. तिथली ताडपत्रीही भिजली. कोणत्याही टॅन्करच्या ट्यूब्ज आणि पाइप्सच्या जाळ्यावरून त्याचा नक्की उपयोग कळतो. तेच जाळे त्या ताडपत्रीखाली कसाबसा लपवायचा प्रयत्न केला होता. तोफेचा गोळा डागल्यावर तरी *डोन्ना मारिया*च्या ब्रिजवर उभे असणाऱ्यांना धोका कळायला हवा होता; पण तरीही जहाजाचा वेग कमी झाला नाही.

ब्रिजमागच्या स्टर्नकॅसलचा दरवाजा उघडून आणखी दोन माणसे वर आली. एकाने गळ्यामध्ये एम. ६० मशिनगन अडकवली होती. या कृतीनेच टॅन्करचे भवितव्य निश्चित झाले. त्या माणसाचा नॉर्थ आफ्रिकन चेहरा स्पष्ट दिसला. त्याने झाडलेल्या गोळ्या *मेलॉन*च्या डोक्यावरून गेल्या आणि त्याच्याच छातीत गोळी घुसली. *मेलॉन*च्या डेकवर कार्बाईन्स पकडून चौघांनी तरी कधीपासून त्याच्यावर नेम धरून ठेवला होता.

वाटाघाटींचा काळ संपला. अल्जेरिअन मागे कोसळला आणि ज्या पोलादी दरवाज्यातून तो वर आला होता तो खणकन बंद झाला. *मेलॉन*च्या कॅप्टनने जहाज बुडवण्याची परवानगी मागितली. ती नाकारली गेली. तळावरून स्पष्ट आज्ञा आली.

"*त्या जहाजापासून दूर व्हा. जास्तीत जास्त वेगाने लांब जा. ते जहाज एक*

तरता बॉम्ब आहे. एक मैल अंतरावर जाऊन थांबा.''

नाइलाजाने *मेलॉन* वळले. टॅन्करला त्याच्या नशिबावर सोडून भर वेगात दूर निघाले. दोन एफ-१६ फॅल्कन्सनी आधीच आकाशात झेप घेतली होती आणि ती तीन मिनिटे अंतरावर होती.

फ्लॉरिडामध्ये पेन्साकोला एअरफोर्स बेसवर, दिवसाचे चोवीस तास, पाच मिनिटांत उड्डाण करू शकण्याच्या तयारीत असणारे स्क्वॅड्रन सज्ज असते. विमानातून, बोटीतून मादक पदार्थ – प्रामुख्याने कोकेन – फ्लॉरिडा आणि आसपासच्या राज्यांमध्ये आणण्याचा प्रयत्न करणाऱ्या चोरट्या व्यापाऱ्यांविरुद्ध त्यांचा उपयोग केला जातो.

मावळत्या सूर्यामागून येत फॅल्कन्सनी आपली मॅव्हरिक क्षेपणास्त्रे त्या टॅन्करवरती लॉक केली. प्रत्येक वैमानिकाला संगणकाच्या पडद्यावर या स्मार्ट मिसाइल्सचे लक्ष्यावर होणारे लॉकिंग दिसत होते. त्या टॅन्करचा मृत्यू अगदी यांत्रिक, भावनाशून्य आणि अचूक घडणार होता.

लीडरकडून आज्ञा मिळताच फायटरच्या खालच्या रॅक्समधून मॅव्हरिक्स सुटली आणि काही सेकंदांत त्या जहाजावर आदळली.

एल.पी.जी. हवेमध्ये पूर्ण मिसळला नव्हता, तरी जहाजाच्या अंतर्भागामध्ये पोहोचून झालेल्या मॅव्हरिकच्या स्फोटामुळे आगडोंब उसळला. उष्णतेची लाट *मेलॉन*वर उभे असणाऱ्यांच्या अंगावरून निघून गेली. जळणाऱ्या पेट्रोलचा वासही आला. सर्व झपाट्याने घडले. सागराच्या पृष्ठभागावर धुमसत राहायला काही शिल्लक राहिले नाही. टॅन्करचा पुढला आणि मागचा भाग वेगळा वेगळा तळाशी पोहोचला. पाचएक मिनिटे ज्वाळा उफाळल्या आणि विझल्या.

सर्व कसे अगदी अली अझिझ अल-खताबने ठरवल्याप्रमाणे घडून आले होते.

तासाभराने एका शाही मेजवानीच्या ठिकाणी अमेरिकन अध्यक्षांच्या कानात कुजबुजून एक निरोप दिला गेला. त्यांनी मान डोलावली, ओव्हल ऑफिसमध्ये सकाळी आठ वाजता पूर्ण तपशील द्यायला सांगितले आणि पुन्हा आपले लक्ष समोरच्या सूपकडे वळवले.

आठला पाच मिनिटे असताना सी.आय.ए.चा डायरेक्टर आणि मरेक गुमिएनी ओव्हल ऑफिसमध्ये पोहोचले. गुमिएनी यापूर्वी दोन वेळेला इथे आला असला तरी दबून गेल्याशिवाय राहिला नाही. अध्यक्ष आणि इतर पाच प्रमुख आधीच हजर होते.

उगीचच जास्त वेळ न दवडता मरेक गुमिएनीला घातपातविरोधी क्रोबार या बऱ्याच काळ चाललेल्या कामगिरीत केलेल्या प्रगतीबद्दल आणि ती संपुष्टात आणण्याबद्दल माहिती देण्यास सांगण्यात आले.

जिच्यामधून बाहेरची गुलाबाची बाग दिसत असे, त्या सहा इंची जाडीच्या आणि बंदुकीच्या गोळ्यांना दाद न देणाऱ्या काचेच्या खिडकीखाली बसलेल्या माणसाला लांबलचक स्पष्टीकरणांचा तिटकारा होता. अध्यक्षांच्या बाबतीतल्या या अनुभवाने एकच अलिखित नियम होता– 'पंधरा मिनिटे आणि तोंड बंद करा.' मरेक गुमिएनीला या गुंतागुंतीच्या कामगिरीबाबत बोलायला बारा मिनिटे पुरली.

त्याचे बोलणे संपल्यावर काही काळ शांतता होती.

"ब्रिटिशांचा इशारा खरा ठरला तर." उपाध्यक्ष म्हणाले.

"हो सर, अल काईदामध्ये त्यांनी घुसवलेला एजंट हा एक शूर अधिकारी होता. त्याच्याशी माझी भेट झाली होती हे मी माझं भाग्य समजतो. तो आता जिवंत नसावा, नाहीतर एवढ्या काळात त्याच्याकडून काहीतरी कळलं असतं; पण त्यानेच संदेश पाठवला होता. घातपाताचं अस्त्र हे खरोखर एक जहाजच होतं."

"इतका धोकादायक माल दररोज जगामधून इकडे-तिकडे नेला जात असतो याची कल्पना नव्हती मला." सेक्रेटरी ऑफ स्टेट म्हणाला.

"मलाही नव्हती. आता जी-८ कॉन्फरन्सबद्दल काय सुचवाल तुम्ही?" अध्यक्ष म्हणाले.

सेक्रेटरी ऑफ डिफेन्सने नॅशनल इन्टेलिजन्स एजंसीच्या डायरेक्टरकडे बघत मान हलवली. त्यांनी नक्कीच पूर्वतयारी केली होती.

"मिस्टर प्रेसिडेंट, आमची खात्री आहे की दहशतवाद्यांकडून या देशाला, मुख्यत: मियामी शहराला, असणारा धोका आपण नष्ट केला आहे. संकट टळलेले आहे. जी-८ कॉन्फरन्सच्या संपूर्ण कालावधीत अमेरिकन नौदल आपले रक्षण करेल. तुम्हाला कुठलाही धोका पोहोचणार नाही असा त्यांनी शब्द दिला आहे. माझा सल्ला आहे की, नि:शंक मनाने आपण जी-८ कॉन्फरन्सला जावे."

"असं? मग मी नक्की तेच करेन." अमेरिकेचे अध्यक्ष म्हणाले.

■

१७

डेव्हिड गुंडलाखचे मत होते की, जगामधले सर्वोत्कृष्ट काम त्याला मिळाले आहे. एखादे वेळी दुसऱ्या क्रमांकाचेही असेल म्हणा. गणवेशाच्या बाहीवर किंवा स्कंधभूषणावर चौथी सोन्याची रिंग असती किंवा तो जहाजाचा कॅप्टन असता तर फारच छान झाले असते; पण फर्स्ट ऑफिसर असणेही वाईट नव्हते.

एप्रिलच्या त्या संध्याकाळी प्रचंड आकाराच्या ब्रिजच्या उजव्या हाताला उभा राहून तो दोनशे फूट खाली असलेल्या न्यू ब्रुकलीन गोदीवर लोटलेल्या गर्दीकडे बघत होता. तेवीस मजले उंचीवरून ब्रुकलीनचा बहुतेक सर्व भाग त्याला खाली दिसत होता.

बटरमिल्क चॅनेलवरचा आज संध्याकाळी उद्घाटन होत असलेला पिअर ट्वेल्व हा काही लहानसहान आकाराचा धक्का नव्हता; पण या बोटीने तो पूर्ण व्यापून टाकला होता. ११३२ फूट लांब, १३५ फूट रुंद आणि पाण्याखाली ४० फूट जाणारी ही जगामधली सर्वांत मोठी प्रवासी बोट होती. ही सर्व खाडी तिच्यासाठी खोल करावी लागली होती. बढती मिळाल्यानंतर तो प्रथमच या बोटीवर आला होता. पुन:पुन्हा त्याची नजर बोटीवर भिरभिरत होती आणि प्रत्येक वेळी नव्याने तिची भव्यता त्याच्या डोळ्यांत भरत होती.

खूप खाली आणि दूरवर टर्मिनलच्या इमारतींपलीकडे वैफल्यग्रस्त आणि खवळलेल्या निदर्शकांचे घोषणाफलक दिसत होते. न्यूयॉर्क पोलिसांनी सबंध टर्मिनलभोवती कडे उभारले होते आणि ही साधी गोष्टच फार परिणामकारक ठरली होती. बोटींमधून कोणी निदर्शकांनी टर्मिनलमध्ये शिरायचा प्रयत्न करू नये म्हणून बंदर पोलिसांच्या बोटी टर्मिनलभोवतीच्या सागरात घिरट्या घालत होत्या.

आणि जरी सागरावरून ते बोटीपर्यंत पोहोचले असते तरी निदर्शक काहीच करू शकणार नव्हते. बोटीच्या पोलादी तळाचा खालचा भागच निदान पन्नास फूट उंचीवर होता. तेव्हा संध्याकाळी बोटीवर चढणाऱ्यांना काही त्रास नव्हता.

आता जी माणसे बोटीवर चढत होती, ती स्टेनोग्राफर्स, सेक्रेटरीज, कनिष्ठ अधिकारी, खास सल्लागार वगैरे लोक होते. यांच्याकडे निदर्शकांना लक्षही द्यायचे नव्हते; पण त्यांच्याशिवाय जगामधली मोठी आणि गुणी माणसे भूक, गरिबी, व्यापारामधले अडथळे, संरक्षण यासारख्या गोष्टींची चर्चा करू शकत नव्हते.

सुरक्षिततेची आठवण होताच डेव्हिड गुंडलाखच्या कपाळावर आठ्या चढल्या. तो आणि त्याच्या सहकाऱ्यांनी सबंध दिवस अमेरिकन सीक्रेट सर्व्हिस एजंट्सना जहाजाच्या इंच इंच भागावर फिरवण्यात घालवला होता. सर्व एकसारखे दिसत होते. चेहरे रागीट. एकाग्रचित्ताने बाह्यांवर लपवलेल्या माईक्समध्ये कुजबुजणारे आणि कानामागच्या ईअरपीसेसमधून ऐकणारे. त्या दोन गोष्टी नसल्या तर आपण फार उघडेनागडे पडलो आहोत असा त्यांना भास होत असावा. त्यांच्या कामामुळे त्यांच्यात काहीतरी मनोविकृती निर्माण होत असावी, अशा निष्कर्षाला गुंडलाख पोहोचला; पण त्यांना कुठे काही कमतरता आढळली नव्हती.

बाराशे नोकरवर्गाच्या पूर्वेतिहासाची कसून चौकशी झाल्यावर त्यांच्याविरुद्ध उपयोगात येईल असे काही आढळले नव्हते. अमेरिकन अध्यक्ष आणि त्यांची पत्नी – फर्स्ट लेडी – यांच्यासाठी राखून ठेवलेले ग्रॅन्ड ड्यूप्लेक्स अपार्टमेंट सील करून त्यावर सीक्रेट सर्व्हिसने आपला पहारा बसवला. ते सर्व अपार्टमेंटही इंचाइंचाने तपासले होते. डेव्हिड गुंडलाख हा सर्व प्रकार प्रथमच अनुभवत होता. अमेरिकेचे अध्यक्ष सर्वकाळ कसे कोषात गुरफटलेले असतात याची त्याला खरी जाणीव झाली.

त्याने घड्याळावर नजर टाकली. तीन हजार प्रवासी चढवण्यासाठी अजून दोन तास वेळ होता. त्यानंतरच आठ राष्ट्रांचे प्रमुख येणार होते. जगामधल्या या अत्यंत महत्त्वाच्या आणि प्रतिष्ठित कॉन्फरन्ससाठी सर्वांत अवाढव्य आणि ऐषआरामी जहाजच चार्टर करायची तशी साधी कल्पना लंडनमधल्या मुत्सद्द्यांप्रमाणे त्यांच्यासुद्धा एकदम पसंतीला उतरली होती. कॉन्फरन्सच्या पाच दिवसांच्या कालावधीत जहाजही अटलांटिक ओलांडून न्यूयॉर्कहून साऊदॅम्प्टनला पोहोचले असते.

या युक्तीमुळे दरवर्षी जी-८ कॉन्फरन्सच्या वेळी गडबड माजवणाऱ्या शक्तींमध्ये पार गोंधळ निर्माण झाला होता. एखादे डोंगराळ स्थान शोधायला नको की बेट नको. ४२०० जणांची सोय करणाऱ्या *क्वीन मेरी-२* या जहाजापर्यंत कुणी पोहोचू शकत नव्हते.

क्वीन मेरी-२ वादळाचे इशारे देणारे खोल आणि गंभीर स्वरामधले भोंगे वाजवत जेव्हा न्यूयॉर्कचा निरोप घेईल, तेव्हा गुंडलाख आपल्या कॅप्टनशेजारी उभा राहिला असता. चार मरमेड पॉड मोटर्सच्या साहाय्याने चार सेटिंग्ज गुंडलाख देत असताना कन्ट्रोल कन्सोलवरची अगदी छोटी जॉय-स्टिक वापरत कॅप्टनने जहाज सहज बाजूला घेत ईस्ट रिव्हरमध्ये घातले असते. बाहेर अटलांटिक वाटच बघत होता. ३६० अंशात फिरणारे मागचे पॉड्स इतके सहज हाताळण्यासारखे आणि कार्यक्षम होते की, टर्मिनलमधून बाहेर पडण्यासाठी तिला टग्जची आवश्यकता भासली नसती.

काऊन्टेस ऑफ रिचमन्ड उजव्या बाजूला कॅनरी आयलन्ड्स मागे टाकत पुढे निघाले. डिसेंबरमधल्या हिमवर्षाव आणि पाऊस यांच्या काळात आपली घरे सोडून सूर्यप्रकाश आणि स्वच्छ निरभ्र आकाश शोधत येणाऱ्या युरोपमधल्या प्रवाशांचे रजा घालवायचे आवडते ठिकाण म्हणजे, आफ्रिकेच्या किनाऱ्याजवळची ही कॅनरी आयलन्ड्स. बेटे नजरेआड झाली, तरी माऊन्ट टीडचे शिखर बराच वेळ दुर्बिणीतून दिसत होते.

ऐतिहासिक ठरणाऱ्या भेटीसाठी आता फक्त दोन दिवसांचा अवधी होता. इन्डोनेशिअन नॅव्हिगेटरने आपल्या सहकाऱ्याला इंजिने हळू चालवायला सांगितली. एप्रिल महिन्याच्या त्या संध्याकाळी जहाज अगदी मंद गतीने हळूहळू वरखाली होणाऱ्या लाटांवर आरूढ होत पुढे सरकायला लागले.

पर्वताचे शिखर दिसेनासे झाले. हेल्म्समनने सुकाणूचे चाक काही अंश डावीकडे वळवले. अमेरिकेचा किनारा आता सोळाशे मैलांवर होता. खूप उंचावरून जहाज पुन:पुन्हा नजरेत येत होते. संगणक ट्रान्सपॉन्डरचा सिग्नल बघत रेकॉर्ड चाळत होता; पण जहाज किनाऱ्यापासून इतके लांब होते की निरुपद्रवी ठरत होते. कायदेशीर व्यापारी जहाज– धोका नाही, अशीच नोंद होत होती.

सर्वप्रथम जपानचे पंतप्रधान आपल्या लवाजम्यासह पोहोचले. टोकिओहून थेट केनेडी एअरपोर्टवर पोहोचल्यावर विमानतळाच्या अंतर्भागात सगळ्यांच्या नजरांपासून आणि निदर्शकांच्या घोषणांच्या आवाजापासून दूर राहिल्यावर, हेलिकॉप्टर्सच्या ताफ्याने त्यांना जमैका बे मधून उचलून सरळ ब्रुकलीनला आणले. नवीन टर्मिनलच्या परिसरात असंख्य प्रशस्त हॉल आणि शेड्स आहेत. हेलिकॉप्टर्स उतरवण्यासाठी आतल्या भागात जागा आहे– लॅन्डिंग झोन. टर्मिनलच्या बाहेर उभारलेल्या अडथळ्यांपलीकडे निदर्शक मोठमोठ्याने ओरडत घोषणा देताना जपानी प्रवाशांनी बघितले एवढेच आणि नंतर ते दृष्टिआड झाले. हेलिकॉप्टर्सचे पंखे फिरायचे थांबले. जहाजाच्या अधिकाऱ्यांनी शिष्टमंडळाचे स्वागत केले, जहाजावर नेऊन त्यांच्या रॉयल स्वीट्समध्ये पोहोचवले.

तेवढ्यात केनेडी विमानतळावर पोहोचलेल्या कॅनेडियन शिष्टमंडळाला आणण्यासाठी हेलिकॉप्टर्सचा ताफा पुन्हा केनेडीला रवाना झाला.

डेव्हिड गुंडलाख ब्रिजवर उभा होता. पन्नास यार्ड अंतरावर समुद्राच्या दिशेने प्रचंड काचेच्या खिडक्या होत्या. ब्रिज दोनशे फूट उंच पोहोचत असला तरी त्या खिडक्यांवरचे वायपर्स दर्शवत होते की, *क्वीन मेरी-२* च्या पुढल्या भागाने अटलांटिकवरच्या हिवाळ्यात उसळणाऱ्या साठ फूट उंचीच्या लाटांना टक्कर दिली की, पाणी ब्रिजपर्यंत उंच उडून ब्रिज ओलाचिंब करून टाकत होते.

हवामानाच्या अंदाजाप्रमाणे पुढले काही दिवस जोरदार वारे वाहणार नव्हते की, मोठ्या लाटा उफाळणार नव्हत्या. अटलांटिक शांतपणे पार होणार होता.

रशियन, फ्रेंच, जर्मन आणि इटालियन शिष्टमंडळे एकामागोमाग येऊन पोहोचली. *क्वीन मेरी-२* चे मालक आणि म्हणून, यजमान असणारे ब्रिटिश शिष्टमंडळ पोहोचेपर्यंत रात्र पडत आली. उद्‌घाटनाच्या प्रसंगी जेवण अमेरिकन अध्यक्षांकडून होते. ते आपल्या नेहमीच्या निळ्या हेलिकॉप्टरने सहाच्या ठोक्याला उतरले. ते जहाजाकडे निघाले असताना धक्क्यावरच्या बॅन्डने 'हेल टु द चीफ' वाजवायला सुरुवात केली. पोलादी दरवाजा बंद होताच बाहेरच्या जगाचा संबंधच तुटला. ठीक साडेसहा वाजता बोट बंदराला बांधून ठेवणारे शेवटचे दोर काढले गेले. एखाद्या तरंगत्या शहरासारखी, चमचमणाऱ्या दिव्यांची *क्वीन मेरी* ईस्ट रिव्हरमध्ये घुसली.

छोट्या छोट्या बोटींवरचे, रस्त्यांवरचे लोक, पुढे सरकणाऱ्या *क्वीन मेरी*ला बघत हात हलवायला लागले. त्यांच्यापासून खूप उंचावर दणकट प्लेट-ग्लासेसच्या मागे उभे राहून बघणारे आठ श्रीमंत राष्ट्रांचे राष्ट्रप्रमुखही त्यांच्याकडे बघून हात हलवायला लागले, निरोप घ्यायला लागले. झगमगणाऱ्या स्वातंत्र्यदेवतेचा पुतळा मागे पडला, बेटे मागे पडली आणि *क्वीन मेरी*ने हळुवारपणे आपला वेग किंचित वाढवला. दोन्ही बाजूला अमेरिकन नौदलाच्या अटलांटिक फ्लीटच्या दोन मिसाइल क्रूझर्सनी कित्येक केबल्स दूर अंतरावर आपल्या जागा पकडत त्याप्रमाणे कॅप्टनला कळवले. सागरावर पाळल्या जाणाऱ्या शिष्टाचारांना अनुसरून त्याने त्यांचे आभार मानले आणि जेवणासाठी पोशाख बदलायला तो ब्रिज सोडून निघाला. आता सुकाणू आणि सर्वाधिकार डेव्हिड गुंडलाखकडे होते.

*क्वीन मेरी*ला साथ द्यायला पाणबुडी मात्र नव्हती. तो काही युद्धनौकांचा काफिला नव्हता. दोन कारणांमुळे पाणबुडी नव्हती. कोणत्याही देशाकडे अशी पाणबुडी नाही की, जी मिसाइल क्रूझरच्या शोध घेण्याच्या आणि बुडवण्याच्या क्षमतेच्या जवळपास पोहोचू शकेल. *क्वीन मेरी* इतके वेगवान जहाज आहे की कोणतीही पाणबुडी तिच्या वेगाने जाऊच शकत नाही.

लॉन्ग आयलन्डचे दिवेही मागे पडल्यावर फर्स्ट ऑफिसर गुंडलाखने इंजिनांची शक्ती वाढवली – ऑप्टिमम क्रूझवर नेली. *क्वीन मेरी*ची चार मरमेड पॉड्स मिळून १,५७,००० अश्वशक्तीपर्यंत ताकद देत तिचा वेग तीस नॉटपर्यंत नेऊन ठेवू शकतात. नॉर्मल क्रूझवर पंचवीस नॉट वेग पकडता येतो. बरोबरच्या क्रूझर्सना त्यासाठी त्यांचा मॅक्सिमम क्रूझ वेग गाठावा लागतो.

आकाशातून साथ देण्यासाठी अमेरिकन नौदलाचे ईसी–२ हॉकआय आले. त्याचे रडार स्कोप्स काफिल्याच्या सर्व बाजूंनी पाचपाचशे मैल अंतरापर्यंत लक्ष ठेवू शकत होते. एक ईए-६ बी प्राऊलर आले. कुठल्याही धोकादायक वेपन्स सिस्टिमने

आपली अस्त्रे या काफिल्यावर फेकण्यासाठी लॉक करायचा प्रयत्न केला तर हे विमान अशी कुठलीही सिस्टिम जाम करून हार्म क्षेपणास्त्रांनी पार उद्ध्वस्त करू शकते.

सुरुवातीला ही विमाने अमेरिकेतून आली असती, नंतर अझूरेसमधल्या अमेरिकन तळावरून आणि शेवटी इंग्लंडमधून. पाळ्या पक्क्या लावलेल्या. अचानकपणे काहीही घडणार नव्हते.

रात्रीचा मेजवानीचा कार्यक्रम भलताच यशस्वी ठरला. जेवणाचे पदार्थ काय किंवा वाइन काय, कसली कमतरता नाही की, नावं ठेवायला जागा नाही. जेवण लवकरच संपले. अमेरिकन अध्यक्ष झोपायला गेल्यावर इतरांनीही वेळ लावला नाही. शिवाय बहुतेक सर्वजण आधी खूप काळ विमानातून प्रवास करून आले होते.

दुसऱ्या दिवशी सकाळी कॉन्फरन्स सुरू झाली. रॉयल कोर्ट थिएटरचा कायापालट करून आठही शिष्टमंडळांची बसण्याची सोय केली होती. प्रत्येकामागे त्यांना अशा वेळी गरज भासणारा त्यांच्या माणसांचा ताफाचा ताफा बसला होता.

दुसऱ्या रात्रीचा कार्यक्रम पहिल्या रात्रीप्रमाणेच होता. फक्त आजच्या जेवणाचे यजमानपद ब्रिटिश पंतप्रधानांकडे होते आणि दोनशे माणसांची सोय क्वीन्स ग्रीलमध्ये केली होती.

ज्यांना या जेवणाचे आमंत्रण नव्हते, ते प्रचंड मोठ्या ब्रिटानिया रेस्टॉरंटमध्ये किंवा खाद्यपदार्थही पुरवणाऱ्या बार्स आणि पब्जमध्ये फिरत होते. जेवणानंतर तरुणांची पावले क्वीन्स बॉलरूमकडे किंवा जी-३२ नाइट क्लबकडे, डिस्कोकडे वळत होती.

उंचावर असणाऱ्या ब्रिजवर प्रकाश मंद केला होता. डेव्हिड गुंडलाख रात्रभर काम करत ब्रिजवर राहणार होता. त्याच्या समोरच्या काचेच्या खिडक्यांखाली असणारे प्लाझ्मा स्क्रीन्स जहाजावरच्या सर्व व्यवस्था दाखवत होते.

सर्वांत महत्त्वाचे जहाजाच्या चारी बाजूंनी पंचवीस मैलांपर्यंत लक्ष ठेवणारे रडार. दोन्ही बाजूंना असलेल्या क्रूझर्सच्या जागांवर दोन चमकदार ठिपके होते. पलीकडे आपापल्या मार्गांवर असणाऱ्या इतर जहाजांच्या जागांवरही तसेच ठिपके दिसत होते.

त्याच्या दिमतीला एक ऑटोमॅटिक आयडेन्टिफिकेशन सिस्टिमही होती. आजूबाजूला कित्येक मैल अंतरावर पसरलेल्या जहाजांच्या ट्रान्सपॉन्डर्सचे संदेश ऐकत त्या जहाजांची ओळख तर पटवता येत असेच; पण त्या जहाजांत कुठला माल भरलेला आहे, ती कोणत्या मार्गाने, कुठे जात आहेत, जहाजांचे रेडिओ चॅनेल्स कुठले ही सर्व माहिती कळत असे.

क्वीन मेरीच्या दोन बाजूंना असणाऱ्या मिसाइल क्रूझर्सच्या अंधाऱ्या ब्रिजेसवर तिथले रडारतज्ज्ञ अगदी तेच काम करत होते. त्यांचे एकच कर्तव्य होते– त्या दोन्ही

क्रूझर्सच्या मधून भर वेगात जाणाऱ्या या राक्षसी जहाजाला अगदी थोडासाही धोका निर्माण करू शकेल, अशी कुठलीही गोष्ट जवळपास येऊ द्यायची नाही. धोका नाही अशी खात्री पटलेले, ओळख पटवलेले व्यापारी जहाजही तीन मैल तरी अंतर राखेल याची काळजी घ्यायची. दुसऱ्या रात्री दहा मैलांहून जवळ काहीही आढळले नाही.

हॉकआय खूप उंचावर होते. तेव्हा त्याचे चित्र म्हणजे अटलांटिकवर पश्चिमेकडून पूर्वेकडे फिरणाऱ्या मोठ्या वर्तुळाकृती टॉर्चसारखे होते. त्यांना दिसत असणाऱ्या बहुतेक सर्व गोष्टी कित्येक मैल लांब होत्या. या काफिल्याच्या जवळपास नव्हत्या; पण या काफिल्यापुढल्या दहा मैल रुंदीच्या आडव्या पट्ट्यामध्ये काय आहे हे ते दाखवू शकत होते. निदान एक तासात कापू शकणाऱ्या अंतरात किंवा पंचवीस मैल अंतरापर्यंत.

तिसऱ्या रात्री अकराच्या सुमाराला हॉकआयने एक सूचना दिली– ''पुढे पंचवीस मैलांवर, आखलेल्या मार्गाच्या दोन मैल दक्षिणेला एक छोटे व्यापारी जहाज दिसते आहे. पाण्यात उभे राहिल्याप्रमाणे वाटते.''

काऊन्टेस ऑफ रिचमंड तसे स्थिर उभे नव्हते. इंजिने 'मिडशिप्स' वर सेट केली होती. प्रॉपेलर्स अगदी हळूहळू फिरत होते; पण चार नॉट वेगाने वाहणारा प्रवाह जहाजाला पश्चिमेकडे ढकलत होता.

फुगवण्यासारखी स्पीडबोट पाण्यामध्ये उतरवलेली होती. दोऱ्या आणि आडव्या लाकडी पट्ट्यांच्या शिडीने डाव्या बाजूला बांधून ठेवलेली होती. चौघेजण आधीच तिच्यामध्ये चढून बसले होते. जहाजाजवळ ती लाटांवर वरखाली होत होती.

इतर चौघे ब्रिजवर होते. इब्राहिमने सुकाणू हातात पकडले होते. तो क्षितिजाकडे नजर लावून बसला होता. जवळ पोहोचणारे दिवे कधी दिसायला लागतात याची वाट बघत होता.

इन्डोनेशिअन रेडिओमन स्पष्ट आणि मोठा आवाज येण्यासाठी ट्रान्समिटिंग मायक्रोफोनची नीट जुळवाजुळव करत होता. त्याच्या शेजारी पाकिस्तानी पोरगा उभा होता. यॉर्कशायरमधल्या लीड्स शहरातल्या उपनगरात जन्मलेला आणि वाढलेला. चौथा अफगाण. रेडिओमनचे समाधान झाल्यावर त्याने पाकिस्तानी पोराला खूण केली. एक स्टूल घेऊन तो कन्सोलशेजारी बसला, निश्चित येणाऱ्या संदेशाची वाट बघत.

संदेश *क्वीन मेरी*च्या उजव्या बाजूने सहा केबल अंतरावरून जाणाऱ्या क्रूझरकडून आला. डेव्हिड गुंडलाख आणि रात्रपाळी करणाऱ्या प्रत्येकाने तो स्पष्टपणे ऐकला.

उत्तर अटलांटिकमधून प्रवास करणारी जहाजे सर्वसाधारणपणे ज्या वेव्हलेंग्थच्या चॅनेलचा उपयोग करतात, त्याच चॅनेलचा उपयोग केलेला. आवाजाची ढब दक्षिणेकडल्या राज्यांसारखी.

"*काऊन्टेस ऑफ रिचमंड, काऊन्टेस ऑफ रिचमंड*, मी अमेरिकन नौदलाची क्रूझर *मॉन्टेरे*वरून बोलतो आहे. ऐकू येते आहे ना?"

जुने मालवाहू जहाज, जुनी रेडिओची साधने. आवाज थोडासा विकृत स्वरूपात आला. लॅन्कशायर किंवा यॉर्कशायरमधला माणूस बोलत असावा.

"येते आहे मॉन्टेरे."

"जहाज उभे का आहे? काय झाले आहे?"

"*काऊन्टेस ऑफ रिचमंड*. गरम ....क्लिक्, क्लिक् ..... प्रॉप शाफ्ट..... खर्र खर्र ...... लवकरात लवकर दुरुस्ती......"

क्रूझरवर काही क्षण शांतता होती.

"पुन्हा बोला, *काऊन्टेस ऑफ रिचमंड*, नव्याने सांगतो. पुन्हा बोला."

*क्वीन मेरी*च्या रडार स्क्रीनवर फर्स्ट ऑफिसरला ठिपका दिसायला लागला. पन्नास मिनिटांमध्ये *क्वीन मेरी* त्याच जागेच्या जवळपास पोहोचली असती. दुसऱ्या पडद्यावर *काऊन्टेस ऑफ रिचमंड*चा पूर्ण तपशील दिसायला लागला. ट्रान्सपॉन्डर खरा, सिग्नल योग्य. तो रेडिओवर म्हणाला, "*मॉन्टेरे, क्वीन मेरी*वरून बोलतो आहे. मला प्रयत्न करू दे."

डेव्हिड गुंडलाखचा जन्म *चेस शायर*च्या विरल काऊन्टीमध्ये झाला होता आणि तो तिथेच वाढला होता. लिव्हरपूलपासून पन्नासएक मैलांवर. *काऊन्टेस*वरचा आवाज त्याला त्याच्या *चेस शायर*जवळच्या यॉर्कशायर किंवा लॅन्कशायरमधला वाटला होता.

"*काऊन्टेस ऑफ रिचमंड, क्वीन मेरी-२* वरून बोलतो आहे. मला कळते आहे त्याप्रमाणे प्रॉप शाफ्टमधले मुख्य बेअरिंग गरम झाले आहे, आणि तुम्ही दुरुस्ती करता आहात. बरोबर?"

"बरोबर. तासाभरात दुरुस्ती होईल." स्पीकरवरून आवाज आला.

"*काऊन्टेस*, तुमचा तपशील सांगा. कुठल्या बंदरात जहाज रजिस्टर केले आहे, कुठून निघालात, कुठे जाणार, माल काय आहे?"

"*क्वीन मेरी*, लिव्हरपूलमध्ये रजिस्टर, आठ हजार टन, जावाहून जरीचे कापड आणि पूर्वेकडील लाकडे घेऊन निघालो आहोत. बाल्टिमोरला जाणार."

लिव्हरपूलमधल्या मॅक्केन्ड्रिक शिपिंगच्या मुख्यालयातून आलेल्या माहितीवर गुंडलाखने नजर फिरवली. ब्रोकर्स लंडनमधील सीबार्ट अॅन्ड अॅबरक्रॉम्बी, इन्शुरन्स लॉइड्स. सर्व तपशील अचूक.

"कुणाशी बोलतो आहे मी?"

"कॅप्टन मॅक्केन्ड्रिक. आपण?"

"फर्स्ट ऑफिसर डेव्हिड गुंडलाख."

*मॉन्टेरे*वर यांचे बोलणे शब्दन्‌शब्द कळले नव्हते. तिथून विचारणा झाली. "*क्वीन मेरी*, मार्ग बदलायचा आहे?"

गुंडलाखने संगणकांच्या पडद्यावर नजर फिरवली. संगणक ठरवलेल्या मार्गाने *क्वीन मेरी*-२ ला नेत होता. सागरामध्ये होणारे फरक किंवा वारा, प्रवाह, लाटा इत्यादींमुळे झालेले बदल यांच्याशी संगणक जुळवून घेऊ शकत होता; पण मार्गच बदलायचा तर संगणकाचा प्रोग्रॅम बदलेपर्यंत स्वतःच जहाज हाकारणे भाग होते. एक्केचाळीस मिनिटांत उजव्या बाजूला दोन ते तीन मैल अंतरावर त्या व्यापारी जहाजाला ठेवून *क्वीन मेरी* पुढे गेले असते.

"गरज दिसत नाही *मॉन्टेरे*. चाळीस मिनिटांत त्या जहाजाला मागे टाकू. दोन मैल तरी अंतर राहील आमच्यात."

मॉन्टेरे आणि त्या जहाजामधले अंतर त्याहून कमीच असणार होते; पण तशी भीती दिसत नव्हती. खूप उंचावर हॉकआय आणि ई ए-६ बी त्या वरखाली होणाऱ्या जहाजावर कुठलीही इलेक्ट्रॉनिक यंत्रणा कार्यान्वित होत नाही ना यावर बारकाईने लक्ष ठेवत होते. तसे वाटत नव्हते, पण *काऊन्टेस* काफिल्यापासून खूप मागे पडेपर्यंत ते नजर ठेवणार होते. आणखी दोन जहाजेही खूप पुढून प्रवेश बंद असणाऱ्या झोन्समध्ये प्रवेश करणार होती. त्यांना डाव्या-उजव्या बाजूंनी लांब जायला सांगावे लागणार होते.

"ठीक आहे." *मॉन्टेरे*वरून उत्तर आले.

हे सगळे संभाषण *काऊन्टेस*च्या ब्रिजवर सर्वांना ऐकू येत होते. इब्राहिमने इतरांना ब्रिज सोडून जायची खूण केली. रेडिओ इंजिनिअर आणि तो पाकिस्तानी पोरगा शिडीवरून उतरून स्पीडबोटीवर चढले. अफगाणची वाट बघत थांबले.

मार्टिनला अजूनही वाटत होते की, हा भडक माथ्याचा जॉर्डेनिअन कधीही इंजिने सुरू करून काफिल्यातल्या एखाद्या जहाजाला धडक द्यायचा प्रयत्न करेल. आपण *काऊन्टेस ऑफ रिचमंड* सोडून जाऊ शकत नाही हे मार्टिनला कळत होते. सर्वांना ठार करून जहाज ताब्यात घ्यायची एकच आशा तो अजूनही बाळगून होता.

तो जहाजाकडे पाठ करून उलटा शिडीवरून खाली उतरायला लागला. सुलेमान डिजिटल फोटोग्राफीची साधने तयार ठेवत होता. *काऊन्टेस*च्या रेलिंगपासून निघालेली एक दोरी पकडून स्पीडबोटीच्या पुढल्या भागात एक इन्डोनेशिअन उभा होता. जहाजाच्या बाजूने जाणाऱ्या प्रवाहाविरुद्ध तो स्पीडबोटीला पकडून ठेवत दोता.

मार्टिनने एका हाताने शिडी पकडून स्पीडबोटीचा सहाफुटी भाग एका क्षणात टरकावला. हे इतक्या अनपेक्षितपणे आणि झटक्यात घडले की, दोन-तीन सेकंद काय करावे हे कुणाच्या लक्षात आले नाही. आवाज करतच हवा सुटली आणि स्पीडबोट पाण्यामध्ये खाली सरकायला लागली.

लांब वाकून मार्टिनने इन्डोनेशिअनने पकडलेली दोरी कापायचा प्रयत्न केला; पण दोरीच्या ऐवजी त्याने इन्डोनेशिअनचा दंडच कापला. सर्वजण त्याच्यावर उडी टाकायला सज्ज होत असतानाच इन्डोनेशिअनच्या हातामधली दोरी सुटली आणि स्पीडबोटीबरोबर सर्वच पाण्याखाली जायला लागले.

संतापलेले दहशतवादी त्याला पकडायचा प्रयत्न करत असतानाच स्पीडबोट मागे सरकली. आऊटबोर्ड इंजिनाच्या वजनाने ती मागून पाण्यात शिरली आणि समुद्राचे पाणी आत घुसले. जहाजाच्या मागच्या बाजूने स्पीडबोट अटलांटिकवरच्या अंधारात नाहीशी होत इंजिनाच्या वजनामुळेच कुठेतरी पाण्याखाली गेली. जहाजावरच्या मागच्या दिव्यांच्या प्रकाशात काही काळ मार्टिनला पाण्यात हलणारे हात दिसत होते. मग तेदेखील दिसेनासे झाले. चार नॉट प्रवाहाच्या विरुद्ध पोहणे कुणालाही शक्य नसते. तो शिडीवरून वर चढायला लागला.

त्याच क्षणाला स्फोटकांच्या तज्ज्ञाने इब्राहिमजवळ ठेवलेल्या तीन कन्ट्रोल्सपैकी एक खेचला. चढता चढता ओळीने छोट्या छोट्या स्फोटांचे आवाज मार्टिनच्या कानांवर पडले.

*जावा स्टार*च्या ब्रिजपासून पुढल्या भागापर्यंत मिस्टर वेई यांनी सहा सी-कन्टेनर्ससारखी भासणारी गॅलरी जेव्हा बांधली होती, तेव्हा खालची मोकळी जागा बंद करणारे, एकाच पोलादाच्या तुकड्यापासून बनवलेले, एक छप्पर किंवा आवरण तयार केले होते. चार ठिकाणी त्याला मजबुती दिली होती.

त्याच चार ठिकाणी स्फोटकांच्या तज्ज्ञाने स्फोटके बसवून जहाजाच्या इंजिनांपासून शक्ती घेणाऱ्या तारांनी एकमेकांना जोडून टाकली होती. स्फोटके उडताच पोलादी पत्रा कित्येक फूट वर उचलला गेला. स्फोटके वेगवेगळ्या शक्तीची असल्याने पत्रा एका बाजूने जास्त वर उचलला गेला.

दातात सुरा धरून शिडीच्या शेवटच्या पायरीवर पाय ठेवत असताना स्फोटके उडाली. पोलादाचा प्रचंड तुकडा बाजूने सरकून समुद्रात पडला. त्याने सुरा लपवून ब्रिजवर पाऊल ठेवले.

अल काईदाचा खुनी सुकाणूचे चाक धरून समोरच्या काचेतून बघत उभा होता. क्षितिजावरून सतरा डेक्स आणि १,५०,००० टन पोलाद, माणसे यांनी भरलेले तरंगते शहर प्रकाशात झगमगत पंचवीस नॉट वेगाने पुढे सरकत होते.

ब्रिजखालची गॅलरी संपूर्ण उघडी होती. त्या क्षणी मार्टिनच्या प्रथमच लक्षात

आले की, कोणती तरी गोष्ट काबूत ठेवण्यासाठी नाही, तर ती लपवण्यासाठी तिचा उपयोग झाला होता.

चंद्रावरचे ढग बाजूला झाले आणि पूर्वीच्या *जावा स्टार*चा फोरडेक चमकायला लागला. मार्टिनला दुसरा धक्का बसला. हे स्फोटके घेऊन जाणारे साधेसुधे व्यापारी जहाज नव्हते. हा टॅन्कर होता. ब्रिजपासून पाइप्स, ट्यूब्ज खालपर्यंत पोहोचत होते.

खालच्या कारगो टॅन्क्सवर एक एक गोल पोलादी झाकण होते. अगदी सारख्या सारख्या अंतरावर सहा हॅचेस.

"तू स्पीड बोटीवरच राहायला हवे होतेस, अफगाण."

"जागा नव्हती बंधू, सुलेमान समुद्रातच कोसळणार होता. मी शिडीवर होतो. आणि ते गेले. आता मी इथे तुझ्याबरोबर मरणार आहे. *इन्शाल्ला.*"

इब्राहिम जरा शांत झाला. त्याने जहाजाच्या घड्याळाकडे बघितले. दुसरा लिव्हर खेचला. कन्ट्रोलपासून जहाजाच्या बॅटरीपर्यंत पोहोचलेल्या तारा पुढे गॅलरीपर्यंत पोहोचलेल्या होत्या. गुप्त दाराने तिथे पोहोचून स्फोटकांच्या तज्ज्ञाने महिनाभर त्या ठिकाणी काम केले होते.

आणखी सहा स्फोट झाले. टॅन्क्सवरची सहा झाकणे दाणकन उडाली. नंतर जे घडले ते डोळ्यांना दिसणारच नव्हते. ज्वालामुखीसारखे सहा स्तंभ उफाळले, शंभर फुटांपर्यंत पोहोचले. त्यांच्यातला जोर संपला. न दिसणारा वाफेचा ढग हवेमध्ये मिसळायला लागला. खाली समुद्रात पडून सर्व दिशांनी पुढे सरकायला लागला.

मार्टिनला कळले की तो हरला होता. त्याला फार उशीर झाला होता, हेही त्याच्या लक्षात आले. फिलिपाइन्सपासूनच तो एका तरंगत्या बॉंबवर प्रवास करत होता, एवढे कळण्याइतके ज्ञान त्याला होते. अदृश्य स्वरूपातला मृत्यू सर्व बाजूंनी पुढे सरकत होता आणि त्याला आवरता येणार नव्हते.

काऊन्टेस ऑफ रिचमंड किंवा आता पुन्हा *जावा स्टार*च्या मूळ स्वरूपात आलेले हे जहाज, कुठल्या तरी आतल्या बाजूच्या बंदरात आदळवून डेकखाली जे काही भरले आहे त्याचा स्फोट घडवण्यात येणार आहे, असे त्याने कायम गृहीत धरले होते.

स्वत: स्फोटात नष्ट होताना महत्त्वाच्या, मौल्यवान अशा कशावर तरी ते आपटले जाणार आहे असे त्याला वाटत होते. तीस दिवस तो इतरांना ठार करून जहाज ताब्यात घेण्याची संधी शोधत वाट बघत राहिला होता. तसा मोका त्याला मिळालाच नव्हता.

जावा स्टार कुठलाही बॉम्ब घेऊन जात नव्हते, तर ते जहाज म्हणजेच एक बॉम्ब आहे हे त्याला आता, खूप उशीर झाल्यावर कळत होते. तिच्यावर भरलेला 'माल' भराभरा बाहेर येत होता. जहाजाला जागेवरून एक इंचसुद्धा हलायची गरज

नव्हती. समोरून येत असणारे प्रचंड जहाज तीन किलोमीटरहून कमी अंतरावरून गेले तर त्या जहाजाचा विनाश अटळ होता.

ब्रिजवर पाकिस्तानी पोरगा आणि *क्वीन मेरी-२* चा डेक ऑफिसर यांच्यामध्ये झालेले संभाषण त्याने ऐकले होते. *जावा स्टार* इंजिन्स सुरू करूच शकत नव्हते. त्या क्रूझर्सनी ते आता करू दिले नसते आणि जहाज सुरू करायची आवश्यकताच नव्हती. त्याला सर्व कळत होते; पण फार उशीर झाला होता.

इब्राहिमच्या उजव्या हाताजवळ तिसरा कन्ट्रोल होता. एक बटण. दाणकन दाबायचे. तारांवरून त्याची नजर ब्रिजच्या खिडकीसमोर अडकवलेल्या व्हेरी पिस्तुलाकडे गेली. फ्लेअर गन. एकच ज्वाळा – एकच ठिणगी.

खिडकीमधून क्षितिजावरती तरंगते शहर चमकताना दिसत होते. पंधरा मैल, तीस मिनिटांचा प्रवास, हवा आणि गॅस यांचे कमाल मिश्रण तयार होण्याला लागणारा वेळ.

कन्सोलवर रेडिओ स्पीकर दिसत होता. धोक्याचा इशारा द्यायची शेवटची संधी. त्याचा उजवा हात झग्याखाली मांडीवर बांधलेल्या सुऱ्याकडे गेला.

मार्टिनची नजर आणि त्याची हालचाल जॉर्डेनिअनने बरोबर टिपली.

अफगाणिस्तान, जॉर्डनमधले तुरुंग, इराकमध्ये अमेरिकन्सनी त्याचा घेतलेला कसून शोध या सर्वांमधून तो सुखरूप बाहेर पडला होता. एखाद्या श्वापदाप्रमाणे त्याचे अंतर्मन क्षणार्धात त्याला धोक्याची जाणीव करून द्यायचे.

कुठली तरी गोष्ट त्याला सांगून गेली की, हा अफगाण त्याचा मित्र नाही. भयानक द्वेषाने त्याचा ताबा घेताच त्या छोट्याशा ब्रिजवर जणू काही एक ऐकू न येणारी डरकाळी घुमली.

मार्टिनच्या हातामध्ये सुरा यायच्या आधीच इब्राहिमच्या हातातले पिस्तूल सरळ त्याच्या छातीवर रोखलेले होते. चार्ट टेबलवर नकाशाखालीच ते ठेवले होते. दोघांमधले अंतर बारा फूट तरी होते. मार्टिनच्या दृष्टीने दहा फूट तरी जास्त.

संधी शोधून तिचा तात्काळ लाभ उठवायची शिकवण नेहमीच सैनिकाला मिळते. मार्टिनने हे करण्यात आपले आयुष्य खर्च केले होते. स्वतःच्याच मृत्यूच्या ढगात वेढल्या गेलेल्या *काऊन्टेस ऑफ रिचमंड*च्या ब्रिजवर मार्टिनला दोनच पर्याय होते. त्या माणसावर झेप घ्यायची, नाही तर त्या बटणावर. कोणताही पर्याय निवडला तरी मृत्यू अटळ होता.

खूप खूप जुने शब्द, शाळेमधल्या कवितेची ओळ, त्याच्या मनामध्ये उमटून गेली. 'या धरतीवरच्या प्रत्येक माणसाला मृत्यू गाठतोच, लवकर नाहीतर उशिरा...' त्याला पंजशीरच्या सिंहाची, अहमद शाह मसूदची आठवण आली. शेकोटीशेजारी गप्पा मारताना तो म्हणाला होता, ''अरे अँग्लीज, मृत्युदंडाची शिक्षा तर आपल्याला

सर्वांनाच फर्मावली आहे; पण अल्लाने आशीर्वाद दिलेल्या वीराला तो इच्छेप्रमाणे पत्करता येतो.'' कर्नल माईक मार्टिनचा निर्णय झाला.

इब्राहिमने त्याच्यावर चालून येणाऱ्या मार्टिनला बघितले. एका क्षणाने येणारा मृत्यू पत्करणाऱ्या माणसाच्या डोळ्यांमधली चमक त्याला कळली. इब्राहिमने संतापाने किंचाळून झाडलेली गोळी पुढे येणाऱ्या माणसाच्या छातीमध्ये घुसली आणि त्याचे मरण ओढवले; पण यातना आणि धक्क्यापलीकडली जबरदस्त इच्छाशक्ती आयुष्याचा एक सेकंद तरी मिळवून देते.

आणि त्या सेकंदानंतर जहाजासकट दोन्ही माणसे चिरंतन स्मृती ठेवणाऱ्या गुलाबी लोटामध्ये अदृश्य झाली.

डेव्हिड गुंडलाख आश्चर्याने थक्क होऊन बघत राहिला. पंधरा मैल पुढे, जिथे पस्तीस मिनिटांनंतर जगामधले सर्वांत मोठे प्रवासी जहाज पोहोचले असते तिथे, सागरामधून ज्वालामुखीप्रमाणे ज्वाळा उफाळल्या. रात्रपाळीला हजर असणाऱ्या इतर तिघांनी एकमुखाने विचारले, ''काय झाले तरी काय तिथे?''

''*क्वीन मेरी, मॉन्टेरे*वरून बोलतो आहे. डावीकडे वळा, पुन्हा सांगतो, डावीकडे वळा, आम्ही तपास करतो.''

उजवीकडली क्रूझर हल्ला करण्यासाठी वेग पकडत ज्वाळांच्या दिशेने निघाली. *काऊन्टेस ऑफ रिचमंड*वर अकस्मात काहीतरी भीषण अपघात घडल्यासारखे दिसत होते. पाण्यामध्ये माणसे तरंगताना आढळली तर *मॉन्टेरे* काय ते करेल. त्याचे काम होते त्या ठिकाणापासून लांब राहायचे; पण तरीही कॅप्टनला बोलावणे शहाणपणाचे ठरेल. कॅप्टन ब्रिजवर पोहोचल्यावर फर्स्ट ऑफिसरने जे काय घडले होते ते सांगितले. ते आता त्या ठिकाणापासून अठरा मैलांवर होते आणि ते अंतर वाढणारच होते.

डावीकडे *यु.एस.एस. लेटे गल्फ* साथीला होती. *मॉन्टेरे* सरळ आगडोंबाच्या दिशेने निघाले होते. त्या भडक्यामधून कोणी वाचण्याची शक्यता दिसत नसली तरी *मॉन्टेरे*ने शोध करायला हवा, या फर्स्ट ऑफिसरच्या मताशी कॅप्टन सहमत होता.

ते दोघे जण सुरक्षित ब्रिजवरून बघत असतानाच ज्वाळा कमी कमी होत नाहीशा झाल्या. आता जे काही सागरात जळत होते ते जहाजावरचे इंधन असणार. जहाजावरून नेण्यात येणारा ज्वालाग्राही पदार्थ *मॉन्टेरे* त्या ठिकाणी पोहोचायच्या आधीच जळून गेला होता.

क्यूनार्ड कंपनीच्या कॅप्टनने संगणकाला पुन्हा साऊदॅम्प्टनच्या दिशेने जहाज हाकारायला सांगितले.

■

समारोप

अर्थातच नंतर चौकशी झाली आणि ती संपायला दोन वर्षे लागली. या गोष्टी काही तासांत पुऱ्या होत नसतात. तसे फक्त टेलिव्हिजनवर होते.

एका गटाने *जावा स्टार*चा इतिहास खणून काढला. जहाज बांधायला घेतल्यापासून ते ब्रुनेई बंदरात एल.पी.जी. भरून पश्चिम ऑस्ट्रेलियामधील फ्रीमॅन्टल या बंदरावर जाण्यासाठी म्हणून निघाले त्या क्षणापर्यंतचा.

ज्यांना खोटे बोलायचे काही कारणच नव्हते, अशा वेगवेगळ्या साक्षीदारांनी सांगितले की, ते जहाज कॅप्टन हर्मनच्या ताब्यात होते आणि सर्व काही आलबेल होते. बोर्निओला वळसा घालून पुढे निघत असताना अन्य दोन कॅप्टन्सनी ते बघितले होते. तिच्यावर भरलेल्या मालाचा विचार करूनच ते दूर राहिले होते; पण लॉगबुकांमध्ये त्या जहाजाच्या नावाची नोंद त्यांनी केली होती.

कॅप्टनच्या शेवटच्या मे-डे संदेशाचे – मदतीच्या हाकेचे – उपलब्ध असलेले एकुलते एक रेकॉर्डिंग एका नॉर्वेजिअन मनोरोग चिकित्सकाला ऐकवण्यात आले. त्याने खात्रीपूर्वक सांगितले की, आवाजाची ढब उत्कृष्ट इंग्रजी बोलणाऱ्या नॉर्वेजिअनचीच आहे; पण बळजबरी करून त्याला तसे बोलणे भाग पाडले असावे.

ज्या रेफ्रिजरेशन शिपच्या कॅप्टनने आपली बोट वळवून संदेशात सांगितलेल्या ठिकाणी नेली होती, त्याचाही पत्ता लावून चौकशी झाली. त्याने जे ऐकले होते, बघितले होते ते सांगितले.

सागरावर लागणाऱ्या आगीच्या तज्ज्ञांनी मत दिले की, *जावा स्टार*च्या इंजिनरूममध्ये इतकी आग भडकली होती की, तिच्या कॅप्टनला जहाज वाचवणे शक्य नव्हते, तर जहाजावरच्या मालानेही पेट घ्यायला हवा. अशा परिस्थितीत हा कॅप्टन वर्णन करतो आहे तशी लाइफ रॅफ्ट्स ती बुडली त्या ठिकाणी सापडणे शक्य नाही.

अबू सैयाफच्या तळांवर हल्ला चढवतो आहोत असे दर्शवत अमेरिकन हेलिकॉप्टर गनशिप्सच्या मदतीने फिलिपिनो कमांडोजनी झांबोआंगावर छापा घातला. जंगलात राहणाऱ्या दोन हक ट्रॅकर्सना त्यांनी पकडले. ते मधून मधून दहशतवाद्यांसाठी काम करत असले, तरी त्यांच्यासाठी गोळ्या खायची त्यांची तयारी नव्हती.

घनदाट जंगलामधल्या एका खाडीवर त्यांनी ऑक्सिॲसेटिलिन टॉर्चेस घेऊन काही माणसांना एका छोट्या टॅन्करवर काम करताना बघितले होते.

*जावा स्टार*ची माहिती काढणाऱ्या गटाने वर्षभरात आपला अहवाल दिला. त्यांनी म्हटले की, जहाजावर लागलेल्या आगीने *जावा स्टार* बुडाले नव्हते. त्या जहाजाचे अपहरण झाले होते आणि जहाजविश्वामध्ये ते आता अस्तित्वात नाही असा समज पसरवण्यासाठी खूप कष्ट घेतले होते. मूळचा सर्व नोकरवर्ग ठार झाला असावा, पण तसा पुरावा नाही.

गरज पडेल एवढीच माहिती द्यायची हा नियम अजूनही अमलात होता. या प्रकरणाच्या वेगवेगळ्या पैलूंची चौकशी वेगवेगळ्या गटांकडून होत होती. चौकशीचे खरे कारण कुणालाच कळत नव्हते. त्यांना सांगितले होते की, विमा कंपनीसाठी चौकशी चालू आहे. त्यांचा विश्वास बसला होता.

दुसरी एक टीम खऱ्या *काऊन्टेस ऑफ रिचमंड*च्या हालचालींचा मागोवा घ्यायला लागली. लंडन शहरामधल्या अलेक्स सीबार्ट यांच्या कार्यालयातून ते लिव्हरपूलला पोहोचले. नोकरवर्ग आणि कुटुंबीयांची माहिती मिळाली. सिंगापूरमध्ये जॅग्वार गाड्या उतरवेपर्यंत सर्व काही ठीक होते. लिव्हरपूलच्या डॉक्समध्ये कॅप्टन मॅक्केन्ड्रिकला एक मित्र भेटला होता आणि त्याने त्याच्याबरोबर बिअर घेतली होती. घरी फोन केला होता.

किनाबालू इथे मौल्यवान लाकूडसामान उचलताना जहाज कॅप्टनच्याच ताब्यात होते असे सांगणारे साक्षीदारही मिळाले.

पण जावामधल्या सुरबाया या ठिकाणाला भेट दिल्यावर कळले की, रेशमी कापड घेण्यासाठी जहाज तिथे आलेच नव्हते. तरीही लंडनमधल्या सीबार्ट अॅन्ड अॅबरक्रॉम्बी यांना तसा माल चढवला गेल्याचे पत्र मिळाले होते. ते खोटे होते.

मिस्टर लॅम्पान्ग याचे चित्र बनवल्यावर इन्डोनेशिअन होमलॅन्ड सिक्युरिटीने त्याला ओळखले. जमात इस्लामियाला त्याची आर्थिक मदत आहे असा संशय होता, पण तसा पुरावा मिळाला नव्हता. शोध करूनही त्याचा पत्ता लागला नाही.

टीमचा निष्कर्ष होता की, सेलेबिस समुद्रामध्ये त्या जहाजाचे अपहरण झाले होते. सर्व कागदपत्रं, आयडेन्टिफिकेशनचे रेडिओ कोड्स, ट्रान्सपॉन्डर या गोष्टी चोरल्या होत्या. तिच्या सर्व नोकरवर्गाची कत्तल उडाली होती. त्यांच्या जवळच्या माणसांना तसे कळवण्यात आले.

आणि शेवटचे धागेदोरे डॉ. अली अझिझ अल खताब याच्यामुळे हाताला लागले. त्याचे फोन चोरून ऐकले जात होते. तो मध्यपूर्वेला जाण्यासाठी तिकीट काढतो आहे कळताच एम.आय.-५ च्या थेम्स हाउसमध्ये बैठक झाली. त्याला आता मोकळे सोडण्यात अर्थ नाही असे ठरले. त्याच्यावर लक्ष ठेवणाऱ्यांनी तो अंघोळीला गेला आहे सांगताच, बर्मिंगहॅम पोलीस आणि स्पेशल ब्रॅन्चने त्याच्या

अपार्टमेंटचा दरवाजा तोडला आणि त्याला ताब्यात घेतले.

पण तो हुशार होता. त्याचे अपार्टमेंट, गाडी, ऑफिस, सेलफोन, लॅपटॉप यांच्या झडतीमधून कुठलीच आक्षेपार्ह गोष्ट त्यांच्या हाताला लागली नाही.

त्याच्या चेहऱ्यावर एक उपरोधिक हास्य होते आणि त्याचा वकील आरडाओरडा करत होता. कोणत्याही संशयिताला त्याच्यावर आरोपपत्र दाखल न करता अठ्ठावीस दिवसपर्यंत ते अडकवू शकत होते; पण त्याने तुरुंगातून बाहेर पाऊल टाकले तेव्हा युनायटेड अरब एमिरेट्सचे एक्स्ट्रॅडिशन वॉरंट हातात घेऊन त्यांनी पुन्हा त्याला अटक केली.

आता वेळेचे बंधन नव्हते. अल खताबची पुन्हा कोठडीत रवानगी झाली. या वेळी मात्र त्याच्या वकिलाने त्याला युनायटेड अरब एमिरेट्सच्या स्वाधीन करू नये असे अपील केले. तो कुवैती होता. यु.ए.ई.चा नागरिकही नव्हता; पण मुद्दा तो नव्हताच.

दुबईच्या काऊन्टर टेररिस्ट सेन्टरच्या हाताला अनेक फोटो लागले होते. अल खताब एका स्त्रीबरोबर बोलत असतानाचा फोटो होता. ती स्त्री अल काईदाची जासूद होती. एका अरब डोच्या कॅप्टनबरोबर त्याचा फोटो होता. त्या कॅप्टनवर पाळत होती. रास-अल-खैमा इथल्या एका व्हिलामध्ये तो जात-येत असतानाचे फोटो होते. ते दहशतवाद्यांचे एक आश्रयस्थान होते. लंडनच्या न्यायाधीशांनी त्याला युनायटेड अरब एमिरेट्सच्या स्वाधीन करायची परवानगी दिली.

त्याने पुन्हा केलेले अपीलही फेटाळले गेले. गल्फमध्ये वाळवंटातल्या कुठल्या तरी तळावर युनायटेड अरब एमिरेट्सच्या स्पेशल फोर्सेसकडून आपली चौकशी होणार या कल्पनेने तो गळपटला. बेलमार्शचा ब्रिटिश तुरुंग त्याला खूपच चांगला वाटायला लागला.

पण एक प्रश्न निर्माण झाला. त्याला अडकवण्याइतका किंवा कोर्टात आरोप सिद्ध करण्याइतका पुरावा आमच्याकडे नाही असे सांगत ब्रिटिशांनी त्याला तुरुंगात डांबायला नकार दिला. हीथ्रो विमानतळावर त्याला घेऊन जात असताना त्याने घडाघडा बोलायला सुरुवात केली.

सी.आय.ए.च्या पाहुण्यांनी नंतर म्हटले की, एकदा बोलायला लागल्यावर त्यांना बोल्डर डॅम फुटलेला आहे असा भास झाला. काडीमात्र कल्पना नसणारे, ब्रिटिश किंवा अमेरिकन इन्टेलिजन्स एजंसीज्ना संशयही नसलेले शंभरएक एजंट त्याच्यामुळे पकडले गेले. चोवीस बॅन्क अकाऊन्ट्सची माहिती मिळाली.

अल इस्र या सांकेतिक नावाच्या अल काईदाच्या योजनेबद्दल चौकशी अधिकाऱ्यांनी विचारताच त्याला इतका धक्का बसला की, त्याच्या तोंडातून शब्द फुटेना. याबद्दल कुणाला माहिती असेल अशी त्याला पुसटशीही कल्पना नव्हती. त्याने पुन्हा

बोलायला सुरुवात केली.

लंडन आणि वॉशिंग्टनला काही गोष्टींबद्दल खात्री होती, काहींबद्दल संशय होता. अल खताबने या गोष्टींना दुजोरा दिला आणि नवीन माहिती पुरवली. *काऊन्टेस ऑफ रिचमंड*च्या शेवटच्या प्रवासात जहाजावर असलेले तीन इन्डोनेशिअन्स सोडून, सर्वांची ओळख पटवली.

जहाजाच्या रेडिओवरून कॅप्टन मॅक्केन्ड्रिक बोलतो आहे, अशी बतावणी करून फर्स्ट ऑफिसर डेव्हिड गुंडलाखला बनवणाऱ्या, यॉर्कशायर या इंग्लिश काऊन्टीत जन्मलेल्या आणि वाढलेल्या पाकिस्तानी मुलाच्या कुटुंबाबद्दल त्याने संपूर्ण माहिती पुरवली.

डोन्ना मारिया आणि त्यावरील सर्वांचा ठरवून बळी दिला होता, हेदेखील त्याने मान्य केले. आपला मुद्दाम बळी दिला जातो आहे याची कल्पना त्यांनासुद्धा नव्हती. अमेरिकन अध्यक्षांनी *क्वीन मेरी*वर नि:शंकपणे चढणे फार आवश्यक होते.

हळूहळू त्यांनी युनायटेड अरब एमिरेट्समधल्या एका व्हिलामध्ये अल खताब याने ज्याची उलटतपासणी केली होती असा संशय होता; त्या अफगाणकडे संभाषणाचा रोख वळवला. त्यांना याबाबत थोडीशीही खात्री नव्हती; पण अल खताब क्षणभर देखील घुटमळला नाही.

रास-अल-खैमामध्ये एक रहस्यमय तालिबान कमांडर पोहोचला होता असे त्याने कबूल केले. त्याने काबूलबाहेर अत्यंत धाडसाने आणि शिताफीने गार्ड्सचे खून पाडून आपली सुटका करून घेतली होती. काबूलमधल्या अल काईदाच्या हितचिंतकांनी या प्रकरणाची खूप खोलवर जाऊन चौकशी केली आणि तो सांगत होता तो तपशील खरा आहे याबद्दल खात्री पटवली.

स्वत: अयमान अल जवाहिरी याने त्याला गल्फमध्ये जाऊन गरज असेल तितका काळ त्या अफगाण कमांडरची पूर्ण चौकशी करण्याचे आदेश दिले. कित्येक वर्षांपूर्वी तोरा बोरा इथल्या गुहेमधल्या हॉस्पिटलमध्ये झालेल्या संभाषणाबद्दल शेखने दुजोरा दिला आणि अफगाणची ओळख पटली. अल इस्र योजनेत सहभागी होण्याचा बहुमान त्या अफगाणला शेखच्या परवानगीनेच मिळाला आणि अल खताबने इतरांबरोबर त्यालाही मलेशियाला पाठवले.

हा अफगाण खरोखर कोण होता हे सांगून अल खताबचे उरलेले आयुष्य पार बरबाद करताना अँग्लो-अमेरिकन चौकशीच्या सदस्यांना मनापासून अत्यंत आनंद झाला. लाबुआन बेटावरच्या डाइव्ह बॅगमध्ये बोर्डिंग कार्डवर लिहून ठेवलेल्या संदेशामधले हस्ताक्षर, नाहीशा झालेल्या कर्नलच्या हस्ताक्षरासारखेच आहे, याची तज्ज्ञांनी पूर्ण खात्री दिली.

या शेवटच्या तपशिलानंतर क्रोबार कमिटी एकच निर्णय घेऊ शकत होती.

दहशतवादी आहोत असे भासवून लाबुआन बेट सोडल्यानंतर कुठे तरी माईक मार्टिन *काऊन्टेस ऑफ रिचमंड*वर चढला होता आणि असा कुठलाच पुरावा नाही की तो वेळेपूर्वी त्या जहाजावरून बाहेर पडू शकला होता.

आणि वेळेपूर्वी चाळीस मिनिटे आधीच *काऊन्टेस*वर का भडका उडाला याबद्दल अनेक मते होती. त्याबाबत कमिटीने कुठलेही भाष्य करायचे टाळले.

कुठलाच माग न ठेवता जर एखादा माणूस नाहीसा झाला, तर इंग्लंडमधल्या कायद्याप्रमाणे सात वर्षे तो मरण पावला आहे असे गृहीत धरत नाहीत आणि मृत्यूचा दाखलाही दिला जात नाही.

पण अल खताबच्या चौकशीनंतर लंडनमधल्या वेस्टमिन्स्टर इथल्या कॉरोनरला सेन्ट जेम्स स्ट्रीटमधल्या ब्रुक्स क्लबमध्ये जेव्हा गाजावाजा न करता जेवायला बोलावण्यात आले, तेव्हा तिथे इतर तिघेजणच फक्त हजर होते. स्ट्यूअर्ड निघून गेल्यानंतर त्यांनी कॉरोनरला बऱ्याच गोष्टी समजावून सांगितल्या.

पुढल्याच आठवड्यात कॉरोनरने स्कूल ऑफ ओरिएंटल अँड आफ्रिकन स्टडीजच्या डॉ. टेरी मार्टिन यांना, अठरा महिन्यांपूर्वी कुठलाच मागमूस न ठेवता नाहीशा झालेल्या त्यांच्या भावाच्या, पॅराशूट रेजिमेंटमधल्या कर्नल माईक मार्टिन यांच्या, मृत्यूचा दाखला दिला.

हिअरफोर्ड शहराबाहेर पूर्वी एस.ए.एस. रेजिमेंटचे मुख्यालय होते. तिथल्या मैदानावर असलेल्या एका जुनाट बांधकामाला क्लॉक टॉवर म्हणतात. बऱ्याच वर्षांपूर्वी ही रेजिमेंट इथून दुसऱ्या ठिकाणी हलली, तेव्हा त्या टॉवरचा एक एक दगड काढला होता. मग पुन्हा तो टॉवर बांधला. आता क्लॉक टॉवर असल्याने वरती एक घड्याळ आहेच; पण नवलाची गोष्ट आहे ती त्या टॉवरच्या चारी बाजू. त्यामध्ये एस.ए.एस. मध्ये असताना युद्धात मरण पावलेल्या प्रत्येक माणसाचे नाव कोरलेले आहे.

मृत्यूचा दाखला दिल्यानंतर तिथे एक मेमोरिअल सर्व्हिस घेतली गेली. गणवेशातील बारा जण आणि दहा नागरिक असे बावीस जण त्या प्रार्थनेला हजर होते. दोन स्त्रिया होत्या. एक होती एम.आय.-५ ची डायरेक्टर जनरल आणि दुसरी, मृताची एके काळची पत्नी.

युद्धामध्ये बेपत्ता ही स्थिती मान्य करण्यासाठी खूप मन वळवावे लागले आणि फारच वरून दबाव आणला गेला हे खरे; पण सत्य परिस्थिती स्पष्टपणे सांगितल्यावर डायरेक्टर, स्पेशल फोर्सेस आणि रेजिमेंटच्या कमान्डिंग ऑफिसरने 'युद्धात बेपत्ता' ही स्थिती मान्य केली. दूरच्या कुठल्या तरी ठिकाणी नाहीसा झालेला आणि काही

पत्ता न लागलेला कर्नल माईक मार्टिन हा काही एस.ए.एस.चा पहिलाच माणूस नव्हता आणि शेवटचाही ठरला नसता.

फेब्रुवारी महिन्यातल्या अत्यंत उदास भासणाऱ्या या दिवशी वेल्समधल्या ब्लॅक माऊन्टन्समागे सूर्य अस्ताला जात असताना ही छोटीशी सर्व्हिस घेतली गेली. शेवटी सेन्ट जॉनच्या शिकवणुकीतले नेहमीचे शब्द चॅप्लेनने उच्चारले. "Greater love hath no man than this, that a man lay down his life for his friends."

क्लॉक टॉवरभोवती जमलेल्या लोकांनाच फक्त ठाऊक होते की, निवृत्त एस.ए.एस. कर्नल माईक मार्टिन, पॅराशूट रेजिमेंट याने चार हजार अनोळखी माणसांसाठी हे सर्व केले होते आणि त्यांच्यापैकी एकालाही त्याच्या अस्तित्वाचीसुद्धा जाणीव नव्हती.

■ ■ ■

www.ingramcontent.com/pod-product-compliance
Lightning Source LLC
LaVergne TN
LVHW022356220825
819400LV00033B/837
* 9 7 8 8 1 8 4 9 8 0 0 9 7 *